AF766183

അനുഭവങ്ങൾ
ഓർമകൾ

Anubhavangal
Ormakal

P Karunakaran

CHINTHA PUBLISHERS
Thiruvananthapuram

First Edition
March 2022

Published & Typesetting
Chintha Publishers, Thiruvananthapuram

Printed at
Akshara offset, Thiruvananthapuram

Cover Design
Vinod Mangoes

ISBN : 978-93-93468-23-9

CO - 3091 / 5957

₹ 330

Email: chinthapublishers@gmail.com
Website: www.chinthapublishers.com

A version is available at National Libraries
Kolkata, Mumbai, Chennai and Delhi

Distribution
DESHABHIMANI BOOKHOUSE
H O Thiruvananthapuram 695035

Branch
Head Office Kunnukuzhi • Statue Thiruvananthapuram
KSRTC Bus Terminal Thampanoor • Saphalyam Complex Thiruvananthapuram
KSRTC Bus Station Alappuzha • KSRTC Bus Station Ernakulam
Machingal Lane Thrissur • IG Road Kozhikode
Mavoor Road Kozhikode • NGO Union Building Kannur
Central Bus Terminal Complex Thavakkara Kannur

അനുഭവങ്ങൾ
ഓർമകൾ

പി കരുണാകരൻ

ചിന്ത പബ്ലിഷേഴ്സ്
തിരുവനന്തപുരം-695 035
വില : ₹ 330

പി കരുണാകരൻ

കാസർഗോഡ് ജില്ലയിലെ കിളിയളത്ത് 1945 ഏപ്രിൽ 20 ന് ജനിച്ചു. അച്ഛൻ: എൻ കോരൻ, അമ്മ: പി ചിരുത.

നെല്ലിയടുക്കം, പൊതാവൂർ, കയ്യൂർ, നീലേശ്വരം എന്നിവിടങ്ങളിൽ സ്കൂൾ വിദ്യാഭ്യാസം. കാസർഗോഡ് ഗവ. കോളേജിൽനിന്ന് ബിരുദവും കോതമംഗലം മാർ അത്തനാഷ്യസ് കോളേജിൽനിന്ന് എം എ യും നേടി.

വിദ്യാർത്ഥി യുവജന പ്രസ്ഥാനങ്ങളിലൂടെ പൊതുപ്രവർത്തനം ആരംഭിച്ചു. ഗ്രന്ഥശാല പ്രവർത്തനങ്ങളിലും ഇക്കാലത്ത് സജീവമായിരുന്നു. നെല്ലിയടുക്കം ടാഗോർ ക്ലബ് ഉൾപ്പെടെയുള്ള സാംസ്കാരിക സ്ഥാപനങ്ങളുടെ സംഘാടകരിലൊരാളായിരുന്നു. വിദ്യാഭ്യാസം കഴിഞ്ഞയുടൻ ട്രേഡ് യൂണിയന്റെയും കെ എസ് വൈ എഫിന്റെയും സംഘാടകനായി. സി പി ഐ (എം) ൽ ലോക്കൽ സെക്രട്ടറി മുതലുള്ള ചുമതലകൾ ഏറ്റെടുത്തു. 1984 ൽ കാസർഗോഡ് ജില്ല രൂപീകരിച്ചപ്പോൾ പ്രഥമ ജില്ലാ സെക്രട്ടറി. പിന്നീട് സംസ്ഥാന സെക്രട്ടറിയേറ്റ് അംഗമായി.

നിലവിൽ പാർട്ടി കേന്ദ്രകമ്മിറ്റി അംഗം. തൃക്കരിപ്പൂർ നിയോജകമണ്ഡലത്തിൽനിന്ന് രണ്ടുതവണ (1977–82) എം എൽ എ യും കാസർഗോഡ് മണ്ഡലത്തിൽ നിന്ന് മൂന്നുതവണ (2004–2019) എം പിയും ആയി. ലോക് സഭയിൽ സി പി ഐ (എം) കക്ഷി ഉപനേതാവും തുടർന്ന് കക്ഷിനേതാവുമായിരുന്നു. പാർലമെന്റിന്റെ സബോർഡിനേറ്റ് ലെജിസ്ലേറ്റീവ് കമ്മിറ്റി ചെയർമാനായി പ്രവർത്തിച്ചു.

ദേശാഭിമാനി പത്രം ജനറൽ മാനേജരായിരുന്നു. അബുദാബി ശക്തി സാഹിത്യ അവാർഡ് കമ്മിറ്റിയുടെ ചെയർമാനാണ്. കുവൈത്ത് കല ട്രസ്റ്റിന്റെ ചെയർമാൻ പദവിയും വഹിച്ചിരുന്നു. കോളേജ് സർവകലാശാല വോളിബോൾ ടീമുകളിൽ മികച്ച കളിക്കാരൻ കൂടിയായിരുന്നു. വിവിധ വിഷയങ്ങളെ ആസ്പദമാക്കി ലേഖനങ്ങളും കവിതകളും എഴുതാറുണ്ട്. ഏഴോളം പുസ്തകങ്ങൾ പ്രസിദ്ധീകരിച്ചു.

ചിന്ത പ്രസിദ്ധീകരിച്ച കൃതികൾ: *വിയറ്റ്നാം ഓർമ്മക്കുറിപ്പുകൾ, ഒളിമങ്ങാത്ത ഓർമ്മകൾ, ഇന്ത്യൻ രാഷ്ട്രീയം പാർലമെന്റിനകത്തും പുറത്തും* (2 വോള്യം), *നീലേശ്വരം പള്ളിക്കര സംഭവം, In defence of Democracy and Social Justice (Collection of Parliament Speeches), ഇടപെടലുകളുടെ രാഷ്ട്രീയം* (പുസ്തകഭവൻ, പയ്യന്നൂർ).

ഭാര്യ : ലൈല (എ കെ ജി,
സുശീല ഗോപാലൻ ദമ്പതികളുടെ മകൾ)

മകൾ : ദിയ കരുണാകരൻ

വിലാസം : 'അമരാവതി', പള്ളിക്കര
നീലേശ്വരം പി ഒ, കാസർഗോഡ് 671 314

ഉള്ളടക്കം

പ്രസാധകക്കുറിപ്പ്

ഇടവേളകളില്ലാത്ത പ്രവർത്തനമാണ് ഒരു കമ്യൂണിസ്റ്റുകാരന്റെ ജീവിതം. ഓർമ്മത്തുണ്ടുകൾ ചേർത്തുവച്ച സങ്കല്പമാലികയല്ല പി കരുണാകരന്റെ *അനുഭവങ്ങൾ ഓർമകൾ*. എങ്ങനെ ജീവിച്ചു എന്നതുപോലെത്തന്നെ എന്തെല്ലാം ഓർത്തെടുക്കുന്നു എന്നതും പ്രധാനപ്പെട്ടതാണ്. കാരണം യഥാർത്ഥ സംഭവങ്ങൾ പൊതു ഓർമ്മയിൽനിന്നു മാഞ്ഞുപോകുംപോലെ ഓർമ്മകളും ഒരു വ്യക്തിയിൽ നിന്നും ഇറങ്ങിപ്പോയെന്നുവരാം. എന്നാൽ, എത്ര മായ്ച്ചാലും മായാത്ത ഓർമ്മകളുണ്ട്. അത് ഒരു വ്യക്തിയുടെ ജീവിതത്തിന്റെ നീക്കിബാക്കിയാണ്. അതുമാത്രമാണ് ഈ പുസ്തകത്തിലുള്ളത്. മായ്ച്ചാലും മായ്ക്കാത്ത ഓർമ്മകളുടെ പുസ്തകമാണിത്. സാധാരണമായ ഒരു ഗ്രാമത്തിലെ രാഷ്ട്രീയ പ്രവർത്തനം മുതൽ ജനാധിപത്യത്തിന്റെ അത്യുന്നത ഗോപുരമായ പാർലമെന്റുവരെ പോരാടി ജീവിച്ച പി കരുണാകരന്റെ ഈ ജീവിതകഥ ഒരു കാലഘട്ടത്തിന്റെ രാഷ്ട്രീയവും സാമൂഹ്യവുമായ ഓർമ്മകളുടെ സാകല്യമാണ്.

ചിന്ത പബ്ലിഷേഴ്സ്

ഇതൊരു ആത്മകഥയല്ല

പി കരുണാകരൻ

ഇതൊരു ആത്മകഥയല്ല, സാമാന്യം ദീർഘമായ പൊതുജീവിതത്തിന്റെ ഓർമ്മകളും അനുഭവങ്ങളുമാണ്. ഒരു പൊതുപ്രവർത്തകന്റെ ഓർമ്മകൾ കേവലം ആത്മനിഷ്ഠമായിരിക്കില്ല. അയാൾ ഇടപെട്ട, ഇടപെട്ടിരുന്ന ആളുകളുടെയും ഇടങ്ങളുടെയും സ്മരണകൾ കൂടിയായിരിക്കുമത്. എന്റെ പലതരം ഓർമ്മകൾ ഇതിൽ ഉള്ളടക്കം ചെയ്തിരിക്കുന്നു. സംഭവങ്ങൾ, സ്ഥലങ്ങൾ, വ്യക്തികൾ, സ്മരണകൾ, ദേശചരിത്രം — ഇവയെല്ലാം കടന്നുവരുന്ന രാഷ്ട്രീയവും സാമൂഹികവും സാംസ്കാരികവുമായ ഓർമ്മകളുടെ പുസ്തകം.

പലതരം ഓർമ്മകളുടെ ആഖ്യാനമാണിത്. ജനിച്ചുവളർന്ന ദേശത്തിന്റെ ചരിത്രമുണ്ട്. വിദ്യാർത്ഥി-യുവജന സംഘടനാരംഗത്തെ പ്രവർത്തനങ്ങളുണ്ട്. ട്രേഡ് യൂണിയൻ ആക്ടിവിസമുണ്ട്. അടിയന്തരാവസ്ഥയും ഒളിവുജീവിതവുമുണ്ട്. *ദേശാഭിമാനി*യിലെ നീണ്ടകാലമുണ്ട്. നിയമസഭയിലെയും ലോക്സഭയിലെയും പ്രവർത്തനങ്ങളുണ്ട്. ജനപ്രതിനിധി എന്ന നിലയിൽ നടത്തിയ വികസനകാര്യങ്ങളുണ്ട്. കലാ-സാംസ്കാരിക രംഗത്തെ പ്രവർത്തനങ്ങളുണ്ട്. പല സന്ദർഭങ്ങളിലെ പ്രക്ഷോഭസമരങ്ങളുടെ വിവരണമുണ്ട്. പാർട്ടി നേതാക്കളെക്കുറിച്ചുള്ള സ്മരണകളുണ്ട്. ഇങ്ങനെ എപ്പോഴും ഓർമ്മയിലുണരുന്ന ജീവിതാനുഭവങ്ങളാണ് ഇതിൽ അക്ഷരരൂപം കൊള്ളുന്നത്.

തീർച്ചയായും എന്റെ ഓർമ്മകളുടെ, അനുഭവങ്ങളുടെ പുസ്തകമാണിത്. എന്നാൽ 'ഞാൻ' എന്ന ഒറ്റയാളല്ല ഇതിലുള്ളത്. അനേകം പേർ വരുന്ന പുസ്തകമാണിത്. ധാരാളം വിഷയങ്ങൾ ഈ ഓർമ്മക്കുറിപ്പുകളിൽ കയറിവരുന്നുണ്ട്. എഴുതുന്നയാളെന്ന നിലയിൽ ഞാൻ ഒരു

നിമിത്തവും സാക്ഷിയും മാത്രമാണ്. അതുകൊണ്ടാണ് സ്വന്തംകാര്യം മാത്രമോ വ്യക്തിപരമോ ആയ ആത്മകഥയല്ല ഇതെന്നു പറയുന്നത്. ചരിത്ര രചനയ്ക്കുള്ള സാമഗ്രികളിലൊന്നാണ് ഓർമ്മകൾ. ഏതൊരു വ്യക്തിയുടെയും ഓർമ്മകൾക്ക്, അനുഭവക്കുറിപ്പുകൾക്ക് ചരിത്രമൂല്യമുണ്ട്. അതാണ് ഈ പുസ്തകത്തിന്റെ പ്രസക്തിയെന്ന് കരുതുന്നു.

എന്റെ കൈയക്ഷരം സാമാന്യം മെച്ചപ്പെട്ടതായിരുന്നു. 1974 ലെ പള്ളിക്കര സംഭവ(സമര)ത്തിൽ പൊലീസ് മർദ്ദനത്തിൽ എനിക്ക് ഗുരുതരമായി പരിക്കേറ്റു. വലതുകൈയുടെ മണികണ്ഠത്തിനും പരിക്കുപറ്റി. ഇതിനുശേഷം തുടർച്ചയായി എഴുതുമ്പോൾ കൈക്ക് അസഹനീയമായ വേദനയാണ്. ഇങ്ങനെയൊരു പുസ്തക രചന വർഷങ്ങളായി എന്റെ ആലോചനയിലുണ്ട്. 'കൈക്കുഴപ്പം' കാരണം സ്വയം രചനയിലേർപ്പെടാൻ സാധിക്കാതെ വന്നു.

അങ്ങനെയിരിക്കുമ്പോഴാണ് സ. സന്തോഷ്കുമാർ ചെറുപുഴ എന്നെ സമീപിക്കുന്നത്. അദ്ധ്യാപകനും സാഹിത്യകാരനുമായ അദ്ദേഹവും ഞാനും തമ്മിൽ നേരത്തെതന്നെ സൗഹൃദത്തിലുമാണ്. എന്റെ ജീവിതാനുഭവങ്ങൾ പുസ്തകമാക്കണമെന്ന നിർദ്ദേശവുമായാണ് ഇത്തവണ സഖാവിന്റെ വരവ്. അദ്ദേഹത്തിന്റെ നിർബ്ബന്ധത്തിലും മുൻകൈയിലുമാണ് ഈ പുസ്തകം തയ്യാറാക്കിയിട്ടുള്ളത്. ആ സഖാവിന് നന്ദി രേഖപ്പെടുത്തി തീർക്കാനാവില്ല, കടപ്പാട്.

ഈ പുസ്തകത്തെക്കുറിച്ച് വളരെ സമഗ്രമായ പഠനം ഇ പി രാജഗോപാലൻ മാസ്റ്റർ തയ്യാറാക്കി. അദ്ദേഹത്തോടും നന്ദി പറയുന്നു. ഈ പുസ്തകത്തിന്റെ പല ഘട്ടത്തിലും ഇടപെട്ട സഖാവ് വി പി പി മുസ്തഫയോടും നന്ദി പറയുന്നു. ഈ പുസ്തകത്തിൽ ചേർത്തിട്ടുള്ള പല ഫോട്ടോകളും *ദേശാഭിമാനി*യിൽനിന്നാണ് ലഭിച്ചത്. ഫോട്ടോകൾ തെരഞ്ഞെടുത്ത് നല്കിയ *ദേശാഭിമാനി* ന്യൂസ് എഡിറ്റർ കെ ടി ശശി തുടങ്ങിയ സഖാക്കളോടുള്ള നന്ദി അറിയിക്കുന്നു.

ഈ പുസ്തകത്തിന്റെ നല്ലൊരുഭാഗം തയ്യാറാക്കിയത് പാർട്ടിയുടെ നീലേശ്വരം ഏരിയാക്കമ്മിറ്റി ഓഫീസിൽ വച്ചാണ്. ഏരിയാ സെക്രട്ടറി സ. എം രാജൻ ഏറെ സഹായിച്ചിട്ടുണ്ട്. ഏരിയാക്കമ്മിറ്റി ഓഫീസിലെ സഖാക്കളായ അഖിൽ, വിഷ്ണു, നിഖിൽ, ഷിജി, സൗമ്യ, എന്റെ ഡ്രൈവറും സഹായിയുമായ ഷിജിനേഷ് എന്നിവരും ആവശ്യമായ സഹായങ്ങൾ നല്കി. അവരേയും നന്ദിയോടെ ഓർക്കുന്നു.

ഇങ്ങനെയൊരു പുസ്തകം വരുന്നത് നല്ലതാണ് എന്നുപറഞ്ഞു പ്രചോദിപ്പിച്ച സുഹൃത്തുക്കൾ മുതൽ ഇതിന്റെ പ്രസിദ്ധീകരണംവരെയുള്ള പല ഘട്ടങ്ങളിൽ സഹകരിച്ച നിരവധി പേരുണ്ട്. എല്ലാവർക്കും നന്ദി.

ഇങ്ങനെയൊരു പുസ്തകം എന്തിന്?

സന്തോഷ്കുമാർ ചെറുപുഴ

കാസർഗോഡ് ജില്ലയിലെ ഉൾഗ്രാമമായ കിളിയളത്തെ ചുറ്റുപാടുകളിൽനിന്നാണ് പി കരുണാകരൻ എന്ന പൊതുപ്രവർത്തകൻ രൂപപ്പെടുന്നത്. കർഷകത്തൊഴിലാളികളായ കോരന്റെയും ചിരുതയുടെയും മകന് പൊതുപ്രവർത്തനവും സാമൂഹികബോധവും ഒരു സൂര്യോദയത്തോടൊപ്പം ഉണ്ടായതല്ല. കമ്യൂണിസ്റ്റ് കുടുംബത്തിൽനിന്നും പൊതുപ്രവർത്തനത്തിന്റെ ബാലപാഠങ്ങൾ അനുഭവിച്ചറിഞ്ഞ് ഇന്ത്യൻ കമ്യൂണിസ്റ്റ് പ്രസ്ഥാനത്തിന്റെ കേന്ദ്രക്കമ്മിറ്റിയിലെത്തിയ പി കരുണാകരൻ തന്റെ അനുഭവസമ്പത്ത് സാധാരണക്കാർക്ക് വേണ്ടി പ്രയോഗിച്ചപ്പോൾ ഇന്ത്യൻ പാർലമെന്റിൽ അത് അത്യുജ്ജ്വല ശബ്ദമായി.

ഏതൊരു പ്രസ്ഥാനത്തിനും ശക്തമായ അടിത്തറയുണ്ടാകുന്നത് അതിന് കുട്ടികളുടെ കൂട്ടായ്മകൾ രൂപപ്പെടുമ്പോഴാണ്. ബാലസംഘത്തിലൂടെ നിരവധി കമ്യൂണിസ്റ്റ് നേതാക്കൾ ഉയർന്നുവന്നിട്ടുണ്ട്. എന്നാൽ ബാലസംഘമോ, ദേശാഭിമാനി ബാലസംഘമോ ഔദ്യോഗികമായി രൂപപ്പെടുന്നതിന് മുമ്പേ കിളിയളം എന്ന ഗ്രാമത്തിൽ ബാലസംഘം രൂപീകൃതമായി. കുട്ടികളുടെ കൂട്ടായ്മയ്ക്ക് ബാലസംഘം എന്ന പേര് വന്നത് യാദൃച്ഛികമാവാം. കുട്ടികളുടെ നാടകം ഉൾപ്പെടെയുള്ള കലാരൂപങ്ങൾ പ്രോത്സാഹിപ്പിക്കുന്നതിന് വഴിയൊരുക്കാൻ കിളിയളത്തെ ബാലസംഘത്തിന് കഴിഞ്ഞു. അന്നത്തെ ബാലസംഘത്തിന് നേതൃത്വം നല്കാൻ ബാലനായ പി കരുണാകരന് സാധിച്ചു. പിന്നീട് ടാഗോറിന്റെ പേരിൽ ഒരു ക്ലബ് രൂപമെടുത്തു. ടാഗോർ ക്ലബ്ബിന്റെ നാടകങ്ങൾക്കായി പാട്ടെഴുതാനും അതിൽ അഭിനയിക്കാനുമൊക്കെ പി കരുണാകരൻ മുൻനിരയി

ലുണ്ടായിരുന്നു. കായിക രംഗത്ത് മികച്ച നേട്ടം കൈവരിക്കാനും ടാഗോർ ക്ലബ്ബിന് കഴിഞ്ഞു. (ഇപ്പോൾ റെഡ്സ്റ്റാർ ക്ലബ് കലാ കായിക രംഗത്ത് ഇവിടെ പ്രവർത്തിക്കുന്നു).

നെല്ലിയടുക്കം സ്കൂൾ, പൊതാവൂർ യു പി സ്കൂൾ, കയ്യൂർ സ്കൂൾ, നീലേശ്വരം രാജാസ് സ്കൂൾ, കാസർഗോഡ് ഗവ. കോളേജ്, കോതമംഗലം മാർ അത്തനാഷ്യസ് കോളേജ് എന്നിവിടങ്ങളിൽ വിദ്യാഭ്യാസം. പഠനകാലത്ത് വിദ്യാർത്ഥി സംഘടനാരംഗത്ത് സജീവമായി. ഇതോടൊപ്പം യുവജനസംഘടനയായ കെ എസ് വൈ എഫിന്റെ പ്രവർത്തനത്തിലും പങ്കാളിയായി. യുവജനരംഗത്ത് കെ എസ് വൈ എഫിന്റെ കണ്ണൂർ ജില്ലാ വൈസ് പ്രസിഡന്റായിരുന്നു. ട്രേഡ് യൂണിയൻ രംഗത്തേക്കും തന്റെ പ്രവർത്തന മേഖല വ്യാപിപ്പിക്കാൻ കഴിഞ്ഞു. വാഹനസൗകര്യങ്ങളില്ലാത്ത കാലത്ത് ഉൾഗ്രാമങ്ങളിലേക്ക് നടന്നുപോയി സംഘടനാ പ്രവർത്തനം നടത്തി.

ഒരു വ്യക്തി ആദ്യം പങ്കെടുത്ത അല്ലെങ്കിൽ നേതൃത്വം കൊടുത്ത സമരം ഏതായിരിക്കും. ഓർത്തിരിക്കാൻ അല്പം പ്രയാസമായിരിക്കും പലർക്കും. പക്ഷേ, ദേശീയ പ്രസ്ഥാനത്തിന്റെ ഭാഗമായി കള്ളുഷാപ്പ് പിക്കറ്റിങ് നടത്തിയ അച്ഛന്റെ മകന് താൻ നേതൃത്വം നല്കിയ സമരങ്ങളുടെ കൃത്യമായ വേലിയേറ്റം മനസ്സിന്റെ ഉള്ളറകളിൽ നിറയുന്നുണ്ട്. പോപ്പുലർ എസ്റ്റേറ്റ് സമരം, പള്ളിക്കര സമരം, മുത്തങ്ങ വെടിവെപ്പിനെത്തുടർന്നുള്ള സമരം അതങ്ങനെ നീണ്ടുപോകുന്നു.

വിദ്യാർത്ഥിപ്രസ്ഥാനത്തിലൂടെ വന്ന് യുവജന പ്രസ്ഥാനത്തിലേക്കെത്തിയപ്പോഴാണ് ട്രേഡ് യൂണിയൻ ചുമതലയും ഏറ്റെടുക്കേണ്ടിവന്നത്. ബീഡിത്തൊഴിലാളി രംഗത്തും ചൈനാക്ലേ തൊഴിലാളി രംഗത്തും സജീവസാന്നിദ്ധ്യമാകാൻ കഴിഞ്ഞു. തോട്ടം തൊഴിലാളി യൂണിയൻ രൂപീകരിച്ച് അസംഘടിതരായിരുന്ന തൊഴിലാളികൾക്ക് ആനുകൂല്യം നേടിക്കൊടുക്കാൻ കഴിഞ്ഞത് അഭിമാനത്തോടെയാണ് ഓർക്കാൻ കഴിയുക.

1964 ൽ കാസർഗോഡ് ഗവ. കോളേജിൽ പഠിക്കുമ്പോഴാണ് പാർട്ടി മെമ്പർഷിപ്പിലേക്ക് വരുന്നത്. പിന്നീട് പാർട്ടിയുടെ കിനാനൂർ വില്ലേജ് കമ്മിറ്റിയംഗമായി. അന്ന് പാർട്ടി സെക്രട്ടറി കെ പി കുഞ്ഞികൃഷ്ണൻ ആയിരുന്നു. കരിന്തളം, കിനാനൂർ വില്ലേജുകൾ സംയോജിപ്പിച്ച് പുതിയ പഞ്ചായത്ത് നിലവിൽ വന്നപ്പോൾ പി കരുണാകരൻ ആദ്യ ലോക്കൽ സെക്രട്ടറിയായി. പിന്നീട് നീലേശ്വരം ലോക്കൽ സെക്രട്ടറി, നീലേശ്വരം ഏരിയാ സെക്രട്ടറി, കണ്ണൂർ ജില്ലാ കമ്മിറ്റിയംഗം, കണ്ണൂർ ജില്ലാ സെക്രട്ടറിയേറ്റംഗം തുടങ്ങിയ നിലകളിലും പ്രവർത്തിച്ചു. സി പി ഐ (എം) കാസർഗോഡ് ജില്ലാ കമ്മിറ്റി രൂപീകൃതമായപ്പോൾ പ്രഥമ ജില്ലാ സെക്രട്ടറിയായി ഉയർന്നു വന്ന പേര് പി കരുണാകരൻ എന്നതായിരുന്നു. ആ സമയത്തുതന്നെ പാർട്ടി സംസ്ഥാനക്കമ്മിറ്റിയിലേക്കും പിന്നീട് പാർട്ടി കേന്ദ്രക്കമ്മിറ്റിയിലേക്കും തിരഞ്ഞെടുക്കപ്പെട്ടു.

പ്രസ്ഥാനത്തിലെ പ്രവർത്തനങ്ങളും സമരങ്ങളും പി കരുണാകരൻ എന്ന വ്യക്തിയുടെ ജീവിതത്തിൽ വരുത്തിയ മാറ്റങ്ങൾ വലുതാണ്. പി

ന്നിട്ടവഴികളിൽ താൻ കണ്ട ജീവിതങ്ങളും തന്റെ തന്നെ അനുഭവങ്ങളും ചേർന്നപ്പോൾ അത് 2004 മുതൽ 2019 വരെ ഇന്ത്യൻ പാർലമെന്റിൽ പ്രതിഫലിച്ചു. അസംഘടിതരായ മറാഠികൾക്കുവേണ്ടി, നിരാലംബരായ എൻഡോസൾഫാൻ ഇരകൾക്കുവേണ്ടി, അങ്ങനെ പലരുടെയും ശബ്ദം പാർലമെന്റിലെ അധികാരകേന്ദ്രങ്ങളുടെ കർണ്ണപുടങ്ങളിൽ പതിച്ചത് സ. പി കരുണാകരനിലൂടെയായിരുന്നു. ബിരുദത്തിന് ശേഷം ബിരുദാനന്തര ബിരുദത്തിനായി കോതമംഗലത്തേക്ക് പോകേണ്ടിവന്ന വ്യക്തിക്ക് തന്റെ പ്രദേശത്ത് മികച്ച വിദ്യാഭ്യാസ സ്ഥാപനം അനിവാര്യമാണെന്ന ചിന്തയിൽ നിന്നായിരിക്കുമല്ലോ കേരളത്തിനനുവദിച്ച കേന്ദ്ര സർവ്വകലാശാല കാസർഗോഡ് ജില്ലയിലെത്തിക്കാൻ സാധിച്ചത്.

2019 ജൂൺ മാസത്തിലാണ് ഓർമ്മകളുടെ സമാഹരണം എന്ന ആശയവുമായി ഞാൻ അമരാവതിയിലെത്തുന്നത്. ഏകദേശം രണ്ടര വർഷത്തെ പരിശ്രമത്തിനൊടുവിലാണ് രചന പൂർത്തിയാകുന്നത്. ഈ പുസ്തകം ഞാൻ എഴുതുന്ന രീതിയിലാണ് ആദ്യം ആരംഭിച്ചത്. ഞാൻ ഒരു ജീവചരിത്രം തയ്യാറാക്കുന്നു. കുറച്ചു മുന്നോട്ട് പോയപ്പോഴാണ് അതിന്റെ പരിമിതി മനസ്സിലായത്. പി കരുണാകരൻ എന്ന വ്യക്തിയുടെ ജീവിതത്തിന്റെ ആഴം വായനക്കാരനിലെത്തുമ്പോൾ അതിന്റെ സത്ത നഷ്ടപ്പെടാതിരിക്കണമെങ്കിൽ അദ്ദേഹം പറയുന്ന രീതിയിൽത്തന്നെ എഴുതണം. ആദ്യം എഴുതിത്തയ്യാറാക്കിയതൊക്കെ പിന്നീട് മാറ്റിയെഴുതി. അത് വായനക്കാർക്കും ഏറെ സ്വീകാര്യമാകുമെന്ന് കരുതുന്നു.

സ. പി കരുണാകരന്റെ പ്രവർത്തനം പുസ്തകരൂപത്തിലാക്കുന്ന പ്രവർത്തനത്തിൽ പങ്കാളിയാകാൻ എന്നെ പ്രേരിപ്പിച്ചത് സമരപഥങ്ങളിലൂടെ ഉയർന്നുവന്ന വ്യക്തിത്വത്തിന്റെ ഉന്നതമായ രാഷ്ട്രീയബോധവും അർപ്പണമനോഭാവവും പുതിയ തലമുറയ്ക്ക് പകർന്നുകൊടുക്കണമെന്ന താല്പര്യമായിരുന്നു. ഒരു കുഗ്രാമത്തിൽ ജനിച്ചുവളർന്ന ഒരാൾക്ക് കമ്യൂണിസ്റ്റ് പാർട്ടിയുടെ കേന്ദ്രക്കമ്മിറ്റിയംഗമായും മികച്ച പാർലമെന്റേറിയനായും ജ്വലിച്ചുയരാൻ കഴിയുകയെന്നത് വലിയ സംഗതിയാണ്. തീർച്ചയായും ആ ജീവിതം പുതിയകാലത്തെ പൊതുപ്രവർത്തകർക്കും വിദ്യാർത്ഥികൾക്കും യുവജനങ്ങൾക്കും പ്രചോദനാത്മകമാണ്.

സന്തോഷ് കുമാർ ചെറുപുഴ

പൊതുവിദ്യാഭ്യാസ വകുപ്പിൽ ഹൈസ്കൂൾ വിഭാഗം മലയാളം അദ്ധ്യാപകനാണ്. കവിതകളും കഥകളും എഴുതാറുണ്ട്.
കൃതികൾ: *സൂര്യായനം, കാവ്യപ്പുഴ, നാട്ടുവഴികളിലെ കാണാക്കാഴ്ചകൾ*

ഭാര്യ : മഞ്ജു (അദ്ധ്യാപിക)
മക്കൾ : ലക്ഷ്മിശ്രീ, ശ്രീഹർഷ്
വിലാസം : 'വൈഗ' കണ്ണിവയൽ പി ഒ
ചെറുപുഴ - 670511

പഠനം

ആത്മകഥനം എന്ന പ്രവർത്തനം

ഇ പി രാജഗോപാലൻ

ഇന്ത്യൻ പാരമ്പര്യത്തിന്റെ ഭാഗമല്ല ആത്മകഥ. യൂറോപ്യൻ സംസ്കൃതിയുമായുള്ള ബന്ധം കൊണ്ടാണ് ഈ സാഹിത്യരൂപം ഇന്ത്യൻ ഭാഷ കളിൽ എത്തിച്ചേർന്നത്. വ്യക്തി എന്ന സങ്കല്പം മൂർത്തമായി നിലനില്ക്കുന്ന നാഗരികതകളിലെ സാന്നിദ്ധ്യമോ സാദ്ധ്യതയോ ആയി ആത്മകഥ കണക്കാക്കപ്പെടാറുണ്ട്. 'ഞാൻ' എന്ന വാക്ക് കേരളീയരുടെ സാധാരണവർത്തമാനത്തിൽ ഇന്ന് പ്രത്യേകിച്ചൊരു അധികപദവിയുമില്ലാതെ വരാറുണ്ട്. അത് ഒരു മാറ്റമാണ്. പണ്ട് 'ഞാൻ' എന്ന് മലയാളികൾ ഇത്രയേറെ പറയുമായിരുന്നില്ല. പഴയ ആചാര ഭാഷയിൽ 'ഞാൻ' ഏതാണ്ട് ഇല്ല എന്നു വേണം ഊഹിക്കാൻ. 'ഞാൻ' എന്നത് ഒരു വാക്ക് മാത്രമല്ല, ആ സർവ്വനാമം (pronoun) ഒരു വ്യക്തിയുടെ മുൻകൈയുടെ (personal initiative) സൂചന കൂടിയാണ്. തന്റെ ജീവിതത്തിൽ സ്വന്തം തീരുമാനങ്ങൾക്കും അറിവുകൾക്കും തോന്നലുകൾക്കും ബോദ്ധ്യങ്ങൾക്കും നിലപാടുകൾക്കും പ്രവർത്ത നങ്ങൾക്കും നിർണ്ണായകമായ സ്ഥാനം ഉണ്ട് എന്ന തിരിച്ചറിവിൽ നിന്നാണ് ആത്മകഥ എന്ന ആഖ്യാനത്തിലേക്ക് ഒരാൾ കടക്കുന്നത്. പക്ഷേ, അത് (ചിലരെങ്കിലും കരുതുന്നതിൽനിന്ന് വിഭിന്നമായി) ഒറ്റയാന്റെ കഥയല്ല. ആർക്കും ഒറ്റയായി ഒന്നും ചെയ്യാനാവില്ല. ഭാഷ തന്നെയും സാമൂഹികമാണ്. താൻ സമൂഹത്തിലും സമൂഹം തന്നിലും പ്രവർത്തിക്കുന്നതെങ്ങനെയെന്ന് ഒരാൾ ഓർമ്മിക്കാൻ തയ്യാറാവു മ്പോഴാണ് ആത്മകഥയുടെ അരങ്ങൊരുക്കം നടക്കുക.

കേരളത്തിലെ കമ്യൂണിസ്റ്റ് നേതാക്കൾ പലരും ആത്മകഥയെഴുതിയിട്ടുണ്ട്. ഇ എം എസ്, എ കെ ജി, സി അച്ചുതമേനോൻ, കെ ആർ ഗൗരിയമ്മ, എൻ സി ശേഖർ, കെ സി ജോർജ്ജ്, പുതുപ്പള്ളി രാഘവൻ തുടങ്ങിയ ഒന്നാംതലമുറ കമ്യൂണിസ്റ്റുകാരുടെ ആത്മകഥകൾ പല ശൈലികളിൽ എഴുതപ്പെട്ടവയാണ്.

എങ്കിലും വ്യക്തിയുടെയും സമൂഹത്തിന്റെയും മനസ്സിന്റെയും പ്രവർത്തനത്തിന്റെയും വികാരത്തിന്റെയും യുക്തിയുടെയും ബന്ധങ്ങളെപ്പറ്റി അവ തരുന്ന ഉൾക്കാഴ്ചകൾ ശ്രദ്ധേയമാണ്. അവ സാങ്കേതികമായി 'രാഷ്ട്രീയ ആത്മകഥ'കളാണ്. നമ്മുടെ ഭാഷയിൽ ഇങ്ങനെയൊരു ആഖ്യാനവിഭാഗത്തെപ്പറ്റി കാര്യമായ ചർച്ചയൊന്നും നടന്നതായി അറിവില്ല. എന്നാൽ അങ്ങനെയൊരു സൈദ്ധാന്തിക പരിഗണന നിലനില്ക്കുന്നു. ഒരു നിർവ്വചനം പകർത്താം: Political autobiographies by politicians focus on political issues rather than being focused on the writer's personal life. This includes any autobiography that primarily takes place in a political context in and involves a political situation. This category is also appropriate for political figures who write autobiographies.

കമ്യൂണിസ്റ്റുകാരൻ നിലനില്ക്കുന്ന വ്യവസ്ഥയുടെ വ്യാഖ്യാതാവും വിമർശകനുമാണ്. അയാളുടെ എല്ലാ ഇടപെടലുകളിലും - സ്വകാര്യവ്യക്തിപരമായതും കുടുംബപരമായതുമടക്കം - ഈയൊരു സമീപനത്തിന്റെ വെളിച്ചം ഉണ്ടാവും. അയാൾക്ക് എല്ലാം രാഷ്ട്രീയ പ്രവർത്തനമാണ്. ആത്മകഥാരചനയടക്കം അങ്ങനെയൊന്നു തന്നെ. സഞ്ജയൻ എന്ന എം ആർ നായർ പരിഹസിച്ചതായി അറിയാം: കമ്യൂണിസ്റ്റാവാൻ എളുപ്പമാണ്/ ചുമ്മാ പറഞ്ഞുനടന്നാൽ മതി. ഇതല്ല വാസ്തവം എന്ന് അറിയിക്കാൻ വേണ്ടിക്കൂടിയാണ് ഒരു കമ്യൂണിസ്റ്റുകാരൻ ആത്മകഥ എഴുതുന്നത്, അനുഭവങ്ങളുടെ ഓർമ്മകൾ പങ്കിടുന്നത്.

അല്ലാതെ സ്വന്തം കേമത്തം കൊട്ടിപ്പാടാനല്ല. കമ്യൂണിസ്റ്റായിക്കൊണ്ടുള്ള ജീവിതം എങ്ങനെ വ്യത്യസ്തമായിത്തീരുന്നു എന്ന് കമ്യൂണിസ്റ്റുകാരും കമ്യൂണിസ്റ്റനുഭാവികളും വിരുദ്ധരും (നിഷ്പക്ഷരും) ഉൾപ്പെടുന്ന സമൂഹത്തിൽ വെളിപ്പെടുത്താനുള്ള ഭാഷാ പ്രവർത്തനമാണ് കമ്യൂണിസ്റ്റുകാർക്ക് ആത്മകഥയെഴുത്ത്.

സ്വന്തം പ്രവർത്തനം ഒറ്റത്തലമുള്ള ഒന്നല്ല. ആദ്യം ജന്മനാട്ടിൽ, സമീപദേശങ്ങളിൽ ഒരാൾ പ്രവർത്തിക്കുന്നു; ഏത് ചെറിയ പ്രവർത്തനത്തിനും നല്ല മൂല്യം ഉണ്ട് എന്ന് സ്വയം മനസ്സിലാക്കുന്നു; തുടർന്ന് പലതരം ചുമതലകൾ ഏറ്റെടുത്ത് (പലേടങ്ങളിൽ) നിർവ്വഹിക്കുന്നു; സംഘാടനത്തിന്റെ വർഗ്ഗ സ്വഭാവത്തിൽ അയാൾക്ക് സംശയമില്ല.

പ്രവർത്തിച്ചുകൊണ്ടേ കമ്യൂണിസ്റ്റായി ജീവിക്കാനാവൂ എന്ന് അയാൾ തിരിച്ചറിയുന്നു; ഒന്നും ഒറ്റയ്ക്കല്ല ചെയ്യേണ്ടതെന്ന ബോദ്ധ്യം അയാളെ ഊർജ്ജസ്വലനാക്കുന്നു; പ്രവർത്തനമെന്നത് പലപ്പോഴും

സാഹസികവും ബുദ്ധിമുട്ടേറിയതുമാണെന്ന് അയാൾ താനേ അറിയുന്നു; സംവദിക്കാനും ചോദ്യം ചെയ്യാനും ബോദ്ധ്യപ്പെടുത്താനും ഉതകുന്ന ഭാഷ അയാൾ പ്രവർത്തിച്ചുകൊണ്ടിരിക്കുമ്പോൾത്തന്നെ നേടിയെടുക്കുന്നു; ജനവിരുദ്ധ ശക്തികളുടെ മർദ്ദനപദ്ധതികൾക്കൊപ്പം സൂക്ഷ്മരീതികളും അയാൾ മനസ്സിലാക്കുന്നു; സ്വന്തം ജീവിതം ഒരു തുറന്ന പുസ്തകമാണെന്ന ഉറപ്പ് അയാളെ സവിശേഷമായ അളവിൽ ഉന്മേഷം കൊള്ളിക്കുന്നു; അധികാരം അധികാരത്തിന് വേണ്ടിയല്ല എന്നും ജനനന്മയ്ക്കായുള്ള പ്രവർത്തന സന്ദർഭം മാത്രമാണ് അതെന്നും അയാൾ ഒരു ഘട്ടത്തിലും ഓർമ്മിക്കാതിരിക്കുന്നില്ല.

കമ്യൂണിസ്റ്റുകാരുടെ ആത്മകഥകളിലെ ജാഗ്രതയും ഈ നിലപാടിന്റെ ഭാഗമാണ്. പി കരുണാകരൻ ഇന്നത്തെ കാസർഗോഡ് ജില്ലയിലെ ഒരു കിഴക്കൻ ഗ്രാമത്തിൽ സാധാരണ കുടുംബത്തിൽ ജനിച്ചു വളർന്നയാളാണ്. വിദ്യാഭ്യാസത്തിന്റെ വിമോചനമൂല്യം അറിയാവുന്ന അച്ഛനമ്മമാരാണ് സ്വന്തം വ്യക്തിത്വത്തിന്റെ അടിത്തറ പാകിയവർ. അവരുടെ മാനുഷികഭാവത്തെയും താൻ വിലമതിക്കുന്നു. നാടിന്റെ രാഷ്ട്രീയമായ ഉണർവ്വിന്റെ വഴികളിലേക്ക് അദ്ദേഹം എത്തിച്ചേരുന്നത് ഏതാണ്ട് സ്വാഭാവികമായാണ്. വിദ്യാർത്ഥി കാലഘട്ടത്തിൽത്തന്നെ സംഘടനാരംഗത്തുണ്ട്. തനിക്ക് സാദ്ധ്യമായ ഉന്നത വിദ്യാഭ്യാസം തന്നെ കരിയറിസ്റ്റാക്കുന്നില്ല, ഭാഗ്യാന്വേഷിയാക്കുന്നില്ല. ദേശകാലങ്ങൾ രാഷ്ട്രീയമായ തിരിച്ചറിവുകളിലേക്കും ഉത്തരവാദിത്വ നിർവ്വഹണങ്ങളിലേക്കുമാണ് തന്നെ നയിക്കുന്നത്. പല ഉത്തരവാദിത്വങ്ങൾ; ആ പ്രവർത്തനങ്ങളിലൂടെ സാദ്ധ്യമാവുന്ന രാഷ്ട്രീയാവിഷ്കാരങ്ങളുടെയും ജനപരിചയത്തിന്റെയും വിപുലമായ അനുഭവങ്ങൾ. ഇതാണ് സ്വന്തം ജീവിതം. ആ ജീവിതം ഉണ്ടാക്കിത്തന്ന ഭാഷയിൽ, അലങ്കരണശീലമില്ലാതെ താൻ ജീവിതകഥ എഴുതുന്നു.

നാട് ഈ കഥനത്തിൽ എവിടെയുമുണ്ട്. പല നാടുകൾ ഉണ്ട്. ഒരു തപാൽ വിലാസത്തിലെന്നപോലെ പല നാടുകളുമായി ആഖ്യാതാവ് പല സന്ദർഭങ്ങളിൽ ബന്ധപ്പെടുകയാണ്. സ്വന്തം ജന്മനാട്ടിലെ പ്രവർത്തനങ്ങളുടെ ഓർമ്മകളാണ് ഈ പുസ്തകത്തിലെ ഏറ്റവും അനുഭവച്ചൂടുള്ളതും വിശദവുമായ ഭാഗങ്ങളായിത്തീർന്നിട്ടുള്ളത്. വൈവിദ്ധ്യമേറെയുള്ള അനുഭവങ്ങളുടെ അണിയാണത്. സൂക്ഷ്മതയും സാഹസികതയും സംവാദപരതയും അവയിൽ ജൈവഭാവങ്ങളായി നിറഞ്ഞുനില്ക്കുന്നു. Down to earth എന്ന പ്രയോഗംകൊണ്ട് സ്ഥാനപ്പെടുത്താവുന്ന പച്ചയായ നാടൻ അനുഭവങ്ങളിൽനിന്നാണ് ദേശീയാംഗീകാരമുള്ള ഒരു രാഷ്ട്രീയ നേതാവായി പി കരുണാകരൻ വളർന്നത് എന്ന് ഒരാൾക്ക് ഇവിടെ വായിച്ചറിയാനാവുന്നു. ആ വളർച്ചയുടെ അനുഭവം നിലനില്ക്കുമ്പോഴും സ്വന്തം രാഷ്ട്രീയ വ്യക്തിത്വത്തിന്റെ നാട്ടുവേരുകൾ നിലനിർത്താൻ അദ്ദേഹത്തിന് കഴിയുന്നുണ്ട്. ഇത് ശ്രദ്ധേയമായ കാര്യമാണ്.

നാടകീയമായ ഒരുപാട് അനുഭവങ്ങൾക്ക് അരങ്ങാവുന്നുണ്ട് 1977 വരെയുള്ള തന്റെ രാഷ്ട്രീയജീവിതം. *ഒളിവിലെ ഓർമ്മകൾ* തന്നെ ഇത് വ്യക്തമാക്കുന്നു. ഭരണകൂടത്തിന്റെ മർദ്ദകസ്വഭാവം വ്യക്തമാക്കുന്ന സമരസ്മൃതികളും ഈ ഭാഗത്തുണ്ട്. പള്ളിക്കര സമരത്തിന്റെ വിശദമായ വിവരണവും തുടർന്നുള്ള തടവനുഭവകഥനവും സൂക്ഷ്മമായി വെളിപ്പെടുത്തുന്നത് ഭരണകൂടത്തിന്റെ ഈ ഭാവമാണ്. അനിവാര്യമായും ആ വിവരണം തൊഴിലാളി ജനപക്ഷ രാഷ്ട്രീയനിരയിൽ നിന്നുള്ള ഭരണകൂട വിമർശനമായിത്തീരുകയും ചെയ്യുന്നു.

ഈ വിവരണങ്ങളിൽ രണ്ടു കാര്യങ്ങൾ – അവ പരസ്പരപൂരകങ്ങളുമാണ് – ഒരു വായനക്കാരൻ എന്ന നിലയിൽ എന്നെ പ്രത്യേകം ആകർഷിക്കുന്നുണ്ട്. ഒന്ന്, പലതരം ഭൂസ്ഥിതികളുടെ (geographical locations) സൂക്ഷ്മചിത്രങ്ങളാണ്. നീലേശ്വരം, കാഞ്ഞങ്ങാട്, ചെറുവത്തൂർ ഭാഗങ്ങളിലെ ഗ്രാമങ്ങളുടെ (അന്നത്തെ) ഭൗമപ്രകൃതത്തിന്റെ ആ സ്വാഭാവിക വിവരണങ്ങൾക്ക് കാര്യമായ പഠനമൂല്യം തന്നെയുണ്ട്. അവ വെറുതെ വിവരിച്ച് പോവുകയല്ല. അനുഭവപരമായ സത്യസന്ധതയും കാഴ്ചയിലെ സമഗ്രതയും സൂക്ഷ്മതയുമെല്ലാം ചേർന്ന് ആ ആഖ്യാനത്തിന് വേറിട്ട ആധികാരികത കൈവന്നിരിക്കുന്നു.

ഈ സ്ഥലങ്ങൾ കേവല സ്ഥലങ്ങളല്ല. മനുഷ്യപ്രവർത്തനങ്ങൾ, രാഷ്ട്രീയ പ്രവർത്തനങ്ങൾ സ്ഥലങ്ങളെ ഒരർത്ഥത്തിൽ ചരിത്രവല്ക്കരിച്ചിരിക്കുന്നു. Geo-political എന്ന് വിശേഷിപ്പിക്കാവുന്ന വിവരണമാണത്. സ്ഥലങ്ങളെ ഒറ്റക്കെടുത്ത് വർണ്ണിക്കുകയല്ല ഒരു രാഷ്ട്രീയ ആത്മകഥയുടെ ദൗത്യം. പ്രവർത്തകൻ കാണുന്ന സ്ഥലങ്ങളാണ് ഇവിടെയുള്ളത്. അങ്ങനെ സ്ഥലങ്ങൾ സവിശേഷമായിത്തീരുന്നു. നടവഴികൾ, കാട്ടുപാതകൾ, കൃഷിയിടങ്ങൾ, പുഴ, കാവുകൾ, പള്ളം എന്ന പാറക്കുളങ്ങൾ, തോട്, കുന്നുകൾ, മരങ്ങൾ, ('നരിമാളം' എന്ന) ഗുഹ ഇവയൊക്കെ വൈവിദ്ധ്യം പുലരുന്ന വിവരണങ്ങളായി, മനുഷ്യരുടെ പ്രവർത്തനവേദികളായി ഈ ആത്മകഥയിൽ സജീവ സാന്നിദ്ധ്യങ്ങളായിത്തീർന്നിരിക്കുന്നു. ഏതാനും വീടുകളുടെ ചിത്രങ്ങളും ഉണ്ട്. രാഷ്ട്രീയപ്രവർത്തനം തീരെ സുഖകരമോ എളുപ്പമോ അല്ലാതിരുന്ന ഒരു കാലഘട്ടം ഈ സ്ഥലഗൃഹചിത്രങ്ങൾക്ക് ഉയിര് നല്കുന്നു. (ഈ ചിത്രങ്ങളിൽ ശരീരവും വിഷയമാകുന്നുണ്ട്. ഒളിവുകാലത്തെ പാമ്പുകടിയടക്കമുള്ള കാര്യങ്ങൾ).

സ്ഥലങ്ങൾക്കൊപ്പം പല നിലവാരത്തിലുള്ള മനുഷ്യർ ഉണ്ട്. അവരാണ് സ്ഥലങ്ങളെ കാലത്തോട് ചേർക്കുന്നത്. മനുഷ്യരിൽ പ്രധാനമായുമുള്ളത് കമ്യൂണിസ്റ്റുകാർ തന്നെ. അവരുടെ ഊർജ്ജസ്വലവും ആത്മാർത്ഥവും സക്രിയവുമായ പ്രത്യയശാസ്ത്രബോധം വിവരണങ്ങളെ രാഷ്ട്രീയപാഠങ്ങളാക്കുന്നു. 'ചുമ്മാ പറഞ്ഞ് നടക്കു'ന്നതല്ല അവരുടെ കമ്യൂണിസം. ആത്മാവിഷ്കാരത്തിന്റെ മാനം ഉണ്ട് അതിന്. കുരുടിൽ കുഞ്ഞിരാമൻ എന്ന മടിക്കൈ സഖാവിന്റെ ചിത്രം പ്രത്യേകം പരാമർശിക്കാൻ തോന്നുന്നു. വീട്ടിൽ ഒളിവിലിരിക്കുന്നത് പി കരുണാ

കരനാണെന്ന് പുറത്തുപറഞ്ഞാൽ താൻ പുഴയിൽ ചാടിച്ചാവും എന്നു പറഞ്ഞ്, അതിഥിയായി വന്ന വലതുപക്ഷക്കാരനെക്കൊണ്ട് സത്യം ചെയ്യിക്കുന്ന വീട്ടമ്മ മറ്റൊരു ചിത്രം. അന്യഥാ വിസ്മൃതമാകാവുന്ന പ്രത്യയശാസ്ത്രദൃഢതയുടെ ഈ ആൾരൂപങ്ങൾക്ക് ചരിത്രരേഖയായി ത്തീരുകയാണ് ഈ ആത്മകഥ.

ചൈന, വിയറ്റ്നാം, ബ്രിട്ടൻ, ബംഗ്ലാദേശ്, അമേരിക്ക, റഷ്യ, പോർച്ചുഗൽ, സ്പെയിൻ, യു എ ഇ, ബഹ്റിൻ തുടങ്ങിയ വിദേശനാടുകൾ സന്ദർശിക്കുന്നുണ്ട് പില്ക്കാലത്ത് പി കരുണാകരൻ. തിരുവനന്തപുരവും ന്യൂഡൽഹിയും മറ്റും തന്റെ പ്രവർത്തന സ്ഥലങ്ങളാവുന്നുമുണ്ട്. ആ നാടുകളൊന്നും ഇവ്വിധം വിവരിക്കപ്പെടുന്നില്ല. അവിടങ്ങൾ യോഗനടപടികളിലൂടെയും മറ്റുമാണ് ആഖ്യാനത്തിൽ ഇടം നേടുന്നത്. ഈ ശൈലീമാറ്റം പെട്ടെന്നറിയാനാവുന്നു. ഭാഷയിലും മാറ്റം വന്നിട്ടുണ്ട്. ഏറെയും ശ്രദ്ധാലുവായ സാക്ഷിയാണ് ഇവിടെ ആഖ്യാതാവ്.

ഇന്ത്യൻ പാർലമെന്റിൽ കമ്യൂണിസ്റ്റംഗത്തിന് വേറെ തന്നെ ജാഗ്രത വേണം എന്ന് സ്വാനുഭവത്തിൽ നിന്ന് അറിഞ്ഞ്, ആത്മകഥയിൽ എഴുതിയത് എ കെ ജിയാണ്. കമ്യൂണിസ്റ്റുകാർക്ക് പാർലമെന്റ് മറ്റൊരു പ്രവർത്തനരംഗം; അത്രമാത്രം. പി കരുണാകരന്റെ പതിനഞ്ചു കൊല്ലത്തെ ലോക്സഭയോർമ്മകൾ ഇതുതന്നെ വ്യക്തമാക്കുന്നു. എൻഡോസൾഫാൻ ഇരകൾക്കായുള്ള പാർലമെന്ററി പ്രവർത്തനം ഈ ഓർമ്മകളിൽ സവിശേഷസ്ഥാനം നേടിയതായും തോന്നുന്നു. ഒരു എം പി സ്വന്തം നിയോജക മണ്ഡലത്തിൽ എങ്ങനെ സജീവ സാന്നിദ്ധ്യമായി ത്തീർന്നു എന്നതിന്റെ വസ്തുനിഷ്ഠമായ വിവരണവും ഒപ്പമുണ്ട്.

ചില വ്യക്തികളുടെ വിശദമായ ചിത്രങ്ങൾ ഇതിലുണ്ട്. അവ അവസാന ഭാഗത്ത് വേറെ തന്നെ നല്കിയിരിക്കുന്നു. സുശീലാ ഗോപാലന്റേതാണ് ഇക്കൂട്ടത്തിൽ ഏറ്റവും ഹൃദയസ്പർശിയായത്. ആ സഖാവിന്റെ വ്യത്യസ്തതയും ധീരതയും പ്രവർത്തന ശ്രദ്ധയും ഇവിടെ രേഖപ്പെടുത്തിയിരിക്കുന്നു. എ കെ ജി, ഇ എം എസ്, നായനാർ, ചടയൻ ഗോവിന്ദൻ, പിണറായി വിജയൻ തുടങ്ങി നിരവധി നേതാക്കളുടെയും വാങ്മയചിത്രങ്ങൾ ഉണ്ട്. ചില സന്ദർഭങ്ങളെ മുൻനിർത്തിയാണ് അവയുടെ ആഖ്യാനം.

എ കെ ജിയെ അവതരിപ്പിക്കുന്നത്, പ്രധാനമായും നീലേശ്വരത്തെ ഒരു സംഘടനാപ്രശ്നത്തിന്റെ പശ്ചാത്തലത്തിലാണ്. പി ബി മനോജൻ എന്ന തന്റെ സെക്രട്ടറിയെപ്പറ്റിയുള്ള കുറിപ്പ് കാണാം. അതിന് വേറൊരു മാനമാണ്. ആളുകളെ വ്യക്തിപരമായിക്കൂടി തിരിച്ചറിയാതിരിക്കുന്നത് വെറും 'പ്രത്യയശാസ്ത്രശാഠ്യ'മാണ് എന്നതാണ് ഇവിടത്തെ നിലപാട്.

ഓർക്കുക എന്നത് ചരിത്രപരമായ ജ്ഞാനത്തിന്റെയും വിമോചനാത്മകമായ പ്രവർത്തനത്തിന്റെയും മുന്നുപാധികളിൽ ഒന്നാണ്. ഗൃഹാതുരത്വമല്ല, ഓർമ്മകളുടെ വിപ്ലവാത്മകമായ വീണ്ടെടുപ്പാണ് ഈ പുസ്തകത്തിൽ കാണുന്നത്.

അതിന്റെ രാഷ്ട്രീയമൂല്യം ചെറുതല്ല.

ഭാഗം 1

എന്റെ ഗ്രാമം

ബ്രിട്ടീഷ് ഭരണകാലത്ത് മദ്രാസ് പ്രവിശ്യയിലെ തെക്കൻ കാനറ ജില്ലയുടെ ഭാഗമായിരുന്നു കിനാനൂരും കരിന്തളവും. 1663 ലും 1667 ലും ഡച്ചു കമ്പനി കോലത്തിരിയുമായി സഖ്യമുണ്ടാക്കിയപ്പോൾ നീലേശ്വരം രാജാവിന്റെ അധീനതയിലായിരുന്നു കിനാനൂർ എന്നും അവർ കുരുമുളകും മറ്റു സുഗന്ധവ്യഞ്ജനങ്ങളും പുഴമാർഗ്ഗം കൊണ്ടുപോയിരുന്നു എന്നും വില്യം ലോഗൻ മലബാർ മാന്വലിൽ രേഖപ്പെടുത്തിയിരിക്കുന്നു. വില്ലേജ് പഞ്ചായത്തുകൾ നിലവിലുണ്ടായിരുന്നപ്പോൾ കിനാനൂരും കരിന്തളവും വെവ്വേറെ ആയിരുന്നു. കിനാനൂർ വില്ലേജ് പഞ്ചായത്തിന്റെ ആദ്യ പ്രസിഡന്റ് പുതിയപറമ്പൻ കുഞ്ഞിരാമനും കരിന്തളം വില്ലേജ് പഞ്ചായത്തിന്റേത് കരിമ്പിൽ കുഞ്ഞമ്പുവും ആയിരുന്നു. ചീമേനി വില്ലേജ് പഞ്ചായത്തിന്റെ പ്രസിഡന്റായി മുക്കട ചിണ്ടേട്ടൻ പ്രവർത്തിച്ചു. പിന്നീട് പഞ്ചായത്ത് പുനഃസംഘടന ഉണ്ടായപ്പോൾ കിനാനൂർ, കരിന്തളം എന്നിവയോടൊപ്പം ചീമേനി വില്ലേജ് പഞ്ചായത്തിൽ ഉൾപ്പെടുന്നതും കാര്യങ്കോട് പുഴയ്ക്ക് വടക്കുഭാഗത്തുള്ളതുമായ പ്രദേശങ്ങൾ ചേർത്തുകൊണ്ട് കിനാനൂർ കരിന്തളം ഗ്രാമപഞ്ചായത്ത് രൂപീകരിച്ചു.

ഉത്തരമലബാറിന്റെ പ്രത്യേകതയാണ് കാവുകൾ. കാവുകളുടെ സങ്കേതമാണ് കിനാനൂർ കരിന്തളം പ്രദേശം. ജൈവവൈവിദ്ധ്യത്തിന്റെ കേന്ദ്രമാണ് കാവുകൾ. നിരവധി പക്ഷികളുടെ താവളമെന്നും കാവിനെ വിശേഷിപ്പിക്കാം. കാവുകളിൽ പോയാൽ മനോഹരങ്ങളായ പക്ഷിക്കൂടുകൾ കാണാൻ സാധിക്കും. പയ്യംകുളം കാവ്, ചെറുളിയടുക്കം കാവ്, തോളേനിക്കാവ്, കമ്മാടം കാവ്, കരിന്തളം കാവ്, പരപ്പ കാവ് തുടങ്ങിയവയെല്ലാം പ്രധാനമാണ്. കാവുകളിൽ നിരവധി മരങ്ങൾ ഉണ്ടാകും. സാധാരണയായി അത് മുറിച്ചു മാറ്റാറില്ല. ചില കാവുകളിൽ വർഷത്തിൽ

ഒരു തവണ ഉത്സവം നടക്കും. വിവിധ തെയ്യക്കോലങ്ങൾ കെട്ടിയാടാറുമുണ്ട്. ക്ഷേത്രങ്ങളുമായി ബന്ധപ്പെട്ട കാവുകളിലും ഉത്സവാഘോഷച്ചടങ്ങുകൾ ഉണ്ടാകും. ഹരിതാഭ നിറഞ്ഞുനില്ക്കുന്ന കാവുകൾ ശുദ്ധജലലഭ്യത ഉറപ്പുവരുത്തുന്നു. അന്തരീക്ഷമലിനീകരണവും ഉണ്ടാവില്ല. കാവുകളിൽ ഏറെ നേരം ചെലവഴിക്കുന്നത് മനസ്സിന് കുളിർമ്മ നല്കും. മരങ്ങളും ഇലകളും പൂക്കളും നിറഞ്ഞ പ്രകൃതിരമണീയമായ അന്തരീക്ഷമാണ് കാവുകൾ. നീരുറവകളുടെ ഉത്ഭവസ്ഥാനം കൂടിയാണ് പല കാവുകളും.

വടക്കേ മലബാറിന്റെ സവിശേഷതയാണ് തെയ്യങ്ങൾ. ഗവൺമെന്റ് ദേവസ്വം ബില്ല് കൊണ്ടുവരുന്നതിന് മുമ്പ് പല ക്ഷേത്രങ്ങളും സാമുദായികാടിസ്ഥാനത്തിലാണ് നിലനിന്നത്. ചിലയിടത്ത് കുടുംബക്ഷേത്രങ്ങളും ഉണ്ട്. ഈ ക്ഷേത്രങ്ങളൊക്കെ ജനകീയ കൂട്ടായ്മയുടെ ഭാഗമായിട്ടാണ് ആഘോഷങ്ങൾ നടത്തുന്നത്. ക്ഷേത്രത്തിന്റെ നടത്തിപ്പിന് സാമ്പത്തിക സഹായം നല്കേണ്ടത് തങ്ങളുടെ ഉത്തരവാദിത്വമാണ് എന്ന് വിശ്വാസികൾ കരുതുന്നു. ഓരോ വർഷവും ക്ഷേത്രത്തിൽ യോഗം ചേർന്ന് കമ്മിറ്റിയെ തിരഞ്ഞെടുക്കുന്നു. അടുത്ത വർഷം ഉത്സവം നടത്തേണ്ടത് ഈ കമ്മിറ്റിയുടെ ചുമതലയാണ്. കിനാനൂർ കണ്ണംകുന്ന്, കീഴ്മാല, അണ്ടോൾ, പുലിയന്നൂർ തുടങ്ങിയ പ്രദേശങ്ങളിലെ ക്ഷേത്രങ്ങളിൽ വാർഷിക ഉത്സവത്തോടൊപ്പം പൂരക്കളിയും നടത്താറുണ്ട്. പൂരക്കളിയിൽ പ്രധാനമായും തീയ്യവിഭാഗക്കാരാണെങ്കിലും യാദവ സമുദായക്കാരും സജീവമാണ്. പഴയ നാടുവാഴിത്തത്തിന്റെ പ്രധാനികൾ എന്ന നിലയിൽ സ്ഥലത്തെ നായർ തറവാട്ടുകാരായിരിക്കും ഇതിന്റെ കോയ്മ. മുമ്പത്തെ പ്രതാപം ഇല്ലെങ്കിലും പോയകാലത്തിന്റെ പ്രതീകം എന്ന നിലയിൽ ഇപ്പോഴും കോയ്മകൾ നിലനില്ക്കുന്നു. പഞ്ചായത്തിന്റെ മറ്റ് ഭാഗങ്ങളിലെ ക്ഷേത്രങ്ങൾ ഇതിൽനിന്നും വ്യത്യസ്തമാണ്. കിളിയളത്തുള്ളത് ശ്രീ സുബ്രഹ്മണ്യ ക്ഷേത്രമാണ്. പുതുക്കുന്നിൽ ചെറുളിയടുക്കം കാവിൽ തെയ്യക്കോലങ്ങൾ കെട്ടിയാടുന്നു. വിഷ്ണുമൂർത്തി, ചാമുണ്ഡി, ഗുളികൻ തുടങ്ങിയവയാണ് ഇവിടത്തെ തെയ്യങ്ങളിൽ പ്രധാനം. കരിന്തളത്തുള്ളത് കരിമ്പിൽ കുഞ്ഞമ്പുവിന്റെ ചുമതലയിലുണ്ടായിരുന്ന ക്ഷേത്രമാണ്. പരപ്പയ്ക്കടുത്തുള്ള കമ്മാടം കാവുമായി ബന്ധപ്പെട്ട് ക്ഷേത്രവും ഉത്സവവും നടക്കുന്നുണ്ട്. ഇതിനു പുറമെ ചിലയിടങ്ങളിൽ പുതിയ ക്ഷേത്രങ്ങൾ ഉയർന്നുവന്നു. തോളേനി മുത്തപ്പൻ ക്ഷേത്രവും ചായ്യോത്ത് ക്ഷേത്രവും ഇതിനുദാഹരണങ്ങളാണ്. ആദ്യ കാലഘട്ടങ്ങളിൽ ഹിന്ദുക്ഷേത്രങ്ങളാണ് പൊതുവെ പ്രവർത്തിച്ചിരുന്നത്. എന്നാൽ കമ്മാടത്തെ മുസ്ലിം പള്ളി ചരിത്രപ്രസിദ്ധമാണ്. മറ്റ് പ്രദേശങ്ങളിൽ നിന്നുള്ളവർ പോലും ഇവിടെ എത്താറുണ്ട്. ഇപ്പോൾ മിക്കയിടങ്ങളിലും മുസ്ലിം പള്ളികളും ക്രിസ്ത്യൻ ദേവാലയങ്ങളും ഉണ്ടായി. ചായ്യോം, ചോയ്യങ്കോട്, മുക്കട, പരപ്പ, ബിരിക്കുളം, വെള്ളരിക്കുണ്ട് തുടങ്ങിയ പ്രദേശങ്ങളിലൊക്കെ പുതിയ മുസ്ലിം-ക്രിസ്ത്യൻ ആരാധനാല

യങ്ങൾ ഉണ്ടായി. ആരാധനാലയങ്ങൾ മതത്തിന്റെ അടിസ്ഥാനത്തിലാണെങ്കിൽപ്പോലും ഇവിടങ്ങളിലെ ആഘോഷങ്ങളിൽ എല്ലാ മതവിഭാഗക്കാരും പങ്കെടുക്കുന്നുവെന്നത് സന്തോഷകരമാണ്. മതസ്പർദ്ധയോ വൈരാഗ്യമോ ഉണ്ടാക്കുന്ന നിലയിൽ യാതൊരു പ്രവർത്തനങ്ങളും ഇവിടെ നടക്കുന്നില്ല.

പ്രകൃതിഭംഗിയുടെ നിരവധി കാഴ്ചകൾ ഈ പ്രദേശത്തുണ്ട്. ഞാൻ യു പി സ്കൂളിലും ഹൈസ്കൂളിലും പഠിക്കുന്ന കാലത്ത് പത്തുപതിനഞ്ച് കിലോമീറ്റർ നടന്നാണ് സ്കൂളിലേക്ക് പോയിരുന്നത്. പോകുമ്പോഴും വരുമ്പോഴും ഈ പ്രകൃതിഭംഗി ആസ്വദിക്കാൻ സാധിച്ചു. പൊതാവൂരായാലും കയ്യൂരായാലും പുഴ കടന്നുവേണം യാത്ര ചെയ്യാൻ. തലയുയർത്തി നില്ക്കുന്ന കുന്നുകൾ കയറിയിറങ്ങണം. വർഷകാലത്ത് പലപ്പോഴും പുഴ കടന്ന് പോകേണ്ടിയിരുന്നതിനാൽ കയ്യൂർ സ്കൂളിൽനിന്നും നീലേശ്വരം രാജാസിലേക്ക് മാറേണ്ടിവന്നു. അന്നുകണ്ട കാഴ്ചകളൊക്കെ ഇന്നും മനസ്സിൽനിന്നും മാഞ്ഞുപോയിട്ടില്ല. അന്നത്തെ സഞ്ചാരം കാൽനടയാത്രയാണ്. ചെരുപ്പ് കാണാൻ കിട്ടാത്ത കാലം. ഒരിക്കൽ ചെരുപ്പിടാതെ നടക്കുമ്പോൾ കാലിൽ ഒരു മുള്ളുകൊണ്ടു. അസഹനീയമായ വേദന ഇന്നും മനസ്സിലുണ്ട്. മുള്ള് ആശുപത്രിയിൽ പോയി കീറിയെടുക്കുകയായിരുന്നു

ആദ്യകാലത്ത് ഈ പഞ്ചായത്തിന്റെ മിക്ക ഭാഗങ്ങളും കാട് പിടിച്ച് കിടക്കുകയായിരുന്നു. പകൽപോലും വന്യമൃഗങ്ങളെ കാണാം. അതുകൊണ്ടുതന്നെ സ്കൂളിലേക്കും തിരിച്ചുമുള്ള യാത്ര ഭയത്തോടെ ആയിരുന്നു. ഒരു ദിവസം ഞെട്ടിപ്പിക്കുന്ന സംഭവം ഉണ്ടായി. കിളിയളത്തെ വീടിന് നേരെ എതിർഭാഗത്താണ് സുബ്രഹ്മണ്യക്ഷേത്രം. അവിടെ മാസംതോറും ചടങ്ങുകൾ നടക്കാറുണ്ട്. കൃഷിയിൽ തല്പരനായ അച്ഛൻ പശുക്കളേയും ആടുകളേയും ധാരാളം വളർത്തിയിരുന്നു. ആടുകളെ വീടിന്റെ പിന്നിലാണ് കെട്ടിയിരുന്നത്. ഒരു ദിവസം അച്ഛൻ ക്ഷേത്രത്തിലേക്ക് പോയി. ഞാനും കുടുംബാംഗങ്ങളും മാത്രമാണ് വീട്ടിലുള്ളത്. പെട്ടെന്ന് ആട് കരയുന്ന ശബ്ദം കേട്ട് നോക്കിയപ്പോൾ ഒരു പുലി ആടിനെ പിടികൂടുന്നതാണ് കണ്ടത്. ഞങ്ങൾ നിലവിളിച്ചപ്പോൾ പരിസരവാസികളിൽ ചിലർ ഓടിവന്നു. ആളുകളുടെ ബഹളംകേട്ട് പുലി ഓടിമറഞ്ഞെങ്കിലും പുലിയുടെ കടിയേറ്റ് ആട് ചത്തുപോയിരുന്നു. പുലി വീണ്ടും വരുമെന്ന പ്രതീക്ഷയിൽ നായാട്ടിൽ വിദഗ്ദ്ധരായ ചിലർ തോക്കുമായി കാത്തിരുന്നു. പ്രതീക്ഷിച്ചതുപോലെ കുറെ കഴിഞ്ഞപ്പോൾ വീണ്ടും പുലി വന്നു. ഒളിഞ്ഞിരുന്ന എൻ കെ കുഞ്ഞിക്കൃഷ്ണൻ ഉൾപ്പെടെയുള്ള ചിലർ വെടിയുതിർത്തു. കുറച്ചുദൂരം ഓടിയെങ്കിലും പുലി ചത്തു. വീടുകൾക്കടുത്തുപോലും പുലിയും കാട്ടുപന്നിയും വരുന്നത് സ്വാഭാവികമാണ്. നിറഞ്ഞുനില്ക്കുന്ന കാടാണ് വന്യമൃഗങ്ങൾക്ക് അനുകൂലമായത്. നാട്ടുകാർ സംഘടിച്ച് മാസത്തിൽ ഒരിക്കലെങ്കിലും നായാട്ട് നടത്തും. മിക്ക ആൾക്കാരുടെ വീടുകളിലും അന്ന് നാടൻതോ

ക്കുണ്ട്. വെടിവയ്ക്കാൻ പരിചയമുള്ളവർ, കാടിളക്കി മൃഗങ്ങളെ പുറത്തു ചാടിക്കാൻ വൈദഗ്ദ്ധ്യമുള്ളവർ, വേട്ടയാടാൻ പരിചയമുള്ള നായകൾ തുടങ്ങിയവ അന്നത്തെ കാലത്ത് പതിവായിരുന്നു. വെടിവച്ച് മൃഗങ്ങളെ കിട്ടിയാൽ അതിന്റെ ഇറച്ചി പ്രദേശത്തെ എല്ലാ വീടുകളിലും എത്തിക്കും. തോക്കിന് ലൈസൻസ് നിർബ്ബന്ധമാക്കിയതും കാട് ഇല്ലാതായതും നായാട്ട് ഇല്ലാതാക്കി. കുട്ടിക്കാലത്ത് ഭയത്തോടെയാണെങ്കിലും വേട്ടക്കാരുടെ കൂട്ടത്തിൽ ഞാനും പോയിട്ടുണ്ട്. ഇന്നാട്ടിലെ ജനങ്ങൾ നേരിടുന്ന മറ്റൊരു പ്രശ്നം കുരങ്ങുശല്യമാണ്. മരങ്ങൾ നിറഞ്ഞുനില്ക്കുന്ന പ്രദേശമായതിനാൽ കുരങ്ങന്മാർക്ക് യഥേഷ്ടം വിഹരിക്കാൻ കഴിഞ്ഞു. കൂട്ടത്തോടെ എത്തുന്ന കുരങ്ങന്മാർ കാർഷിക വിളകൾ നശിപ്പിക്കുന്നത് പതിവാണ്. എങ്കിലും കൂട്ടത്തോടെയുള്ള അവയുടെ സഞ്ചാരം കൗതുകകരമാണ്.

പരന്നുകിടക്കുന്ന പാറയിൽ പാറമുള്ള് എന്നൊരു ഔഷധച്ചെടി വളരാറുണ്ട്. കർക്കടക മാസത്തിൽ വീടുകളിൽ ഔഷധക്കഞ്ഞി സാധാരണമാണ്. അതിലെ ഒരു പ്രധാന കൂട്ടാണ് പാറമുള്ള്. പലപ്പോഴും സഹോദരങ്ങൾക്കൊപ്പം ഞാനും പാറമുള്ള് ശേഖരിക്കാൻ പോകും. ഇന്ന് പാറമുള്ള് കാണാനേയില്ല. നീണ്ടുകിടക്കുന്ന പാറയ്ക്ക് സൗന്ദര്യം നല്കുന്നതാണ് കാക്കപ്പൂക്കൾ. സ്കൂളിൽ പോകുമ്പോഴും വരുമ്പോഴും സ്വയം മറന്ന് കാക്കപ്പൂവ് കണ്ടുനില്ക്കും. പരന്നുകിടക്കുന്ന കാക്കപ്പൂവുകളെ മാത്രം കാണുമ്പോൾ അവിടെ പാറ ഉള്ളതായി മനസ്സിലാക്കാനാവില്ല. വിശാലമായ പൂന്തോട്ടമാണെന്നേ തോന്നൂ.

നടന്നുപോകുന്ന വഴിയുടെ ഇരുഭാഗത്തും വലിയ കാടുകളാണ്. ഒഴിവു ദിവസങ്ങളിൽ ഞങ്ങൾ കൂട്ടമായി കാടുകളിലേക്ക് പോകും. സമൃദ്ധമായി നെല്ലി മരങ്ങളുള്ള സന്ദർഭമായിരുന്നു. നെല്ലിക്ക പച്ചയോടെ ശേഖരിക്കുന്നത് സന്തോഷമുള്ള കാര്യമാണ്. നെല്ലിയടുക്കം എന്ന പേര് തന്നെ നെല്ലിമരത്തിന്റെ സാന്നിദ്ധ്യം കൊണ്ടുണ്ടായതാണ്. സ്വാദോടെ തിന്നാൻ കഴിയുന്ന മറ്റൊന്നാണ് കൊട്ടപ്പഴം. ചെറിയ ചെടികളിലാണ് അതു കായ്ക്കുന്നത്. അവ പഴുത്തുനില്ക്കുമ്പോൾ കാണാൻ ഏറെ ഭംഗിയാണ്. അതും ഞങ്ങൾ കൂട്ടത്തോടെ ശേഖരിച്ച് അപ്പോൾ തന്നെ കഴിക്കും. ഇപ്പോൾ ഇത്തരം ചെടികൾ കാണാൻ തന്നെ പ്രയാസമാണ്.

എന്റെ ചെറുപ്പത്തിൽ നാടൻ പ്രദേശങ്ങളിൽ നിലനിന്നിരുന്ന കായിക വിനോദങ്ങൾ ഇന്നത്തേതിൽനിന്നും തികച്ചും വ്യത്യസ്തമാണ്. ഇതിൽ പ്രധാനമാണ് തലപ്പന്തുകളി. പച്ചിലയും ഓലയും ഉപയോഗിച്ചാണ് പന്ത് നിർമ്മിക്കുക. ക്രിക്കറ്റിന്റെ പ്രാചീന രൂപമാണ് ഓടയും കോലും എന്ന് പറയാം. ഓടയും കോലും മരംകൊണ്ടാണ് ഉണ്ടാക്കുന്നത്. മറ്റൊരു വിനോദമാണ് കോട്ടികളി. പരാജയപ്പെടുന്നവർ വിജയികളിൽനിന്നും 'മേട്ടം' ഏറ്റുവാങ്ങണം. ഇന്നത്തെ കബഡിയുടെ പ്രാകൃത രൂപമാണ് കിളിത്തട്ടുകളി. വൈകുന്നേരങ്ങളിൽ കൂട്ടുകാർ ഇത്തരം കളികളിൽ വ്യാപൃതരാവും. സമൃദ്ധമായി വെള്ളമൊഴുകുന്ന ചാലുകൾ വീട്ടി

നടുത്തുണ്ട്. രാവിലെയും വൈകിട്ടും കുളിക്കുന്നത് ഇത്തരം ചാലിൽ നിന്നാണ്. അതുകൊണ്ട് തന്നെ ചെറുപ്പത്തിലേ നീന്തൽ പരിശീലിക്കാൻ കഴിഞ്ഞു. പഞ്ചായത്തിന്റെ വിവിധ ഭാഗങ്ങളിലുള്ള പള്ളങ്ങൾ അഥവാ പാറക്കുളങ്ങൾ വളരെ പ്രാധാന്യമുള്ളവയാണ്. കടുത്ത വേനലിൽപ്പോലും വറ്റാത്ത ജലാശയങ്ങൾ എന്ന നിലയിൽ ജനങ്ങളും മൃഗങ്ങളും പള്ളങ്ങളെ ആശ്രയിച്ചുപോരുന്നു. ജൈവവൈവിദ്ധ്യത്തിന്റെ കലവറകൂടിയാണ് പള്ളങ്ങൾ. പെരിയങ്ങാനം പുല്ലുമലയിലെ പള്ളം പഞ്ചായത്തിലെ ഏറ്റവും വലുതാണ്. കാട്ടിപ്പൊയിൽ തുടങ്ങി പഞ്ചായത്തിന്റെ വിവിധ ഭാഗങ്ങളിൽ പള്ളങ്ങൾ നിലവിലുണ്ട്.

കിനാനൂർ കരിന്തളം പഞ്ചായത്തിന്റെ തെക്കേ അതിർത്തി തേജസ്വിനി പുഴയാണ്. കയ്യൂർ സമരത്തിന്റെയും മുനയൻകുന്ന് വെടിവെപ്പിന്റെയുമൊക്കെ ചരിത്രവും വഹിച്ചുകൊണ്ടാണ് തേജസ്വിനി ഒഴുകുന്നത്. റോഡ് ഗതാഗതം നിലവിൽ വരുന്നതിന് മുമ്പ് ചരക്ക് ഗതാഗതത്തിന് വലിയ തോണികളും ചങ്ങാടങ്ങളുമാണ് ഉപയോഗിച്ചിരുന്നത്. കാര്യങ്കോട് നിന്നും മലയോരത്തേക്കുള്ള സാധനങ്ങൾ ഇതിൽ കൊണ്ടുവരും. തിരിച്ചുപോകുമ്പോൾ തോണികളിൽ, തമ്മിൽ ചങ്ങലപോലെ പരസ്പരം ബന്ധിച്ച നാളികേരത്തിന്റെ വലിയ ശേഖരം തന്നെ ഉണ്ടാവും. അതൊരു രസകരമായ കാഴ്ചയാണ്. കൃഷിക്കാർ കടവുകളിൽ എത്തിക്കുന്ന തേങ്ങകൾ കച്ചവടക്കാർ വാങ്ങി തോണിയിൽ കൊണ്ടുപോകുന്ന സമ്പ്രദായമായിരുന്നു അന്നുണ്ടായിരുന്നത്. ചരക്കുകടത്തിനും ഗതാഗതത്തിനും ബോട്ട് സർവ്വീസ് ഉപയോഗപ്പെടുത്തിയിരുന്നു. കാര്യങ്കോടുനിന്ന് പെരുമ്പട്ടയിലേക്കും തിരിച്ചും ആണ് ബോട്ട് സർവ്വീസ് നടത്തിയത്. അന്ന് മലയോരത്തേക്കുള്ള പ്രധാന കവാടമാണ് പെരുമ്പട്ടയും മുക്കടയും. പാലങ്ങൾ വരുന്നതിന് മുമ്പ് മറുകരയിലെത്താൻ തോണി സർവ്വീസും ഉണ്ടായിരുന്നു. കടവുകൾ പൊതുവെ പഞ്ചായത്തിന്റേതായിരുന്നു. പഞ്ചായത്ത് അത് വ്യക്തികൾക്ക് ലേലത്തിൽ കൊടുക്കും. തേജസ്വിനി എന്ന കാര്യങ്കോട് പുഴയ്ക്ക് ഇന്നിപ്പോൾ നിരവധി പാലങ്ങളുണ്ടായി. കാര്യങ്കോട് പാലത്തിന് ഐക്യകേരളത്തോളം പ്രായമുണ്ട്. കാക്കടവ്, മുക്കട, അരയാക്കടവ്, പെരുമ്പട്ട പാലങ്ങളും പാലായി ഷട്ടർ കം ബ്രിഡ്ജും യാഥാർത്ഥ്യമായി. ഈ വികസനമെല്ലാം നടപ്പിലായത് ഇടതുപക്ഷ പ്രസ്ഥാനത്തിന്റെ മുൻകൈയിലാണ്.

തെക്കുഭാഗത്ത് തേജസ്വിനി ഒഴുകുന്നുവെന്ന് പറഞ്ഞല്ലോ. പഞ്ചായത്തിലെ കാളിയാനത്തുനിന്നും ആരംഭിക്കുന്ന തോട് പുതുക്കുന്ന്, കിളിയളം വഴിയും പഞ്ചായത്തിന്റെ മറ്റൊരു ഭാഗമായ മയ്യങ്ങാനത്തുനിന്നും ആരംഭിക്കുന്ന തോട് നെല്ലിയടുക്കം, കിളിയളം വഴിയും ഒഴുകി ഒന്നായിച്ചേർന്ന് മാനൂരി വഴി അരയി പുഴയായി ഒഴുകുന്നു. പരപ്പയിലെ പരപ്പച്ചാലിൽനിന്നും ആരംഭിക്കുന്ന തോട് ചൈത്രവാഹിനിയിൽ എത്തുകയും മുക്കടയിൽ വച്ച് തേജസ്വിനിയിൽ ലയിക്കുകയും ചെയ്യുന്നു. ഒരർത്ഥത്തിൽ നാലുഭാഗത്തും ചെറുതും വലുതുമായ പുഴകൾകൊണ്ട് സമൃ

ഢമാണ് ഈ പ്രദേശം. വർഷകാലത്തുമാത്രം സജീവമാകുന്ന ധാരാളം നീരുറവകളും തോടുകളും ഇവിടെയുണ്ട്. നീരുറവകൾ, കാവുകൾ, പള്ളങ്ങൾ മുതലായവ ജൈവവൈവിദ്ധ്യത്തിനുള്ള അടിസ്ഥാന കേന്ദ്രങ്ങളാണ്. അങ്ങനെ വരുമ്പോൾ കിനാനൂർ കരിന്തളം പഞ്ചായത്ത് ജൈവവൈവിദ്ധ്യത്തിന്റെ കലവറയാണ്.

നാടുവാഴിത്തത്തിനും ജന്മിത്തത്തിനും നല്ല സ്വാധീനമുള്ള പ്രദേശമായിരുന്നു കിനാനൂർ കരിന്തളം. പഞ്ചായത്തിന്റെ ആദ്യത്തെ പ്രസിഡന്റായ കരിമ്പിൽ കുഞ്ഞമ്പു അറിയപ്പെടുന്ന ജന്മിയായിരുന്നു. കരിമ്പിൽ കുഞ്ഞമ്പു, മാലോം പട്ടേലർ തുടങ്ങിയ ജന്മിമാർ ഭൂമിയുടെ വലിയ ഭാഗവും കൈയടക്കി വെച്ചു. അതുകൊണ്ടുതന്നെ കമ്യൂണിസ്റ്റ് പാർട്ടിയുടെയും കർഷക സംഘടനകളുടെയും നിരവധി സമരങ്ങൾ ഈ പഞ്ചായത്തിൽ നടന്നു. 1940 കാലഘട്ടത്തിൽ സംസ്ഥാനത്താകെ നടന്ന നിരവധി പ്രക്ഷോഭങ്ങളുടെ അലയൊലികൾ ഈ ഗ്രാമത്തിലുമെത്തി. പൂഴ്ത്തിവെപ്പും കരിഞ്ചന്തയും ഉണ്ടായിരുന്ന കാലഘട്ടത്തിലാണ് കർഷകസംഘത്തിന്റെ നേതൃത്വത്തിൽ കരിന്തളം നെല്ലെടുപ്പ് സമരം നടന്നത്. മറ്റു ജന്മിമാരെപ്പോലെ കരിന്തളം രാമനും കരിഞ്ചന്തയിൽ നെല്ല് വിറ്റിരുന്നു. ആ സന്ദർഭത്തിലാണ് കർഷകസംഘം പ്രത്യക്ഷ സമരം തുടങ്ങിയത്. കൃഷിക്കാർ ജന്മിയുടെ പത്തായപ്പുരയിലേക്ക് മാർച്ച് ചെയ്തു. ജന്മിയുടെ പത്തായം തുറന്ന് പത്തു പറ നെല്ല് അളന്ന് കൊടുത്തു. അത് അവിടെ വച്ചുതന്നെ വിതരണവും ചെയ്തു. ജന്മിക്ക് കൺട്രോൾ വില കൊടുക്കുകയും ചെയ്തു. പക്ഷേ, ജന്മി അതു വാങ്ങിയില്ല. ജന്മിയുടെ പത്തായത്തിൽ പൂഴ്ത്തിവച്ചിരുന്ന നെല്ല് ന്യായവിലയ്ക്ക് നല്കണമെന്നാവശ്യപ്പെട്ട് കർഷകസംഘം നടത്തിയ സമരത്തെ പൊലീസിനെ ഉപയോഗിച്ച് തകർക്കാനാണ് ശ്രമിച്ചത്. ഈ സമരത്തിന് നേതൃത്വം നല്കിയത് കർഷക കമ്യൂണിസ്റ്റ് പ്രസ്ഥാനത്തിന്റെ ആദ്യകാല സഖാക്കളാണ്. ആകെ 54 പ്രതികളാണ് കേസിൽ ഉണ്ടായിരുന്നത്. ടി എസ് തിരുമുമ്പ്, എൻ ജി കമ്മത്ത്, സി കൃഷ്ണൻ നായർ, ചൂരിക്കാടൻ കൃഷ്ണൻ നായർ, ടി വി കുഞ്ഞമ്പു, കെ ചിണ്ടേട്ടൻ തുടങ്ങിയ അന്നത്തെ കർഷകസംഘം താലൂക്ക്

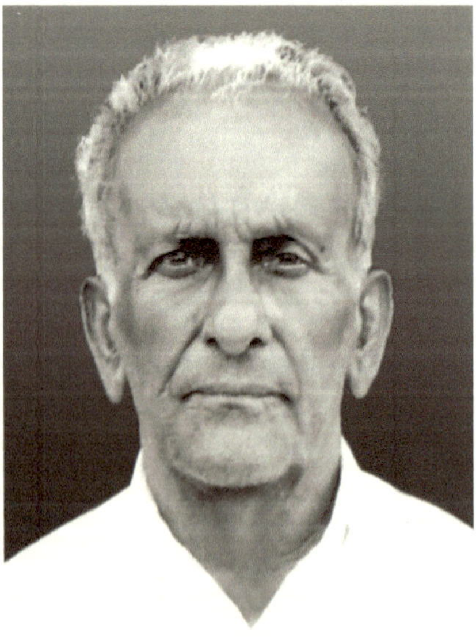

ചിണ്ടേട്ടൻ

നേതാക്കൾ കരിന്തളം നെല്ലെടുപ്പ് സമരത്തിന് നേതൃത്വം വഹിക്കാനുണ്ടായിരുന്നു. അവരെല്ലാം കേസിൽ പ്രതികളുമായിരുന്നു. വി ചന്തു, കുറുവാടൻ കുഞ്ഞിരാമൻ നായർ, പാറക്കോൽ തീയ്യൻ അമ്പു, തീയ്യൻ കണ്ണൻ, അമ്പലത്തിൽ രാമൻ, മങ്കവളപ്പിൽ കണ്ണൻ, കണിശൻ ചന്തുക്കുട്ടി, കൊവ്വൽ കൊട്ടൻ, കണിശൻ നാരായണൻ, കൊവ്വൽ പൊക്കൻ, വേങ്ങയിൽ കുഞ്ഞമ്പു നായർ, കരിമ്പുവളപ്പിൽ അമ്പു, കണിശൻ കുഞ്ഞമ്പു, കൊവ്വൽ കോരൻ, കണിശൻ പത്മൻ, കൊവ്വലിൽ ഗോപാലൻ എന്നിവരാണ് കരിന്തളം, കിണാവൂർ പ്രദേശത്തുനിന്ന് ഈ കേസിൽ പ്രതികളായിരുന്നത്. പൊലീസ് വീടുകൾ തോറും കയറി സഖാക്കളെ അറസ്റ്റുചെയ്തു. അറസ്റ്റു ചെയ്യപ്പെട്ടവർ ക്രൂരമായ മർദ്ദനത്തിനിരയായി. കൊടിയ മർദ്ദനത്തെത്തുടർന്ന് നിരവധിപേർ ദീർഘകാലം ചികിത്സയിൽ കഴിയേണ്ടിവന്നു.

കയ്യൂർ സമരത്തിൽ പങ്കെടുത്ത സ. ചന്തു ഓഫീസറുടെ നാടുകൂടിയാണ് കിനാനൂർ. അന്ന് 29 വയസ്സുകാരനായ വണ്ണാത്തൻ ചന്തു കേസിലെ ഇരുപത്തിമൂന്നാം പ്രതിയായിരുന്നു. സഖാവിന് അഞ്ച് വർഷം ജയിലിൽ കഴിയേണ്ടിവന്നു. വളണ്ടിയർ ക്യാപ്റ്റൻ എന്ന നിലയിലാണ് സഖാവിന് ഓഫീസർ പദവി ലഭിച്ചത്. ഉപ്പ് സത്യഗ്രഹത്തിലും വിദേശവസ്ത്രഷാപ്പ് പിക്കറ്റിങ്ങിലും പങ്കെടുത്ത് ജയിലിൽ പോയ സ്വാതന്ത്ര്യസമര സേനാനിയാണ് ചന്തു ഓഫീസർ. 1938 ജനുവരി 25 ന് ഹോസ്ദുർഗ് ഹജൂർ കച്ചേരിയിൽ കോൺഗ്രസ് പതാക ഉയർത്തിയ സംഘത്തിലും ധീരനായ ചന്തു ഉണ്ടായിരുന്നു. കോൺഗ്രസിന്റെ കിണാവൂർ സെക്രട്ടറിയായിരിക്കെ 1942 ൽ രാജിവെച്ച് കമ്യൂണിസ്റ്റ് പാർട്ടിയിൽ ചേർന്നു. കരിന്തളം നെല്ലെടുപ്പ് കേസിലും ജയിലിലടയ്ക്കപ്പെട്ടു. ചന്തു ഓഫീസറോടൊപ്പം കിനാനൂരിലെ സ. കെ നാരായണനും കയ്യൂർ കേസിൽ ഭീകരമായ പൊലീസ് മർദ്ദനം അനുഭവിച്ചയാളാണ്.

കയ്യൂർ കേസിൽ 60 പ്രതികളാണ് ഉണ്ടായിരുന്നത്. മഠത്തിൽ അപ്പു, വി വി കുഞ്ഞമ്പു, പയ്യൻ കേളുനായർ, കോട്ടുവള കുഞ്ഞിക്കോരൻ, കണ്ടത്തിൽ പുരയിൽ വെള്ളുങ്ങ, കുണ്ടന്റെ വളപ്പിൽ രാമൻ, കോരൻ മാസ്റ്റർ, നാലിലം കണ്ടത്തിൽ രാമൻ, മൊടവൻ അമ്പു, കരവീട്ടിൽ കുഞ്ഞിരാമൻ നായർ, പൊടോര കേളു നായർ, ചൂരിക്കാടൻ അമ്പു നായർ, പൊടോര കുഞ്ഞമ്പു നായർ, കുറുവാടൻ കൃഷ്ണൻ നായർ, കുറുവാടൻ രാമൻ നായർ, കുറുവാടൻ നാരായണൻ നായർ, ഒറ്റപ്പുരക്കാൽ അമ്പു മണിയാണി, കണിശൻ അമ്പു, കൃഷ്ണവാര്യർ, നീലം വീട്ടിൽ രാഘവൻ, അയ്യങ്കി അമ്പു, വണ്ണാൻ കണ്ണൻ, വണ്ണാത്താൻ ചന്തു (ചന്തു ഓഫീസർ), കരിമ്പു വളപ്പിൽ അമ്പു, ചെറൂട്ട അമ്പു നായർ, കൊവ്വൽ കോരൻ, വേങ്ങയിൽ മാലിങ്കൻ നായർ, തൊണ്ടിയിൽ പൊക്കായി, കണ്ടത്തിൽ വെള്ളുങ്ങ, പി ടി അമ്പാടികുഞ്ഞി, കോയിത്താറ്റിൽ ചിരുക്കണ്ടൻ, ചൂരിക്കാടൻ കൃഷ്ണൻ നായർ, പരിയാരത്ത് കൃഷ്ണൻ നായർ, വാണിയൻ ശങ്കരൻ മാസ്റ്റർ, കൊയ്യൻ കുഞ്ഞിക്കണ്ണൻ,

ചന്തു ഓഫീസർ

എലിച്ചി കണ്ണൻ, പി സി കുഞ്ഞിരാമൻ അടിയോടി, മലയരുവത്ത് പൊക്കൻ, എൻ ഗണപതി കമ്മത്ത് (എൻ ജി കമ്മത്ത്), ചന്ദ്രശേഖരൻ എന്ന ചന്ദ്രാരൻ, കിഴക്കേ മഠത്തിൽ കുഞ്ഞമ്പു, നീലായി കുഞ്ഞമ്പു, കണിശൻ അമ്പുക്കൻ, താഴത്ത് അമ്പാടി, കാലത്ത് കാര്യമ്പു, വണ്ണാത്താൻ ചന്തുക്കുട്ടി, മഠത്തിൽ കൊട്ടൻ, ചേരൻ കുന്നുമ്മൽ കുഞ്ഞിരാമൻ (എരവത്ത് വളപ്പിൽ), കണ്ണങ്കൈ പൊക്കൻ(ചപ്പാണി പൊക്കൻ), കൊവ്വലിൽ അമ്പാടി പണിക്കർ, പള്ളിക്കാൽ അബൂബക്കർ, കുണ്ടിൽ വീട്ടിൽ അമ്പു, കുതിരുമ്മൽ അയമ്മദ്, കാലൻ അമ്പുഞ്ഞി എന്ന ആനികുന്നത്ത് അമ്പൂഞ്ഞി, കണിശൻ ചന്തു, താഴത്ത് കുഞ്ഞമ്പു, മീത്തലെ വീട്ടിൽ രാമൻ (ഒ പി കുഞ്ഞിരാമൻ), ആനിക്കുന്നത്ത് പക്കീരൻ, വണ്ണാത്താൻ കണ്ണൻ, കണ്ണൻ പാലായി എന്നിവരായിരുന്നു കയ്യൂർ കേസിലെ പ്രതികൾ. ഇ കെ നായനാർ പൊലീസിന്റെ എഫ് ഐ ആറിൽ മൂന്നാം പ്രതിയായിരുന്നെങ്കിലും പിടികിട്ടാത്തതിനാൽ കോടതിയിൽ ഹാജരാക്കിയ പ്രതിപ്പട്ടികയിൽ അദ്ദേഹത്തിന്റെ പേര് ഉണ്ടായിരുന്നില്ല. കയ്യൂർ കേസിൽ തൂക്കിക്കൊല്ലാൻ വിധിച്ചെങ്കിലും പ്രായപൂർത്തിയാകാത്തതിനാൽ വധശിക്ഷയിൽനിന്നും ഒഴിവാക്കപ്പെടുകയും അഞ്ച് വർഷം തടവുശിക്ഷ അനുഭവിക്കുകയും ചെയ്ത സഖാവാണ് ചൂരിക്കാടൻ കൃഷ്ണൻ നായർ. 1943 മാർച്ച് 29 ന് കണ്ണൂർ സെൻട്രൽ ജയിലിൽ മഠത്തിൽ അപ്പു, കോയിത്താറ്റിൽ ചിരുകണ്ടൻ, പൊടോര കുഞ്ഞമ്പു നായർ, പള്ളിക്കൽ അബൂബക്കർ എന്നീ സഖാക്കൾ രക്തസാക്ഷികളായി. കിനാനൂർ വില്ലേജുകാരായ കരിമ്പുവളപ്പിൽ അമ്പു (24-ാം പ്രതി), ചെറുട്ട അമ്പു നായർ (25-ാം പ്രതി), കോരൻ കൊവ്വൽ (26-ാം പ്രതി), വേങ്ങയിൽ മാലിങ്കൻ നായർ (27-ാം പ്രതി), കുണ്ടിൽ വീട്ടിൽ അമ്പു (52-ാം പ്രതി) എന്നിവരും കയ്യൂർ കേസിൽ പ്രതികളായിരുന്നു.

ചൂരിക്കാടൻ കൃഷ്ണൻ നായർ

ഇവരിൽ കരിമ്പുവളപ്പിൽ അമ്പുവിനെയും അഞ്ചുവർഷം കഠിനതടവിന് ശിക്ഷിച്ചു. പതിനാറ് വയസ്സുമാത്രം പ്രായമുണ്ടായിരുന്ന കോരനെ (കുഞ്ഞിക്കോരൻ) ശിക്ഷിച്ച് മൂന്നു വർഷം ദുർഗ്ഗുണപരിഹാര പാഠശാലയിലേക്ക് അയക്കുകയായിരുന്നു. മറ്റു പ്രതികളെ വിചാരണയ്ക്ക് ശേഷം വെറുതെ വിടുകയായിരുന്നു.

സംഭവം കയ്യൂരാണ് നടന്നതെങ്കിലും കർഷകപ്രസ്ഥാനത്തിന് സ്വാധീനമുള്ള കിനാനൂർ, കീഴ്മാല, മുക്കട തുടങ്ങിയ പ്രദേശങ്ങളിൽ പൊലീസിന്റെ ഭീകരമായ മർദ്ദനം നടന്നിരുന്നു. കയ്യൂർ കേസിലെ പ്രതികളെ ഒളിവിൽ പാർപ്പിച്ചിട്ടുണ്ടെന്ന് ആരോപിച്ചായിരുന്നു പൊലീസ് അക്രമം അഴിച്ചുവിട്ടത്. കരിന്തളം നെല്ലെടുപ്പ് കേസിലും കയ്യൂർ കേസിലും നിരവധി സഖാക്കളാണ് മർദ്ദനത്തിന് വിധേയരായത്. സഖാക്കൾ ചിണ്ടേട്ടൻ, ചന്തു ഓഫീസർ, കെ കുഞ്ഞിരാമൻ, കെ നാരായണൻ തുടങ്ങിയവർക്ക് മർദ്ദനത്തിന്റെ ഭാഗമായി ആരോഗ്യപ്രശ്നങ്ങൾ ഉണ്ടായി. രണ്ടു സമരങ്ങളും നാടുവാഴിത്തത്തിനും ജന്മിത്തത്തിനുമെതിരെ കർഷക കമ്യൂണിസ്റ്റ് പ്രസ്ഥാനങ്ങൾ നടത്തിയ പോരാട്ടത്തിന്റെ ഭാഗം തന്നെയാണ്. ഈ അനുഭവസമ്പത്ത് ഏറ്റുവാങ്ങിയതുകൊണ്ടാണ് കിനാനൂർ കരിന്തളം പഞ്ചായത്തിൽ ശക്തമായ കമ്യൂണിസ്റ്റ് പ്രസ്ഥാനം ഉയർന്നുവന്നത്.

ഒരു ഘട്ടത്തിൽ കോൺഗ്രസിനും പി എസ് പിക്കും ആയിരുന്നു ഈ പ്രദേശത്ത് ശക്തമായ സ്വാധീനം ഉണ്ടായത്. പഞ്ചായത്ത് ഭരണവും സഹകരണ സ്ഥാപനങ്ങളുമൊക്കെ അവരുടെ നിയന്ത്രണത്തിലായിരുന്നു. കമ്യൂണിസ്റ്റ് പാർട്ടിയുടെ കണ്ണൂർ ജില്ലാ സമ്മേളനത്തിൽ രേഖപ്പെടുത്തിയ ഒരു കാര്യം ഇങ്ങനെയാണ്. 'അടുത്ത കാലത്ത് പാർട്ടിയുടെ ബഹുജന സ്വാധീനം വർദ്ധിച്ച രണ്ട് പഞ്ചായത്തുകളാണ് കിനാനൂർ കരിന്തളവും കോടോം ബേളൂരും. ഈ രണ്ട് പഞ്ചായത്തുകളും മുമ്പ് കോൺഗ്രസിന്റെ അധീനതയിലായിരുന്നു.'

അന്നത്തെ കണ്ണൂർ ജില്ലയിലെ പ്രസ്ഥാനത്തിന്റെ പൊതു വളർച്ചയോടൊപ്പം കിനാനൂർ കരിന്തളം പഞ്ചായത്ത് സി പി ഐ (എം)ന്റെ ശക്തികേന്ദ്രങ്ങളിലൊന്നായി മാറിയിരിക്കുന്നു. പഞ്ചായത്ത് ഭരണവും സഹകരണ പ്രസ്ഥാനങ്ങളുമെല്ലാം ഇപ്പോൾ സി പി ഐ (എം) ന്റെ നിയന്ത്രണത്തിലാണ്. വികസനരംഗത്തും നല്ല മുന്നേറ്റമുണ്ടാക്കാൻ കിനാനൂർ കരിന്തളത്തിന് കഴിഞ്ഞിട്ടുണ്ട്. മുമ്പ് സ. ചിണ്ടേട്ടൻ ചീമേനി വില്ലേജ് പഞ്ചായത്തിന്റെ പ്രസിഡന്റായി പ്രവർത്തിച്ചു. നിരവധി പ്രക്ഷോഭ സമരങ്ങളിൽ പങ്കെടുത്തയാളാണ് ചിണ്ടേട്ടൻ. അതുകൊണ്ടുതന്നെ പലതവണ ക്രൂരമായ പൊലീസ് മർദ്ദനങ്ങൾക്കും ഇരയായി. കാസർഗോഡ് ഗവ. കോളേജിലെ പഠനത്തിനുശേഷം ഞാൻ നാട്ടിലേക്ക് തിരിച്ചുവന്നപ്പോൾ ഒരു സങ്കോചവുമില്ലാതെ പാർട്ടി ചുമതല എന്നെ ഏല്പിക്കാൻ ചിണ്ടേട്ടൻ തയ്യാറായി. ചെറുപ്പക്കാരായ സഖാക്കളെ വളർത്തിയെടുക്കാൻ ചിണ്ടേട്ടൻ പ്രത്യേകം ശ്രദ്ധിച്ചു. അന്നത്തെ ലോ

ക്കൽ കമ്മിറ്റി യോഗങ്ങൾ രാത്രി കാലങ്ങളിൽ ചിണ്ടേട്ടന്റെ വീട്ടിലാണ് നടക്കാറ്. കമ്മിറ്റി കഴിഞ്ഞ് ഞാനും കെ പി കുഞ്ഞികൃഷ്ണനും പി വി അമ്പുഞ്ഞിയും കെ പി നാരായണനും കെ കുഞ്ഞിരാമനും വി കൃഷ്ണനും ഒരുമിച്ചാണ് തിരികെ യാത്ര. കൊല്ലമ്പാറ എത്തുമ്പോൾ ഞാൻ കിളിയളം റോഡിലൂടെ വീട്ടിലേക്ക് പോകും. കെ കുഞ്ഞിരാമനും വി കൃഷ്ണനും കീഴ്മാലയിലേക്ക് പോകും. മറ്റു മൂന്നു പേരും ചായ്യോത്തേക്കും. കാൽനട മാത്രമാണ് അന്നത്തെ യാത്രകൾ. എല്ലാവരോടും പ്രത്യേകമായ സ്നേഹവായ്പ് പ്രകടിപ്പിച്ച സഖാവാണ് ചിണ്ടേട്ടൻ.

പല ഘട്ടങ്ങളിലായി പഞ്ചായത്തിന്റെ പ്രസിഡന്റുമാരായി പി വി അമ്പുഞ്ഞി, കെ പി നാരായണൻ, കെ വി കുഞ്ഞിരാമൻ, ജാസ്മിൻ, കെ ലക്ഷ്മണൻ, വിധുബാല തുടങ്ങിയവരാണ് പ്രവർത്തിച്ചത്. കെ പി കുഞ്ഞിക്കൃഷ്ണൻ വിവിധ ഘട്ടത്തിൽ വൈസ് പ്രസിഡന്റായിരുന്നു. ഓരോ കാലഘട്ടത്തിലും ശ്രദ്ധേയമായ പ്രവർത്തനങ്ങൾ നടത്താൻ പഞ്ചായത്തിന് കഴിഞ്ഞിട്ടുണ്ട്. ഈ പഞ്ചായത്തിനെ പാറ പഞ്ചായത്ത് എന്നാണ് പലരും വിശേഷിപ്പിച്ചിരുന്നത്. ഞാനന്ന് പറഞ്ഞിരുന്നത് പാറ പൊട്ടിച്ചാൽ സ്വർണ്ണം കിട്ടുമെന്നാണ്. ഇന്ന് ദേശീയ പുരസ്കാരം ഉൾപ്പെടെ ശ്രദ്ധേയമായ നിരവധി നേട്ടങ്ങൾ കൈവരിക്കാൻ പഞ്ചായത്തിന് കഴിഞ്ഞു. ദേശീയ പുരസ്കാരം ഉൾപ്പെടെ 13 പുരസ്കാരങ്ങളാണ് പഞ്ചായത്തിനെ തേടിയെത്തിയത്. ഇരുപത്തൊമ്പത് സംസ്ഥാനങ്ങളിലെ പഞ്ചായത്തുകളുമായി മത്സരിച്ചാണ് ജലസംരക്ഷണത്തിനുള്ള ദേശീയ പുരസ്കാരം കിനാനൂർ കരിന്തളത്തിന് ലഭിച്ചത്. സ്വന്തം ഗ്രാമം ദേശീയതലത്തിൽ അംഗീകരിക്കപ്പെട്ടതിൽ ഏറെ സന്തോഷം തോന്നി. മുൻ

കിനാനൂർ കരിന്തളം പഞ്ചായത്തിനുള്ള ദേശീയ പുരസ്കാരം കേന്ദ്രമന്ത്രി നിധിൻ ഗഡ്കരിയിൽ നിന്നും ഏറ്റുവാങ്ങുന്നു

പ്രസിഡന്റുമാർ തുടങ്ങിവച്ച പദ്ധതികൾ മുന്നോട്ടു കൊണ്ടുപോകാനും വനിത പ്രസിഡന്റ് എന്ന നിലയിൽ നല്ല പ്രവർത്തനങ്ങൾ കാഴ്ചവെക്കാനും 2015-20 കാലയളവിൽ വിധുബാലയ്ക്ക് കഴിഞ്ഞു. തുടർന്ന് പാർട്ടി ജില്ലാ സെക്രട്ടറിയേറ്റംഗം ടി കെ രവി പഞ്ചായത്ത് പ്രസിഡന്റായി.

പുതിയ ഗവ. ആർട്സ് ആന്റ് സയൻസ് കോളേജ് കരിന്തളത്ത് ആരംഭിച്ചു. നാച്ചുറോപ്പതി റിസർച്ച് സെന്ററിന് തറക്കല്ലിട്ടു. കേന്ദ്രസർക്കാരിനുകീഴിലുള്ള എം ആർ എസ് പ്രവർത്തനമാരംഭിച്ചു. കോവിഡ് കാലത്ത് ഏറ്റവും മികച്ച ഫസ്റ്റ് ലൈൻ ട്രീറ്റ്മെന്റ് സെന്റർ ഇവിടെയായിരുന്നു. സർക്കാർ മേഖലയിൽ ആർദ്രം ആശുപത്രി, ആയുർവ്വേദ ആശുപത്രി, ഹോമിയോ ആശുപത്രി തുടങ്ങിയവയും ഇവിടെയുണ്ട്. കിനാനൂർ കരിന്തളം പാലിയേറ്റീവ് കെയർ സൊസൈറ്റി ദീർഘകാല പരിചരണം ആവശ്യമായവർക്കുവേണ്ടി ശുശ്രൂഷാ കേന്ദ്രം നിർമ്മിച്ചു. എന്റോസൾഫാൻ പാക്കേജിൽ ഉൾപ്പെടുത്തി രണ്ടുകോടി രൂപയാണ് ഇതിന് വേണ്ടി ചെലവഴിച്ചത്. കരിന്തളം പാലിയേറ്റീവ് കെയർ സൊസൈറ്റിയുടെ തുടക്കംമുതലുള്ള ഭാരവാഹികൾ കെ പി നാരായണനും കെ കെ നാരായണനുമാണ്. ഇതിൽ കെ പി നാരായണൻ സി പി ഐ (എം) നേതാവും കെ കെ നാരായണൻ കോൺഗ്രസ് നേതാവുമാണ്. പാലീയേറ്റീവ് സൊസൈറ്റിയുടെ പ്രവർത്തനത്തിൽ കെ പി നാരായണൻ പൂർണ്ണസമയവും ശ്രദ്ധിക്കുന്നുണ്ട്.

ഞാൻ പഠിക്കുന്ന കാലത്ത് ഒരു എൽ പി സ്കൂൾ മാത്രമുണ്ടായിരുന്നേടത്ത് ഇന്ന് രണ്ട് ഹയർസെക്കന്ററി സ്കൂളുകളും ഒരു ഹൈസ്കൂളും നിരവധി പ്രൈമറി വിദ്യാലയങ്ങളും ഇവിടെയുണ്ട്. ചായ്യോത്ത് പ്രവർത്തിക്കുന്ന ജ്യോതിഭവൻ സ്പെഷ്യൽ സ്കൂളിന്റെ പ്രവർത്തനം എടുത്തുപറയേണ്ടതാണ്. നിറഞ്ഞുനില്ക്കുന്ന ഗ്രന്ഥശാലാ ശൃംഖല ഈ പഞ്ചായത്തിലാകെയുണ്ട്. സംസ്ഥാന സർക്കാർ 2016-21 കാലത്ത് അനുവദിച്ച പുതിയ പോളിടെക്നിക്ക്, വൈദ്യുതി സബ് സെക്ഷൻ ഓഫീസ്, പരപ്പയിലെ പുതിയ ബസ് സ്റ്റാന്റ്, സർക്കാർ സൂപ്പർ മാർക്കറ്റ്, ഫയർ സ്റ്റേഷൻ, ചായ്യോത്ത് അനുവദിച്ച സ്പോർട്സ് സ്കൂൾ എന്നിവ ഇവിടെ വന്നിട്ടുണ്ട്. നിലവിലുള്ള ഹയർസെക്കന്ററി സ്കൂളുകൾ ഹൈടെക് ആയി. ഓരോ ഘട്ടത്തിലും പഞ്ചായത്ത് പ്രസിഡന്റുമാർ നല്ല പ്രവർത്തനമാണ് നടത്തിയത്. പ്രത്യേകിച്ച് 2015-20 കാലത്ത് ഇടതുപക്ഷ ജനാധിപത്യമുന്നണി സർക്കാരിന്റെ സഹായത്തോടെ വികസന രംഗത്ത് വലിയ മുന്നേറ്റം ഉണ്ടാക്കാൻ പ്രസിഡന്റിനും ഭരണ സമിതിക്കും സാധിച്ചു. തീരദേശ റോഡിന്റെ നിർമ്മാണം മുക്കട മുതൽ പഞ്ചായത്ത് അതിർത്തിവരെ പൂർത്തിയായി.

വികസനത്തിന്റെ വലിയ മുന്നേറ്റം തന്നെ സൃഷ്ടിക്കാൻ കിനാനൂർ കരിന്തളം പഞ്ചായത്തിന് കഴിഞ്ഞു. തുടർച്ചയായി ഇടതുപക്ഷ ഭരണ സമിതി അധികാരത്തിൽ വന്നതുകൊണ്ടാണ് ഈ നേട്ടം കൈവരിക്കാൻ കഴിഞ്ഞത്. എം പി ആയി പ്രവർത്തിക്കുമ്പോൾ ജന്മദേശമെന്ന നില

യിൽ കിനാനൂർ കരിന്തളത്തിന് അർഹമായ പരിഗണന നല്കിയിട്ടുണ്ട്. രാഷ്ട്രീയം നോക്കാതെ തന്നെ മണ്ഡലത്തിലെ മറ്റ് പഞ്ചായത്തുകളിലും എം പി ഫണ്ട് വിനിയോഗിച്ചു. പഴയകാലത്തെന്നതുപോലെ ഒട്ടേറെ സമരങ്ങൾക്ക്, പിന്നീടും ഈ പ്രദേശം സാക്ഷിയായി. മിച്ചഭൂമിസമരത്തിന്റെ ഒരു പ്രധാന കേന്ദ്രം തന്നെയായിരുന്നു ഇവിടെ. കിളിയളത്തെ സെന്റ് തോമസ് എസ്റ്റേറ്റ് സമരം ഏറെ പ്രാധാന്യമുള്ളതാണ്. അന്ന് ഞാനതിന്റെ തൊഴിലാളി യൂണിയൻ പ്രസിഡന്റായിരുന്നു. പാരിസ്ഥിതിക പ്രശ്നം ഉണ്ടാക്കുന്ന കരിങ്കൽ ക്വാറികൾക്കെതിരെ തുടർച്ചയായി ഇവിടെ സമരങ്ങൾ നടന്നു. ആശാപുര ഖനന കമ്പനിക്കെതിരെ വളരെ നീണ്ട സമരമാണ് നടന്നത്. പൊലീസിനെ ഉപയോഗിച്ച് ഖനനം നടത്താനുള്ള മാനേജ്മെന്റ് ശ്രമം ജനങ്ങൾ തകർത്തു. ഇത്തരം സമരങ്ങളിൽ മുൻ പഞ്ചായത്ത് പ്രസിഡന്റുമാരായ എ വിധുബാല, കെ ലക്ഷ്മണൻ, പിന്നീട് പഞ്ചായത്ത് പ്രസിഡന്റായ ടി കെ രവി, വി സുധാകരൻ എന്നിവരുൾപ്പെടെ നിരവധി സഖാക്കൾ പ്രതികളായി.

കുടുംബം

വളരെ സാധാരണ കുടുംബത്തിലാണ് ഞാൻ ജനിച്ചത്. അച്ഛന്റെ ഉപജീവനമാർഗ്ഗം കൃഷിയായിരുന്നു. പിന്നീട് ചെറിയ കച്ചവടം ആരംഭിച്ചു. അച്ഛൻ നാലുപുരപ്പാട്ട് കുടുംബാംഗമാണ്. കിനാവൂരിലെ പുതിയൂർ തറവാട്ടിലാണ് അമ്മ. തീരെ പാവപ്പെട്ട കുടുംബമായിരുന്നു അച്ഛന്റേത്. അച്ഛന്റെ വീടുമായി തട്ടിച്ചുനോക്കിയാൽ അല്പം മികച്ച സാമ്പത്തിക സ്ഥിതിയായിരുന്നു അമ്മയുടെ കുടുംബത്തിന്റേത്. അമ്മയ്ക്ക് രണ്ട് സഹോദരന്മാരും ഒരു സഹോദരിയുമാണ്. അമ്മയുടെ അച്ഛന്റെ പേര് ചന്തൻ എന്നാണ്. അമ്മയുടെ പേര് ചിരുത എന്നാണ്. അമ്മയുടെ അമ്മയുടെ പേരും ചിരുത എന്നുതന്നെയായിരുന്നു. കണ്ടക്കോരൻ എന്നാണ് അച്ഛന്റെ പേര്. അക്കാലത്തെ സാമൂഹിക ചുറ്റു

കുടുംബാംഗങ്ങൾക്കൊപ്പം

പാടിന്റെ പ്രത്യേകത പേരിൽ കാണാം. പിന്നോക്ക വിഭാഗക്കാർക്ക് അന്ന് ആകർഷണീയമായ പേര് നല്കാൻ കഴിയില്ല. അതുകൊണ്ടാണ് അച്ഛൻ കണ്ടക്കോരനും അമ്മ ചിരുതയുമായത്.

പയ്യംകുളത്താണ് ആദ്യം ഞങ്ങൾ താമസിച്ചിരുന്നത്. പിന്നീടാണ് കിളിയളത്തേക്ക് താമസം മാറിയത്. പയ്യംകുളത്ത് താമസിച്ചിരുന്ന അമ്പു വൈദ്യരിൽ നിന്നും അച്ഛൻ അല്പം വൈദ്യം പഠിച്ചു. സൗജന്യമായി ചികിത്സ നടത്തിയിരുന്നു. ദേശീയപ്രസ്ഥാനത്തിന്റെ ഭാഗമായി കള്ളു ഷാപ്പ് പിക്കറ്റിങ്ങിൽ അച്ഛൻ പങ്കെടുത്തിരുന്നു. നീലേശ്വരത്ത് എല്ലാ വ്യാഴാഴ്ചകളിലും ആഴ്ചച്ചന്ത നടക്കാറുണ്ട്. വീട്ടിലുണ്ടാക്കുന്ന പച്ചക്കറികളും മറ്റുമായി അമ്മ നീലേശ്വരത്തെ ചന്തയിലേക്ക് കാൽനടയായി പോകും. കൈയിലുള്ളതൊക്കെ വിറ്റു കിട്ടുന്ന പണത്തിന് ചന്തയിൽനിന്നും സാധനങ്ങൾ വാങ്ങി തിരിച്ചുവരും. അത്തരം സാധനങ്ങൾ നാട്ടിൽ വില്പന നടത്തും. അങ്ങനെ ഏറെ കഷ്ടപ്പെട്ടാണ് ദാരിദ്ര്യത്തിൽ നിന്നും അല്പം മെച്ചപ്പെട്ട സാമ്പത്തികാവസ്ഥയിലേക്ക് ഞങ്ങൾ എത്തിയത്. ഞങ്ങൾ പത്ത് മക്കളാണ്. ഗോപാലൻ മൂത്തയാൾ. പിന്നെ ശാരദ. മൂന്നാമൻ രാഘവൻ. ഞാൻ നാലാമനാണ്. ശാന്തയും പുഷ്പവല്ലിയും പത്മിനിയുമാണ് എനിക്കു താഴെ. ചന്ദ്രനും പ്രഭാകരനും കാർത്ത്യായനിയുമാണ് ഏറ്റവും ഇളയവർ. കടുത്ത ദാരിദ്ര്യത്തിലൂടെ കടന്നുപോകുമ്പോഴും മക്കൾക്ക് നല്ല വിദ്യാഭ്യാസം നല്കാൻ അച്ഛനും അമ്മയ്ക്കും കഴിഞ്ഞു. ഗോപാലൻ കായികാദ്ധ്യാപകനായിരുന്നു. പുഷ്പവല്ലിയും പത്മിനിയും സ്കൂൾ അദ്ധ്യാപികമാരായിരുന്നു. പ്രഭാകരൻ കാഞ്ഞങ്ങാട് നെഹ്റുകോളേജിൽ അദ്ധ്യാപകനായിരുന്നു. ലൈബ്രറി കൗൺസിലിന്റെ കാസർഗോഡ് ജില്ലാ പ്രസിഡന്റായും സെക്രട്ടറിയായും തിരഞ്ഞെടുക്കപ്പെട്ടു. ശാരദ കാർഷികരംഗത്തേക്ക് തിരിഞ്ഞു. കാളിയാനത്താണ് താമസം. ശാന്ത കൊടക്കാടാണ്. രാഘവൻ കൃഷിയും കച്ചവടവുമൊക്കെയായി നെല്ലിയടുക്കത്ത് താമസിച്ചിരുന്നു. നാടകാഭിനയവും സ്പോർട്സുമൊക്കെയായിരുന്നു രാഘവന്റെ ഇഷ്ടമേഖല. സിനിമയിൽ അഭിനയിക്കാൻ അവസരം കിട്ടിയിരുന്നെങ്കിലും അക്കാലത്തെ പ്രയാസങ്ങൾ കാരണം സിനിമാമോഹം ഉപേക്ഷിച്ചു. ചന്ദ്രൻ മടിക്കൈ സർവീസ് സഹകരണ ബാങ്കിൽ ജോലിചെയ്തു. പിന്നീട് ജോലി രാജിവച്ച് ഗൾഫിൽ പോയി. തിരിച്ചു വന്നശേഷം പഞ്ചായത്ത് അംഗമായി. പാർട്ടി പരിപാടികളിലും സജീവമാണ്. കാർത്ത്യായനി കാഞ്ഞങ്ങാട് നെല്ലിക്കാട്ടാണ് താമസിക്കുന്നത്. എനിക്ക് കോതമംഗലം മാർ അത്തനാഷ്യസ് കോളേജിൽ പഠിക്കാൻ കഴിഞ്ഞതും അച്ഛന്റെയും അമ്മയുടേയും കഷ്ടപ്പാടിന്റെ ഫലമാണ്. വീട്ടിൽ ആരു വന്നാലും ഭക്ഷണം കഴിച്ചിട്ടേ പോകാവു എന്ന് അമ്മ നിർബ്ബന്ധം പറയാറുണ്ട്. ആരും വിശന്നിരിക്കരുത് എന്നത് അമ്മയുടെ മൂല്യബോധമായിരുന്നു. സംഘടനാ പ്രവർത്തനത്തിന്റെ ഭാഗമായി നിരവധി തൊഴിലാളികളും സഖാക്കളും വീട്ടിലെത്തും. പ്രത്യേകിച്ച് പ്ലാന്റേഷൻ സമരവുമായി ബന്ധപ്പെട്ട് കിഴക്കുനിന്നുള്ള സഖാക്കൾ. വീട്ടിലുള്ള ഭക്ഷണം അവർക്കും കൂടി നല്കുക എന്നതായിരുന്നു അമ്മയുടെ രീതി. ഇതെല്ലാംകൊണ്ട് ഞാൻ കണ്ട ആദ്യ കമ്യൂണിസ്റ്റ് അമ്മയാണെന്ന് പറയാം.

പഠനകാലം

ഞാൻ ജനിച്ചുവളർന്ന പയ്യംകുളത്ത് യാതൊരുവിധ വിദ്യാഭ്യാസ സൗകര്യങ്ങളും അക്കാലത്ത് ഉണ്ടായിരുന്നില്ല. പയ്യംകുളത്തുനിന്നും അഞ്ച് കിലോമീറ്റർ അകലെ കീഴ്മാലയിൽ ഒരു എയ്ഡഡ് എൽ പി സ്കൂൾ പ്രവർത്തിക്കുന്നുണ്ട്. ആ വിദ്യാലയത്തിലേക്കാണ് ഞാനും ജ്യേഷ്ഠൻ രാഘവനും സഹോദരി ശാന്തയും ആദ്യമായി സ്കൂളിൽ പോകുന്നത്. ഞങ്ങൾ മൂന്നുപേരും ഒന്നാം ക്ലാസിൽ ഒരുമിച്ചാണ് ചേർന്നത്. സ്കൂളിൽ പോകുന്നതിന് മുമ്പേ വീട്ടിൽനിന്നും പൂഴിയിൽ എഴുതി പഠിച്ചിരുന്നു. പയ്യംകുളത്തുനിന്നും നെല്ലിയടുക്കത്തേക്ക് താമസം മാറിയതോടെ ഞങ്ങളുടെ പഠനം മുടങ്ങി. കുറച്ച് കഴിഞ്ഞ് നെല്ലിയടുക്കത്ത് ഒരു എൽ പി സ്കൂൾ ആരംഭിച്ചതോടെ പഠനം പുനരാരംഭിച്ചു. പുതിയതായി തുടങ്ങുന്ന വിദ്യാലയത്തിലും ഉയർന്ന ക്ലാസുകൾ ഇല്ലാത്തതിനാൽ ഞങ്ങൾ ഒന്നാം ക്ലാസിൽ തന്നെയാണ് ചേർന്നത്. എന്നാൽ കുട്ടികളുടെ എണ്ണം കൂടിയതിനാൽ രണ്ടാം ക്ലാസുകൂടി അക്കൊല്ലം ആരംഭിച്ചതോടെ ഞങ്ങൾ മൂന്നുപേരും രണ്ടാം ക്ലാസിലെത്തി. അഞ്ചാം ക്ലാസുവരെയാണ് നെല്ലിയടുക്കം സ്കൂളിൽ ഉണ്ടായിരുന്നത്. എല്ലാ ക്ലാസുകളിലുമായി പഠിപ്പിക്കാൻ രണ്ട് അദ്ധ്യാപകർ മാത്രമാണുണ്ടായിരുന്നത്. ഇന്ന് നമുക്ക് ആലോചിക്കാൻ പോലും കഴിയാത്തത്ര പരിമിതമായ സൗകര്യങ്ങൾ മാത്രമാണ് സ്കൂളിൽ ഉണ്ടായിരുന്നത്. ഓലമേഞ്ഞ ഷെഡുകൾ, ചാണകം മെഴുകിയ തറയിലിരുന്നുള്ള പഠനം, കളിസ്ഥലമില്ല. വളരെ അപൂർവ്വമായാണ് ക്ലാസ് മുറികളിൽ ബെഞ്ചുകൾ ഉണ്ടായിരുന്നത്. നീലേശ്വരത്തുള്ള ചന്ദ്രശേഖരൻമാസ്റ്റർ ആയിരുന്നു മാനേജർ. അദ്ദേഹം കക്കോട്ടുള്ള അന്നത്തെ ജന്മി കൃഷ്ണൻ നായരുടെ ബന്ധുവായിരുന്നു. കൃഷ്ണൻ മാസ്റ്റർ, കുമാരൻ മാസ്റ്റർ എന്നിവരായിരുന്നു

അദ്ധ്യാപകർ. അതിനിടയിൽ കുറച്ചുകാലം ഒതേനൻ മാസ്റ്ററും ഉണ്ടായിരുന്നു. ഇവരൊക്കെ ദൂരദേശക്കാർ ആയിരുന്നതുകൊണ്ടുതന്നെ പലപ്പോഴും സ്ഥലം മാറിപ്പോവുകയും ചെയ്തു. കുഗ്രാമമായ നെല്ലിയടുക്കത്ത് സ്കൂൾ വന്നതിൽ നാട്ടുകാർ വളരെ ആഹ്ലാദത്തിലായിരുന്നു. അതുകൊണ്ടുതന്നെ സ്കൂളിന്റെ എല്ലാ പരിപാടികളിലും നാട്ടുകാരുടെ പൂർണ്ണ സഹകരണം ഉണ്ടായി. മാനേജരാകട്ടെ സ്കൂളിന്റെ അറ്റകുറ്റപ്പണിയും മറ്റും നാട്ടുകാരെക്കൊണ്ട് ചെയ്യിച്ചു. സ്കൂളിലേക്കാവശ്യമായ സാധനങ്ങൾ വീടുകളിൽനിന്ന് കൊണ്ടുവരികയും സ്കൂൾ വൃത്തിയാക്കുകയും ചെയ്യുന്നത് വിദ്യാർത്ഥികൾ തന്നെയാണ്. ഇതൊക്കെയാണെങ്കിലും അന്ന് ആ സ്കൂൾ നിലവിൽ വന്നില്ലായിരുന്നെങ്കിൽ ഞാനുൾപ്പെടെ നിരവധിപേരുടെ വിദ്യാഭ്യാസം മുടങ്ങുമായിരുന്നു. എന്റെ അനുജന്മാരായ ചന്ദ്രനും പ്രഭാകരനും സഹോദരിമാരായ പുഷ്പവല്ലി, പത്മിനി, കാർത്ത്യായനി എന്നിവരും ഇതേ സ്കൂളിലാണ് പഠിച്ചത്.

അഞ്ചാം ക്ലാസുവരെ ഒന്നിച്ചുണ്ടായിരുന്ന സുഹൃത്തുക്കൾ എൻ കെ ഗോപാലൻ, എൻ കെ തമ്പാൻ, കെ കൃഷ്ണൻ, അബൂബക്കർ, അസീസ്, സൈനബ, മുഹമ്മദ് കുഞ്ഞി തുടങ്ങിയവരായിരുന്നു. ഗോപാലനും അസീസും പിന്നീട് രോഗബാധിതരായി മരിച്ചു. മറ്റുള്ളവർ വ്യത്യസ്തമേഖലകളിൽ പ്രവർത്തിച്ചു. അക്കാലത്ത് അബൂബക്കറിന്റെ വീട്ടിൽ എല്ലാ ആഴ്ചയിലും നേർച്ചയുണ്ടാകും. നേർച്ച സമയത്ത് ഞങ്ങൾ ഒരുമിച്ചിരുന്ന് പ്രാർത്ഥന നടത്തും. പ്രാർത്ഥനയിലെ ചില വരികൾ എനിക്ക് ഇപ്പോഴും ഓർമ്മയുണ്ട്.

'ബദറോളി ഉള്ളാന്റെ ജന്നത്തി മംഗല്യം
കൂട്ടി സ്വർഗ്ഗത്തിൽ ആലോലെന്റുടയോനെ.'

യഥാർത്ഥത്തിൽ ഇന്ന് മതത്തിന്റെയും ജാതിയുടെയും അതിപ്രസരം നിറഞ്ഞുനില്ക്കുമ്പോൾ പഴയ കാലഘട്ടം വളരെ മെച്ചപ്പെട്ടതാണെന്ന് തോന്നും. വീട്ടിൽ നടക്കാറുള്ള കാവടിപ്പൂജയിൽ അബൂബക്കറും അസീസും സൈനബയുമൊക്കെ പങ്കെടുക്കുമായിരുന്നു. എന്റെ മനസ്സിൽ മതേതരത്വ സങ്കല്പം വളർന്നുവന്നത് ചെറുപ്പകാലത്തെ ഇത്തരം അനുഭവങ്ങളിൽ നിന്നാണ്. സ്വാതന്ത്ര്യദിനത്തിലും റിപ്പബ്ലിക് ദിനത്തിലും സ്കൂളിൽ വിദ്യാർത്ഥികൾക്കും രക്ഷിതാക്കൾക്കും ഭക്ഷണവും പായസവും ഉണ്ടായിരിക്കും. ദേശീയ പതാക ഉയർത്തിയശേഷം ഘോഷയാത്ര നടത്തും. വലിയ ഉത്സാഹത്തോടെയായിരുന്നു ഞാനതിൽ പങ്കെടുത്തിരുന്നത്.

അഞ്ചാം ക്ലാസ് പൂർത്തിയായപ്പോൾ തുടർപഠനത്തിന് പോയത് പൊതാവൂർ യു പി സ്കൂളിലേക്കാണ്. അതും എയ്ഡഡ് വിദ്യാലയം തന്നെയാണ്. എന്നാൽ അതൊരു മാതൃകാ വിദ്യാലയം ആയിരുന്നു. പൊതാവൂരിലുള്ള എടത്തരവളപ്പിൽ എന്ന കുടുംബമായിരുന്നു മാനേജ്മെന്റ്. അന്ന് യു പി സ്കൂളിൽ എട്ടാം ക്ലാസും ഉൾപ്പെടും. കലാ-കായിക രംഗത്തൊക്കെ നല്ല പരിശീലനവും പ്രവർത്തനവും പൊതാവൂർ സ്കൂളിൽ

ഉണ്ടായിരുന്നു. ആവശ്യമായത്ര അദ്ധ്യാപകരും ഉണ്ടായിരുന്നു. ഇവരിൽ സി വി കുഞ്ഞമ്പു മാസ്റ്റർ, കെ കുഞ്ഞമ്പു മാസ്റ്റർ, കെ വി കൃഷ്ണൻ മാസ്റ്റർ എന്നിവർ സ്കൂളിന്റെ എല്ലാ കാര്യങ്ങളിലും ഇടപെടുന്നവരായിരുന്നു. അദ്ധ്യാപകർ മിക്കവരും നീലേശ്വരം, ചെറുവത്തൂർ ഭാഗങ്ങളിൽ നിന്നുള്ളവരായിരുന്നു. ഹെഡ്മാസ്റ്റർ സി വി കുഞ്ഞമ്പു മാസ്റ്റർ അച്ചടക്കത്തിന്റെ കാര്യത്തിൽ ഒരു വിട്ടുവീഴ്ചയുമില്ലാത്തയാളായിരുന്നു. കുട്ടികൾക്ക് അദ്ദേഹത്തോട് വലിയ ബഹുമാനവും ഭയവുമായിരുന്നു. എടത്തരവളപ്പ് കുടുംബത്തിൽ നിന്നുതന്നെ മൂന്നാലുപേർ അദ്ധ്യാപകരായിരുന്നു. സ്കൂളിൽ എല്ലാ വെള്ളിയാഴ്ചയും ഉച്ചയ്ക്കുശേഷം സാഹിത്യസമാജം നടത്തിയിരുന്നു. എന്റെ പ്രസംഗപരിശീലനക്കളരി പൊതാവൂർ സ്കൂളിലെ സാഹിത്യസമാജം ആയിരുന്നു. എഴുതിത്തയ്യാറാക്കിയ പ്രസംഗം മന:പാഠം പഠിച്ചാണ് അവതരിപ്പിക്കാറ്. ചിലപ്പോൾ പ്രസംഗം തയ്യാറാക്കാൻ അദ്ധ്യാപകരുടെ സഹായം തേടും. വാർഷികാഘോഷത്തിന്റെ ഭാഗമായി നടക്കുന്ന പ്രസംഗം, ലേഖനം തുടങ്ങിയ മത്സരങ്ങളിൽ പലപ്പോഴും ഒന്നാം സമ്മാനം എനിക്കായിരുന്നു. ഞങ്ങളുടെ വീട്ടിൽനിന്നും സഹോദരിമാരായ ശാന്തയും പുഷ്പവല്ലിയും പത്മിനിയും കാർത്യായനിയും പഠിച്ചത് ഇതേ വിദ്യാലയത്തിലായിരുന്നു. അന്ന് ഉയർന്ന ക്ലാസിൽ പഠിക്കുന്ന വിദ്യാർത്ഥികളാണ് സ്കൂൾ ലീഡർ ആകാറ്. എട്ടാം ക്ലാസിൽ പഠിക്കുമ്പോൾ ഞാനും സ്കൂൾ ലീഡറായി. അതിന് മുമ്പേ സാഹിത്യസമാജം സെക്രട്ടറിയായി. സാഹിത്യരംഗത്ത് എന്നപോലെ കായികരംഗത്തും വിദ്യാർത്ഥികൾക്ക് നല്ല പ്രോത്സാഹനം നല്കിയ വിദ്യാലയമാണ് പൊതാവൂർ സ്കൂൾ. വോളീബോളിന്റെ കേന്ദ്രമായിരുന്നു പൊതാവൂർ. വളരെ മികച്ച വോളീബോൾ ടീം പൊതാവൂരിൽ ഉണ്ടായിരുന്നു. കെ വി കൃഷ്ണൻ മാസ്റ്റർ നല്ലൊരു വോളീബോൾ താരമായിരുന്നു. അപ്പുണ്ണി മാസ്റ്റർ, കുഞ്ഞിരാമൻ മാസ്റ്റർ, നളിനാദരൻ മാസ്റ്റർ, കൃഷ്ണൻ നായർ തുടങ്ങിയവർ വൈകുന്നേരങ്ങളിലെ പരിശീലനത്തിന് നേതൃത്വം നല്കും. കുഞ്ഞിപ്പൊക്കൻ, മാധവൻ, മുഹമ്മദ് കുഞ്ഞി തുടങ്ങിയവർ ശ്രദ്ധേയരായ കളിക്കാരായിരുന്നു. ഞങ്ങൾ, പ്രത്യേകിച്ച് എട്ടാം ക്ലാസ് വിദ്യർത്ഥികൾ ഇവരോടൊപ്പം കോർട്ടിൽ ഇറങ്ങും. എനിക്ക് വോളിബോൾ പരിശീലനം ലഭിച്ചത് ഇവിടെനിന്നാണ്. എന്റെ വിദ്യാഭ്യാസകാലത്ത് കലാ–സാഹിത്യ–കായിക രംഗങ്ങളിൽ മികച്ച അനുഭവങ്ങൾ തന്ന വിദ്യാലയമാണ് പൊതാവൂർ യു പി സ്കൂൾ.

ഞങ്ങൾ പൊതാവൂർ സ്കൂളിലേക്ക് പോയിരുന്നത് കടവ് കടന്നാണ്. ഞാനും സഹോദരിമാരായ ശാന്തയും പുഷ്പവല്ലിയും പൊതാവൂർ സ്കൂളിൽ പഠിച്ചിരുന്ന കാലത്തെ ഒരു സംഭവം മറക്കാനാവില്ല. അന്ന് ഉച്ചഭക്ഷണത്തിന് പൊതാവൂരിൽനിന്നും കടവ് കടന്ന് മറുകരയിലെത്തണം.. അദ്ധ്യാപകരും കുട്ടികളും തോണിയിൽ തന്നെയാണ് പോകാറ്. ഒരു ദിവസം മഴക്കാലത്ത് ഉച്ചഭക്ഷണത്തിനായി പൊതാവൂരിൽനിന്നും ഹെഡ്മാസ്റ്റർ സി വി കുഞ്ഞമ്പുമാസ്റ്ററും നളിനാദരൻ മാസ്റ്ററും കുട്ടികളു

മൊക്കെ മറുകരയിലെത്തി ഭക്ഷണം കഴിച്ച് തിരിച്ചുപോകുകയായിരുന്നു. മഴയോടൊപ്പം ശക്തമായ വെള്ളത്തിന്റെ ഒഴുക്കും കൂടിയായപ്പോൾ തോണിയുടെ നിയന്ത്രണം വിട്ടു. അതൊരു ചുഴിയിൽപ്പെട്ട് മറിഞ്ഞു. തോണിയിലുണ്ടായിരുന്നവർ നീന്തി രക്ഷപ്പെട്ടെങ്കിലും ഹെഡ്മാസ്റ്റർ കുഞ്ഞമ്പുമാസ്റ്റർക്ക് രക്ഷപ്പെടാനായില്ല. അദ്ദേഹം പുഴയിൽ മുങ്ങിമരിച്ചു. സ്കൂളിലെ പ്രധാനാദ്ധ്യാപകൻ എന്ന നിലയിൽ ഏവർക്കും പ്രിയപ്പെട്ട ആളായിരുന്നു കുഞ്ഞമ്പു മാസ്റ്റർ. സാധാരണഗതിയിൽ ഞാനും സഹോദരിമാരും ആ തോണിയിൽ ഉണ്ടാകേണ്ടതാണ്. എന്നാൽ നല്ല മഴയായതിനാൽ ഞങ്ങൾ അന്ന് സ്കൂളിൽ പോയിരുന്നില്ല. അതുകൊണ്ട് മാത്രമാണ് ആ അത്യാഹിതത്തിൽനിന്നും ഞങ്ങൾ രക്ഷപ്പെട്ടത്.

പൊതാവൂർ സ്കൂളിൽ എന്നോടൊപ്പം പഠിച്ച ചില സുഹൃത്തുക്കളെ വിസ്മരിക്കാനാവില്ല. ബാലചന്ദ്രനും കെ പി ഹരിദാസും സൈനിക രംഗത്ത് ജോലി നേടി. മാധവൻ എന്നോടൊപ്പം കാസർഗോഡ് കോളേജിൽ പഠിക്കുകയും പിന്നീട് കെ എസ് ഇ ബിയിൽ ജോലി നേടുകയും ചെയ്തു. രോഗബാധിതനായി അദ്ദേഹം മരണപ്പെട്ടു. കേളപ്പൻ പൊതാവൂർ സ്കൂളിൽത്തന്നെ അദ്ധ്യാപകനായി. നാരായണി സൈനികരംഗത്ത് ജോലി നേടി. മീനാക്ഷി സർക്കാർ ഉദ്യോഗസ്ഥയായി. കൃഷ്ണൻ അദ്ധ്യാപകനായി. അബ്ദുറഹ്മാൻ കച്ചവടരംഗത്തേക്കും എം സി അമ്പാടിയും പി എൻ നാരായണനും കാർഷിക മേഖലയിലേക്കും തിരിഞ്ഞു. മാധവൻ മാസ്റ്റർ അദ്ധ്യാപകരംഗത്തുനിന്നും വിരമിച്ചശേഷം മരണപ്പെട്ടു. കുഞ്ഞിക്കണ്ണൻ പോസ്റ്റൽ വകുപ്പിൽ ജോലിനേടി.

1957 ലെ ഇ എം എസ് സർക്കാർ വിദ്യാഭ്യാസ രംഗത്തും ഭൂപരിഷ്കരണ രംഗത്തുമൊക്കെ സുപ്രധാന ചുവടുവയ്പ്പുകൾ നടത്തി. പുതിയ നിരവധി വിദ്യാലയങ്ങൾ ഇക്കാലത്ത് ആരംഭിച്ചപ്പോൾ പ്രഥമപരിഗണന ലഭിച്ചത് കയ്യൂരിനാണ്. കമ്യൂണിസ്റ്റ് പ്രസ്ഥാനത്തിന് ശക്തമായ വേരോട്ടമുള്ളതും ബ്രിട്ടീഷ് ഭരണത്തിനും ജന്മിത്തത്തിനുമെതിരെ ശക്തമായ പോരാട്ടം നടന്ന കയ്യൂരിന്റെ മണ്ണിൽ സർക്കാർ ഹൈസ്കൂൾ ആരംഭിച്ചു. ഒമ്പതാം ക്ലാസിൽ ഞാൻ കയ്യൂർ സ്കൂളിൽ ചേർന്നു. പുതിയ സ്കൂൾ എന്ന നിലയിൽ നിരവധി പരിമിതികൾ കയ്യൂർ സ്കൂളിനുണ്ടായിരുന്നു. പലപ്പോഴും ആവശ്യത്തിന് അദ്ധ്യാപകർ ഉണ്ടായിരുന്നില്ല. ഉള്ള അദ്ധ്യാപകരിൽ പലരും ദൂരദേശക്കാരായിരുന്നു. ചില വിഷയങ്ങൾ പഠിപ്പിക്കാൻ അദ്ധ്യാപകർ ഇല്ലാതിരുന്നപ്പോൾ അത് പരിഹരിക്കാൻ സ്കൂളിൽ മറ്റ് വിഷയങ്ങൾ പഠിപ്പിക്കുന്ന അദ്ധ്യാപകർ സ്വയം തയ്യാറായത് വിദ്യാർത്ഥികൾക്കേറെ പ്രയോജനകരമായി. നെല്ലിയടുക്കം സ്കൂളിലെതുപോലെ കയ്യൂരിലും പഠനം ഓലഷെഡിലാണ്. ഉച്ചഭക്ഷണത്തിനുള്ള കടകൾ പോലും പരിമിതമാണ്. സ്കൂളിനടുത്ത് രാമൻ നായരുടെ ഹോട്ടലിൽ ആദ്യമെത്തുന്ന കുറച്ചുപേർക്കേ ഭക്ഷണം കിട്ടുകയുള്ളൂ.

വാഹനഗതാഗതം തീരെയില്ലാത്ത പ്രദേശമായിരുന്നു അന്ന് കയ്യൂർ.

സ്കൂൾ കെട്ടിടനിർമ്മാണത്തിനുള്ള കമ്പിയും മറ്റും വാഹനത്തിൽ കൊണ്ടുവരാൻ സാധിക്കില്ല. കെട്ടിട നിർമ്മാണ സാധനങ്ങൾ തോണിയിൽ അരയാക്കടവിലെത്തിക്കും. അവിടെനിന്നും അദ്ധ്യാപകരും വിദ്യാർത്ഥികളും നാട്ടുകാരും ചേർന്ന് തലച്ചുമടായി സ്കൂളിലെത്തിക്കും. പരിമിതികൾ ഏറെയുണ്ടായിരുന്നെങ്കിലും കയ്യൂർ സ്കൂളിലെ പഠനകാലം എനിക്ക് വിസ്മരിക്കാനാവില്ല. സാമ്രാജ്യത്വവിരുദ്ധ പോരാട്ടത്തിന്റെ കരുത്തും ശക്തിയുമായ കയ്യൂരിന്റെ ആവേശം എന്നിൽ വലിയ സ്വാധീനമാണുണ്ടാക്കിയത്. കയ്യൂർ രക്തസാക്ഷി ദിനാചരണത്തിൽ എല്ലാ വർഷവും ഞാൻ പങ്കെടുക്കുമായിരുന്നു.

സ്കൂളിൽ അദ്ധ്യാപകർ പലപ്പോഴും വേണ്ടത്ര ഉണ്ടായിരുന്നില്ലെങ്കിലും നിലവിലുണ്ടായിരുന്ന അദ്ധ്യാപകരുടെ അർപ്പണബോധം എടുത്തുപറയേണ്ടതാണ്. സാഹിത്യസമാജവും സ്കൂൾ പാർലമെന്റുമൊക്കെ കൃത്യമായി നടത്തി. സാഹിത്യസമാജം സെക്രട്ടറിയായും സ്കൂൾ പാർലമെന്റ് സ്പീക്കറായും സ്കൂൾ ലീഡറായും ഞാൻ പ്രവർത്തിച്ചു. കായികരംഗത്ത് വോളീബോൾ തന്നെയായിരുന്നു അപ്പോഴും പ്രധാനവിനോദം. കയ്യൂർ സ്കൂളിനെ പ്രതിനിധീകരിച്ച് ജില്ലാ കലോത്സവത്തിൽ പ്രസംഗ മത്സരത്തിൽ ഒന്നാം സ്ഥാനം എനിക്ക് ലഭിച്ചു. എന്റെ സീനിയറായ യു ചിരുകണ്ടൻ ഒട്ടേറെ മത്സരങ്ങളിൽ സമ്മാനം നേടി. പൊതാവൂർ സ്കൂളിലേക്കെന്നപോലെ നിത്യവും പത്ത് കിലോമീറ്റർ നടന്നാണ് കയ്യൂർ സ്കൂളിലേക്കും പോയിരുന്നത്. അതും കാര്യങ്കോട് പുഴ കടന്നുപോകണം. മഴക്കാലത്ത് കാര്യങ്കോട് പുഴ കരകവിഞ്ഞൊഴുകും. അതുകൊണ്ട് മഴക്കാലത്ത് പലപ്പോഴും സ്കൂളിൽ പോകാൻ സാധിക്കില്ല. മഴക്കാലത്ത് സ്കൂൾ വിട്ടുവരുന്നതുവരെ വീട്ടുകാർ ഏറെ വേവലാതിപ്പെടും. കുറച്ചുകാലം ഞാൻ കീഴ്മാലയിലെ അമ്മവീട്ടിൽ താമസിച്ചാണ് സ്കൂളിൽ പോയത്. കടവ് കടന്ന് പോകാനുള്ള പ്രയാസങ്ങളും മറ്റു ചില അപകടങ്ങളും ഉണ്ടായതോടെ കയ്യൂർ ഹൈസ്കൂളിൽനിന്നും മാറാൻ നിർബ്ബന്ധിതനായി. അദ്ധ്യാപകരും സുഹൃത്തുക്കളും സ്കൂൾ മാറ്റത്തെ എതിർത്തുവെങ്കിലും യാത്രാപ്രയാസം മറികടക്കാൻ മറ്റുമാർഗ്ഗങ്ങളില്ലാത്തതിനാൽ പഠനം നീലേശ്വരം രാജാസ് സ്കൂളിലേക്ക് മാറ്റി. കയ്യൂർ സ്കൂളിൽ ചീമേനിയിൽനിന്നുള്ള കെ ടി മാധവൻ, കെ ടി ഹരിദാസ്, കേളപ്പൻ, കയ്യൂരിലെ കെ പി വെള്ളുങ്ങ, വെള്ളുങ്ങയുടെ സഹോദരി പാറുക്കുട്ടി, ഗോപാലൻ, ഇസ്മയിൽ, മയ്യിച്ച കുഞ്ഞിക്കണ്ണൻ, മയ്യിൽ കുഞ്ഞികൃഷ്ണ വാര്യർ തുടങ്ങി വലിയൊരു സൗഹൃദം ഉണ്ടായിരുന്നു.

നീലേശ്വരം രാജാസ് സ്കൂളിൽ കരുണാകരൻ നമ്പ്യാർ ആയിരുന്നു ഹെഡ്മാസ്റ്റർ. ഗൗരവക്കാരനും കണിശക്കാരനുമായിരുന്നു അദ്ദേഹം. അതുകൊണ്ടുതന്നെ രാജാസിൽ പ്രവേശനം കിട്ടുമോ എന്ന് സംശയമുണ്ടായിരുന്നു. ഞാൻ അദ്ദേഹത്തെ വീട്ടിൽ പോയി കണ്ടു. ഗൗരവത്തോടെതന്നെ കയ്യൂർ സ്കൂളിലെ മാർക്കും മറ്റു വിവരങ്ങളും പരിശോധിച്ചു.

യാത്രാ പ്രശ്നത്തിന്റെ കാര്യം കൂടി മനസ്സിലാക്കിയപ്പോൾ പ്രവേശനം ലഭിച്ചു. രാജാസിൽ തന്നെ പഠിച്ചുവരുന്നവർക്കല്ലാതെ പത്താം ക്ലാസിൽ പ്രവേശനം നല്കുന്ന രീതി അതുവരെ ഇല്ലായിരുന്നു. എന്റെ കാര്യത്തിൽ രാജാസിന്റെ ആ കീഴ്വഴക്കം വഴിമാറി. നീലേശ്വരം രാജാസ് സ്കൂൾ മലബാറിൽ പ്രസിദ്ധമായ വിദ്യാലയമാണ്. വിവിധ കാലഘട്ടങ്ങളിൽ സ്കൂളിലെ ഹെഡ്മാസ്റ്റർമ്മാരാണ് ഈ പ്രശസ്തിക്ക് കാരണമായത്. ജി എസ് റാവു, രാധാകൃഷ്ണൻ മാസ്റ്റർ, ചന്ദ്രശേഖരൻ മാസ്റ്റർ, മാരാർ മാസ്റ്റർ തുടങ്ങിയ വലിയൊരു അദ്ധ്യാപകനിരതന്നെ രാജാസിനുണ്ടായിരുന്നു. ഹൈസ്കൂളുകൾ സാർവ്വത്രികമല്ലാതിരുന്നതിനാൽ ദൂരെയുള്ള പ്രദേശങ്ങളിൽ നിന്നുപോലും വിദ്യാർത്ഥികൾ രാജാസിലെത്തിയിരുന്നു. പയ്യന്നൂർ, കാഞ്ഞങ്ങാട്, കാസർഗോഡ് പ്രദേശങ്ങളിലെ നിരവധി കുട്ടികൾ രാജാസിലുണ്ടായിരുന്നു. പ്രഗത്ഭരായ അദ്ധ്യാപകരും അക്കാലത്ത് രാജാസിൽ ഉണ്ടായിരുന്നു. രാജാസ് സ്കൂളിൽ അന്ന് ശക്തമായ ഫുട്ബോൾ ടീം ഉണ്ടായിരുന്നു. ഇതര കായികരംഗത്തും രാജാസ് സ്കൂൾ ശ്രദ്ധേയമായിരുന്നു. എന്നാൽ രാജാസ് സ്കൂൾ കൂടുതൽ കീർത്തി നേടിയത് കലാ-സാഹിത്യ രംഗത്തായിയുന്നു. യുവജനോത്സവത്തിൽ മിക്കപ്പോഴും ജില്ലയിൽ പ്രഥമസ്ഥാനം രാജാസിനായിരുന്നു. സംഗീതം, നൃത്തം തുടങ്ങിയ മേഖലകളിലൊക്കെ രാജാസ് മേധാവിത്തം നേടി. ആയിരക്കണക്കിന് വിദ്യാർത്ഥികളാണ് ഇവിടെ പഠിച്ചിരുന്നത്. അതുകൊണ്ടുതന്നെ ഒരുവർഷത്തെ മാത്രം പഠനത്തിനെത്തിയ എനിക്ക് വലിയ സൗഹൃദങ്ങൾ നേടാൻ രാജാസിൽ കഴിയുമായിരുന്നില്ല. എന്നാൽ രണ്ടു രംഗങ്ങളിൽ നേട്ടം ഉണ്ടാക്കാൻ കഴിഞ്ഞതോടെ അദ്ധ്യാപകരുടേയും സഹപാഠികളുടേയും ഇടയിൽ എനിക്ക് ശ്രദ്ധേയനാകാൻ കഴിഞ്ഞു. ഞങ്ങൾക്ക് പരിശീലനം നല്കുകയും ടീമിനൊപ്പം നില്ക്കുകയും ചെയ്ത ഗോപാലകൃഷ്ണൻ മാസ്റ്ററുടെ നിർദ്ദേശങ്ങൾ ഫലപ്രദമായിരുന്നു. മുമ്പ് പഠിച്ച സ്കൂളുകളിലേതുപോലെ സ്കൂൾതലത്തിലും ജില്ലാ തലത്തിലും പ്രസംഗമത്സരത്തിൽ എനിക്ക് ഒന്നാം സ്ഥാനം ലഭിച്ചു. രാജാസ് സ്കൂളിൽ സംഘടിപ്പിച്ച സാഹിത്യമത്സരങ്ങളിലും പങ്കെടുക്കാൻ എനിക്ക് സാധിച്ചു. സ്കൂൾ മാഗസിന്റെ ചുമതലയും അക്കൊല്ലം എനിക്കായിരുന്നു. ഞാൻ പഠിച്ച വർഷമായിരുന്നു ആദ്യമായി രാജാസിന് ജില്ലാതലത്തിൽ വോളീബോൾ മത്സരത്തിൽ ഒന്നാം സ്ഥാനം ലഭിച്ചത്. കാസർഗോട്ടെ മികച്ച വോളീബോൾ ടീമായ ബി ഇ എം സ്കൂളിനെയായിരുന്നു ഞങ്ങൾ പരാജയപ്പെടുത്തിയത്. മുമ്പ് പഠിച്ച വിദ്യാലയങ്ങളിൽനിന്നും വോളീബോളിൽ മികച്ച പരിശീലനം ലഭിച്ചതുകൊണ്ടാണ് എനിക്ക് രാജാസ് സ്കൂളിലെ വോളിബോൾ ടീമിൽ അംഗമാകാൻ കഴിഞ്ഞത്. ഇതും കുട്ടികൾക്കിടയിൽ എന്നെ തിരിച്ചറിയാൻ സഹായിച്ചു. അക്കാലത്ത് സ്കൂളുകളിൽ കൈയെഴുത്ത് മാസിക പുറത്തിറക്കാറുണ്ട്. എന്റെ ലേഖനങ്ങളും കവിതകളും കൈയെഴുത്ത് മാസികയിൽ പ്രസിദ്ധീകരിച്ചിരുന്നു. പൊതാവൂർ സ്കൂളിലെന്നപോലെ രാജാ

സിലും കൈയെഴുത്ത് മാസികയുടെ ചുമതല എനിക്കായിരുന്നു. നീലേശ്വരം രാജാസ് സ്കൂളിൽ എത്തിയിട്ടും എന്റെ യാത്രാപ്രശ്നം പരിഹരിക്കാൻ കഴിഞ്ഞില്ല. വീട്ടിൽനിന്നും കയ്യൂർ സ്കൂളിലേക്ക് 10 കിലോമീറ്റർ ദൂരമാണുണ്ടായതെങ്കിൽ നീലേശ്വരത്തേക്ക് 15 കിലോമീറ്റർ ദൂരമുണ്ട്. ബസ് ഗതാഗതം ഇല്ലാത്തതിനാൽ ദിവസേന മുപ്പത് കിലോമീറ്റർ നടന്നാണ് ഞാൻ പോയി വന്നത്. ചിലപ്പോൾ സൈക്കിളോടിച്ചാണ് പോയത്. ഒരു ദിവസം സൈക്കിളിൽനിന്നും വീണ് പരിക്കേറ്റതോടെ അത് ഒഴിവാക്കി. വർഷാവസാനം നീലേശ്വരത്തെ ഒരു വീട്ടിൽ താമസിച്ചാണ് പഠിച്ചത്. 1962–63 വർഷം രാജാസ് സ്കൂളിൽനിന്നും ഫസ്റ്റ് ക്ലാസോടെ ഞാൻ എസ് എസ് എൽ സി പാസായി. സ്കൂളിലെ ചില അദ്ധ്യാപകരെ മറക്കാനാവില്ല. ചന്ദ്രശേഖരൻ മാസ്റ്ററും മുകുന്ദൻ മാസ്റ്ററും സ്പോർട്സിന്റെ ഗോപാലകൃഷ്ണൻ മാസ്റ്ററും ചാത്തുക്കുട്ടി മാസ്റ്ററുമൊക്കെ മനസ്സിൽ മായാതെ നില്ക്കുന്നു. രാജാസിൽ എന്റെകൂടെ പഠിച്ച പലരും സംസ്ഥാന–ദേശീയ തലത്തിൽ വിവിധ സ്ഥാനങ്ങളിൽ എത്തി. കയ്യൂർ സ്കൂളിലെന്നപോലെ രാജാസിലും ഞാൻ കെ എസ് എഫ് (കേരള സ്റ്റുഡന്റ്സ് ഫെഡറേഷൻ) പ്രവർത്തകനായിരുന്നു. അന്ന് രാജാസിൽ ശക്തമായ സംഘടനാ പ്രവർത്തനം ഉണ്ടായിരുന്നില്ല.

പ്രഗത്ഭരായ അദ്ധ്യാപകരുടെ നിരതന്നെ രാജാസിലുണ്ടായിരുന്നു. കെ എ രാമകൃഷ്ണ റാവു, വി കരുണാകരൻ നമ്പ്യാർ, കെ രാധാകൃഷ്ണറാവു, ശ്രീപതി റാവു, കെ കെ അപ്പുക്കുട്ടൻ അടിയോടി, കെ കെ കെ കുറുപ്പ്, കൃഷ്ണൻ കുട്ടി മാഷ്, എം സി കൃഷ്ണവർമ്മ രാജ, കെ സി മാനവർമ്മ രാജ, പി ശ്രീധരൻ എമ്പ്രാന്തിരി തുടങ്ങിയവർ വ്യത്യസ്ത കാലങ്ങളിൽ രാജാസിൽ അദ്ധ്യാപകരായിരുന്നു. സ്വാതന്ത്ര്യസമര സേനാനി കെ മാധവൻ രാജാസിലെ ഹിന്ദി അദ്ധ്യാപകനായിരുന്നു. രാജാസിലെ വിദ്യാർത്ഥികളിൽ നിരവധിപേർ പില്ക്കാലത്ത് വ്യത്യസ്ത മേഖലകളിൽ പ്രാഗത്ഭ്യം തെളിയിച്ചു. ജസ്റ്റിസ് കെ എ നായർ, പ്രസിദ്ധ സാഹിത്യകാരൻ നിരഞ്ജന, എൻ ജി കമ്മത്ത്, വാരാണാസി സുബ്രായ ഭട്ട്, എൻ എൻ പൈ, കാനായി കുഞ്ഞിരാമൻ, കെ വി കുഞ്ഞമ്പു, എൻ കെ കുട്ടൻ, മേലത്ത് നാരായണൻ നമ്പ്യാർ, മുൻ എം എൽ എ സി കുഞ്ഞികൃഷ്ണൻ നായർ, പി കെ രാഘവൻ നമ്പ്യാർ, പി കെ ചന്ദ്രശേഖരൻ, മലബാർ മാധവൻ നമ്പ്യാർ, കെ കെ സോമൻ, മുന്നാട് കൃഷ്ണൻ, എം ആർ കൃഷ്ണൻ, ഡോ. പി പ്രഭാകരൻ, ഡോ. വി കുട്ട്യൻ, പ്രൊഫ. കെ പി ജയരാജൻ, ചലച്ചിത്ര രംഗത്ത് പ്രശസ്തരായ കാവ്യ മാധവൻ, ശ്രീഹരി, ജിതേഷ്, മനു ജഗത്ത്, മനുവ് ജെ എസ് തുടങ്ങിയവർ വിവിധ കാലങ്ങളിലായി രാജാസ് സ്കൂളിലെ വിദ്യാർത്ഥികളായിരുന്നു. എന്റെ ജ്യേഷ്ഠൻ ഗോപാലൻ മാസ്റ്റർ സ്കൂളിലെ പ്രധാനപ്പെട്ട ഫുട്ബോൾ കളിക്കാരനായിരുന്നു. പിന്നീട് കായികാദ്ധ്യാപകനായി.

വടക്കേമലബാറിന്റെ വികസന–വിദ്യാഭ്യാസ സ്വപ്നങ്ങൾക്ക് ചിറക് നല്കിയത് 1957 ലെ ഇ എം എസ് സർക്കാരായിരുന്നു. വടക്കേ മലബാ

റിൽ കാസർഗോഡ് സർക്കാർ കോളേജ് ആരംഭിച്ചത് 1957 ൽ ആണ്. അതുവരെ ഈ പ്രദേശത്തെ വിദ്യാർത്ഥികൾ മംഗലാപുരത്തോ കണ്ണൂരോ ആണ് കോളേജ് വിദ്യാഭ്യാസം നടത്തിയത്. അന്ന് കോളേജുകളിൽ ഒരു വർഷത്തെ പ്രീ യൂണിവേഴ്സിറ്റി കോഴ്സാണ് (പി യു സി) ഉണ്ടായിരുന്നത്. പി യു സിക്ക് ഞാൻ കാസർഗോഡ് ഗവ. കോളേജിൽ ചേർന്നു. പി യു സിയിൽ മാതൃഭാഷ ഒഴികെയുള്ള വിഷയങ്ങൾ ഇംഗ്ലീഷിലാണ് പഠനവും പരീക്ഷയും. സാധാരണ സ്കൂളിൽനിന്നും പത്താം ക്ലാസ് കഴിഞ്ഞ് കോളേജിലെത്തുന്നവർക്ക് ഇത് വലിയ പ്രതിസന്ധിയായിരുന്നു. വളരെ അശാസ്ത്രീയമായ ഒരു പഠനരീതി ആയിരുന്നു അതെന്ന് പറയാതിരിക്കാനാവില്ല. ഇംഗ്ലീഷും മലയാളവും കൂടാതെ ഫിസിക്സ്, കെമിസ്ട്രി, ബോട്ടണി, ചരിത്രം, ഗണിതം തുടങ്ങിയ വിഷയങ്ങളെല്ലാം ഇംഗ്ലീഷിൽ പഠിക്കലും പഠിപ്പിക്കലും ഒരേപോലെ പ്രയാസകരമായിരുന്നു. പി യു സി യുടെ വിജയശതമാനം വളരെ കുറയാൻ കാരണവും ഇതുതന്നെയാണ്. കഠിനാദ്ധ്വാനവും ഭാഗ്യവുംകൊണ്ടാണ് ആദ്യവർഷംതന്നെ പി യു സിക്ക് വിജയിക്കാൻ എനിക്ക് കഴിഞ്ഞത്. അന്ന് കോളേജിൽ ഹോസ്റ്റൽ ഉണ്ടായിരുന്നില്ല. ആദ്യമൊക്കെ നീലേശ്വരത്തുനിന്നും തീവണ്ടിയിൽ കാസർഗോട്ടേക്ക് പോകും. വൈകിട്ടത്തെ തീവണ്ടിക്ക് നീലേശ്വരത്തേക്കും. ദൂരെനിന്നും വരുന്ന കുട്ടികൾ ലോഡ്ജുകളിലാണ് താമസിക്കാറ്. വർഷാവസാനം ഞാനും ലോഡ്ജിലേക്ക് മാറി.

അന്നത്തെ പ്രിൻസിപ്പൽ കരിമ്പുഴ രാമകൃഷ്ണൻ ആയിരുന്നു. കുട്ടികൾക്ക് അദ്ദേഹത്തെ വളരെയധികം ബഹുമാനവും ഭയവും ആയിരുന്നു. അച്ചടക്കത്തിന്റെ കാര്യത്തിൽ ഒരു വിട്ടുവീഴ്ചയ്ക്കും അദ്ദേഹം തയ്യാറാവില്ല. തികഞ്ഞ പണ്ഡിതനായ അദ്ദേഹത്തിന്റെ മലയാളത്തിലുള്ള പ്രസംഗം പ്രസിദ്ധമാണ്. അത്തവണത്തെ മെയ് ദിനത്തിൽ കാസർഗോഡ് ടൗണിൽ നടന്ന പൊതുയോഗത്തിൽ ഞാനും കെ എസ് എഫ് യൂണിറ്റ് സെക്രട്ടറി കെ ബാലകൃഷ്ണനും പ്രസംഗിച്ചു. (ബാലകൃഷ്ണൻ പിന്നീട് എസ് പി ആയി). കാസർഗോഡ് അന്നത്തെ പ്രധാനപ്പെട്ട കമ്യൂണിസ്റ്റ് നേതാക്കൾ യു എൻ ഭട്ടും രാമണ്ണറൈയും ആയിരുന്നു. (ഭട്ട് പിന്നീട് ജഡ്ജിയും രാമണ്ണറൈ എം പിയും ആയി.) പൊതുയോഗത്തിൽ പ്രസംഗിച്ചതിന് എന്നെയും ബാലകൃഷ്ണനെയും പ്രിൻസിപ്പൽ സസ്പെന്റ് ചെയ്തു. അന്ന് കലാലയത്തിൽ ശക്തമായ സംഘടനകൾ ഉണ്ടായിരുന്നില്ല. അഡ്വ. ഭട്ട് പ്രിൻസിപ്പലുമായി സംസാരിച്ചശേഷമാണ് സസ്പെൻഷൻ പിൻവലിച്ചത്.

പി യു സിക്ക് ശേഷം ഡിഗ്രി കോഴ്സിനും കാസർഗോഡ് കോളേജിൽത്തന്നെ പ്രവേശനം ലഭിച്ചു. സാമ്പത്തികശാസ്ത്രം മുഖ്യവിഷയമായും ചരിത്രവും സ്റ്റാറ്റിസ്റ്റിക്സും ഉപവിഷയങ്ങളുമായാണ് ഞാൻ ബിരുദത്തിന് ചേർന്നത്. പ്രമുഖരായ നിരവധി അദ്ധ്യാപകർ അക്കാലത്ത് കാസർഗോഡ് കോളേജിൽ ഉണ്ടായിരുന്നു. കരിമ്പുഴയ്ക്ക് ശേഷം വന്ന

പ്രിൻസിപ്പൽ ഗോപാലൻ നായർ, ഗോദവർമ്മരാജ, പൊന്നപ്പൻ, ഗീ വർഗ്ഗീസ്, പ്രൊഫ: ഇന്ദിര, ആനന്ദക്കുട്ടൻ, പ്രൊഫ: മൂർത്തി, ഏലിയാമ്മ, പ്രൊഫ: സുധാകരൻ, ഭട്ട് തുടങ്ങി നിരവധി പ്രഗത്ഭരായ അദ്ധ്യാപകർ കാസർഗോഡ് കോളേജിൽ അന്നുണ്ടായിരുന്നു. കോളേജിലെ യൂണിയൻ പ്രവർത്തനവും ഫൈൻ ആർട്സ് പ്രവർത്തനവും വളരെ മികച്ച നിലയിൽ നടന്നിരുന്നു. ഫൈൻ ആർട്സിന്റെയും മലയാളം അസോസിയേഷന്റെയും കോളേജ് യൂണിയന്റെയും സെക്രട്ടറിയായും ഞാൻ പ്രവർത്തിച്ചിട്ടുണ്ട്. ഡിഗ്രിക്ക് പഠിക്കുന്ന സമയത്തും ഹോസ്റ്റൽ ഇല്ലാത്തതിനാൽ ലോഡ്ജിൽത്തന്നെയാണ് താമസിച്ചിരുന്നത്. കോളേജിന്റെ നേരെ മുമ്പിലുണ്ടായിരുന്ന ലോഡ്ജിലാണ് ഞാൻ താമസിച്ചിരുന്നത്. കണ്ണൂർ, പഴയങ്ങാടി, പയ്യന്നൂർ, കാഞ്ഞങ്ങാട്, ചെറുവത്തൂർ തുടങ്ങിയ സ്ഥലങ്ങളിൽനിന്നുള്ള വിദ്യാർത്ഥികൾ ഇവിടെ താമസിച്ചിരുന്നു. താമസക്കാരിൽ ഭൂരിപക്ഷം പേരും കെ എസ് എഫ് പ്രവർത്തകർ ആയിരുന്നതിനാൽ മോസ്കോ ലോഡ്ജ് എന്നാണ് ഞങ്ങളുടെ താമസസ്ഥലം അറിയപ്പെട്ടിരുന്നത്. കോളേജിനെ പ്രതിനിധീകരിച്ച് സംസ്ഥാനതലത്തിൽ മലയാളം പ്രസംഗത്തിൽ ഞാൻ ഒന്നാം സ്ഥാനം നേടിയിട്ടുണ്ട്. ശക്തമായ ഫുട്ബോൾ, വോളീബോൾ, ക്രിക്കറ്റ് ടീമുകളും കോളേജിൽ ഉണ്ടായിരുന്നു. വോളീബോൾ ടീം സംസ്ഥാന തലത്തിലുള്ള മത്സരങ്ങളിൽ പങ്കെടുക്കുകയും മട്ടന്നൂർ കോളേജ്, പയ്യന്നൂർ കോളേജ്, ഫറൂഖ് കോളേജ് തുടങ്ങിയ ടീമുകളെ നേരിടുകയും ചെയ്തിട്ടുണ്ട്. ആദ്യഘട്ടത്തിൽ വിദ്യാർത്ഥി സംഘടനയെന്ന നിലയിൽ വലിയ പ്രവർത്തനങ്ങളൊന്നും നടത്തിയിരുന്നില്ല. ക്രമേണ ഇത് ശക്തിപ്പെട്ട് കോളേജിലെ പ്രധാനപ്പെട്ട സംഘടനയായി കെ എസ് എഫ്. മാറി. ഇന്നത്തെ മുഖ്യമന്ത്രി പിണറായി വിജയൻ അന്ന് കെ എസ് എഫിന്റെ സംസ്ഥാന നേതാവായിരുന്നു. കാസർഗോഡിനെ ബാധിക്കുന്ന ചില വിഷയങ്ങളുമായി ബന്ധപ്പെട്ട് വിദ്യാർത്ഥികളുടെ യോഗത്തിൽ അദ്ദേഹം പങ്കെടുത്തിരുന്നു.

കേരളത്തിന്റെ അതിർത്തിപ്രദേശമായ കാസർഗോഡിനെ ബാധിക്കുന്ന മഹാജൻ കമ്മീഷൻ റിപ്പോർട്ട് ഈ സമയത്താണ് പുറത്തുവന്നത്. കാസർഗോഡ് ഉൾപ്പെടെയുള്ള കേരളത്തിന്റെ പ്രദേശങ്ങൾ കർണ്ണാടകത്തിന് വിട്ടുകൊടുക്കാനുള്ള നിർദ്ദേശം റിപ്പോർട്ടിലുണ്ടായിരുന്നു. റിപ്പോർട്ടിനെതിരെയുള്ള ആദ്യ പ്രതിഷേധം ഉയർന്നത് കാസർഗോഡ് കോളേജിൽ നിന്നായിരുന്നു. ഈ സമയത്ത് കോളേജിൽ ഒരു പരിപാടിയിൽ പങ്കെടുക്കാനായി ഗവർണറുടെ ഉപദേഷ്ടാവ് രാഘവാചാരി എത്തി. മഹാജൻ കമ്മീഷൻ റിപ്പോർട്ടിനെതിരെ രാഘവാചാരിക്ക് നിവേദനം നല്കാൻ വിദ്യാർത്ഥികൾ തീരുമാനിച്ചു. വിദ്യാർത്ഥികൾ ഒപ്പിട്ട നിവേദനം രാഘവാചാരിക്ക് നല്കിയത് ഞാനായിരുന്നു. എന്നാൽ ഇതോടെ മറ്റൊരു സംഭവം ഉണ്ടായി. നിവേദനത്തെക്കുറിച്ചറിഞ്ഞ കന്നഡക്കാരായ വിദ്യാർത്ഥികൾ ഉടൻതന്നെ പ്രതിഷേധവുമായി രംഗത്തുവന്നു. കോളേജിൽ ഒരേ ബഞ്ചിലിരുന്ന വിദ്യാർത്ഥികൾ പോലും മലയാളം, കന്നഡ

എന്നിങ്ങനെ ചേരിതിരിഞ്ഞു. മഹാജൻ കമ്മീഷൻ റിപ്പോർട്ടിൽ പ്രതിഷേധിച്ച് കാസർഗോഡ് ടൗണിലേക്ക് മാർച്ച് നടത്താൻ വിദ്യാർത്ഥികൾ തീരുമാനിച്ചു. ഇത് വിദ്യാർത്ഥികൾക്കിടയിലെ മലയാളം, കന്നഡ ചേരിതിരിവിന് ശക്തിപകർന്നു. മാർച്ച് വിജയിപ്പിക്കാനായി വിപുലമായ ആക്ഷൻ കൗൺസിൽ രൂപീകരിച്ചു. ഞാനായിരുന്നു കൺവീനർ. പ്രതിഷേധത്തിന്റെ ഭാഗമായി കോളേജിന് മുന്നിൽ പിക്കറ്റിങ് ആരംഭിച്ചു. ഇതിനെതിരെ കന്നഡ വിദ്യാർത്ഥികൾ രംഗത്തെത്തി. അല്പസമയത്തിനകം രണ്ടുവിഭാഗങ്ങൾക്കിടയിൽനിന്നും കല്ലേറുണ്ടായി. പൊലീസെത്തിയാണ് രംഗം ശാന്തമാക്കിയത്. അതിനു ശേഷമാണ് മാർച്ച് ആരംഭിച്ചത്. മാർച്ചിൽ നൂറുകണക്കിന് വിദ്യാർത്ഥികൾ പങ്കെടുത്തു. ടൗണിൽ എത്തുമ്പോഴേക്കും വലിയതോതിൽ പൊതുജനങ്ങളും മാർച്ചിന്റെ ഭാഗമായിരുന്നു. അതോടൊപ്പം കടകൾ അടച്ചുകൊണ്ട് വ്യാപാരികളും പ്രതിഷേധത്തിൽ പങ്കെടുത്തു. ടൗണിൽ എത്തിയപ്പോഴേക്കും മാർച്ചിനെ എതിർക്കുന്നവർ സംഘടിതരായി വന്നു. മാർച്ചിനെതിരെയും തിരിച്ചും കല്ലേറുണ്ടായി. അപ്പോഴേക്കും മാർച്ചിന്റെ നിയന്ത്രണം പൂർണ്ണമായും വിദ്യാർത്ഥികളിൽനിന്നും കൈവിട്ടുപോയിരുന്നു. പോസ്റ്റോഫീസ് ജങ്ഷൻ കഴിഞ്ഞ് താലൂക്കാഫീസും പിന്നിട്ട് മല്ലികാർജ്ജുന ക്ഷേത്രത്തിനടുത്തെത്തിയപ്പോഴേക്കും അക്ഷരാർത്ഥത്തിൽ സംഘർഷഭരിതമായ അന്തരീക്ഷമായി. മാർച്ചിന് മുന്നിലുണ്ടായിരുന്ന പൊലീസിന് സംഘർഷം നിയന്ത്രിക്കാനായില്ല. മലയാളി, കന്നഡ വിഭാഗങ്ങൾ തമ്മിലുള്ള ഏറ്റുമുട്ടലായി അത് രൂപാന്തരപ്പെട്ടു. പൊലീസിന്റെ സന്ദർഭോചിതമായ ഇടപെടലിന്റെ ഭാഗമായി മാർച്ച് തിരികെ ഇന്നത്തെ പഴയ ബസ്സ്റ്റാന്റ് പരിസരത്തെത്തി. ഇതിനിടയിൽ പലപ്രാവശ്യം പൊലീസിന് ആകാശത്തേക്ക് വെടിവെക്കേണ്ടിവന്നു. ഭാഗ്യംകൊണ്ടുമാത്രം ആളപായം ഉണ്ടായില്ല. കല്ലേറിൽ നിരവധിപേർക്ക് പരിക്കേറ്റു. എന്റെ കാലിന് പരിക്കേറ്റതിനാൽ ബാൻഡേജിട്ടു. മാർച്ചിനെതിരെയുള്ള അതിക്രമത്തിൽ പ്രതിഷേധിച്ച് യോഗം നടത്താൻ തീരുമാനിച്ചെങ്കിലും ശക്തമായ സംഘർഷ സാദ്ധ്യത മുന്നിൽക്കണ്ട് അധികൃതർ 144 പ്രഖ്യാപിച്ചു. കോളേജ് മൂന്ന് മാസത്തോളം അടച്ചിട്ടു.

കന്നഡ, മലയാളി വിദ്യാർത്ഥികൾ വളരെ സൗഹാർദ്ദത്തോടെ കഴിഞ്ഞ കലാലയമായിരുന്നു കാസർഗോഡ് കോളേജ്. ഈ സംഭവം വിദ്യാർത്ഥികളുടെ മനസ്സിൽ വല്ലാത്ത മുറിവുണ്ടാക്കി. കോളേജ് തുറന്നശേഷവും മാസങ്ങളോളം അത് നിലനിന്നു. പൊലീസിന്റെ സാന്നിദ്ധ്യത്തിലാണ് കുറെക്കാലം കോളേജ് പ്രവർത്തിച്ചത്. എന്റെ ഏറ്റവും അടുത്ത സുഹൃത്തുക്കളായ കന്നഡ വിദ്യാർത്ഥികൾ പോലും പഴയ സ്നേഹബന്ധം പ്രകടിപ്പിച്ചില്ല. ഭാഷാടിസ്ഥാനത്തിൽ സംസ്ഥാനങ്ങൾ രൂപീകരിക്കുക എന്ന നയത്തിന്റെ ഭാഗമായിട്ടാണ് 1956 നവംബർ ഒന്നിന് കേരളം രൂപീകൃതമായത്. കാസർഗോഡ്, ഇടുക്കി ജില്ലയിലെ ചില ഭാഗങ്ങൾ തുടങ്ങിയ പ്രദേശങ്ങൾ കേരളത്തിന്റെ ഭാഗമായി. ഈ പ്രദേ

ശങ്ങളിലെ ജനതയിലൊരു വിഭാഗം മറ്റു ഭാഷകൾ സംസാരിക്കുന്നവരാണ്. ഇതു സംബന്ധിച്ച് പരാതികൾ ഉയർന്നതുകൊണ്ടാണ് മഹാജൻ കമ്മീഷൻ രൂപീകരിച്ചത്. കമ്മീഷൻ റിപ്പോർട്ട് പ്രകാരം കാസർഗോഡിന്റെ വടക്കൻ ഭാഗങ്ങളിലുള്ള ചില പ്രദേശങ്ങൾ കർണ്ണാടകത്തിന് കൈമാറേണ്ടിവരും. കേരളത്തിലാകെ മഹാജൻ കമ്മീഷൻ റിപ്പോർട്ടിനെതിരെ പ്രതിഷേധം ഉണ്ടായി. എന്നാൽ അത് തീവ്രമായി ഉയർന്നുവന്നത് കാസർഗോഡായിരുന്നു. കാസർഗോഡ് പ്രതിഷേധത്തിന് തുടക്കം കുറിച്ചത് ഗവൺമെന്റ് കോളേജിലായിരുന്നു. പില്ക്കാലത്ത് ആലോചിക്കുമ്പോൾ, വിദ്യാർത്ഥികളെ രണ്ടുചേരിയിലാക്കിയ അന്നത്തെ പ്രതിഷേധം വേണ്ടിയിരുന്നോയെന്നത് ഉയർന്നുവന്ന ചോദ്യമാണ്. ഈ സന്ദർഭത്തിലാണ് യുവജന വിദ്യാർത്ഥി പ്രസ്ഥാനങ്ങളുടെ സംസ്ഥാന നേതാവായിരുന്ന പിണറായി വിജയൻ കാസർഗോഡ് വിദ്യാർത്ഥികളുടെ യോഗത്തിൽ പങ്കെടുത്തത്. സമരത്തിൽ നിന്ന് പിന്മാറണമെന്ന നിർദ്ദേശമുണ്ടായെങ്കിലും വിദ്യാർത്ഥികൾ അംഗീകരിച്ചില്ല. സമരത്തിന്റെ നേതൃത്വത്തിൽ കെ എസ് എഫ് പ്രവർത്തകരായിരുന്നു. സമരത്തിൽനിന്നും പിന്മാറിയാൽ വിദ്യാർത്ഥികൾക്കിടയിൽ നമ്മൾ ഒറ്റപ്പെടുമായിരുന്നതിനാലാണ് ഇത്തരത്തിലൊരു തീരുമാനത്തിലെത്തിയത്. ഞാനും യൂണിയൻ സെക്രട്ടറികൂടിയായ ഷെരീഫും പി കെ മുഹമ്മദും (ബദരിയ മുഹമ്മദ്) ആയിരുന്നു ആക്ഷൻ കൗൺസിലിന്റെ നേതൃത്വത്തിൽ. (മുഹമ്മദ് പിന്നീട് അഭിഭാഷകനായി). ഉദുമയിൽനിന്നുള്ള കുഞ്ഞമ്പു നായർ ഉൾപ്പെടെയുള്ളവർ സമരത്തിന്റെ മുൻനിരയിലുണ്ടായിരുന്നു. കക്ഷിരാഷ്ട്രീയത്തിനതീതമായ യോജിപ്പ് ഇക്കാര്യത്തിൽ വിദ്യാർത്ഥികളിൽ ഉണ്ടായി. പക്ഷേ, അത് കന്നഡ-മലയാളം വിദ്യാർത്ഥികൾക്കിടയിലെ ചേരിതിരിവായത് നിർഭാഗ്യകരമായിപ്പോയി. ഈ വിഷയം ചർച്ച ചെയ്യാൻ കാസർഗോഡ് സ്റ്റേറ്റ് ഹോട്ടലിൽ വിപുലമായ യോഗം നടത്തി. കെ എസ് എഫ് സംസ്ഥാന നേതാവായ സ. സി ഭാസ്കരൻ യോഗത്തിൽ പങ്കെടുത്തു. സമരത്തിൽനിന്നും പിന്മാറാനുള്ള നിർദ്ദേശം ആ യോഗത്തിലും അംഗീകരിച്ചില്ല. വിഷയം അത്രയേറെ വൈകാരികമായി മുന്നോട്ടുപോയിരുന്നു. മാത്രമല്ല, കാസർഗോട്ടെ വലിയ വിഭാഗം ജനങ്ങളുടെ പിന്തുണ ഉണ്ടായിരുന്നതും പ്രധാന ഘടകമാണ്.

കാസർഗോഡ് കോളേജിൽ എന്നോടൊപ്പം പഠിച്ച പലരും ഉയർന്ന ഔദ്യോഗിക പദവികളിലെത്തിയിട്ടുണ്ട്. ഐ എ എസ് ലഭിച്ച് ചീഫ് സെക്രട്ടറി വരെയായ എ വിജയനുണ്ണി കാസർഗോഡ് കോളേജിലാണ് പഠിച്ചത്. എസ് പി മാരായ ബാലകൃഷ്ണൻ നായർ, ഷെരീഫ്, ഹക്കിം ബത്തേരി, ദാമോദരൻ, പുലിക്കോടൻ നാരായണൻ, പ്രശസ്ത സാഹിത്യകാരൻ മേലത്ത് ചന്ദ്രശേഖരൻ നായർ, കേരള പി എസ് സി അംഗമായിരുന്ന കോടോത്ത് ഗോവിന്ദൻ നായർ, റെയിൽവേ ഉദ്യോഗസ്ഥനായിരുന്ന ബാബു, ദാമോദരൻ പിലാത്തടം, സഹകരണരംഗത്തെ ജീവനക്കാരനായിരുന്ന കുഞ്ഞമ്പു നായർ, സർക്കാർ ഉദ്യോഗസ്ഥനായ നീലേ

ശ്വരത്തെ സുധാകരൻ, അദ്ധ്യാപകനായ എ രാമൻ (അസുഖബാധിതനായി മരിച്ചു), വോളിബോൾ താരം രാധാകൃഷ്ണൻ, കെ നാരായണൻ (കൊടക്കാട്), രാഘവൻ (കൊടക്കാട്), അഹമ്മദലി, ഹനീഫ, ചാത്തുക്കുട്ടി നമ്പ്യാർ, മുകുന്ദൻ (തളിപ്പറമ്പ്), നാരായണൻ (ആലക്കാട്), കെ എസ് ടി എ സംസ്ഥാന നേതാവായിരുന്ന എ മാധവൻ, പഠിച്ച കോളേജിൽ തന്നെ പ്രിൻസിപ്പാളായിരുന്ന പ്രൊഫ. ഗോപിനാഥ് തുടങ്ങിയവർ കാസർഗോഡ് കോളേജിൽ എന്റെ സതീർത്ഥ്യരായിരുന്നു. പൊലീസുദ്യോഗസ്ഥനായി മാറിയ ഷെരീഫും ഞാനും അടുത്ത സുഹൃത്തുക്കളായിരുന്നു. ഏറ്റവുമധികം വിദ്യാർത്ഥി സുഹൃത്തുക്കൾ ഉണ്ടായിരുന്നത് കാസർഗോട്ടെ കലാലയജീവിത കാലത്തായിരുന്നു. കൂടെ പഠിച്ച പലരും കോളേജ് അദ്ധ്യാപകരും പ്രിൻസിപ്പാൾമാരുമായി. വ്യത്യസ്ത പാർട്ടി നേതാക്കളായ അഡ്വ. സി കെ ശ്രീധരൻ, അഡ്വ. ടി ഭരതൻ, വിദ്യാർത്ഥി സംഘടനയ്ക്ക് ശക്തമായ നേതൃത്വം നല്കിയ പി രാഘവൻ, കുഞ്ഞിമംഗലം ദാമു തുടങ്ങി ഒട്ടേറെ വിപുലമായ സുഹൃദ് വലയം കാസർഗോഡ് കോളേജ് ജീവിതംകൊണ്ട് എനിക്ക് ലഭിച്ചു. കാസർഗോഡ് ഗവ. കോളേജിൽ വിദ്യാർത്ഥികളായിരുന്ന പി രാഘവൻ, കെ വി കുഞ്ഞിരാമൻ, സി ടി അഹമ്മദലി, എൻ എ നെല്ലിക്കുന്ന്, സി എച്ച് കുഞ്ഞമ്പു എന്നിവർ പില്ക്കാലത്ത് നിയമസഭാംഗങ്ങളായി. സർക്കാർ ഉദ്യോഗസ്ഥയായി പ്രവർത്തിച്ച് പില്ക്കാലത്ത് ഐ എ എസ് നേടിയ പി കെ ജയശ്രീ കാസർഗോഡ് കോളേജിലെ വിദ്യാർത്ഥിനി ആയിരുന്നു. അക്കാലത്തെ രാഷ്ട്രീയ ചർച്ചകളിൽ പങ്കെടുത്തവരിൽ പ്രധാനപ്പെട്ടവരായിരുന്നു സി കെ ശ്രീധരൻ, അഹമ്മദലി, ടി ഭരതൻ തുടങ്ങിയവർ. സി കെ ശ്രീധരൻ അറിയപ്പെടുന്ന അഭിഭാഷകനാണ്. ടി ഭരതനും അഭിഭാഷകൻ തന്നെ. അഹമ്മദ് കോളേജദ്ധ്യാപകനായി.

1964 ൽ ഇന്ത്യ-ചൈന സംഘർഷം നടക്കുന്ന സന്ദർഭത്തിൽ വിദ്യാർത്ഥികൾക്കിടയിൽ അതൊരു വലിയ സംവാദ വിഷയമായി. കോളേജുകളിൽ ഇതു സംബന്ധിച്ച് സെമിനാറുകളും സംവാദങ്ങളും നടന്നു. കാസർഗോഡ് കോളേജിലും ഇത്തരം പരിപാടികൾ നടന്നു. അതിലൊക്കെ എല്ലാ വിദ്യാർത്ഥികളും സജീവമായി പങ്കെടുത്തു. എന്നാൽ അന്ന് പാർട്ടിക്കകത്തുണ്ടായ ആശയസമരത്തിന്റെ പ്രതിദ്ധ്വനി ഇക്കാര്യത്തിലും പ്രകടമായി. ഇ എം എസിന്റെ ശരിയായ നിലപാടിനെ വിമർശിച്ചുകൊണ്ട് കെ എസ് എഫിനെതിരെ വിമർശനമുയർത്താൻ പലരുമുണ്ടായി. എസ് എ ഡാങ്കെ എടുത്ത സമീപനം ചൂണ്ടിക്കാട്ടിയാണ് പലരും ഇ എം എസിനെ എതിർത്തത്. ഡാങ്കെയുടെ നിലപാടിനെ വിദ്യാർത്ഥികളായ ഞങ്ങൾക്ക് എതിർക്കേണ്ടിവന്നു.

കാസർഗോഡ് പാർലമെന്റ് മണ്ഡലത്തെ അന്ന് പ്രതിനിധീകരിച്ചത് എ കെ ജി ആയിരുന്നു. കാസർഗോഡ് പലപ്പോഴും നടക്കുന്ന യോഗങ്ങളിൽ എ കെ ജി പങ്കെടുക്കും. കോളേജ് വിദ്യാർത്ഥികളായ ഞങ്ങളും അത്തരം യോഗങ്ങൾക്ക് പോകും. പൊതുപരിപാടി കഴിഞ്ഞാൽ വിദ്യാർ

ത്ഥികൾക്ക് മാത്രമായുള്ള യോഗങ്ങളിൽ എ കെ ജി സംസാരിക്കും. ടൗണിലുള്ള പഴയ പാർട്ടി ഓഫീസിലായിരിക്കും യോഗം. വിദ്യാർത്ഥികൾ രാഷ്ട്രീയവുമായി ബന്ധപ്പെട്ട നിരവധി സംശയങ്ങൾ ചോദിക്കും. അതിൽ പാർലമെന്റ് രംഗത്തെ കാര്യങ്ങളും ഉണ്ടാകും. എത്ര വൈകിയാലും അതിനൊക്കെ എ കെ ജി കൃത്യമായി മറുപടി നല്കും. സഖാക്കൾ എ വി കുഞ്ഞമ്പു, സി കൃഷ്ണൻ നായർ, രാമണ്ണ റൈ എന്നിവർ എ കെ ജിക്കൊപ്പം ഉണ്ടാകും. ഇത്തരം യോഗങ്ങൾ സംഘടിപ്പിക്കുന്നതിന്റെ മുൻപന്തിയിൽ സഖാക്കൾ രാമണ്ണറൈയും പി രാഘവനും ആയിരുന്നു. ഒട്ടേറെ രാഷ്ട്രീയ പ്രശ്നങ്ങളും സംഘടനാവിഷയങ്ങളും കാസർഗോട്ടെ വിദ്യാർത്ഥി ജീവിതത്തിനിടയിൽ കൈകാര്യം ചെയ്യേണ്ടിവന്നിട്ടുണ്ട്. ഇതൊക്കെ ആയിരുന്നിട്ടും പി യു സി പരീക്ഷയിലെന്നപോലെ ബിരുദ പരീക്ഷകളിലും ആദ്യ ചാൻസിൽത്തന്നെ മികച്ച വിജയം നേടാൻ എനിക്ക് സാധിച്ചു.

അന്ന് കാസർഗോഡ് കോളേജിൽ ബിരുദാനന്തരബിരുദ സൗകര്യം ഉണ്ടായിരുന്നില്ല. എം എ പഠനത്തിനായി കോഴിക്കോട് ഗുരുവായൂരപ്പൻ കോളേജിൽ അപേക്ഷിച്ചുവെങ്കിലും എന്റെ രാഷ്ട്രീയബന്ധം അറിഞ്ഞതിനെത്തുടർന്ന് സീറ്റ് ലഭിച്ചില്ല. അങ്ങനെയാണ് കോതമംഗലം മാർ അത്തനാഷ്യസ് കോളേജിൽ എം എ യ്ക്ക് അപേക്ഷിക്കുന്നത്. അവിഭക്ത കണ്ണൂർ ജില്ലയിൽനിന്നും വിദ്യാർത്ഥിയായി ഞാൻ മാത്രമേ ഉണ്ടായിരുന്നുള്ളു. മാനേജ്മെന്റിന്റെ കടുത്ത നിയന്ത്രണങ്ങളുള്ള കോളേജാണത്. വിദ്യാർത്ഥി സംഘടനാ സ്വാതന്ത്ര്യം കോളേജിൽ അനുവദിക്കപ്പെട്ടിരുന്നില്ല. തീവ്ര ഇടതുപക്ഷ രാഷ്ട്രീയം വലിയ രീതിയിൽ ചർച്ചചെയ്യപ്പെട്ട കാലമായിരുന്നു അത്. മാർ അത്തനാഷ്യസ് കോളേജിന്റെ സമീപത്തായിരുന്നു എഞ്ചിനീയറിങ് കോളേജ് സ്ഥിതിചെയ്യുന്നത്. ഇടതുപക്ഷ നിലപാടുള്ള ഒട്ടേറെ വിദ്യാർത്ഥികൾ അവിടെയുണ്ടായിരുന്നു. അവരിൽ ചിലരോടൊപ്പമായിരുന്നു എന്റെ താമസം. വർഗ്ഗീസിന്റെ കൊലപാതകവും അജിതയുടെ അറസ്റ്റും പൊലീസ് അതിക്രമവുമൊക്കെ പത്രവാർത്തയായി. കെ പി ആർ ഉൾപ്പെടെയുള്ളവർ പ്രസംഗിക്കുന്ന യോഗങ്ങളിൽ ഞാൻ പോകാറുണ്ട്. ശക്തമായ തീവ്രഇടത് ആഭിമുഖ്യം ഉണ്ടായിരുന്നില്ലെങ്കിലും ഇത്തരം യോഗങ്ങളിൽ ഞാൻ പങ്കെടുത്തുവെന്നത് വസ്തുതയാണ്. യോഗങ്ങളുടെ സംഘാടകരുമായി ബന്ധപ്പെട്ടതിനാലാവാം പിന്നീട് അറസ്റ്റു ചെയ്യപ്പെടേണ്ടവരുടെ പട്ടികയിൽ എന്റെ പേരും ഉണ്ടായിരുന്നു.

വിദ്യാർത്ഥികളുടെമേൽ കടുത്ത നടപടികൾ അടിച്ചേല്പിക്കുന്ന ആളായിരുന്നു പ്രിൻസിപ്പൽ വർഗ്ഗീസ്. ആയിരക്കണക്കിന് വിദ്യാർത്ഥികൾ പഠിക്കുന്ന കലാലയത്തിൽ ഇത്തരം നിബന്ധനകൾ അധികകാലം നിലനില്ക്കില്ല. ആദ്യകാലത്ത് വിദ്യാർത്ഥി സംഘടനാ പ്രവർത്തനം അനുവദിച്ചിരുന്നില്ലെങ്കിലും പിന്നീട് ശക്തിപ്പെടുകയും മാനേജ്മെന്റിനെതിരെയുള്ള സമരമാകുകയും പ്രിൻസിപ്പലിന് രാജിവെക്കേണ്ടിവരികയും ചെയ്തു.

മറ്റു വിദ്യാലയങ്ങളിലെന്നപ്പോലെ കോതമംഗലം കോളേജിലും രണ്ടു മേഖലകളിൽ ശ്രദ്ധേയമായ നേട്ടങ്ങൾ ഉണ്ടാക്കാൻ എനിക്ക് കഴിഞ്ഞു. അതിലൊന്ന് വോളീബോൾ രംഗത്തായിരുന്നു. എഞ്ചിനീയറിങ് കോളേജും എം എ കോളേജും തമ്മിൽ പലപ്പോഴും മത്സരങ്ങൾ നടക്കാറുണ്ട്. ക്രിക്കറ്റിലും ഫുട്ബോളിലുമെന്നപോലെ വോളീബോളിലും ഇക്കാലത്ത് മാർ അത്തനാഷ്യസ് കോളേജിന് മുൻകൈ നേടാൻ കഴിഞ്ഞു. അതുപോലെ ഇംഗ്ലീഷിലും മലയാളത്തിലുമുള്ള പ്രസംഗത്തിലും എനിക്ക് ശ്രദ്ധിക്കാൻ സാധിച്ചു. മലയാളം പ്രസംഗത്തിൽ മുമ്പുതന്നെ ശ്രദ്ധേയമായ നേട്ടങ്ങൾ ഉണ്ടാക്കാൻ കഴിഞ്ഞിരുന്നെങ്കിലും ഇംഗ്ലീഷിൽ പ്രാവീണ്യം നേടാൻ കഴിഞ്ഞത് എം എ കോളേജിലെ പഠനമാണ്. പോസ്റ്റ്ഗ്രാജ്വേഷൻ വിദ്യാർത്ഥികൾ എല്ലാ ആഴ്ചയിലും പ്രത്യേകവിഷയങ്ങളിൽ ഇംഗ്ലീഷിൽ പ്രബന്ധം തയ്യാറാക്കി അവതരിപ്പിക്കണമായിരുന്നു. ഇത്തരം പ്രബന്ധാവതരണമാണ് ഇംഗ്ലീഷ് പ്രസംഗത്തിൽ നേട്ടമുണ്ടാക്കാൻ എന്നെ സഹായിച്ചത്. മെച്ചപ്പെട്ട നിലയിൽ ഇംഗ്ലീഷ് കൈകാര്യം ചെയ്യാൻ ബിരുദാനന്തബിരുദ പഠനം സഹായിച്ചു. ഈ അനുഭവം പിന്നീട് പാർലമെന്റ് പ്രവർത്തനത്തിന് സഹായകരമായി. മാർ അത്തനാഷ്യസ് കോളേജിലെ അന്നത്തെ പ്രധാനപ്പെട്ട അദ്ധ്യാപകർ പ്രിൻസിപ്പൽ എം ബി വർഗ്ഗീസ്, പ്രൊഫ. ജോൺ, പ്രൊഫ. ഇട്ടി, പ്രൊഫ. ബാബു, പ്രൊഫ. ജോണി, പ്രൊഫ. അച്ചാമ്മ തുടങ്ങിയവരായിരുന്നു. എന്റെ റുംമേറ്റ്സ് ശ്രീനിവാസൻ, മാത്യു കുര്യൻ, വിജയൻ, അബ്രഹാം, ശശി, ബേബിജോൺ, ജേക്കബ് തുടങ്ങിയവരായിരുന്നു. അവരിൽ പലരും പല മേഖലകളിൽ പ്രശസ്തരായി. സംസ്ഥാന മന്ത്രിമാരായിരുന്ന ടി എം ജേക്കബ്, പി ജെ ജോസഫ് തുടങ്ങിയവർ ഈ കോളേജിലെ പൂർവ്വ വിദ്യാർത്ഥികളാണ്.

കെ എസ് വൈ എഫ്

ആയിരത്തിത്തൊള്ളായിരത്തി അറുപത്തിനാലിൽ കമ്യൂണിസ്റ്റ് പാർട്ടി പിളർന്ന് സി പി ഐ (എം) രൂപീകൃതമായെങ്കിലും ആദ്യവർഷങ്ങളിൽ യുവജന സംഘടനയിൽ മാറ്റമുണ്ടായില്ല. പിന്നീട് സി പി ഐ (എം)ന്റെ ഭാഗമായി വിവിധ വർഗ്ഗബഹുജന സംഘടനകൾ രൂപീകൃതമായി. ഇതേത്തുടർന്ന് യുവജന വിഭാഗത്തിലും പുതിയ സംഘടന വേണമെന്ന ചിന്ത ഉണ്ടായി. നെഹ്റു സർക്കാർ ഇന്ത്യൻ യുവജനപ്രശ്നങ്ങൾ പരിഹരിക്കാൻ സന്നദ്ധവും പ്രാപ്തവുമാണെന്ന വ്യാമോഹം എ ഐ വൈ എഫ് നേതൃത്വത്തിൽ ഒരു വിഭാഗം വച്ചുപുലർത്തുകയും യുവജന പ്രസ്ഥാനത്തിന്റെ സമരോത്സുകതയെ വന്ധ്യംകരിക്കുകയും ചെയ്തു. ഇതിനെതിരെ സംഘടനയ്ക്കകത്ത് നടന്ന ആശയസമരങ്ങൾ എ ഐ വൈ എഫിനെ പുനഃസംഘടിപ്പിക്കാൻ പ്രേരണയേകി. വിവിധ സംസ്ഥാനങ്ങളിൽ പുതിയ യുവജന പ്രസ്ഥാനങ്ങൾ രൂപീകരിക്കാൻ തുടങ്ങി. നമ്മുടെ സംസ്ഥാനത്ത് 1967 ൽ പാപ്പിനിശേരിയിൽ എ ഐ വൈ എഫ് കണ്ണൂർ ജില്ല ഘടകം സോഷ്യലിസ്റ്റ് യുവജന ഫെഡറേഷൻ രൂപീകരിച്ചുകൊണ്ട് പുതിയ യുവജനപ്രസ്ഥാനത്തിനുള്ള പ്രക്രിയക്ക് തുടക്കംകുറിച്ചു. സ. എ കെ ജി തന്നെ നേരിട്ട് ഈ സമ്മേളനത്തിൽ പങ്കെടുത്തു. 1968 ജൂണിൽ കോഴിക്കോട് വച്ച് പ്രഥമ സംസ്ഥാനകമ്മിറ്റി രൂപീകരിച്ചു. 1969 നവംബറിൽ തൃശ്ശൂരിൽ നടന്ന സംസ്ഥാന സമ്മേളനം കേരള സോഷ്യലിസ്റ്റ് യുവജന ഫെഡറേഷന് (കെ എസ് വൈ എഫ്) രൂപംനല്കി. ആ സമ്മേളനം അതിശക്തമായ ആശയപ്പോരാട്ടത്തിന് വഴിതുറന്നു. ഒരു ഭാഗത്ത് കെ മോഹനനനും മറുഭാഗത്ത് എൻ സി മമ്മുട്ടിയും ഈ ആശയപ്പോരാട്ടത്തിന് നേതൃത്വം നല്കി. ഒരു സംഘടന എന്ന നിലയിൽ ഒരുമിച്ച് പോകാൻ കഴിയില്ലെന്നുറപ്പായതോടെയാണ്

ഡി വൈ എഫ് ഐ വേദിയിൽ

കെ എസ് വൈ എഫ് (കേരളാ സോഷ്യലിസ്റ്റ് യുവജന ഫെഡറേഷൻ) നിലവിൽ വന്നത്. കെ എസ് വൈ എഫ് കണ്ണൂർ ജില്ലാ കമ്മിറ്റിയുടെ നിർദ്ദേശപ്രകാരം ബ്ലോക്ക് കമ്മിറ്റികൾ നിലവിൽ വന്നു. നീലേശ്വരം ബ്ലോക്ക് കമ്മിറ്റി രൂപീകരണം ചെറുവത്തൂരിലാണ് നടന്നത്. ആദ്യത്തെ പ്രസിഡന്റായി എന്നെ തിരഞ്ഞെടുത്തു. സെക്രട്ടറി കെ കുഞ്ഞിക്കൃഷ്ണൻ നായർ. (പിന്നീടദ്ദേഹം എക്സൈസ് വകുപ്പിൽ ജോലി നേടി. കെ കെ നായർ എന്നാണ് അറിയപ്പെട്ടത്.)

പിന്നീട് ഓരോ സമ്മേളനത്തിലും സെക്രട്ടറിമാർ മാറിമാറി വന്നെങ്കിലും പ്രസിഡന്റായി ഞാൻ തുടർന്നു. പാർട്ടി കാസർഗോഡ് ജില്ലാ സെക്രട്ടറിയേറ്റ് അംഗമായിരുന്ന കെ ബാലകൃഷ്ണൻ, കെ പി നാരായണൻ, ശങ്കരൻ, അമ്പുഞ്ഞി, കെ പി നാരായണൻ (ബെഡൂർ), കെ പി വെള്ളുങ്ങ (കയ്യൂർ) തുടങ്ങിയവരൊക്കെ അന്ന് ബ്ലോക്ക് കമ്മിറ്റിയിൽ അംഗങ്ങളായിരുന്നു.

ബ്ലോക്ക് കമ്മിറ്റിയുടെ പ്രധാന ചുമതല യൂണിറ്റ് രൂപീകരണമാണ്. ഇന്നത്തെ തൃക്കരിപ്പൂർ, ചെറുവത്തൂർ, നീലേശ്വരം, എളേരി ഏരിയാ കമ്മിറ്റികളായിരുന്നു അന്നത്തെ ബ്ലോക്ക് കമ്മിറ്റിയുടെ പ്രവർത്തന മേഖല. വാഹനസൗകര്യം വേണ്ടത്ര ഇല്ലാത്ത കാലം. സ്വന്തമായി വാഹനമോടിക്കാനുള്ള സാഹചര്യവുമില്ല. യൂണിറ്റ് രൂപീകരണത്തിന് ബ്ലോക്ക് പരിധിയിലാകെ നടന്നുപോകേണ്ടിവന്നു. സാധാരണക്കാരായ യുവാക്കൾ പകൽ സമയത്ത് പണിക്കുപോകും. അതുകൊണ്ട് സന്ധ്യക്ക് ശേഷമേ മിക്കയിടത്തും യോഗം നടക്കുകയുള്ളു. യോഗനടപടികൾ അവസാനിക്കുമ്പോഴേക്കും രാത്രിയാവും. രാത്രിയിൽ യോഗം നടക്കുന്ന സ്ഥലത്തുതന്നെ താമസിച്ച് പിറ്റേന്ന് രാവിലെയുള്ള ബസിൽ തിരിച്ചുപോകുന്നതായിരുന്നു രീതി. അംഗസംഖ്യയിൽ കുറവാണെങ്കിലും

ഉയർന്ന രാഷ്ട്രീയ ബോധമുള്ള സഖാക്കൾ അന്നുണ്ടായിരുന്നു. ദേശീയ-സാർവ്വദേശീയ സംഭവങ്ങളെക്കുറിച്ച് നല്ല ധാരണയുള്ള സഖാക്കളായിരിക്കും നാട്ടിൻപുറങ്ങളിൽപ്പോലും ഉണ്ടായിരുന്നത്. അതുകൊണ്ട് ഓരോ യോഗങ്ങളിലും വിശദമായ ചർച്ചകൾ നടന്നിരുന്നു. യോഗത്തിന് പോകുന്നവർ വിഷയങ്ങളെക്കുറിച്ച് നന്നായി പഠിച്ചില്ലെങ്കിൽ ഏറെ ബുദ്ധിമുട്ടും. കെ എസ് വൈ എഫ് രൂപീകരണത്തിനുശേഷം ജില്ലയിലെ ശ്രദ്ധേയമായ സമ്മേളനം നടന്നത് നീലേശ്വരത്തായിരുന്നു. സ. കെ ആർ ഗൗരിയമ്മയാണ് സമ്മേളനം ഉദ്ഘാടനം ചെയ്യാൻ വന്നത്. ഗൗരിയമ്മയ്ക്കെതിരെയുള്ള പ്രതിഷേധത്തിന്റെ ഭാഗമായി മയ്യിച്ചയിൽ കോൺഗ്രസുകാർ കള്ള് നിറച്ച കലവും ചൂലും കെട്ടിത്തൂക്കി. സമ്മേളനത്തിന്റെ പ്രകടനമാരംഭിക്കുന്നത് കാര്യങ്കോട്ട് നിന്നായിരുന്നു. എന്നാൽ പ്രകടനമായിത്തന്നെ മയ്യിച്ചയിലേക്ക് പോവുകയും കോൺഗ്രസുകാർ കെട്ടിത്തൂക്കിയ കള്ളിൻ കുടവും ചൂലുമൊക്കെയെടുത്ത് ദൂരെയെറിഞ്ഞു. അന്ന് കെ എസ് വൈ എഫ് കണ്ണൂർ ജില്ലാ സെക്രട്ടറി കെ സി നന്ദനൻ ആയിരുന്നു. ജില്ലയിലെ പ്രമുഖ പ്രാസംഗികനും കൂടിയായിരുന്നു അദ്ദേഹം. ഗൗരിയമ്മയെക്കൂടാതെ കെ സി നന്ദനനും സി കൃഷ്ണൻ നായരും ഞാനും പൊതുയോഗത്തിൽ പ്രസംഗിച്ചു. നീലേശ്വരത്തെ സമ്മേളനവും പ്രകടനവും പൊതുയോഗവും വൻവിജയമായി.

ശ്രദ്ധേയമായ നിരവധി പ്രക്ഷോഭ ക്യാമ്പയിനുകൾ കെ എസ് വൈ എഫ് നേതൃത്വത്തിൽ നടന്നിരുന്നു. 1969 ഫെബ്രുവരിയിൽ എസ് രാമചന്ദ്രൻ പിള്ളയുടെയും കെ മോഹനന്റെയും നേതൃത്വത്തിൽ നടന്ന സംസ്ഥാനതല കാൽനടജാഥകൾ തൊഴിലില്ലായ്മക്കെതിരായ പ്രക്ഷോഭത്തെ മുന്നോട്ടുകൊണ്ടുവന്നു. തൊഴിൽ അല്ലെങ്കിൽ തൊഴിലില്ലായ്മ വേതനം എന്ന മുദ്രാവാക്യം ഉയർത്തിയത് ഈ ജാഥയിലാണ്. വടക്കൻ ജാഥ പാപ്പിനിശ്ശേരിയിൽനിന്നും എറണാകുളത്തേക്ക്. രണ്ടാമത്തേത് തിരുവനന്തപുരത്തുനിന്നും എറണാകുളത്തേക്കും. രണ്ടു ജാഥയിലെ അംഗങ്ങളും ട്രെയിൻ മാർഗ്ഗം ഡൽഹിയിൽ എത്തിയാണ് പാർലമെന്റ് മാർച്ച് ആരംഭിച്ചത്. കേരളത്തിൽനിന്നും 61 പേരാണ് പാർലമെന്റ് മാർച്ചിൽ പങ്കെടുത്തത്. ഇതിൽ ചിലരെ അറസ്റ്റുചെയ്ത് തീഹാർ ജയിലിലടച്ചു. പാർലമെന്റ് മാർച്ചിൽ കാസർഗോഡ് നിന്നും പി രാഘവനും കെ പി നാരായണനും പങ്കെടുത്തു. അടിയന്തരാവസ്ഥക്കെതിരായ സമരങ്ങളിലും കെ എസ് വൈ എഫ് രംഗത്തിറങ്ങി. അന്ധവിശ്വാസങ്ങൾക്കെതിരെ കെ എസ് വൈ എഫ് നടത്തിയ ഇടപെടലും നാട്ടിൻപുറങ്ങളിൽ വലിയ ചർച്ചയുണ്ടാക്കി.

വലതുപക്ഷ നയത്തോട് വിടപറഞ്ഞ് സി പി ഐ (എം) നിലവിൽ വന്നതിനുശേഷം വലിയ ആവേശമാണ് പ്രത്യേകിച്ച് യുവാക്കൾക്കിടയിൽ ഉണ്ടായത്. അതുകൊണ്ട് യുവാക്കൾക്കിടയിൽ ദേശീയ-അന്തർദ്ദേശീയ കാര്യങ്ങളെക്കുറിച്ച് തുടർച്ചയായ ചർച്ചകളും അഭിപ്രായങ്ങളും ഉയർന്നുവന്നു. വിയറ്റ്നാം യുദ്ധം നടക്കുന്ന കാലമായതിനാൽ അതി

ന്റെ അലയൊലികൾ യുവജനങ്ങളുടെ ചിന്താധാരയെ സ്വാധീനിച്ചിരുന്നു. വിയറ്റ്നാം പാതയാണ് നാം പിന്തുടരേണ്ടതെന്ന അഭിപ്രായം ഒരു വിഭാഗം സഖാക്കൾക്കിടയിൽ ശക്തമായി. തീവ്ര ഇടതുപക്ഷ ചിന്താഗതി പാർട്ടിയിലും പ്രത്യേകിച്ച് യുവജന സംഘടനയിലും ഉയർന്നുവന്നു. ഈ ആശയ സമരത്തിന്റെ തുടർച്ചയായാണ് 1968 ൽ ഇടതുപക്ഷ തീവ്ര വാദത്തിനെതിരെ ശക്തമായ സമീപനം സ്വീകരിച്ചതും തീവ്ര ചിന്താഗതിക്കാരിൽ ഒരു വിഭാഗം പാർട്ടി വിട്ടുപോവുകയും സി പി ഐ (എം)ൽ രൂപീകരിക്കുകയും ചെയ്തത്.

തീവ്ര ഇടതുപക്ഷ സ്വാധീനം

കാസർഗോഡ് ഗവ.കോളേജിലെ ബിരുദപഠനം പൂർത്തിയായി. അക്കാലത്ത് അവിടെ പോസ്റ്റ് ഗ്രാജ്വേഷൻ കോഴ്സുകളൊന്നും ഉണ്ടായിരുന്നില്ല. അങ്ങനെയാണ് കോതമംഗലം മാർ അത്തനാഷ്യസ് കോളേജിൽ എം എയ്ക്ക് ചേർന്നത്. കേരളത്തിൽ തീവ്ര ഇടതുപക്ഷ പ്രസ്ഥാനം ശക്തമായിക്കൊണ്ടിരുന്ന കാലം. ഈ സമയത്താണ് കുന്നിക്കൽ നാരായണൻ, മന്ദാകിനി നാരായണൻ, മകൾ അജിത തുടങ്ങിയവരും മറ്റു ചില തീവ്ര ഇടതുപക്ഷ നേതാക്കളും അറസ്റ്റ് ചെയ്യപ്പെട്ടത്. ഇത്തരം പ്രശ്നങ്ങൾ പത്രവാർത്തകളിലൂടെ പുറത്തുവന്നു. ക്രിസ്റ്റ്യൻ മേധാവിത്തമുള്ള മാർ അത്തനാഷ്യസ് കോളേജിൽ യാതൊരു വിധ സംഘടനാ സ്വാതന്ത്ര്യവുമുണ്ടായിരുന്നില്ല. മാനേജ്മെന്റിന്റെ കടുത്ത അച്ചടക്ക നടപടി വിദ്യാർത്ഥികൾക്ക് ഭയമുളവാക്കുന്നതായിരുന്നു. മാർ അത്തനാഷ്യസ് കോളേജിന്റെ സമീപത്തായിരുന്നു എഞ്ചിനീയറിങ് കോളേജ് സ്ഥിതിചെയ്യുന്നത്. എഞ്ചിനീയറിങ് കോളേജിൽ തീവ്ര ഇടതുപക്ഷ നിലപാടിനോട് താല്പര്യമുള്ള നിരവധി വിദ്യാർത്ഥികൾ ഉണ്ടായിരുന്നു. അവരിൽ ചിലരോടൊപ്പമായിരുന്നു എന്റെ താമസം. വൈകുന്നേരങ്ങളിൽ പത്രം വായിക്കാൻ പോകുന്നത് ബോൺടൺ ടൈലേർസ് എന്ന കടയിൽ ആയിരുന്നു. ആ കടയിൽ മാത്രമാണ് ദേശാഭിമാനി ദിനപത്രം ലഭിക്കുന്നത്. ഇതിനിടെ മാർ അത്തനാഷ്യസ് കോളേജിൽ വിദ്യാർത്ഥി സംഘടന രൂപീകരിച്ചു. സംഘടനയുണ്ടാക്കിയതിന്റെ പേരിൽ വിദ്യാർത്ഥികളിൽ ചിലരെ സസ്പെന്റ് ചെയ്തു. ഇതിനെതിരെ എഞ്ചിനീയറിങ് കോളേജ് വിദ്യാർത്ഥികളുടെ സഹായത്തോടെ മാർ അത്തനാഷ്യസ് കോളേജിൽ സമരമാരംഭിച്ചു. മാസങ്ങളോളം നീണ്ടുനിന്ന സമരത്തിനൊടുവിൽ പ്രിൻസിപ്പൽ രാജിവച്ചു. കോളേജ് വിദ്യാർത്ഥികൾ രാത്രിയിൽ

പ്രത്യേക യോഗങ്ങൾ സംഘടിപ്പിച്ചിരുന്നു. അതിൽ പലതിലും ഞാൻ പങ്കെടുത്തു. മൂവാറ്റുപുഴയിൽ കെ പി ആർ ഗോപാലൻ ഉൾപ്പെടെയുള്ളവർ പങ്കെടുത്ത യോഗത്തിലും സംബന്ധിച്ചു. ഇതൊന്നും ഒരു ഉറച്ച രാഷ്ട്രീയ അഭിപ്രായത്തിന്റെ ഭാഗമായിരുന്നില്ല. എന്നാൽ വയനാട്ടിൽ വർഗ്ഗീസിനെ പൊലീസ് കൊന്ന സംഭവവും അജിത ഉൾപ്പെടെയുള്ളവർ അറസ്റ്റുചെയ്യപ്പെട്ടതും എന്നെ വല്ലാതെ പിടിച്ചുലച്ചു. വർഗ്ഗീസിനെ നേരിൽ പരിചയമുണ്ട്. പാർട്ടി കണ്ണൂർ ജില്ലാ കമ്മിറ്റി ഓഫീസിലെ ഓഫീസ് സെക്രട്ടറിയായിരുന്നു വർഗ്ഗീസ്. അന്നത്തെ കണ്ണൂർ ജില്ല ഇപ്പോഴത്തെ കാസർഗോഡും വയനാടിന്റെ കുറെ ഭാഗങ്ങളും ഉൾപ്പെട്ടതായിരുന്നല്ലോ. അങ്ങനെയാണ് വയനാട്ടുകാരനായ വർഗ്ഗീസ് കണ്ണൂർ പാർട്ടിയാഫീസിൽ ഓഫീസ് സെക്രട്ടറിയായി എത്തിയത്. എല്ലാവരോടും സൗമ്യമായ പെരുമാറ്റമാണ് വർഗ്ഗീസിന്റേത്. ഏകദേശം സമപ്രായമായതിനാൽ ഞങ്ങൾ തമ്മിൽ വലിയ സൗഹൃദമായിരുന്നു. ഒരിക്കൽ പാർട്ടി പ്രവർത്തനത്തിനായി വയനാട്ടിലേക്ക് പോയ വർഗ്ഗീസ് തിരിച്ചുവന്നില്ല. പിന്നീടാണ് വർഗ്ഗീസ് നക്സൽ പ്രസ്ഥാനത്തിലേക്ക് തിരിഞ്ഞതായി അറിഞ്ഞത്. വർഗ്ഗീസിന്റെ കൊലപാതകം വ്യക്തിപരമായി എനിക്ക് ദുഃഖമുണ്ടാക്കി. കോളേജിലെ വിദ്യാർത്ഥികളിൽ പലരും പൊലീസിന്റെ അറസ്റ്റുചെയ്യപ്പെടേണ്ടവരുടെ പട്ടികയിൽ ഇടം നേടി. പിന്നീടാണ് മനസ്സിലായത് അറസ്റ്റുചെയ്യപ്പെടേണ്ടവരുടെ പട്ടികയിലുള്ള ഒരു പേര് എന്റേതായിരുന്നുവെന്ന്. രാത്രികാലങ്ങളിൽ നടക്കുന്ന യോഗങ്ങളിൽ പങ്കെടുക്കുന്നവരുടെ ലിസ്റ്റ് പൊലീസ് തയ്യാറാക്കിയിരുന്നു. കൂടാതെ കണ്ണൂർ ജില്ലയിൽനിന്നും വരുന്നവർ പ്രത്യേക നിരീക്ഷണത്തിലായിരുന്നു. കോളേജ് വിദ്യാഭ്യാസം കഴിഞ്ഞ് നാട്ടിലെത്തിയശേഷം ബന്ധുവായ എസ് പി ചാത്തമത്തെ കുഞ്ഞിക്കണ്ണൻ പറഞ്ഞത് 'തല്ക്കാലം നീലേശ്വരത്തേക്ക് വരേണ്ട, അറസ്റ്റ് ചെയ്യപ്പെടേണ്ടവരുടെ പട്ടികയിൽ പേരുണ്ട്' എന്നാണ്. കോതമംഗലത്തെ പഠനകാലത്തുള്ള പ്രവർത്തനങ്ങൾ പൊലീസ് ശ്രദ്ധിക്കുകയും പിന്നീടത് നീലേശ്വരം പൊലീസിന് കൈമാറുകയും ചെയ്തതാവാം.

പള്ളിക്കര സംഭവം കഴിഞ്ഞ് അന്നത്തെ ഐ ജി ജോൺ മത്തായി പ്രത്യേകം കാണണമെന്നാവശ്യപ്പെട്ടു. ഇന്നത്തെ പടന്നക്കാട് കാർഷിക കോളേജിലെ ഗസ്റ്റ് ഹൗസിൽ വച്ചായിരുന്നു കൂടിക്കാഴ്ച. ഒരു മണിക്കൂറോളം കൂടിക്കാഴ്ച നീണ്ടു. വീട്ടുകാര്യം, വിദ്യാഭ്യാസം തുടങ്ങിയവയിലാരംഭിച്ച സംസാരം സോഷ്യലിസം, കമ്യൂണിസം തുടങ്ങിയവയിലേക്കെത്തി. അവസാനമായി അദ്ദേഹം പറഞ്ഞത് 'ചെറുപ്പക്കാർക്കിടയിൽ തൊഴിലില്ലായ്മ വലിയ പ്രശ്നമല്ലേ, അത് അവർക്കിടയിൽ അസംതൃപ്തി ഉണ്ടാക്കില്ലേ' എന്നായിരുന്നു. പള്ളിക്കര സംഭവം ഇതിന്റെ ഭാഗമായി ആസൂത്രണം ചെയ്യപ്പെട്ടതാണെന്നായിരുന്നു അദ്ദേഹത്തിന്റെ പക്ഷം. നേരത്തെ കോതമംഗലം പൊലീസിൽനിന്നും ലഭിച്ച വിവരങ്ങളുടെ കൂടി അടിസ്ഥാനത്തിലുള്ള പരിശോധനയാണ് ഐ ജി ജോൺ മത്തായി നടത്തിയതെന്ന് മനസ്സിലാക്കാൻ എനിക്ക് ഏറെ ചിന്തിക്കേണ്ടിവന്നില്ല.

ട്രേഡ് യൂണിയൻ രംഗം

വിദ്യാർത്ഥി പ്രസ്ഥാനത്തിൽനിന്നും ട്രേഡ് യൂണിയൻ രംഗത്തേക്കെത്തിയ അപൂർവ്വം പ്രവർത്തകരിലൊരാളാണ് ഞാൻ. മിക്ക എസ്റ്റേറ്റുകളിലെയും തൊഴിലാളികൾ അസംഘടിതരാണ്. പാവപ്പെട്ട തൊഴിലാളികളെ പരമാവധി ചൂഷണം ചെയ്യുന്ന എസ്റ്റേറ്റുടമകൾ. പോപ്പുലർ എസ്റ്റേറ്റ്, വിമല എസ്റ്റേറ്റ്, കാളിശ്ശേരി എസ്റ്റേറ്റ്, കോട്ടമല എസ്റ്റേറ്റ്, കിളിയളം സെന്റ് തോമസ് എസ്റ്റേറ്റ്, ചീമേനി കൊട്ടുകാപ്പള്ളി എസ്റ്റേറ്റ്, ചിറ്റാരിക്കാൽ എസ് വി എസ്റ്റേറ്റ്, പറമ്പ എസ്റ്റേറ്റ്, കരിന്തളം എസ്റ്റേറ്റ് തുടങ്ങി ഇരുപതോളം എസ്റ്റേറ്റുകളിലെ ചൂഷണത്തിനെതിരെ തൊഴിലാളികളെ സംഘടിപ്പിക്കാൻ പാർട്ടി ചുമതലപ്പെടുത്തിയത് എന്നെയാണ്. പലതിലും മാനേജ്മെന്റിനെതിരെ ശക്തമായ സമരങ്ങൾ. ചിലയിടങ്ങളിൽ സമരം വർഷങ്ങളോളം നീണ്ടു. അവസാനം തൊഴിലാളികൾ വിജയിച്ചുവെന്ന് ചരിത്രം അടയാളപ്പെടുത്തി.

മാലോം ചുള്ളിയിലാണ് പോപ്പുലർ എസ്റ്റേറ്റ്. എറണാകുളത്തെ കെ പി പോൾ എന്നയാളാണ് പോപ്പുലർ എസ്റ്റേറ്റിന്റെ ഉടമ. പോപ്പുലർ എസ്റ്റേറ്റിൽ നൂറുകണക്കിന് തൊഴിലാളികൾ ഉണ്ടായിരുന്നു. ഇതിൽ ഏറെയും പട്ടികജാതി-പട്ടികവർഗ്ഗ വിഭാഗക്കാരായിരുന്നു. തൊഴിലാളിക്ക് ലഭിക്കേണ്ടുന്ന ആനുകൂല്യങ്ങളൊന്നും പോപ്പുലർ എസ്റ്റേറ്റിൽ നല്കിയിരുന്നില്ല. കൂലിയും നാമമാത്രമാണ്. ഏറ്റവും വലിയ പ്രശ്നം എസ്റ്റേറ്റിനകത്തെ മദ്യശാലയായിരുന്നു. തൊഴിലാളികളുടെ മദ്യപാനശീലത്തെ ചൂഷണം ചെയ്യുകയായിരുന്നു മാനേജ്മെന്റ്. ഫലം, തൊഴിലാളികളുടെ കുടുംബത്തിൽ പട്ടിണി. ഈ പശ്ചാത്തലത്തിലാണ് ഞാൻ പോപ്പുലർ എസ്റ്റേറ്റിലേത്തുന്നത്. തൊഴിലാളികളെ സമീപിച്ച് യൂണിയൻ രൂപീകരിക്കുന്ന കാര്യം അറിയിച്ചു. യൂണിയൻ നിലവിൽ വന്നതോടെ തൊഴി

ലാളികളുടെ ആവശ്യമുന്നയിച്ച് മാനേജ്മെന്റിന് നോട്ടീസ് നല്കി. നോട്ടീസ് ലഭിച്ചയുടനെ തൊഴിലാളി നേതാക്കളെ മാനേജ്മെന്റ് പിരിച്ചുവിട്ടു. മാനേജ്മെന്റിന്റെ പിരിച്ചുവിടൽ നയത്തിൽ പ്രതിഷേധിച്ച് തൊഴിലാളികൾ പണിമുടക്ക് ആരംഭിച്ചു. 1971 ലാണത്. പണിമുടക്ക് അവസാനിക്കില്ലെന്ന് മനസ്സിലാക്കിയ മാനേജ്മെന്റ് പൊലീസിനെ ഉപയോഗിച്ച് സമരം തകർക്കാൻ നോക്കി. ഒരു ഘട്ടത്തിൽ തൊഴിലാളികൾക്കെതിരെ പൊലീസ് ഭീകരമായ മർദ്ദനം അഴിച്ചുവിട്ടു. തൊഴിലാളികളെ അറസ്റ്റ് ചെയ്ത് ചിറ്റാരിക്കാൽ, കാഞ്ഞങ്ങാട് പൊലീസ് സ്റ്റേഷനുകളിൽ എത്തിച്ചു. അറസ്റ്റ് വിവരമറിഞ്ഞ് കാഞ്ഞങ്ങാട്ടെ പാർട്ടി നേതാക്കളായ പി പി കോരൻ, എ കെ നാരായണൻ, ചാത്തുവേട്ടൻ എന്നിവർ സ്റ്റേഷനിലെത്തി. തൊഴിലാളികളെ മർദ്ദിച്ചതിൽ പ്രതിഷേധിച്ച് താലൂക്കാഫീസിന് മുന്നിൽ ധർണ്ണ നടത്തി. ഇതിനെതിരെ സി ഐ മാധവന്റെ നേതൃത്വത്തിൽ ഭീകരമായ ലാത്തിച്ചാർജ് നടത്തി. ഞങ്ങൾക്കെല്ലാം പരിക്ക് പറ്റി. പി പി കോരനെ സ്റ്റേഷനകത്ത് കൊണ്ടുപോയി പൊലീസ് ഭീകരമായി മർദ്ദിച്ചു.

വിവരമറിഞ്ഞ് എം വി രാഘവൻ ഉൾപ്പെടെയുള്ള നേതാക്കൾ സ്ഥലത്തെത്തി. മർദ്ദനത്തിൽ പ്രതിഷേധിച്ച് കാഞ്ഞങ്ങാട് ടൗണിൽ ഹർത്താൽ നടത്തി. സമരങ്ങൾ ശക്തിയാർജ്ജിക്കുന്നതറിഞ്ഞ മാനേജ്മെന്റ് പോപ്പുലർ എസ്റ്റേറ്റ് ലോക്കൗട്ട് ചെയ്തു. നാല് വർഷത്തോളം ലോക്കൗട്ട് ചെയ്ത എസ്റ്റേറ്റിന് മുന്നിൽ തൊഴിലാളികൾ സമരം ചെയ്തു. സമരകാലത്ത് എ കെ ജി, സുശീല ഗോപാലൻ തുടങ്ങിയ നേതാക്കൾ സമരകേന്ദ്രത്തിലെത്തിയത് തൊഴിലാളികൾക്ക് ആവേശമായി.

ഫാക്ടറി ലോക്കൗട്ട് ചെയ്തതോടെ തൊഴിലാളികൾ അരപ്പട്ടിണിയിൽനിന്നും മുഴുപ്പട്ടിണിയിലായി. അന്ന് തൊഴിലാളികളോടൊപ്പം അവരിലൊരാളായി താമസിക്കുകയായിരുന്നു ഞാൻ. തൊഴിലാളികളുടെ ദുരവസ്ഥ പുറംലോകത്തെ അറിയിക്കാൻ എനിക്ക് സാധിച്ചു. ഇതിന്റെ ഫലമായി തൊഴിലാളികൾക്കാവശ്യമായ അരിയും പച്ചക്കറികളും നിത്യോപയോഗ സാധനങ്ങളും വിവിധ പ്രദേശങ്ങളിലെ വ്യക്തികളും സ്ഥാപനങ്ങളും എത്തിച്ചു. ഇതോടെ തൊഴിലാളികളെ പട്ടിണിക്കിടാമെന്ന പോപ്പുലർ എസ്റ്റേറ്റ് അധികൃതരുടെ മോഹം പൊലിഞ്ഞു.

തൊഴിലാളികളുടെ സമരം അവസാനിപ്പിക്കാൻ മാനേജ്മെന്റ് തീരെ സഹകരിക്കാത്തതിനാൽ സമരം ശക്തമാക്കാൻ തീരുമാനിച്ചു. അങ്ങനെയാണ് കണ്ണൂർ കളക്ടറേറ്റിലേക്ക് കാൽനട ജാഥ നടത്താൻ തീരുമാനിച്ചത്. ജാഥയുടെ നേതൃത്വം എനിക്കായിരുന്നു. മാലോത്തുനിന്നും കണ്ണൂരിലേക്ക് തൊഴിലാളികൾ കാൽനടയായി മുദ്രാവാക്യവും വിളിച്ച് ജാഥ നടത്തി. ജാഥ ചെന്നെത്തുന്ന ഓരോ സ്ഥലങ്ങളിലും ജനങ്ങൾ ഉജ്ജ്വലമായ വരവേല്പ് നല്കി. പട്ടിക വിഭാഗക്കാരായിരുന്നു ജാഥയിൽ കൂടുതലായുണ്ടായത്. ഓരോയിടങ്ങളിൽനിന്നും ലഭിക്കുന്ന സ്വീകരണം ജാഥാംഗങ്ങളെ കൂടുതൽ ആവേശഭരിതരാക്കി. ജാഥ കണ്ണൂർ കളക്ടറേ

റ്റിലെത്തി. കളക്ടർക്കും സർക്കാരിനും നിവേദനം നല്കി. സമരം ഇനിയും ശക്തമാകുമെന്ന് മാനേജ്മെന്റിന് ബോദ്ധ്യപ്പെട്ടു. ഒടുവിൽ മാനേജ്മെന്റ് ഒത്തുതീർപ്പിന് ശ്രമമാരംഭിച്ചു. തൊഴിലാളികളുടെ ആനുകൂല്യങ്ങൾ പൂർണ്ണമായി നല്കാൻ മാനേജ്മെന്റ് തയ്യാറായതോടെ പോപ്പുലർ എസ്റ്റേറ്റിലെ തൊഴിലാളികൾ സമരരംഗത്തുനിന്നും പിന്മാറി. നാല് വർഷത്തോളം സമരം നീണ്ടുനിന്നു.

"സമരകാലത്ത് തൊഴിലാളികൾ ഉണ്ടാക്കുന്ന ഭക്ഷണം കഴിച്ച് അവരോടൊപ്പം ജീവിക്കുകയായിരുന്നു. അന്നത്തെ തൊഴിലാളികളുടെ കുടുംബാംഗങ്ങൾ ഇന്നും നിറഞ്ഞ സ്നേഹം പ്രകടിപ്പിക്കുന്നു. എനിക്ക് കിട്ടുന്ന വലിയ അംഗീകാരമാണത്".

പോപ്പുലർ എസ്റ്റേറ്റ് സമരകാലത്ത് പലപ്പോഴും തൊഴിലാളികളോടൊപ്പം പാടിയിലായിരുന്നു താമസം. കട്ടൻചായയും കപ്പയുമാണ് ഭക്ഷണം. തൊഴിലാളികളിൽ വലിയവിഭാഗവും പട്ടികവിഭാഗക്കാരായിരുന്നല്ലോ. അവരിലൊരാളായി എന്നെ തൊഴിലാളികൾ സ്വീകരിച്ചു. ഇതു മറ്റ് വിഭാഗക്കാരിൽ അസ്വസ്ഥതയുണ്ടാക്കി. കമ്യൂണിസ്റ്റ് ബോധം ഉള്ളിലുണ്ടായതിനാൽ ഞാൻ അതൊന്നും ഗൗനിച്ചതേയില്ല. അക്കാലത്ത് എനിക്ക് അമ്മ തന്ന സ്വർണ്ണമോതിരവും വാച്ചും ഉണ്ടായിരുന്നു. സമരകാലത്ത് തൊഴിലാളികൾക്ക് ഭക്ഷണത്തിനുവേണ്ടി മോതിരവും വാച്ചും വിറ്റു. വിശക്കുന്നവർക്ക് ഭക്ഷണത്തിന് വേണ്ടിയാണ് അന്നത് വിറ്റത്. അതിൽ ഒരിക്കലും നഷ്ടബോധമോ ദു:ഖമോ ഉണ്ടായിട്ടില്ല. അന്നൊക്കെ ഏറെ ദൂരം നടന്നുവേണം എസ്റ്റേറ്റിലെത്താൻ. പലപ്പോഴും എന്റെയൊപ്പം ഉണ്ടാകുന്നത് ചുള്ളിയിലെ അമ്പാടി, ദാമോദരൻ എന്നീ തൊഴിലാളികളും കാഞ്ഞങ്ങാട്ടെ സുകുമാരനുമാണ്. തൊഴിലാളികൾക്കെതിരെ പൊലീസ് നടത്തിയ മർദ്ദനത്തിൽ ദാമോദരൻ, അമ്പാടി, സുകുമാരൻ, മയ്യിച്ചയിലെ ചിരുത തുടങ്ങി നിരവധി പേർക്ക് പരിക്കേറ്റു.

എസ്റ്റേറ്റ് സമരങ്ങളിൽ വലിയ പ്രാധാന്യമുള്ള മറ്റൊന്നാണ് ചീമേനി കൊട്ടുകാപ്പള്ളി എസ്റ്റേറ്റ് സമരം. യൂണിയൻ പ്രവർത്തനങ്ങളെ ഒരു തരത്തിലും അംഗീകരിക്കാൻ മാനേജ്മെന്റ് തയ്യാറായില്ല. യൂണിയൻ പ്രവർത്തനം സജീവമായതോടെ സമരം ശക്തമാക്കി. എസ്റ്റേറ്റ് സൂപ്രണ്ടിനെ രണ്ടു ദിവസം ഘെരാവൊ ചെയ്തു. പൂർണ്ണമായും തടങ്കലിൽ തന്നെ. വിവരമറിഞ്ഞ പൊലീസ് സമരക്കാരെ അറസ്റ്റ് ചെയ്തു. വിപുലമായ സമരസഹായ സമിതി രൂപീകരിച്ചു. സമരം ശക്തപ്പെട്ടു. 21 ദിവസം നീണ്ട സമരത്തിനൊടുവിൽ മാനേജ്മെന്റ് തൊഴിലാളികളുടെ മുഴുവൻ ആവശ്യങ്ങളും അംഗീകരിച്ചു. പോപ്പുലർ എസ്റ്റേറ്റിലെന്നപോലെ കൊട്ടുകാപ്പള്ളി എസ്റ്റേറ്റ് സമരത്തിലും തൊഴിലാളികൾക്ക് വേണ്ടി ഇടപെടാൻ എനിക്ക് കഴിഞ്ഞു. ഇ അമ്പു, കുഞ്ഞികൃഷ്ണൻ, ശ്രീധരൻ, അമ്പൂഞ്ഞി തുടങ്ങി നിരവധി പ്രവർത്തകർ ഈ സമരത്തിനുണ്ടായിരുന്നു. പഞ്ചായത്ത് പ്രസിഡന്റും എം എൽ എ യുമായിരുന്ന സ. ടി കെ ചന്തൻ സമരത്തിന് എല്ലാ സഹായവും നല്കി.

ഞാൻ ഇടപെട്ട മറ്റൊരു സമരമാണ് കിളിയളം സെന്റ് തോമസ് എസ്റ്റേറ്റിലേത്. തൊഴിലാളികൾക്ക് ആനുകൂല്യങ്ങൾ കൊടുക്കാത്തത് മാത്രമല്ല ഒരുതരത്തിലുള്ള യൂണിയൻ പ്രവർത്തനവും അംഗീകരിക്കാനും മാനേജ്മെന്റ് തയ്യാറായില്ല. മുമ്പ് പലതവണ യൂണിയൻ രൂപീകരിക്കാൻ ശ്രമിച്ചെങ്കിലും അതൊക്കെ മാനേജ്മെന്റുകൾ പരാജയപ്പെടുത്തി. അങ്ങനെയാണ് സെന്റ് തോമസ് എസ്റ്റേറ്റിലേക്ക് 1973 ൽ പോപ്പുലർ എസ്റ്റേറ്റിലേയും മറ്റും സമരപരിചയവുമായി ഞാനെത്തിയത്. ഇടപെടലുകൾ ഫലം കണ്ടു. തൊഴിലാളികൾ സംഘടിച്ചു. യൂണിയൻ നിലവിൽ വന്നു. വിവിധ ആവശ്യങ്ങൾ ഉന്നയിച്ച് തൊഴിലാളികൾ സമരം ആരംഭിച്ചപ്പോഴേക്കും എസ്റ്റേറ്റ് ലോക്കൗട്ട് ചെയ്ത് സൂപ്രണ്ട് സ്ഥലം വിട്ടു. എന്നിട്ടും സമരം തുടർന്നു. കുറെ ദിവസങ്ങൾക്ക് ശേഷം ആരുമറിയാതെ സൂപ്രണ്ട് എസ്റ്റേറ്റിലെത്തി. തൊഴിലാളികൾ വിവരമറിഞ്ഞ് സൂപ്രണ്ടിനെ തടഞ്ഞുവച്ചു. പൊലീസ് സൂപ്രണ്ടിനേയും സമരക്കാരെയും അറസ്റ്റുചെയ്തു. സൂപ്രണ്ട് അറസ്റ്റിലായതോടെ യൂണിയനുമായി ചർച്ച നടത്താൻ മാനേജ്മെന്റ് നിർബ്ബന്ധിതമായി. പൊലീസ് സ്റ്റേഷനിൽ വച്ച് നടന്ന ചർച്ചയിൽ യൂണിയന്റെ എല്ലാ ആവശ്യങ്ങളും അംഗീകരിക്കാൻ മാനേജ്മെന്റ് തയ്യാറായി. തൊഴിലാളികൾ സമരം പിൻവലിച്ചു. അസംഘടിതരായ തൊഴിലാളികൾക്ക് വേണ്ടി നിലകൊള്ളാൻ കഴിഞ്ഞതിന്റെ സന്തോഷം എനിക്കുണ്ടായി. സഖാക്കൾ എം ബാലകൃഷ്ണൻ, എൻ കെ തമ്പാൻ, എൻ കെ ഗോപാലൻ, അപ്പുഞ്ഞി നായർ തുടങ്ങിയവരെല്ലാം ആ സമരരംഗത്തുണ്ടായിരുന്നു.

ഏറെ നാൾ നീണ്ടുനിന്ന ശക്തമായ സമരമായിരുന്നു കോട്ടമല എസ്റ്റേറ്റിൽ നടന്നത്. കോട്ടമല എസ്റ്റേറ്റിലും തൊഴിലാളി ചൂഷണം നടമാടിയിരുന്നു. മിനിമം കൂലി പോലും നല്കാൻ മാനേജ്മെന്റ് തയ്യാറായില്ല. 1972 ൽ സമരം ആരംഭിച്ചു. തൊഴിലാളി സമരത്തെ പൊളിക്കാൻ തുടക്കം മുതൽ തന്നെ തോട്ടം മാനേജ്മെന്റ് പൊലീസിനെ ഉപയോഗിച്ചു. തൊഴിലാളികളുടെ ഐക്യത്തിന് മുമ്പിൽ മാനേജ്മെന്റ് മുട്ടുമടക്കേണ്ടിവരുമെന്നുറപ്പായി. അപ്പോൾ സമരത്തിൽനിന്നും തൊഴിലാളികളെ പിന്തിരിപ്പിക്കാൻ പൊലീസ് നേരിട്ടെത്തി. സമരം തുടങ്ങുന്നതിന്റെ തലേദിവസം മാനേജ്മെന്റും പൊലീസും ചേർന്ന് ചില തൊഴിലാളികളെ സ്വാധീനിക്കാൻ ശ്രമിച്ചു. പൊലീസ് അക്രമത്തിന്റെ പേരു പറഞ്ഞ് സമരത്തിൽ നിന്ന് പിന്മാറണമെന്നാണ് അവർ ആവശ്യപ്പെട്ടത്. അന്ന് ഞാൻ കാഞ്ഞങ്ങാട് ആയിരുന്നു. രാത്രി പന്ത്രണ്ടുമണിയോടെയാണ് വിവരമറിഞ്ഞത്. പാർട്ടി നേതാവായ സി കേളു നായരോടൊപ്പം ഞാൻ കോട്ടമല എസ്റ്റേറ്റിലെത്തി. മൂന്നു നാല് പൊലീസ് ജീപ്പുകൾ അവിടെയുണ്ടായിരുന്നു. ഞങ്ങൾ തൊഴിലാളികളെ കണ്ട് സംസാരിച്ചു.

തൊഴിലാളികളുടെ സംഘബോധവും സമരവും കോട്ടമല എസ്റ്റേറ്റിലും വിജയിച്ചു. ഭയന്ന് മാറിനിന്ന തൊഴിലാളികൾ സമരരംഗത്ത് ശക്തമായി നിലയുറപ്പിച്ചു. കണ്ണൂർ ലേബർ ഓഫീസിൽ നടന്ന ചർച്ച

യിൽ തൊഴിലാളികളുടെ ആവശ്യം മാനേജ്മെന്റ് അംഗീകരിച്ചു. പാർട്ടി സഖാക്കളായ കാനാ കുഞ്ഞിക്കൃഷ്ണൻ, കെ പി നാരായണൻ, മനിയേരി കുഞ്ഞമ്പുനായർ, ടൈലർ കോരൻ തുടങ്ങിയവരുടെ സഹായവും ഈ സമരത്തിന് ലഭിച്ചു. മലയോരപ്രദേശത്ത് ഇവരോടൊപ്പം പ്രവർത്തിച്ചവരാണ് കുഞ്ഞമ്പു പൊതുവാൾ, പരിയാരത്ത് കൃഷ്ണൻ നായർ, കാട്ടൂർ കണ്ണൻ നായർ, കേളു പൊതുവാൾ തുടങ്ങിയ സഖാക്കൾ.

ചിറ്റാരിക്കാൽ എസ് വി എസ്റ്റേറ്റിലും പറമ്പ എസ്റ്റേറ്റിലും പുലിയന്നൂർ എസ്റ്റേറ്റിലും വെള്ളരിക്കുണ്ട് വിമല എസ്റ്റേറ്റിലും പ്രകാശ് എസ്റ്റേറ്റിലും സമാനമായ സമരങ്ങൾ നടന്നു. പുതിയതായി യൂണിയനുകൾ രൂപീകരിക്കാതിരിക്കാനും തൊഴിലാളികൾക്കുള്ള ആനുകൂല്യങ്ങൾ നിഷേധിക്കാനും മാനേജ്മെന്റുകൾ ശ്രമിച്ചുവെങ്കിലും തൊഴിലാളികൾ അതൊക്കെ സമരത്തിലൂടെ നേടിയെടുത്തു. സഖാക്കൾ കെ.പി.നാരായണൻ, ഇ മാധവൻ മാസ്റ്റർ, പാവൽ കുഞ്ഞിക്കണ്ണൻ തുടങ്ങിയവരുടെ സഹായം ഉണ്ടായിരുന്നു.

അവിഭക്ത കണ്ണൂർ ജില്ലയിലെ ട്രേഡ് യൂണിയൻ നേതാക്കളായ സഖാക്കൾ ഒ ഭരതൻ, പി വി ബാലഗോപാലൻ, രഘുവരൻ, എൻ അബ്ദുള്ള എന്നിവർ യുണിയൻ പ്രവർത്തനത്തിലും ലേബർ ഓഫീസിലെ ചർച്ചകളിലും ഏറെ സഹായിച്ചു.

മലയോരത്തെ തൊഴിലാളി സമരംപോലെ തന്നെ ശക്തമായ ഒരു വിദ്യാർത്ഥി സമരത്തെക്കുറിച്ചു കൂടി സൂചിപ്പിക്കാം. ചിറ്റാരിക്കാൽ തോമാപുരം സ്കൂളിൽ 1972 ലാണ് വിദ്യാർത്ഥി സമരം നടന്നത്. തോമാപുരം സ്കൂളിൽ വിദ്യാർത്ഥി സംഘടനാ സ്വാതന്ത്ര്യം ഇല്ല. അന്ന് വിദ്യാർത്ഥിയായിരുന്ന ജോസ് പതാലും മറ്റും മാനേജുമെന്റുമായി ഇക്കാര്യം സംസാരിച്ചു. എന്നാൽ ഒരുതരത്തിലുള്ള സംഘടനാ സ്വാതന്ത്ര്യവും അനുവദിക്കാൻ മാനേജ്മെന്റ് തയ്യാറായില്ല. ജോസ് ഉൾപ്പെടെ കുറച്ച് വിദ്യാർത്ഥികൾ നിരാഹാരമിരുന്നു. സംഘടനാ സ്വാതന്ത്ര്യം അനുവദിക്കാമെന്ന് മാനേജ്മെന്റ് സമ്മതിച്ചശേഷമാണ് സമരം അവസാനിച്ചത്. പാർട്ടി ജില്ലാ സെക്രട്ടറിയും ഞാനുൾപ്പെടെ മറ്റ് സഖാക്കളും സമരം ചെയ്ത വിദ്യാർത്ഥികളെ സന്ദർശിച്ചു.

മലയോരത്തെക്കുറിച്ച് പറയുമ്പോൾ ഓർമ്മയിൽ നിറഞ്ഞു നില്ക്കുന്ന പേരാണ് ചിറ്റാരിക്കാലിലെ സ. ഇ മാധവൻ മാഷിന്റേത്. കിഴക്കെ എളേരിയിൽ എത്തുന്ന സഖാക്കൾക്കുള്ള അഭയകേന്ദ്രമായിരുന്നു മാസ്റ്ററുടെ വീട്.

മിച്ചഭൂമി സമരം

കേരളം കണ്ട ഏറ്റവും ശക്തമായ സമരമായിരുന്നു മിച്ചഭൂമി സമരം. സമരനേതൃത്വത്തിലുള്ളതാകട്ടെ പാവങ്ങളുടെ പടത്തലവൻ സ. എ കെ ജി 1971 ൽ കാർഷിക പരിഷ്കരണനിയമം പാസായി. ഒരു കുടുംബത്തിന് പരമാവധി കൈവശം വെക്കാവുന്ന ഭൂമിക്ക് പരിധി നിശ്ചയിക്കപ്പെട്ടു. 1957 ലെയും 1967 ലെയും സർക്കാരുകൾ കൊണ്ടുവന്ന കാർഷിക പരിഷ്കരണ നിയമത്തിന്റെ തുടർച്ചയായിരുന്നു ഇത്. നിയമം നിലവിൽ വന്നതോടെ ജന്മിമാരുടെ കൈയിലുള്ള അധികഭൂമി ഏറ്റെടുത്ത് ഭൂരഹിതർക്ക് വിതരണം ചെയ്തുതുടങ്ങി. എന്നാൽ ഇടക്കാലത്ത് അധികാരത്തിലെത്തിയ യു ഡി എഫ് സർക്കാർ ഇത് അട്ടിമറിക്കാൻ ശ്രമിച്ചു. മിച്ചഭൂമി ഏറ്റെടുക്കാൻ സർക്കാർ തയ്യാറാകാത്ത സാഹചര്യത്തിൽ ആലപ്പുഴയിൽ നടന്ന കർഷക-കർഷകത്തൊഴിലാളി സമ്മേളനത്തിന്റെ തീരുമാനമായി അർഹരായ മുഴുവൻപേർക്കും ഭൂമി നല്കണമെന്ന ആവശ്യം എ കെ ജി പ്രഖ്യാപിച്ചു. സംസ്ഥാനമാകെ മിച്ചഭൂമി സമരത്തിന് കർഷകത്തൊഴിലാളികൾ സജ്ജരായി. എല്ലാ ജില്ലകളിലും സമരസഹായ സമിതികൾ രൂപീകൃതമായി. മിച്ചഭൂമി സമരത്തിന് ജനകീയ മുഖം നല്കാൻ എ കെ ജിക്ക് കഴിഞ്ഞു. തിരുവനന്തപുരത്ത് കവടിയാർ കൊട്ടാരം വക ഭൂമിയിൽ പ്രവേശിച്ചുകൊണ്ടാണ് എ കെ ജി സമരമാരംഭിച്ചത്. പൊലീസും എം എസ് പിയും കൊട്ടാരവളപ്പിന് ചുറ്റും നിലയുറപ്പിച്ചിരുന്നു. പൊലീസിന്റെ കണ്ണു വെട്ടിച്ച് എ കെ ജി കൊട്ടാരവളപ്പിന്റെ മതിൽ ചാടി ഉള്ളിൽ കയറി. എ കെ ജി സമരമാരംഭിച്ചപ്പോൾ മാത്രമാണ് പൊലീസിന് കാര്യം പിടികിട്ടിയത്. ഉയർന്ന പൊലീസ് ഉദ്യോഗസ്ഥർ സ്ഥലത്തെത്തി. അവരുടെ ലക്ഷ്യം എ കെ ജിയെ അറസ്റ്റു ചെയ്യുകയെന്നതായിരുന്നു. സമരത്തിനെത്തിയ കമ്യൂണിസ്റ്റുകാർക്ക് ആവേശം പ

കർന്ന സംഭവമായിരുന്നു അത്. തന്നെ അറസ്റ്റുചെയ്യാനെത്തിയ പൊലീസുകാരോട് എ കെ ജി പറഞ്ഞ വാക്കുകൾ ശ്രദ്ധേയമാണ്.

“ഞാൻ നിയമം ലംഘിച്ചിട്ടില്ല. കേരള നിയമസഭ പാസാക്കിയ നിയമമനുസരിച്ച് ഈ സംസ്ഥാനത്ത് മിച്ചഭൂമി ഏറ്റെടുത്ത് ഭൂരഹിതർക്ക് വിതരണം ചെയ്യേണ്ടത് സർക്കാരാണ്. അത് ചെയ്യാത്ത സർക്കാരാണ് നിയമം ലംഘിച്ചത്. സർക്കാരിനെതിരെയാണ് നടപടിയെടുക്കേണ്ടത്.”

ഉയർന്ന പൊലീസുദ്യോഗസ്ഥർ സ്ഥലത്തുണ്ടായിരുന്നെങ്കിലും അവർക്കാർക്കും മറുപടി ഉണ്ടായിരുന്നില്ല. പാർട്ടി നേതാക്കളെത്തി എ കെ ജിയെ അനുനയിപ്പിച്ചു. പൊലീസ് അറസ്റ്റ് രേഖപ്പെടുത്തിയശേഷം കോടതിയിലെത്തിച്ചു. കോടതിയിലും എ കെ ജി തന്റെ നിലപാട് ആവർത്തിച്ചു.

“ഞാൻ പ്രവേശിച്ചത് no man’s landലാണ്. സർക്കാർ പറയുന്നത് മിച്ചഭൂമി ഇല്ലെന്നാണ്. ആയിരക്കണക്കിന് ഏക്കർ മിച്ചഭൂമി ഞാൻ കാണിച്ചുകൊടുത്തു. അതുകൊണ്ട് ബഹു: കോടതി സർക്കാരിനെതിരെയാണ് നടപടിയെടുക്കേണ്ടത്”.

അല്പനേരത്തേക്ക് മജിസ്ട്രേട്ട് പ്രയാസത്തിലായി. പിന്നീട് എ കെ ജിയുടെ പേരിൽ കേസില്ലെന്ന് പറഞ്ഞ് വിട്ടയച്ചു. സ. വർക്കല രാധാകൃഷ്ണൻ എ കെ ജിക്ക് വേണ്ടി കോടതിയിൽ ഹാജരായിരുന്നു. എന്നാൽ എ കെ ജി കേസ് സ്വയം വാദിക്കുകയായിരുന്നു.

കണ്ണൂർ ജില്ലയിലെ പ്രധാന സമരകേന്ദ്രമായിരുന്നു ചീമേനി. ജോർജ്ജ് തോമസ് കൊട്ടുകാപ്പള്ളിയുടെ കൈയിലുണ്ടായിരുന്ന ആയിരക്കണക്കിന് ഏക്കർ ഭൂമിയിൽ പ്രവേശിച്ചുകൊണ്ടാണ് സമരം. ഇതേ സമയത്ത് തന്നെ കാസർഗോഡ് ആർ ഡി ഓ ഓഫീസിലും സമരമാരംഭിക്കണം. ചീമേനിയിലെ സമരത്തിന് ആദ്യദിനം സ. എ വി കുഞ്ഞമ്പുവും ആർ ഡി ഓ ഓഫീസ് സമരത്തിന് സ. റ്റി റ്റി കുഞ്ഞമ്പുവും നേതൃത്വം നല്കി. കാസർഗോഡും ചീമേനിയിലുമുള്ള സമരകേന്ദ്രത്തിലേക്ക് തലേ ദിവസം തന്നെ ജില്ലയുടെ വിവിധ സ്ഥലങ്ങളിൽനിന്നും സമരസഖാക്കൾ എത്തിച്ചേർന്നു. അത്തരം സഖാക്കൾക്ക് നാട്ടിൽനിന്നും യാത്രയയപ്പ് നല്കും. സമരസ്ഥലത്ത് എത്തിയ വളണ്ടിയർമാർ ഉദ്ഘാടനത്തിന് ശേഷം മിച്ചഭൂമിയിൽ കയറി വിളവെടുക്കും. ചീമേനിയിൽ സമരദിവസങ്ങളിലെല്ലാം വലിയ പൊലീസ് സേന നിലയുറപ്പിച്ചിരുന്നു. പൊലീസ് സമരവളണ്ടിയർമാരെ അറസ്റ്റ് ചെയ്ത് കാഞ്ഞങ്ങാട് കോടതിയിലും കണ്ണൂർ സെൻട്രൽ ജയിലിലുമാക്കി. സമരരംഗത്ത് മൂന്ന് സഖാക്കൾ മുഴുവൻ സമയവുമുണ്ടാകണമെന്ന് പാർട്ടി കണ്ണൂർ ജില്ലാ കമ്മിറ്റി തീരുമാനിച്ചു. സ. ചടയൻ ഗോവിന്ദൻ, കർഷക സംഘം നേതാവ് സ. ടി കെ സി, മൂന്നാമത്തെ പേര് എന്റേതായിരുന്നു. അന്ന് പാർട്ടി നീലേശ്വരം ഏരിയാ കമ്മിറ്റി സെക്രട്ടറി കൂടിയാണ് ഞാൻ. ഞങ്ങൾ മൂന്ന് പേരും സമരകേന്ദ്രങ്ങളിൽ ഉണ്ടാവണം. താമസം സമരകേന്ദ്രത്തിൽത്ത

ന്നെ. അറസ്റ്റ് ചെയ്യപ്പെടുന്നവർക്കുള്ള അടിയന്തരസഹായം നല്കാൻ കോടതിയിലും ജയിലിലുമെത്തണം. സമരവളണ്ടിയർമാർക്ക് അവരവരുടെ നാട്ടിൽ നല്കുന്ന സ്വീകരണത്തിലും പങ്കെടുക്കണം. ആവേശകരമായ അനുഭവമാണ് മിച്ചഭൂമി സമരം. പാർട്ടി നിർദ്ദേശപ്രകാരം സമരസ്ഥലത്തുതന്നെ നില്ക്കേണ്ടിവന്നതിനാൽ സമരവളണ്ടിയറാവാൻ എനിക്ക് കഴിഞ്ഞില്ല. മിച്ചഭൂമി വിതരണം ചെയ്യും എന്നു സർക്കാർ പ്രഖ്യാപിച്ചതോടെയാണ് മിച്ചഭൂമി സമരം പിൻവലിച്ചത്. കാസർഗോഡ് ആർ ഡി ഓ ഓഫീസ് സമരത്തിൽ സജീവസാന്നിദ്ധ്യമായിരുന്നു സ. സി കൃഷ്ണൻ നായരും സ. എം രാമണ്ണറൈയും പി രാഘവനും രാമയ്യ ഷെട്ടിയും.

മിച്ചഭൂമി സമരത്തിൽ പ്രധാന സമരത്തിന് ശേഷം മിച്ചഭൂമി ഉള്ളിടത്തൊക്കെ സമര വളണ്ടിയർമാർ കയറണമെന്ന് തീരുമാനിച്ചു. സംസ്ഥാനത്ത് നൂറുകണക്കിന് സ്ഥലങ്ങളിൽ സമരവളണ്ടിയർമാർ പ്രവേശിക്കുകയും വിളവെടുക്കുകയും ചെയ്തു. ഇന്നത്തെ കാസർഗോഡ് ജില്ലയിലെ കരിമ്പിൽ കുഞ്ഞമ്പു, മാലോം പട്ടേലർ, കൊന്നക്കാട് കരിമ്പിൽ കോമൻ എന്നിവരുടെ മിച്ചഭൂമിയിൽ സമരവളണ്ടിയർമാർ പ്രവേശിച്ചു. കാഞ്ഞങ്ങാട് പള്ളിക്കരയിലെ മിച്ചഭൂമി, കിളിയളം സെന്റ് തോമസ് എസ്റ്റേറ്റിലെ മിച്ചഭൂമി, ഏന്തൂർ കൃഷ്ണൻ മണിയാണിയുടെ മിച്ചഭൂമി, ഇരിയ വാഴുന്നോരുടെ മിച്ചഭൂമി തുടങ്ങി ജന്മിമാരുടെ കൈവശമുള്ള മിച്ചഭൂമിയിലൊക്കെ സമരം നടന്നു. മിച്ചഭൂമി സമരത്തെത്തുടർന്ന് ആയിരക്കണക്കിന് പാവപ്പെട്ടവർക്ക് ഭൂമി ലഭിച്ചു.

മിച്ചഭൂമി സമരത്തിന്റെ ഭാഗമായി 1969 ൽ രണ്ടു ജാഥകൾ കേരളത്തിൽ നടന്നു. കാസർഗോഡുനിന്ന് ആലപ്പുഴയിലേക്ക് നടന്ന ജാഥ കർഷക സംഘം നേതാവ് പി വി കുഞ്ഞിക്കണ്ണനും കർഷകത്തൊഴിലാളി യൂണിയൻ നേതാവ് വി എസ് അച്യുതാനന്ദനും നയിച്ചു. മറ്റൊന്ന് തിരുവനന്തപുരത്തുനിന്നും ആലപ്പുഴയിലെത്തി. കാസർഗോഡുനിന്നും ആലപ്പുഴയിലേക്ക് നടത്തിയ ജാഥയോടൊപ്പം ഒരു ഗായകസംഘം ഉണ്ടായിരുന്നു. രാമന്തളിയിലെ കെ പി ആർ പണിക്കരും കുടുംബാംഗങ്ങളുമാണ് ഗായകസംഘത്തിൽ ഉണ്ടായിരുന്നത്. ഏഴാച്ചേരിയുടെ കവിതയാണ് പ്രധാനമായും പാടിയിരുന്നത്. ആ വരികൾ ഇന്നും മനസ്സിലുണ്ട്.

മാർത്താണ്ഡനിലയം കായൽ നിലങ്ങളിൽ
കൈതവരമ്പത്ത് ഞങ്ങൾനാട്ടിയ കൊടിയിത്
മർദ്ദനം പേടിച്ച് താഴ്ത്തുകയില്ലൊരുനാളും

ചൈനാക്ലേ സമരം

സാമുവൽ ആറോണിന്റെ കീഴിലായിരുന്നു നീലേശ്വരത്തും പഴയങ്ങാടിയിലുമുള്ള ചൈനാക്ലേകൾ. പാർട്ടി നിർദ്ദേശപ്രകാരം ഞാൻ ചൈനാ ക്ലേയിലെ തൊഴിലാളി യൂണിയൻ സെക്രട്ടറിയായി ചുമതലയേറ്റു. ഇതോടെ ചൈനാക്ലേയിലെ തൊഴിലാളി സംഘടന സി ഐ ടി യു വിൽ അഫിലിയേറ്റ് ചെയ്യപ്പെട്ടു. പഴയങ്ങാടിയിൽ പ്രത്യേക യൂണിയനാണ് പ്രവർത്തിച്ചുവന്നത്. സ. എം വി രാഘവൻ ആയിരുന്നു അതിന്റെ പ്രസിഡന്റ്. തൊഴിലാളികളുടെ വിവിധ ആവശ്യങ്ങൾക്കായി നിരവധി ചർച്ചകൾ നടത്തി. ചിലതൊക്കെ ലേബർ ഓഫീസ് മുഖേന; ചിലത് മാനേജ്മെന്റുകളുമായി നേരിട്ടും. ഒരു ഘട്ടത്തിൽ പുതിയ ആവശ്യങ്ങളുന്നയിച്ച് നോട്ടീസ് നല്കി. രണ്ട് ഫാക്ടറികളും മാനേജ്മെന്റ് ലോക്കൗട്ട് ചെയ്തു. മാനേജ്മെന്റിന്റെ എല്ലാവിധ തന്ത്രങ്ങളും പഠിച്ചയാളാണ് സാമുവൽ ആറോൺ. നന്നായി ഇംഗ്ലീഷ് കൈകാര്യം ചെയ്യും. എം എ ബിരുദധാരിയായതിനാൽ എനിക്ക് ഇംഗ്ലീഷിൽ സംസാരിക്കാൻ സാധിച്ചിരുന്നു. വിദേശ രാജ്യങ്ങളിലേതുൾപ്പെടെയുള്ള കാര്യങ്ങൾ പറഞ്ഞ് നീണ്ട വിശദീകരണമാണ് പലപ്പോഴും ആറോൺ നല്കുന്നത്. ഒരിക്കലദ്ദേഹം ഒ ഭരതനോട് പറഞ്ഞു.

"കരുണാകരൻ നല്ലയാളാണ്; പക്ഷേ, കമ്യൂണിസ്റ്റായിപ്പോയി."

സ. ഭരതന്റെ മറുപടി വളരെപ്പെട്ടെന്നായിരുന്നു. "ഈ രംഗത്ത് പ്രവർത്തിക്കുന്നവരെല്ലാം നല്ലതിന് വേണ്ടിയാണ് നിലകൊള്ളുന്നത്."

വാശിക്കാരനായ സാമുവൽ ആറോൺ ഒരു തരത്തിലുള്ള വിട്ടുവീഴ്ചയ്ക്കും തയ്യാറായില്ല. തൊഴിലാളി സമരം നാല് വർഷത്തോളം നീണ്ടു. വിപുലമായ സമരസഹായക്കമ്മിറ്റികൾ രൂപീകരിക്കപ്പെട്ടു. തൊഴിലാളി പ്രശ്നം ഉന്നയിച്ചുകൊണ്ട് എന്റെ നേതൃത്വത്തിൽ നീലേശ്വരത്തുനിന്നും

കണ്ണൂരിലേക്ക് കാൽനട ജാഥ നടത്തി. കണ്ണൂർ കളക്ടർക്ക് നിവേദനം നല്കി. ഈ സന്ദർഭത്തിലായിരുന്നു സി ഐ ടി യുവിന്റെ ജില്ലാ സമ്മേളനം കണ്ണൂരിൽ നടന്നത്. സമ്മേളനത്തിൽ വച്ച് ചൈനാക്ലേ തൊഴിലാളികളെ സഹായിക്കാനുള്ള ഫണ്ട് വിവിധ സംഘടനകൾ നല്കി. ഇതിനിടയിൽ കേരളത്തിൽ രാഷ്ട്രീയ മാറ്റമുണ്ടായി. 1980 ൽ ഇടതുപക്ഷ സർക്കാർ കേരളത്തിൽ അധികാരത്തിൽ വന്നു. ചൈനാക്ലേ വിഷയം ഞാൻ തന്നെ നിയമസഭയിൽ അവതരിപ്പിച്ചു. ആദ്യപടിയായി റിലീഫ് അണ്ടർടേക്കിങ് എന്ന നിലയിൽ ഫാക്ടറി ഏറ്റെടുക്കാൻ സർക്കാർ തീരുമാനിച്ചു. തൊഴിൽ മന്ത്രിയായ ആര്യാടൻ മുഹമ്മദ് ഇതു സംബന്ധിച്ച ബില്ല് നിയമസഭയിൽ അവതരിപ്പിച്ചു. ബില്ലിന്റെ ചർച്ചയിലും പങ്കെടുത്ത് തൊഴിലാളികളുടെ പക്ഷത്ത് ഞാൻ നിലകൊണ്ടു. പിന്നീട് സർക്കാർ ചൈനാക്ലേ പൂർണ്ണമായും ഏറ്റെടുത്തു. കേരള ക്ലേസ് ആന്റ് സെറാമിക്സ് കോർപ്പറേഷൻ പൊതുമേഖലാ സ്ഥാപനമായി അതു വളർന്നിരിക്കുന്നു.

പള്ളിക്കര സമരം (സംഭവം)

എന്റെ ജീവിതത്തിലെ നിർണ്ണായകമായ സംഭവമാണ് പള്ളിക്കര സമരം. സാധാരണക്കാർ യാത്രകൾക്കുവേണ്ടി എക്കാലത്തും ആശ്രയിക്കുന്നത് പൊതുഗതാഗത സംവിധാനത്തെയാണ്. പൊതുഗതാഗതം എന്ന ആശയം തന്നെ സാധാരണക്കാർക്ക് വേണ്ടിയാണെന്നു പറയാം. തൊഴിൽപരമായും മറ്റുമുള്ള നിത്യയാത്രയ്ക്ക് ബസ് മാത്രമാണ് അവരുടെ ആശ്രയം. പൊതുജനങ്ങൾക്ക് സ്വീകാര്യമാവുന്ന ടിക്കറ്റ് നിരക്കായതിനാൽ തിക്കിയും തിങ്ങിയും ബസുകളിൽ സഞ്ചരിക്കുന്നത് പലരുടേയും ജീവിതത്തിന്റെ ഭാഗമായിക്കഴിഞ്ഞിട്ടുണ്ട്. എന്നാൽ ജനങ്ങളെ ബുദ്ധിമുട്ടിക്കുന്ന വിധത്തിൽ കെ എസ് ആർ ടി സി ബസ് ചാർജ് വർദ്ധിപ്പിച്ചു. ജനങ്ങളുടെ പക്ഷത്ത് നില്ക്കുന്ന പ്രസ്ഥാനങ്ങൾക്ക് അന്യായമായ ചാർജ് വർദ്ധനവ് അംഗീകരിക്കാനാവില്ലല്ലോ. കെ എസ് ആർ ടി സി ബസ് ചാർജ് വർദ്ധനവിനെതിരെ യുവജനപ്രസ്ഥാനമായ കെ എസ് വൈ എഫ് (കേരള സോഷ്യലിസ്റ്റ് യൂത്ത് ഫെഡറേഷൻ) സമരരംഗത്തെത്തി. സംസ്ഥാനത്താകെ ബസ് ചാർജ് വർദ്ധനക്കെതിരെ ശക്തമായ സമരം ആരംഭിച്ചു. 1974 ലാണിത്. യു ഡി എഫ് ആണ് അധികാരത്തിൽ. സി അച്യുതമേനോൻ മുഖ്യമന്ത്രിയും കെ കരുണാകരൻ ആഭ്യന്തരമന്ത്രിയും. ആഗസ്ത് മാസം അവസാനത്തോടെ ബസ് ചാർജ് വർദ്ധനക്കെതിരെ സംസ്ഥാനത്താകെ സമരം ആരംഭിച്ചു. സമരം ശക്തമായതോടെ സമരക്കാരെ നേരിടുന്ന രീതിയും ബലപ്പെട്ടു. സി പി ഐ (എം) നീലേശ്വരം ലോക്കൽ സെക്രട്ടറിയും കെ എസ് വൈ എഫിന്റെ നീലേശ്വരം ബ്ലോക്ക് കമ്മിറ്റി പ്രസിഡന്റും ഞാനായിരുന്നു. അന്നത്തെ പാർട്ടി നീലേശ്വരം ലോക്കൽ എന്നാൽ നീലേശ്വരം, മടിക്കൈ, കരിന്തളം പഞ്ചായത്തുകൾ ചേർന്നതാണ്.

നീലേശ്വരം രാജാ റോഡിലാണ് പാർട്ടി ഓഫീസ്. രണ്ടു നിലയുള്ള ഓടിട്ട കെട്ടിടം. രണ്ടാം നിലയിലാണ് പാർട്ടി ഓഫീസ് പ്രവർത്തിക്കുന്നത്. രണ്ടാം നിലയിലേക്ക് മരത്തിന്റെ കോണിയിലൂടെയാണ് കയറേണ്ടത്. പിടിച്ചുകയറാൻ ചൂടിക്കയറ് കെട്ടിയിട്ടുണ്ട്. അന്നത്തെ സഖാക്കളുടെ ഓർമ്മകളിൽനിന്നും ആ കെട്ടിടത്തിന്റെ ചിത്രം മായുകില്ല. 1974 സെപ്തംബർ നാല്. പാർട്ടി ഓഫീസിൽനിന്നും പ്രകടനമായി കെ എസ് വൈ എഫിന്റെ സഖാക്കൾ പള്ളിക്കര വഴി കാര്യങ്കോട്ടേക്ക് നീങ്ങി. മുനയൻകുന്നിന്റെയും കയ്യൂരിന്റെയും സമരബോധത്തെ ഉള്ളിലേറ്റിയൊഴുകുന്ന കാര്യങ്കോട് പുഴയുടെ ഓളങ്ങളിൽ യുവസഖാക്കളുടെ മുദ്രാവാക്യം അലയടിച്ചു. കാര്യങ്കോട് എത്തിയ പ്രകടനം നീലേശ്വരത്തേക്ക് തിരിച്ചു. പള്ളിക്കരയിലെത്തുമ്പോൾ പൊലീസ് അകമ്പടിയോടെ കെ എസ് ആർ ടി സി ബസ് സർവ്വീസ് നടത്തുന്നത് സഖാക്കൾ കണ്ടു. ബസിൽ യാത്രക്കാർ തീരെ കുറവ്. സമരം കാരണം പല ഷെഡ്യൂളുകളും കെ എസ് ആർ ടി സി ഒഴിവാക്കിയിരുന്നു. എന്നാൽ ചില ബസുകൾ നിരത്തിലിറക്കി സമരം പരാജയമാണെന്ന് വരുത്തിത്തീർക്കാൻ ഗവൺമെന്റ് ശ്രമിച്ചു. അങ്ങനെയാണ് പൊലീസ് അകമ്പടിയോടെ ബസ് പള്ളിക്കരയിലെത്തിയത്. ഒരു തരത്തിലും അക്രമത്തിലേക്ക് പ്രതിഷേധം നീങ്ങരുതെന്നും റോഡിൽ കുത്തിയിരിക്കുക മാത്രമേ ചെയ്യാവൂ എന്നും അറസ്റ്റിന് വഴങ്ങണമെന്നും കർശന നിർദ്ദേശം നല്കിരുന്നു. കെ എസ് ആർ ടി സി ബസിന് മുമ്പിൽ ഒരു ജീപ്പിൽ കാഞ്ഞങ്ങാട് സി ഐ ഹക്കീം ബത്തേരിയും കുറേ പൊലീസുകാരും ഉണ്ട്. കെ എസ് ആർ ടി സി ബസിന്റെ പിന്നിൽ ഒരു ജീപ്പിലും ഒരു ബസിലുമായി ആയുധധാരികളായ പൊലീസുകാർ വേറെയും. പ്രകടനത്തിലുണ്ടായ സഖാക്കൾ അപ്പോൾത്തന്നെ റോഡിൽ കുത്തിയിരുന്ന് സമരം നടത്തി. പ്രതിഷേധത്തിൽ പങ്കെടുത്തവരെ അറസ്റ്റ് ചെയ്യുന്നതിന് പകരം കൊടിയ മർദ്ദനമഴിച്ചുവിടുകയാണ് പൊലീസ് ചെയ്തത്. സി ഐ ഹക്കിം ബത്തേരി കാസർഗോഡ് ഗവൺമെന്റ് കോളേജിൽ എന്റെ സഹപാഠി കൂടിയായിരുന്നു. ഹക്കീം ബത്തേരിയുടെ നേതൃത്വത്തിലാണ് പൊലീസ് മർദ്ദനം നടന്നത്. റോഡിൽ കുത്തിയിരുന്ന ഞങ്ങൾ ശക്തമായി മുദ്രാവാക്യം വിളിച്ചുകൊണ്ടിരുന്നു. സി ഐ ലാത്തി വീശി സഖാക്കളെ ഓടിക്കാൻ ശ്രമിച്ചു. ആരും എഴുന്നേറ്റില്ല. മാത്രമല്ല, മുദ്രാവാക്യത്തിന് ശക്തി കൂടുകയും ചെയ്തു. സി ഐ തന്റെ കൈയിലുള്ള ലാത്തി നിലത്തടിക്കുകയും സഖാക്കളെ പിടിച്ചുവലിച്ചു സമരക്കാരെ നീക്കം ചെയ്യാൻ ശ്രമിക്കുകയും ചെയ്തു. അത് പരാജയപ്പെട്ടപ്പോൾ വിസിലടിച്ചുകൊണ്ട് ലാത്തിച്ചാർജിന് നിർദ്ദേശിച്ചു. ലാത്തിച്ചാർജിൽ നിരവധി പേർക്ക് പരിക്ക് പറ്റി. പല സഖാക്കളുടേയും തലയും കൈയും കാലുമൊക്കെ പൊട്ടി. റോഡിലാകെ ചോര. പല പൊലീസുകാരുടേയും കൈയിലുള്ള ലാത്തി പൊട്ടിപ്പോയി. അത്ര ക്രൂരമായ മർദ്ദനമായിരുന്നു പൊലീസ് നടത്തിയത്. പള്ളിക്കരയിൽ സഖാക്കൾക്ക് നേരെ ക്രൂരമായ പൊലീസ്

മർദ്ദനം നടത്തുന്നതറിഞ്ഞ് സമീപപ്രദേശങ്ങളിൽനിന്ന് കൂടുതൽ പേർ പള്ളിക്കരയിലെത്തുകയും സമരത്തിൽ പങ്കെടുക്കുന്ന സഖാക്കൾക്കൊപ്പം ചേർന്ന് പൊലീസുമായി പ്രതിരോധത്തിലേർപ്പെടുകയും ചെയ്തു. അതോടെ സമരക്കാരെ അടിച്ചൊതുക്കാൻ കഴിയില്ലെന്ന് മനസ്സിലാക്കിയ സി ഐ തിരികെ വാഹനത്തിൽ കയറാൻ പൊലീസിന് നിർദ്ദേശം നല്കി.

"പാഞ്ഞു കേറിക്കോടാ, പന്നീന്റെ മക്കള് നമ്മളക്കൊല്ലും" എന്നായിരുന്നു ഹക്കീം ബത്തേരി പൊലീസുകാരോട് പറഞ്ഞത്.

ലാത്തിച്ചാർജിൽ എന്റെ വലതുകൈ തകർന്നു. ശരീരമാകെ പൊട്ടി ചോരയൊലിക്കുന്നു. അസഹനീയമായ വേദന അനുഭവപ്പെട്ടു. നിലത്തു വീണുകിടക്കുകയായിരുന്ന എനിക്ക് എഴുന്നേല്ക്കാൻപോലും സാധിച്ചില്ല. പെട്ടെന്ന് രണ്ടു സഖാക്കൾ എന്റെയടുത്തേക്ക് ഓടി വന്നു. സി സി കുഞ്ഞിക്കണ്ണനും സി നാരായണനുമായിരുന്നു അത്. ഒരു പൊലീസുകാരനെ കുറച്ചുപേർ കൂട്ടം ചേർന്ന് ആക്രമിക്കുകയാണെന്നും അയാൾ മരിച്ചുപോകാനിടയുണ്ടെന്നും അവർ പറഞ്ഞു. ശക്തമായ വേദനയുണ്ടായിട്ടും ഞാൻ സഖാക്കളുടെ സഹായത്തോടെ അങ്ങോട്ടു പോയി. നടക്കാനും കൈ ഉയർത്താനും ഏറെ പ്രയാസം എനിക്കനുഭവപ്പെട്ടു. രാമൻ എന്ന പൊലീസുകാരനായിരുന്നു അത്. സഖാക്കളെ മർദ്ദിക്കുന്നതിനിടയിൽ പൊലീസ് വണ്ടിയിൽ കയറാൻ രാമന് കഴിഞ്ഞില്ല. പൊലീസുകാരോടുള്ള രോഷം മുഴുവനും സഖാക്കൾ രാമനോട് തീർത്തു. രാമന്റെ കൈയിൽ ഉണ്ടായിരുന്ന തോക്ക് സഖാക്കൾ പിടിച്ചെടുത്ത് തൊട്ടടുത്ത പറമ്പിലേക്കെറിഞ്ഞിരുന്നു. മുഖത്ത് ചോരയുമായി നിൽക്കുന്ന പൊലീസുകാരനെയാണ് കണ്ടത്. സഖാക്കളുടെയിടയിൽനിന്നും പൊലീസുകാരനെ മാറ്റി. തീരെ അവശനായിരുന്ന രാമനെ ചെറുവത്തൂരിലെ ആശുപത്രിയിലെത്തിച്ചു. ആ സമയത്ത് ഞാൻ ഇടപെട്ടില്ലായിരുന്നെങ്കിൽ ആ പൊലീസുകാരൻ കൊല്ലപ്പെടുകയും വലതുപക്ഷമാധ്യമങ്ങളും സർക്കാരും ഇത് മുതലെടുക്കുകയും ചെയ്യുമായിരുന്നു. പരിക്കേറ്റ സഖാക്കൾ ഏതൊക്കെയോ വഴികളിലൂടെ കാഞ്ഞങ്ങാട് ആശുപത്രിയിലെത്തി. ഞാനും കെ കണ്ണൻ നായർ, സി നാരായണൻ, എ വി കോരൻ, ടി ഭരതൻ, എം അമ്പു, സി സി കുഞ്ഞിക്കണ്ണൻ എന്നിവരുമാണ് ആദ്യം ആശുപത്രിയിലെത്തിയത്. ഞങ്ങളെ കാഞ്ഞങ്ങാട് ആശുപത്രിയിലെത്തിച്ചത് നീലേശ്വരത്തെ കോൺഗ്രസുകാരനായ കരുണാകരന്റെ വാഹനത്തിലായിരുന്നു. കരുണാകരനെ വെറുതെ വിട്ടെങ്കിലും വാഹനത്തിന്റെ ഡ്രൈവറായ തമ്പാനെ പിന്നീട് പൊലീസ് അറസ്റ്റുചെയ്ത് മർദ്ദിച്ചു. പള്ളിക്കരയിൽ വച്ച് പൊലീസിന്റെ മർദ്ദനമേറ്റ സഖാക്കളിൽ ചിലർ തോണിയിൽ കോട്ടപ്പുറത്തെത്തുകയും അവിടെ നിന്ന് വാഹനത്തിൽ ആശുപത്രിയിലേക്കെത്തുകയും ചെയ്തു. മറ്റു ചില സഖാക്കൾ പലവഴികളിലൂടെയായി ആശുപത്രിയിലേക്കെത്തിച്ചേർന്നു.

നീലേശ്വരം സ്റ്റേഷനിലെത്തിയ പൊലീസുകാർക്ക് തങ്ങളുടെ കൂട്ട

ത്തിലുള്ള ഒരാൾ തിരിച്ചെത്തിയിട്ടില്ലെന്ന് മനസ്സിലായി. പൊലീസ് വീണ്ടും പള്ളിക്കരയിലെത്തി. അപ്പോൾ പള്ളിക്കര ശൂന്യമായിരുന്നു. പൊലീസ് ആകാശത്തേക്ക് മൂന്ന് റൗണ്ട് വെടിവച്ചു. വിവരമറിഞ്ഞ് കണ്ണൂരിൽ നിന്നും എസ് പി തോമസ് ജോസഫിന്റെ നേതൃത്വത്തിൽ വൻ പൊലീസ് സന്നാഹം പള്ളിക്കരയിലെത്തി. സി പി ഐ (എം). കേന്ദ്രങ്ങളിൽ പൊലീസ് വ്യാപകമായ അക്രമം അഴിച്ചുവിട്ടു. പാലായി, ചിറപ്പുറം, ചായ്യോത്ത്, ചാത്തമത്ത് തുടങ്ങിയ പ്രദേശങ്ങളിലും ബീഡിക്കമ്പനികളിലും പൊലീസ് സി പി ഐ (എം)കാരെ തിരഞ്ഞെത്തി. നിരവധി പേരെ അറസ്റ്റ് ചെയ്ത് പള്ളിക്കരയിലെത്തിച്ചു. ടൈലർ അമ്പുവേട്ടൻ, കോറോത്ത് അമ്പു നായർ, കെ അമ്പാടി, കോട്ടൂല കുഞ്ഞിക്കണ്ണൻ തുടങ്ങിയവർ പൊലീസ് കസ്റ്റഡിയിലായി. ചുറ്റുപാടുനിന്നും പിടിച്ചു കൊണ്ടുവന്ന സഖാക്കളെ വായുകസേരയിൽ ഇരുത്തിയാണ് മർദ്ദിച്ചത്.

പള്ളിക്കര ലാത്തിച്ചാർജിന്റെ വിവരങ്ങൾ സി പി ഐ (എം) കണ്ണൂർ ഡി സി ഓഫീസിൽ അറിഞ്ഞു. ജില്ലാ സെക്രട്ടറി എം വി രാഘവൻ, ഒ ഭരതൻ, പാച്ചേനി കുഞ്ഞിരാമൻ, ഐ വി ശിവരാമൻ, സി പി ദാമോദരൻ എന്നിവർ പള്ളിക്കരയിലെത്തി. എന്നാൽ ഇവരെ പൊലീസ് പള്ളിക്കരയിൽ തടയുകയും രണ്ടുപേരെ മാത്രം കാഞ്ഞങ്ങാട് ആശുപത്രിയിൽ പോകാൻ അനുവദിക്കുകയും മറ്റുള്ളവരെ അറസ്റ്റുചെയ്യുകയും മർദ്ദിക്കുകയും ചെയ്തു. ആശുപത്രിയിൽനിന്നും തിരിച്ചിറങ്ങുമ്പോൾ അവരേയും അറസ്റ്റ് ചെയ്തു. ആശുപത്രിയിൽ എത്തിയ സന്ദർശകരെയും പൊലീസ് അറസ്റ്റു ചെയ്തു. സി കേളുനായർ, പി ചാത്തുവേട്ടൻ, പള്ളിക്കര കുഞ്ഞിരാമൻ, അബ്ബാസ്, എം പൊക്ലൻ, പണ്ഡാരത്തിൽ അമ്പു, പി കൃഷ്ണൻ, സുമിത്രൻ, ഗംഗാധരൻ, കെ പി നാരായണൻ തുടങ്ങിയവരെ ആശുപത്രിയിൽ വച്ച് അറസ്റ്റ് ചെയ്യുകയും ജയിലിലടയ്ക്കുകയും ചെയ്തു. കാഞ്ഞങ്ങാട് പാർട്ടി ഓഫീസിൽ വച്ച് പല സഖാക്കളെയും അറസ്റ്റ് ചെയ്തു. കോട്ടൂല കുഞ്ഞിക്കണ്ണൻ, കെ അമ്പാടി, പി പൊക്കൻ തുടങ്ങിയവരെ കാഞ്ഞങ്ങാട് പാർട്ടി ഓഫീസിൽ വച്ചാണ് അറസ്റ്റ് ചെയ്യുകയും മർദ്ദിക്കുകയും ചെയ്തത്. പി അമ്പാടി, യു വി കുഞ്ഞിരാമൻ, കെ ബാലകൃഷ്ണൻ എന്നിവരെ പലപ്പോഴായി അറസ്റ്റു ചെയ്യാൻ പൊലീസ് ശ്രമിച്ചെങ്കിലും സാധിച്ചില്ല. എന്നാൽ ഇവരെയെല്ലാം കേസിൽ പ്രതി ചേർത്തിരുന്നു. കെ കുഞ്ഞിരാമനെ (പിന്നീടദ്ദേഹം എം എൽ എ ആയി) പരിക്കേറ്റവരുടെ ചികിത്സയുടെ പേരുപറഞ്ഞ് നീലേശ്വരം പൊലീസ് സ്റ്റേഷനിലേക്ക് വിളിച്ചു വരുത്തി അറസ്റ്റുചെയ്യുകയായിരുന്നു. പ്രധാനപ്പെട്ട ആയുർവ്വേദ വൈദ്യനാണ് കുഞ്ഞിരാമൻ. പൊലീസ് അദ്ദേഹത്തെ തന്ത്രപൂർവ്വം അറസ്റ്റുചെയ്ത് പ്രതിയാക്കുകയായിരുന്നു.

പാലായി, മടിക്കൈ, ചായ്യോം, പള്ളിക്കര, കൊയാമ്പുറം, കണിച്ചിറ, ചിറപ്പുറം മുതലായ സ്ഥലങ്ങളിലേക്ക് പൊലീസ് സംഘം എത്തുകയും വീടുകളിൽ കയറി അക്രമം നടത്തുകയും ചെയ്തു. നീലേശ്വരത്തെ

ബീഡിക്കമ്പനികളിൽനിന്നും അറസ്റ്റ് ചെയ്യപ്പെട്ട സഖാക്കളെ ക്രൂരമായി മർദ്ദിച്ച ശേഷമാണ് ലോക്കപ്പിലടച്ചത്. സമരവുമായി ഒരു ബന്ധവും ഇല്ലാത്ത ചെറുവത്തൂർ, കാലിക്കടവ്, വെള്ളൂർ, കരിവെള്ളൂർ, പയ്യന്നൂർ എന്നിവിടങ്ങളിലെയും സഖാക്കളെ അറസ്റ്റുചെയ്ത് മർദ്ദിച്ചു. പള്ളിക്കര സമരത്തിൽ 101 പേർ പ്രതിയാക്കപ്പെട്ടു. മൂന്ന് വർഷത്തോളം കേസ് നിലനിന്നു. അന്നത്തെ കണ്ണൂർ ജില്ലാ പൊലീസ് സൂപ്രണ്ട് തോമസ് ജോസഫ് പാർട്ടി നേതാക്കളെ വെല്ലുവിളിച്ചുകൊണ്ട് ഇങ്ങനെ പറഞ്ഞു.

"എല്ലാറ്റിനേയും വെടിവച്ച് ഞാൻ കുറ്റിക്കാട്ടിലെറിയും. എന്നിട്ട് ഞാൻ കേന്ദ്രത്തിലേക്ക് പോകും. എനിക്കൊരു ചുക്കും വരാനില്ല. ഒറ്റ ചുവന്ന കൊടിയും ഇവിടെ ഇനി പറക്കില്ല."

കമ്യൂണിസ്റ്റ് വിരോധം തലയ്ക്കുകയറിയ പൊലീസ് ഓഫീസറുടെ അഹങ്കാരവും ധാർഷ്ട്യവും തോമസിന്റെ വാക്കുകളിലുണ്ടായിരുന്നു. അന്ന് വൈകുന്നേരം തന്നെ നീലേശ്വരം ടൗണിൽ പൊലീസ് നായാട്ടിനെതിരെ പ്രതിഷേധപ്രകടനം നടന്നു. കെ എം കുഞ്ഞിക്കണ്ണൻ, കെ ബാലകൃഷ്ണൻ, പി കൃഷ്ണൻ, സുമിത്രൻ തുടങ്ങിയവരാണ് പ്രകടനത്തിന് നേതൃത്വം നല്കിയത്. പള്ളിക്കര പൊലീസ് നായാട്ടിനെതിരെ നീലേശ്വരത്ത് ഹർത്താൽ നടത്താൻ കെ എസ് വൈ എഫ് തീരുമാനിച്ചു. സെപ്തംബർ 5 ന് കെ ചിണ്ടേട്ടൻ, കെ എം കുഞ്ഞിക്കണ്ണൻ എന്നിവരുടെ നേതൃത്വത്തിൽ പൊലീസ് അക്രമത്തിനെതിരെ മടിക്കൈയിൽനിന്നും നീലേശ്വരത്തേക്ക് പ്രകടനം നടത്തി. ആയിരത്തോളം പേർ പങ്കെടുത്ത പ്രകടനം പൊലീസ് അക്രമത്തിനെതിരെയുള്ള ശക്തമായ പ്രതിഷേധമായി. വയലുകളിൽ ജോലി ചെയ്യുന്ന സ്ത്രീകൾ അവർ ധരിച്ചിരുന്ന അതേ വേഷത്തിൽ പ്രതിഷേധ പ്രകടനത്തിൽ അണിചേർന്നു. പ്രകടനത്തിൽ പങ്കെടുത്ത വലിയൊരു വിഭാഗം മടിക്കൈക്കാരായിരുന്നു. നീലേശ്വരം, കിനാനൂർ കരിന്തളം പഞ്ചായത്തിൽനിന്നുള്ള സഖാക്കളും പ്രകടനത്തിൽ പങ്കെടുത്തു. പൊലീസിന്റെ ഭീകരത നിറഞ്ഞുനില്ക്കുന്ന നീലേശ്വരം ടൗണിലേക്ക് ഇനിയൊരു കമ്യൂണിസ്റ്റുകാരനും വരില്ലെന്നാണ് കോൺഗ്രസും പൊലീസും പ്രഖ്യാപിച്ചത്. എന്നാൽ സി ആർ പി എഫും പൊലീസും നിരന്നു നിന്ന നീലേശ്വരം ടൗണിൽ സഖാക്കൾ ജാഥ നടത്തി. പ്രകടനം നീലേശ്വരത്ത് അവസാനിക്കുമെന്നും പ്രകടനത്തിൽ പങ്കെടുത്തവരെ തിരിച്ചുപോകുമ്പോൾ അറസ്റ്റ് ചെയ്യാമെന്നും പൊലീസ് കണക്കുകൂട്ടി. എന്നാൽ പൊലീസിന്റെ തീരുമാനം മുൻകൂട്ടിയറിഞ്ഞ പാർട്ടിസഖാക്കൾ പ്രകടനം നീലേശ്വരത്ത് അവസാനിപ്പിച്ചില്ല. മടിക്കൈ കക്കാട്ട് തിരികെ എത്തിയശേഷമാണ് പ്രകടനം അവസാനിപ്പിച്ചത്. പൊലീസ് അതിക്രമത്തിനെതിരെ, പ്രത്യേകിച്ച് ജില്ലാ പൊലീസ് മേധാവി തോമസ് ജോസഫിനെതിരെ ഉയർന്ന ശക്തമായ താക്കീതായിരുന്നു അന്നു നടന്ന പ്രതിഷേധപ്രകടനം.

ഇതിനിടെ ആശുപത്രിയിൽനിന്നും ഞങ്ങളെയെല്ലാം നിർബ്ബന്ധിച്ച് ഡിസ്ചാർജ് ചെയ്യാനുള്ള ശ്രമം പൊലീസ് ആരംഭിച്ചിരുന്നു. സമരക്കാർ

ഗൗരിയമ്മ

ക്കിടയിൽ ഒറ്റപ്പെട്ടുപോയ രാമൻ എന്ന പൊലീസുകാരന്റെ കൈവശം ഉണ്ടായിരുന്ന തോക്ക് സഖാക്കൾ അടുത്ത പറമ്പിലേക്കെറിഞ്ഞിരുന്നുവല്ലോ. ആ തോക്ക് പൊലീസുകാർ പിന്നീട് കണ്ടെടുത്തു. എന്നാൽ ഡിസ്ചാർജ് ചെയ്തശേഷം ആ തോക്ക് ഞങ്ങളെക്കൊണ്ട് എടുപ്പിക്കാനും ആ കേസും ഞങ്ങളുടെ തലയിൽ കെട്ടിവയ്ക്കാനും അതുവഴി കേസിന്റെ ബലം കൂട്ടാനുമുള്ള ഗൂഢതന്ത്രമായിരുന്നു പൊലീസ് ആസൂത്രണം ചെയ്തത്. കെ ആർ ഗൗരിയമ്മ ആശുപത്രിയിൽ വന്ന് ഞങ്ങളെ ചികിത്സിച്ചിരുന്ന ഡോ. ഭട്ടിനെ കണ്ട് കാര്യം വിശദമായി പറഞ്ഞു. അങ്ങനെ നിർബ്ബന്ധപൂർവ്വം ഡിസ്ചാർജ് ചെയ്യിക്കാനുള്ള പൊലീസ് തന്ത്രം പാളി.

സെപ്തംബർ നാലിന് കാഞ്ഞങ്ങാട് ആശുപത്രിയിൽ പ്രവേശിപ്പിക്കപ്പെട്ട ഞങ്ങൾ മൂന്നാഴ്ചയോളം ചികിത്സയിലായിരുന്നു. ഞങ്ങൾ ഏഴ് പേർക്ക് കൈക്കും തലയ്ക്കുമൊക്കെയായി ഗുരുതരമായി പരിക്കേറ്റിരുന്നു. അന്ന് കാഞ്ഞങ്ങാട് സർക്കാർ ആശുപത്രിയിൽ എക്സ് റേ സൗകര്യം ഉണ്ടായിരുന്നില്ല. ഞങ്ങളെ പുറത്തുകൊണ്ടുപോയാണ് എക്സ് റേ എടുത്തത്. പലരുടേയും മുറിവുണങ്ങാൻ ദിവസങ്ങളെടുത്തു. എന്റെ വലതു കൈയുടെ മണികണ്ഠത്തിനാണ് പരിക്കുണ്ടായിരുന്നത്. കണ്ണൻ നായരുടെ തലയ്ക്കും എ വി കോരന്റെ കാലിനുമായിരുന്നു പരിക്ക്. എൻ അമ്പു, സി നാരായണൻ, സി സി കുഞ്ഞിക്കണ്ണൻ എന്നിവർക്ക് ശരീരത്തിന്റെ പലഭാഗങ്ങളിലും മർദ്ദനമേറ്റ പരിക്കുണ്ടായിരുന്നു. ആശുപത്രിയുടെ വളരെയടുത്താണ് കോടതിയെങ്കിലും പൊലീസ് തന്ത്രപൂർവ്വം ഞങ്ങളെ ശനിയാഴ്ചയാണ് ഡിസ്ചാർജ് ചെയ്തത്. അതുകൊണ്ട് ഞായറാഴ്ച പൂർണ്ണമായും ഞങ്ങൾക്ക് ലോക്കപ്പിൽ കഴിയേണ്ടിവന്നു. ഷർട്ടും മുണ്ടുമൊക്കെ ഒഴിവാക്കി അടിവസ്ത്രം മാത്രം ധരിച്ചാണ് ഞങ്ങളെ ലോക്കപ്പിലടച്ചത്. ഒരു പകലും രാത്രിയും പൂർണ്ണമായും ഭക്ഷണമില്ലാതെ കഴിയേണ്ടിവന്നു. ഒരു പൊലീസുകാരൻ ലോക്കപ്പിനടുത്ത് വന്ന് ഭക്ഷണം എന്താണ് വേണ്ടതെന്ന് ചോദിച്ച് ചിരിച്ചുകൊണ്ടുപോയി. പിന്നീട് അദ്ദേഹത്തെ കണ്ടതേയില്ല. പിറ്റേ ദിവസം ഉച്ചയോടെ ആശുപത്രിയിൽ ഡ്യൂട്ടിയിലുണ്ടായിരുന്ന കൃഷ്ണൻ എന്ന പൊലീസുകാരൻ വന്നു. ഞങ്ങൾ അദ്ദേഹത്തെ കൃഷ്ണേട്ടൻ എന്നായിരുന്നു വിളിച്ചത്.

വളരെ അനുഭാവത്തോടുകൂടിയ പെരുമാറ്റമായിരുന്നു അദ്ദേഹത്തിന്റേത്. കൃഷ്ണേട്ടന്റെ സ്വദേശം കല്യാശ്ശേരി ആയിരുന്നു. ഞങ്ങളെ കണ്ടയുടനെ ഭക്ഷണമൊന്നും കിട്ടിയില്ല എന്ന് അദ്ദേഹത്തിന് മനസ്സിലായി. അദ്ദേഹത്തിന്റെ കണ്ണുനിറഞ്ഞു. പെട്ടെന്നദ്ദേഹം ഭക്ഷണം ഏർപ്പാടാക്കി. ആശുപത്രിയിൽ വച്ചും ഇതേപോലെ അനുഭവമുണ്ടായിരുന്നു. അനങ്ങാൻ പോലും കഴിയാത്ത ഞങ്ങളെ നിരീക്ഷിക്കാൻ അഞ്ചാറ് പൊലീസുകാരുണ്ടായിരുന്നു. ഞങ്ങൾ ഓടിപ്പോകുമോ എന്ന് പൊലീസ് ഭയന്നു. അതിൽ തമ്പാൻ എന്ന പൊലീസുകാരൻ കർക്കശ സ്വഭാവമുള്ളയാളായിരുന്നു. അനങ്ങാൻ പോലും പ്രയാസപ്പെട്ടിരുന്ന ഞങ്ങൾ മൂത്രമൊഴിക്കാൻ പോകുമ്പോൾപോലും രണ്ടു പൊലീസുകാരെ കൂടെ അയക്കും. എന്നാൽ ആശുപത്രിയിലേക്ക് കൃഷ്ണേട്ടൻ വന്നതോടെ കാര്യങ്ങൾ മാറി. പൊലീസിന്റെ കർശന സ്വഭാവംകൊണ്ട് ഞങ്ങൾ പൊതുവെ നിശ്ശബ്ദരായിരുന്നു. ഒരിക്കൽ കൃഷ്ണേട്ടൻ പറഞ്ഞു. "എന്തെടാ ഇങ്ങനെ കുരങ്ങു ചത്ത കുറവനെപ്പോലെ ഇരിക്കുന്നത്. കയ്യൂരിൽ നമ്മുടെ സഖാക്കളെ തൂക്കിക്കൊന്നിട്ടും ഈ പ്രസ്ഥാനം നിലനില്ക്കുന്നില്ലേ." ഞങ്ങളെ സംബന്ധിച്ച് ഏറെ സന്തോഷകരമായ വാക്കുകളായിരുന്നു അത്. മറ്റു പൊലീസുകാരുടെ പെരുമാറ്റത്തിലും മാറ്റമുണ്ടായി. തമ്പാനോട് കൃഷ്ണേട്ടൻ തന്നെ ഇവർ കുഴപ്പക്കാരല്ല എന്നു പറഞ്ഞു. സ്റ്റേഷനിൽനിന്നും ഞങ്ങളെ കോടതിയിൽ ഹാജരാക്കി. 307 ഉൾപ്പെടെയുള്ള വകുപ്പുകൾ പ്രകാരം കേസെടുത്തതിനാൽ ജാമ്യം നിഷേധിച്ചു. ഞങ്ങളെ ജയിലിലടച്ചു. ഞങ്ങൾ സബ്ജയിലിൽ എത്തുമ്പോഴേക്കും നേരത്തെ അറസ്റ്റുചെയ്ത എം വി രാഘവൻ മുതലായവരെ കണ്ണൂർ സെൻട്രൽ ജയിലിലേക്ക് മാറ്റി.

കാഞ്ഞങ്ങാട് ആശുപത്രിയിൽ രാവിലെ ചായ കൊണ്ടുവരുന്നതും ഉച്ചയ്ക്കും രാത്രിയും ഭക്ഷണം കൊണ്ടുവരുന്നതും അടുത്ത ഹോട്ടലിൽ നിന്നാണ്. പ്രത്യേകമായി പണം നല്കുന്ന സംവിധാനം ഉണ്ടായിരുന്നില്ല. ദിവസേന ഞങ്ങളെ സന്ദർശിക്കാൻ വരുന്ന നൂറുകണക്കിന് സഖാക്കൾ കൈയിലുള്ള സംഖ്യ നല്കും. പണം വേണ്ടെന്ന് പറഞ്ഞാൽ ബെഡിൽ വച്ചിട്ട് പോകും. ഒരിക്കലും അത് എത്രയാണെന്ന് എണ്ണിനോക്കിയിട്ടുപോലുമില്ല. വൈകുന്നേരത്തെ ഭക്ഷണം തന്നു പോകുമ്പോൾ ഹോട്ടലുകാരന് ഇതിൽനിന്നും പണം നല്കും. ആശുപത്രി വിട്ട്, കാസർഗോഡ് ജയിലിൽ കഴിഞ്ഞ്, തിരിച്ചുവരുന്ന സമയത്ത് യാത്രയ്ക്കാവശ്യമായ പണം ലഭിച്ചതും ഈ സംഭാവനയിൽ നിന്നാണ്. ആര് എത്ര നല്കിയെന്നതിന് ഒരു കണക്കും ഉണ്ടായിരുന്നില്ല. കണക്കിനേക്കാൾ വലുതായിരുന്നു സഖാക്കളുടെ രാഷ്ട്രീയ ബോധവും സാഹോദര്യവും വൈകാരികമായ അടുപ്പവും.

ആശുപത്രിയിൽ രസകരമായ ഒരനുഭവമുണ്ടായി. ആശുപത്രിയിൽ സന്ദർശകരെ വിലക്കിയിരുന്നു. ഒരു ദിവസം കിനാനൂരിലെ ചന്തു ഓഫീസർ ആശുപത്രിയിലെത്തി. കയ്യൂർ കേസിൽ അദ്ദേഹത്തിന്റെ വീടും

സ്വത്തും അന്ന് പൊലീസ് കണ്ടുകെട്ടിയിരുന്നു. ആരേയും കൂസാത്ത ഭാവമായിരുന്നു അദ്ദേഹത്തിന്റേത്. ചന്തു ഓഫീസറെ ആശുപത്രിക്കകത്ത് പ്രവേശിപ്പിക്കാൻ പൊലീസ് തയ്യാറായില്ല. എന്നാൽ പൊലീസിനെ തട്ടിമാറ്റി അദ്ദേഹം ആശുപത്രിക്കകത്ത് പ്രവേശിക്കുകയും പൊലീസിനെ നിശിതമായി അവർ കേൾക്കെത്തന്നെ വിമർശിക്കുകയും ചെയ്തു.

സഖാക്കളുടെ വീടുകൾ സന്ദർശിക്കാനും അവർക്ക് ആത്മവിശ്വാസം നല്കാനും പാർട്ടിയുടെ ഒട്ടേറെ നേതാക്കൾ സ്ഥലത്തെത്തി. പ്രതിഷേധയോഗങ്ങളിൽ പാട്യം ഗോപാലൻ, പിണറായി വിജയൻ, എ വി കുഞ്ഞമ്പു തുടങ്ങിയ പ്രമുഖരായ നേതാക്കൾ എത്തിയിരുന്നു. സഖാക്കൾ ടി കെ ചന്തനും സി കൃഷ്ണൻ നായരും എല്ലാ സഹായങ്ങളുമായി രംഗത്തുണ്ടായിരുന്നു. ഞാൻ ജയിലിലായതിനാൽ പാർട്ടി ലോക്കൽ കമ്മിറ്റിയുടെ പ്രവർത്തനം കണ്ണൂർ ജില്ലാ സെക്രട്ടറിയേറ്റ് അംഗം സ. കെ വി നാരായണൻ നമ്പ്യാരെ ഏല്പിച്ചു. കാസർഗോഡുനിന്നുള്ള രാമണ്ണറൈ, രാമയ്യ ഷെട്ടി, പി രാഘവൻ എന്നിവരും സഹായത്തിനെത്തിയിരുന്നു.

പള്ളിക്കര സംഭവം നടന്നു കഴിഞ്ഞ് രണ്ടുമൂന്നു ദിവസത്തിനകം സ. ഇ എം എസ് നീലേശ്വരത്തെത്തി. പള്ളിക്കര പൊലീസ് മർദ്ദനത്തിൽ പ്രതിഷേധിച്ച് അവിഭക്ത കണ്ണൂർ ജില്ലയിൽ വ്യാപകമായ പ്രതിഷേധം നടന്നു. കണ്ണൂർ നഗരത്തിൽ പ്രതിഷേധപ്രകടനം നടന്നു. ഏവരും ആദരിക്കുന്ന തൊഴിലാളി നേതാവ് സി കണ്ണനെ പൊലീസ് ക്രൂരമായി മർദ്ദിച്ചു. നീലേശ്വരത്ത് നടന്ന പ്രതിഷേധ പൊതുയോഗത്തിൽ വി എസ് പങ്കെടുത്തു. പൊലീസിനെ വെല്ലുവിളിച്ചുകൊണ്ട് വി എസ് നടത്തിയ പ്രസംഗം സഖാക്കളിൽ ആവേശമുണ്ടാക്കി. ഞങ്ങൾ ജയിലിൽ നിന്നിറങ്ങിയ ശേഷമാണ് ഗോദാവരി പരുലേക്കർ നീലേശ്വരത്ത് എത്തിയത്. ആക്രമിക്കപ്പെട്ട വീടുകൾ അവർ സന്ദർശിച്ചു. പള്ളിക്കരയിലും പാലായിയിലും നടന്ന പൊതുയോഗത്തിലും അവർ പ്രസംഗിച്ചു. “ഒരു ദിവസം വരും. നമ്മുടെ സഖാക്കളെ വരിവരിയായി റോഡിൽ സങ്കല്പ കസേരയിൽ ഇരുത്തിയ പൊലീസുദ്യോഗസ്ഥനെ നമ്മൾ ഇവിടെ കൊണ്ടുവരും. ഈ പൊലീസുദ്യോസ്ഥന്മാരുടെ അക്രമത്തിന് കണക്ക് പറയിക്കാൻ. അവരെ ഈ റോഡിൽ നിർത്തി ഏത്തമിടുവിക്കും.” പൊലീസ് പരത്തിയ ഭീതി ഇല്ലാതാക്കാൻ അവരുടെ പ്രസംഗം വളരെയേറെ സഹായിച്ചു. കോട്ടൂല കുഞ്ഞിക്കണ്ണൻ, സി സി കുഞ്ഞിക്കണ്ണൻ, കാലത്ത് അമ്പു, കുഞ്ഞമ്പു, പി കെ പൊക്കൻ, കെ വി ഗോപാലൻ, കാരിക്കുട്ടി തുടങ്ങിയവരുടെ വീടുകൾ അവർ സന്ദർശിച്ചു. പാലായിയിൽ പൊതുയോഗത്തിൽ പങ്കെടുക്കാനെത്തിയ ഗോദാവരി പരുലേക്കറെ കയ്യൂർ രക്തസാക്ഷി അബുബക്കറിന്റെ ഉമ്മ ചുവപ്പ് മാലയിട്ട് സ്വീകരിച്ചു. ആബാലവൃദ്ധം ജനങ്ങളുടെ മുമ്പിൽ വച്ച് അവരെ കെട്ടിപ്പിടിച്ച രംഗം വികാരനിർഭരമായിരുന്നു.

പള്ളിക്കര സംഭവത്തിൽ പരിക്കു പറ്റി ആശുപത്രിയിൽ കഴിയുന്നവരെയും ജയിലിൽ കഴിയുന്നവരെയും പ്രതിപക്ഷ എം എൽ എമാർ

സന്ദർശിച്ചു. പൊലീസ് മർദ്ദനത്തിൽ ഓരോ സഖാക്കൾക്കുമുണ്ടായ പരിക്കുകൾ എം എൽ എമാർ നേരിട്ടുകണ്ടു മനസ്സിലാക്കി. ഇതിന് മറുപടി പറയാതെ നിയമസഭ ചേരാൻ അനുവദിക്കില്ലെന്ന് എം എൽ എ മാർ പറഞ്ഞു. പിന്നീട് ചേർന്ന നിയമസഭ സമ്മേളനം പ്രക്ഷുബ്ധമായ രംഗങ്ങൾക്ക് സാക്ഷിയായി. പള്ളിക്കരയിൽ പൊലീസിന് പരിക്കുപറ്റിയത് പൊലീസിന്റെ നിരുത്തരവാദപരമായ സമീപനം കൊണ്ടാണെന്ന് പ്രതിപക്ഷം പറഞ്ഞു. തോക്ക് കാണാതായി എന്നാരോപിച്ച് പൊലീസ് നടത്തിയ നരനായാട്ടിന്റെ ചിത്രം നിയമസഭയിൽ എം എൽ എമാർ വരച്ചുകാട്ടി. മർദ്ദനത്തിന് നേതൃത്വം നല്കിയ എസ് പി തോമസ് ജോസഫിന്റെയും സി ഐ ഹക്കിം ബത്തേരിയുടെയും പേരെടുത്ത് പറഞ്ഞുകൊണ്ടായിരുന്നു വിമർശനം നടന്നത്. പൊലീസിന്റെ നടപടിയെ ന്യായീകരിക്കാൻ ശ്രമിച്ച ആഭ്യന്തര മന്ത്രി കെ കരുണാകരന് പ്രതിപക്ഷത്തിന്റെ ചോദ്യങ്ങൾക്ക് മറുപടി പറയാനാകാതെ നിസ്സഹായനാകേണ്ടിവന്നു. സർക്കാർ നടപടിയിൽ പ്രതിഷേധിച്ച് പ്രതിപക്ഷം വാക്കൗട്ട് നടത്തുകയും പുറത്ത് സത്യഗ്രഹം നടത്തുകയും ചെയ്തു.

പള്ളിക്കര സംഭവം നടക്കുമ്പോൾ എ കെ ജി അസുഖബാധിതനായി ഡൽഹിയിലായിരുന്നു. കുറച്ചു ദിവസം കഴിഞ്ഞ് എ കെ ജി നീലേശ്വരത്ത് വന്നു പൊതുയോഗത്തിൽ പ്രസംഗിച്ചു. കാര്യങ്കോടു മുതൽ നീലേശ്വരം വരെ പ്രകടനം. നീലേശ്വരം റെയിൽവേ സ്റ്റേഷനു സമീപം പൊതുയോഗം. സ്വാഗതം പറഞ്ഞത് ഞാനാണ്. കെ എം കുഞ്ഞിക്കണ്ണൻ, പാട്യം രാജൻ, ഐ വി ശിവരാമൻ എന്നിവരും ഉണ്ടായിരുന്നു. എ കെ ജി കടുത്ത ഭാഷയിൽ പൊലീസിനെ വിമർശിച്ചു. മെലിഞ്ഞ ശരീരപ്രകൃതി ആയിരുന്നു എന്റേത്. എ കെ ജി പ്രസംഗത്തിനിടയിൽ തമാശയായിട്ട് പറഞ്ഞു. "ഇയാൾക്ക് വലിയ തടിയൊന്നുമില്ലെങ്കിലും തല്ലുകൊള്ളാൻ മിടുക്കനാണ്." സമരത്തിൽ പങ്കെടുത്ത് തല്ലുകൊള്ളുന്നവരെ എ കെ ജിക്ക് വലിയ ഇഷ്ടമാണ്. എത്രയോ സമരങ്ങളിൽ പങ്കെടുത്ത് തല്ലുകൊണ്ട അനുഭവം എ കെ ജി വിശദീകരിച്ചു.

പള്ളിക്കര കേസിൽ കോടതിയിൽ ഞങ്ങൾക്കുവേണ്ടി ഹാജരായത് കോഴിക്കോട്ടെ പ്രസിദ്ധ അഭിഭാഷകനായ കുഞ്ഞിരാമമേനോനാണ്. കൂടെ കാഞ്ഞങ്ങാട്ടെ അഡ്വ. കെ പുരുഷോത്തമനും. മൂന്ന് വർഷം കാസർഗോഡ് സെഷൻസ് കോടതിയിൽ കേസ് നടന്നു. 108 പേരെയാണ് പ്രതിയാക്കിയത്. ഇത്രയും പേരെ കോടതിയിലെത്തിക്കുക എന്നതുതന്നെ പ്രയാസമേറിയ കാര്യമാണ്. കണ്ണൂരിൽനിന്നും പാർട്ടിയുടെ പ്രധാനപ്പെട്ട നേതാക്കൾ തന്നെയായിരുന്നു പ്രതിയാക്കപ്പെട്ടത്. വലിയ സാമർത്ഥ്യത്തോടെയാണ് ഡി വൈ എസ് പി മാധവനും സി ഐ ഹക്കിം ബത്തേരിയും ഉൾപ്പെടെയുള്ള പൊലീസുദ്യോഗസ്ഥർ കോടതിയിലെത്തിയത്. കുഞ്ഞിരാമമേനോന്റെ വളരെ ശാന്തമായ ചോദ്യങ്ങൾക്കും ക്രോസ് വിസ്താരങ്ങൾക്കും മുന്നിൽ പലപ്പോഴും പൊലീസുദ്യോഗസ്ഥർ വെള്ളം കുടിച്ചു. മർദ്ദനത്തിന് നേതൃത്വം നല്കിയ ഹക്കിം ബത്തേരി

യോട് ചിരിച്ചുകൊണ്ട് കുഞ്ഞിരാമമേനോൻ ചോദിച്ചു. "ഇൻസ്പെക്ടർക്ക് ഏത് ഭാഷയിലാണ് സംസാരിക്കാൻ താല്പര്യം?"

"ഇംഗ്ലീഷും ഹിന്ദിയും കന്നടയും മലയാളവും അറിയാം. പൊലീസിന്റെ മെഡൽ ലഭിച്ചിട്ടുണ്ട്." ഇങ്ങനെയായിരുന്നു ഹക്കിം ബത്തേരിയുടെ മറുപടി. കുഞ്ഞിരാമമേനോൻ ഇംഗ്ലീഷിൽ ചോദ്യങ്ങൾ ചോദിച്ചു തുടങ്ങവെ ഹക്കിം ബത്തേരിക്ക് മറുപടി പറയാനായില്ല. പിന്നീട് കുഞ്ഞിരാമമേനോൻ മലയാളത്തിൽ തുടർന്നു. മുക്കാൽ മണിക്കൂറോളം ഹക്കീം ബത്തേരി കോടതിയിൽ വിയർത്തു. സാക്ഷികളും കള്ളസാക്ഷികളുമായി എത്തിയവരോട് ചോദ്യങ്ങൾക്കൊപ്പം തെളിവുകൾ കൂടി ഹാജരാക്കാൻ കുഞ്ഞിരാമമേനോൻ ആവശ്യപ്പെട്ടതോടെ അവർ നിശ്ശബ്ദരായി മാറി. മൂന്ന് വർഷത്തിനുശേഷം കോടതി കേസ് വെറുതെ വിട്ടു. ശക്തമായ വിമർശനം പൊലീസ് നടപടിക്കെതിരെ ഉയർന്നു. രണ്ടുകേസുകളിൽ കുഞ്ഞിരാമമേനോന്റെ വൈദഗ്ദ്ധ്യം ഞാൻ നേരിട്ടു മനസ്സിലാക്കി. പള്ളിക്കര കേസിലും ചീമേനി കേസിലും. കുഞ്ഞിരാമമേനോൻ ഹാജരാകുന്ന കേസുകളിൽ പല പൊലീസുകാരും വലിയ വാദങ്ങളിലേക്ക് പോകാതെ രക്ഷപ്പെടാനാണ് ശ്രമിക്കാറ്.

പള്ളിക്കര സമരം എന്റെ ജീവിതത്തിലെ വലിയ അനുഭവമാണ്. എനിക്ക് ദേഹത്താകെ മർദ്ദനമേറ്റിരുന്നു. വലതുകൈ ഒടിഞ്ഞിരുന്നു. വലതുകൈയുടെ മണികണ്ഠത്തിന് സാരമായി പരിക്കുണ്ടായിരുന്നു. ഡോ: ഭട്ടാണ് ബാന്റേജ് ചെയ്തത്. മണികണ്ഠത്തിനേറ്റ അടികാരണം ചില ഞരമ്പുകൾ രണ്ടായി മുറിഞ്ഞുപോയിരുന്നു. പക്ഷേ, ഓപ്പറേഷൻ നടത്തുന്നത് പ്രയാസകരമാണെന്നാണ് ഡോക്ടർമാർ പറഞ്ഞത്. ഇതിന്റെ ഫലമായി ഇപ്പോഴും അഞ്ചു മിനിറ്റിലധികം തുടർച്ചയായി എഴുതാൻ സാധിക്കാത്ത സ്ഥിതിയായി. കൂടുതൽ നേരം എഴുതാൻ ശ്രമിച്ചാൽ അസഹനീയമായ വേദന ഉണ്ടാവുന്നു. ഇത് എന്റെ കൈയക്ഷരത്തിന്റെ നിലവാരത്തെയും ബാധിച്ചു. മുമ്പ് സ്കൂളിലും കോളേജിലുമൊക്കെ കൈയെഴുത്ത് മാസികകൾക്കു വേണ്ടി എഴുതുമായിരുന്ന എന്റെ വടിവൊത്ത കൈയക്ഷരം പള്ളിക്കര സംഭവത്തിനുശേഷം വികലമായിത്തീർന്നു.

പള്ളിക്കര സംഭവം കേവലം പൊലീസുമായുള്ള ഏറ്റുമുട്ടൽ മാത്രമല്ല. പൊലീസ് നടപടിക്കെതിരായ പ്രതികരണം കൂടിയാണ്. കെ എസ് വൈ എഫിന്റെ നേതൃത്വത്തിലാണ് സമരം നടന്നതെങ്കിലും നീലേശ്വരത്തിന്റെ ജനകീയ സമരമായി അതു മാറി. മർദ്ദനങ്ങൾക്കുമുന്നിൽ കീഴടങ്ങാത്ത കരുത്തുറ്റ പ്രതിരോധമാണ് ആ സമരത്തിന്റെ അനുഭവപാഠം.

ഭാഗം 2

ജനാധിപത്യത്തിന് സർപ്പദംശനമേറ്റകാലം

ലോകരാഷ്ട്രങ്ങൾക്കിടയിൽ ഇന്ത്യ അഭിമാനത്തോടെ തലയുയർത്തിപ്പിടിക്കുന്നത് ഏറ്റവും വലിയ ജനാധിപത്യരാജ്യം എന്ന നിലയിലാണ്. എന്നാൽ 1975 ജൂൺ 25 ന് ഇന്ത്യൻ ജനാധിപത്യത്തിന് സർപ്പദംശനമേറ്റു. അന്നാണ് ഇന്ത്യയിൽ അടിയന്തരാവസ്ഥ പ്രഖ്യാപിക്കപ്പെട്ടത്. പൂർണ്ണതേജസ്സോടെ പ്രഭചൊരിഞ്ഞ് നിലകൊള്ളുന്ന സൂര്യന്റെ മേൽ ഗ്രഹണത്തിന്റെ നിഴൽ പതിച്ചു. ഇന്ദിരാഗാന്ധിയുടെ അമിതാധികാരത്തിന്റെ മൂർത്തീരൂപമായിരുന്നു അടിയന്തരാവസ്ഥ. രാജ്യത്തെ എല്ലാ പൗരാവകാശങ്ങളും കാറ്റിൽപ്പറത്തി. ഇന്ത്യയിൽ ഏറ്റവും ശക്തമായി അടിയന്തരാവസ്ഥ നടപ്പിലാക്കിയത് കേരളത്തിലായിരിക്കും. അടിയന്തരാവസ്ഥയുടെ കുന്തമുന തിരിഞ്ഞത് സി പി ഐ (എം)നെതിരെ ആയിരുന്നു. ആ കാലത്ത് സി പി ഐ അടിയന്തരാവസ്ഥയെ അനുകൂലിച്ച് കോൺഗ്രസിനൊപ്പം അധികാരം പങ്കിട്ടു. സി അച്യുതമേനോൻ മുഖ്യമന്ത്രിയും കെ കരുണാകരൻ ആഭ്യന്തര മന്ത്രിയുമായിരുന്നു. അടിയന്തരാവസ്ഥ സംബന്ധിച്ച് സി പി ഐ (എം)ന് വ്യക്തമായ ധാരണ മുമ്പേ ഉണ്ടായിരുന്നു. അതുകൊണ്ടുതന്നെ പാർട്ടിക്കെതിരെയുള്ള ഏത് അക്രമത്തെയും ചെറുക്കാൻ കഴിയുന്ന വിധത്തിൽ സംഘടനാ സംവിധാനത്തിൽ മാറ്റം വരുത്താൻ പാർട്ടി തീരുമാനിച്ചു. പ്രധാന സഖാക്കൾ അറസ്റ്റുചെയ്യപ്പെടാതിരിക്കാനും ഒളിവിലിരുന്ന് പാർട്ടി സംവിധാനം ചലിപ്പിക്കാനും ധാരണയായി. പരസ്യമായി പ്രവർത്തിക്കുന്ന പാർട്ടി സഖാക്കളും ഒളിവിലിരുന്നു പ്രവർത്തിക്കുന്ന സഖാക്കളും ചേർന്ന പാർട്ടി സംവിധാനം നിലവിൽ വന്നു. പൊലീസ് പാർട്ടി സഖാക്കളെ നിരീക്ഷിക്കുന്നുണ്ടായിരുന്നു. പലപ്പോഴും അറസ്റ്റു ചെയ്യാനിടയുള്ളവരെ സംബന്ധിച്ച ധാരണ പാർട്ടിക്കുണ്ടായിരുന്നു. അതുകൊണ്ട് അത്തരം സഖാക്കൾ

ഒളിവിൽ പോയി. സംസ്ഥാനത്താകെ ഇതിന്റെ ക്രമീകരണമുണ്ടായി. കണ്ണൂർ ജില്ലയിൽ സഖാക്കൾ ചടയൻ ഗോവിന്ദനും പിണറായി വിജയനും എം വി രാഘവനും പാട്യം ഗോപാലനും പാച്ചേനി കുഞ്ഞിരാമനും സി പി നാരായണനും, ഐ വി ശിവരാമനും ഞാനും സെമി യു ജി പ്രവർത്തകരായി തീരുമാനിക്കപ്പെട്ടു. (സെമി യു ജി എന്നാൽ പൂർണ്ണമായും ഒളിവിലല്ല, എന്നാൽ പരസ്യപ്രവർത്തനം വേണ്ട എന്ന രീതിയായിരുന്നു.) ഇതിന്റെ ഭാഗമായി ഇവരാരും അവരവരുടെ വീട്ടിൽ താമസിക്കേണ്ടതില്ല എന്ന് പാർട്ടി തീരുമാനിച്ചു. രഹസ്യമായി നടക്കുന്ന പാർട്ടി കമ്മിറ്റിയിൽ പങ്കെടുത്ത് സംഘടനാ കാര്യത്തിൽ സഹായിക്കുക എന്നതാണ് യു ജി പ്രവർത്തകർക്കുള്ള നിർദ്ദേശം. അന്നത്തെ യാത്രകൾ മറക്കാനാവില്ല. രാത്രികാലത്താണ് സംഘടനാ പ്രവർത്തനത്തിനായി പലപ്പോഴും യാത്രചെയ്യേണ്ടിവരുന്നത്. മിക്ക യാത്രയും നടന്നിട്ടാണ്. വളരെ ദൂരസ്ഥലങ്ങളിലേക്ക് മാത്രം അപൂർവ്വമായി ജീപ്പ്സൗകര്യം ഉണ്ടായേക്കും. വളരെ പ്രയാസം നിറഞ്ഞതായിരുന്നു അന്നത്തെ യാത്രകളും ജീവിതവും.

കർശനമായ നിയന്ത്രണത്തിന് വിധേയമായിരുന്നു അന്നത്തെ സഖാക്കളുടെ യാത്രയും താമസവും. അവിഭക്ത കണ്ണൂർ ജില്ലയിലെ നിരവധി വീടുകളിൽ അടിയന്തരാവസ്ഥയിൽ ഒളിവിൽ താമസിക്കേണ്ടിവന്നിട്ടുണ്ട്. കയ്യൂർ, പാലായി, ചായ്യോം, അണ്ടോൾ, മുക്കട, മടിക്കൈ, അജാനൂർ, പള്ളിക്കര, എളേരി, തിമിരി, മൗക്കോട്, കക്കാട്ട്, കല്യാശ്ശേരി, പറശ്ശിനിക്കടവ്, ചുഴലി, കുറ്റൂർ, കമ്പല്ലൂർ, കുരുട്, അമ്പലത്തറ, കൂട്ടപ്പുന്ന, കീഴ്മാല, നെല്ലിയടുക്കം തുടങ്ങി നിരവധി പ്രദേശങ്ങളിൽ ഞാൻ ഒളിവിൽ താമസിച്ചു. കാസർഗോഡ് സ. രാമണ്ണറൈയുടെയും ചെമ്മനാട്ട് കമ്മട്ട കുഞ്ഞമ്പു നായരുടെയും വീട്ടിലായിരുന്നു പലപ്പോഴും താമസിച്ചിരുന്നത്. ഒരു തരത്തിൽ രാഷ്ട്രീയ അഭയമാണ് ലഭിച്ചത്. എന്നെ കൂടാതെ പാർട്ടി നേതാക്കളായ പിണറായി വിജയൻ, ചടയൻ ഗോവിന്ദൻ, പാട്യം ഗോപാലൻ, എം വി രാഘവൻ, പാച്ചേനി കുഞ്ഞിരാമൻ തുടങ്ങിയ നേതാക്കളും ഒളിവ് ജീവിതകാലത്ത് ഈ പ്രദേശങ്ങളിൽ താമസിച്ചിരുന്നു.

ഒരിക്കലും മറക്കാൻ കഴിയാത്ത അനുഭവങ്ങളാണ് ഓർമ്മയിൽ നിറഞ്ഞുനില്ക്കുന്നത്. അങ്ങേയറ്റം പാർട്ടി കൂറുള്ള അമ്മമാരേയും സഖാക്കളേയും ആ സമയത്ത് കണ്ടു. ഒളിവിൽ താമസിക്കുന്നവരെക്കുറിച്ച് ഒരു വാക്ക് പോലും പുറത്ത് പോകാതെ രഹസ്യമായി സൂക്ഷിക്കുവാൻ ആ അമ്മമാർക്ക് കഴിഞ്ഞുവെന്നത് അവരുടെ ഉയർന്ന രാഷ്ട്രീയ ബോധം തന്നെയാണ്.

അടിയന്തരാവസ്ഥക്കാലത്ത് ഒരിക്കൽ കരിന്തളം പഞ്ചായത്തിലെ നെല്ലിയടുക്കത്തുനിന്നും മുക്കടയിലെ ചിണ്ടേട്ടന്റെ വീട്ടിലേക്ക് നടന്നുപോകുകയായിരുന്നു. എന്റെ കൂടെ യുവജന പ്രവർത്തകരായ വി കുഞ്ഞിക്കണ്ണൻ, എൻ കെ നാരായണൻ, വി കെ നാരായണൻ എന്നിവരുമുണ്ട്.

നടക്കുന്നതിനിടയിൽ കാലിൽ ആണിയടിക്കുന്നതുപോലുള്ള വേദന അനുഭവപ്പെട്ടു. കാല് ശക്തമായി കുടഞ്ഞപ്പോൾ ചെരുപ്പ് തെറിച്ചുപോയി. ചെരുപ്പിനൊപ്പം മറ്റെന്തോകൂടി തെറിച്ചു. കൂടെ ഉണ്ടായിരുന്ന സഖാക്കൾ നോക്കിയപ്പോൾ ഒരു പാമ്പിനെ കണ്ടു. സഖാക്കൾ തോർത്തുപയോഗിച്ച് പാമ്പിനെ പിടികൂടി. എന്നെ തൊട്ടടുത്ത വീട്ടിലെത്തിച്ചു. കടിച്ചത് ചുരുട്ടയായിരുന്നു. ആശുപത്രിയിൽ പോകാൻ ഒരു നിർവ്വാഹവുമില്ല. ഓരോയിടത്തും പൊലീസിന്റെ നിരീക്ഷണമുണ്ട്. അങ്ങനെ ചാങ്ങാട്ടുള്ള കുഞ്ഞിക്കണ്ണൻ വൈദ്യരെ കൊണ്ടുവന്ന് ചികിത്സ ആരംഭിച്ചു. എന്നാൽ പുതിയ പ്രശ്നം ഉണ്ടായി. രണ്ടു ദിവസത്തിൽ കൂടുതൽ ഇപ്പോൾ താമസിക്കുന്ന വീട്ടിൽ കഴിയാനാകില്ല. സഖാക്കൾ എന്നെ ചുമന്നുകൊണ്ട് കെ പി രാഘവന്റെ വീട്ടിലെത്തിച്ചു. അതൊരു ചെറ്റക്കുടിലായിരുന്നു. രാഘവനും ഭാര്യയും കുട്ടികളുമടങ്ങുന്ന കുടുംബമാണ് അവിടെ താമസിച്ചിരുന്നത്. കാലിൽ നീരുവന്നതിനാൽ എനിക്ക് നടക്കാൻ പോലും സാദ്ധ്യമല്ലാത്ത അവസ്ഥയായിരുന്നു. പ്രാഥമിക കാര്യങ്ങൾ നിർവ്വഹിക്കുന്നതിനുപോലും പരസഹായം വേണ്ടിവന്നു. അപ്പോഴൊക്കെ രാഘവനും കുടുംബവും ഒരു മടിയും കാണിക്കാതെ കൂടെ നിന്നു. പത്ത് ദിവസത്തോളം ആ കുടിലിൽ കഴിഞ്ഞു. എന്നാൽ വിവരം പുറത്തറിയാനിടയുണ്ടെന്ന് പാർട്ടി സഖാക്കൾക്ക് തോന്നി. അങ്ങനെ ചായ്യോത്തെ കെ വി അമ്പൂഞ്ഞിയുടെ വീട്ടിലേക്ക് താമസം മാറ്റാൻ തീരുമാനിച്ചു. ഏറെ ദൂരെയായതിനാൽ നടന്നുപോകാനോ എടുത്തുകൊണ്ടുപോകാനോ സാധിക്കില്ല. ഒരു കാർ സംഘടിപ്പിച്ചു. കാഞ്ഞങ്ങാട്ടുള്ള ബാലനായിരുന്നു ഡ്രൈവർ. ചോയ്യങ്കോട് അന്ന് കോൺഗ്രസിന്റെ ശക്തികേന്ദ്രമായിരുന്നു. ചോയ്യങ്കോട് വച്ച് കാറിന്റെ ടയർ പഞ്ചറായി. അരമണിക്കൂറിനുള്ളിൽ ബാലൻ അതീവ ജാഗ്രതയോടെ പഞ്ചറായ ടയർമാറ്റി പുതിയ ടയർ ഘടിപ്പിച്ച് കാർ ഗതാഗതയോഗ്യമാക്കി. അന്ന് അവിടെ കഴിയേണ്ടി വന്ന അരമണിക്കൂർ എനിക്ക് നിർണ്ണായകമായിരുന്നു. കോൺഗ്രസ് കേന്ദ്രമായതിനാൽ ഏതെങ്കിലും കോൺഗ്രസുകാരൻ അറിഞ്ഞാൽ ഉണ്ടാകുന്ന ഭവിഷ്യത്ത്. കൂടാതെ സദാ റോന്ത് ചുറ്റുന്ന പൊലീസ് അവിടെയെത്തിയാൽ!

മൂന്ന് മാസത്തോളം കെ വി അമ്പൂഞ്ഞിയുടെ വീട്ടിൽ താമസിച്ചു. അധികമാരാലും ശ്രദ്ധിക്കുന്ന സ്ഥലത്തല്ലായിരുന്നു അമ്പൂഞ്ഞിയുടെ വീട്. അത് അന്നത്തെ ജീവിതത്തിന് ഏറെ ഉപകാരമായി. രാത്രികാലത്ത് പാർട്ടി സഖാക്കൾക്ക് ബുദ്ധിമുട്ടില്ലാതെ അവിടെ എത്താൻ കഴിഞ്ഞു. അമ്പൂഞ്ഞിയുടെയും ഭാര്യ കല്യാണിയുടെയും ശ്രദ്ധ പൂർണ്ണമായി ലഭിക്കാനും സാധിച്ചു. ആരെങ്കിലുമൊരാൾ സ്ഥിരമായി വീട്ടിലുണ്ടാകും. പുറമെനിന്ന് ആരെങ്കിലും വരുന്നത് കണ്ടാൽ സഖാക്കൾ വിവരമറിയിക്കും. മൂന്നു മാസത്തോളം 'ഒളിവിന്നിടയിലെ ഒളിവ്' എന്ന നിലയിൽ കഴിയേണ്ടിവന്നു. ഒരിക്കലും മറക്കാൻ കഴിയാത്തവിധം വിലമതിക്കാനാകാത്ത സ്നേഹസാന്നിദ്ധ്യമായിരുന്നു അമ്പൂഞ്ഞിയുടെ കുടുംബത്തിന്റേത്.

രാത്രിയാകുമ്പോൾ ചായ്യോത്തുനിന്നും പാർട്ടി സഖാക്കളെത്തും. പിന്നീട് അമ്പുഞ്ഞിയുടെ വീട് രാഷ്ട്രീയ ചർച്ചാവേദിയാകും.അമ്പുഞ്ഞി കൃത്യമായി *ദേശാഭിമാനി* വായിക്കും. അതുകൊണ്ട് വാർത്തകളുമായി ബന്ധപ്പെട്ട ചർച്ചകളും സജീവമായി. ഇതിനിടയിൽ പാപ്പിനിശ്ശേരി വിഷ ചികിത്സാ കേന്ദ്രത്തിലെ കുമാരൻ വൈദ്യർ സ്ഥലത്തെത്തി. എം വി രാഘവന്റെ നിർദ്ദേശാനുസരണമാണ് കുമാരൻ വൈദ്യർ എത്തിയത്. അസുഖം കുറച്ചൊക്കെ ഭേദമായിരുന്നെങ്കിലും തുടർന്നാവശ്യമായ മരുന്നും ഇഞ്ചക്ഷനും നല്കിയിട്ടാണ് കുമാരൻ വൈദ്യർ മടങ്ങിയത്. പാർട്ടി കണ്ണൂർ ജില്ലാ കമ്മിറ്റി ഓഫീസിലെ ഓഫീസ് സെക്രട്ടറിയായ ശ്രീനിവാസനാണ് കുമാരൻ വൈദ്യരെയും കൂട്ടി ഞാൻ താമസിച്ചിരുന്ന വീട്ടിലെത്തിയത്.

ഒളിവിലുള്ള നേതാക്കളെ കുടുക്കാനായി പൊലീസ് എല്ലായിടത്തും വല വീശി. പിണറായി വിജയനും എം വി രാഘവനും അറസ്റ്റിലായി. രണ്ടുപേരും അന്ന് എം എൽ എമാരായിരുന്നു. പിണറായിക്ക് ഭീകരമായ പൊലീസ് മർദ്ദനം നേരിടേണ്ടി വന്നു. അന്ന് കണ്ണൂർ സി ഐ പുലിക്കോടൻ നാരായണനായിരുന്നു. പുലിക്കോടന്റെ നേതൃത്വത്തിൽ പ്രത്യേകം പരിശീലനം നേടിയ പൊലീസുകാരായിരുന്നു പിണറായിയെ മർദ്ദിച്ചത്. കണ്ണൂർ സെൻട്രൽ ജയിലിലേക്ക് പിണറായിയെ ആംബുലൻസിലായിരുന്നു കൊണ്ടുപോയത്. കെ പി സഹദേവനെയും പുലിക്കോടൻ പിടികൂടുകയും ക്രൂരമായി ദേഹോപദ്രവം ഏല്പിക്കുകയും ചെയ്തു.

ഒരു ദിവസം പാർട്ടി സഖാക്കൾ ഒളിവിൽ താമസിക്കുന്ന മിക്കയിടങ്ങളിലും പൊലീസ് റെയ്ഡ് നടന്നു. പലപ്പോഴും ഞാൻ മുക്കടയിൽ ചിണ്ടേട്ടന്റെ വീട്ടിലാണ് താമസിക്കാറുള്ളത്. നേതാക്കളുടെ അറസ്റ്റ് അറിഞ്ഞശേഷം എളേരിയിൽ നിന്ന് മുക്കടയിലെത്തിയ എന്നെ മുക്കടയിലെ സഖാക്കൾ ഒരു നാടൻ തോണിയിൽ അണ്ടോളിലെത്തിച്ചു. അവിടെ പുഴക്കരയിലെ ഒരു വീടിന്റെ ചായ്പിൽ താമസിക്കാൻ സൗകര്യമൊരുക്കിയിരുന്നു. ഒരു ദിവസം അവിടെ താമസിച്ചു. പിറ്റേ ദിവസം ഉച്ചയോടെ അപ്രതീക്ഷിതമായി ഒരാൾ അവിടെയെത്തി. വീട്ടുകാരുടെ ബന്ധുവായ ലക്ഷ്മണൻ ആണ് വന്നത്. ലക്ഷ്മണൻ കോൺഗ്രസുകാരനാണ്. എന്നെ ലക്ഷ്മണന് നേരത്തെ അറിയാമായിരുന്നു. ലക്ഷ്മണൻ വിവരം പുറത്തറിയിച്ചാൽ ഉണ്ടാകുന്ന ഭവിഷ്യത്ത് ഓർത്ത് വീട്ടുകാർ ആകെ പേടിച്ചു. വിവരം പുറത്താരോടും പറയരുതെന്ന് വീട്ടുകാർ ലക്ഷ്മണനോട് പറഞ്ഞു. ആ വീട്ടിലെ അമ്മ (കൊവ്വൽ കരിപ്പിലി) ലക്ഷ്മണനെ നിലവിളക്കിന് മുന്നിൽ നിർത്തി സത്യം ചെയ്യിച്ചു. പുറത്താരോടെങ്കിലും പറഞ്ഞാൽ ഞാൻ പുഴയിൽ ചാടി മരിക്കുമെന്ന് അവർ പറഞ്ഞു. ലക്ഷ്മണൻ ചതിച്ചില്ല. ആ അമ്മയുടെ ദൃഢനിശ്ചയത്തെ അവഗണിക്കാൻ ലക്ഷ്മണന് കഴിഞ്ഞില്ല എന്നു പറയുന്നതാവും കൂടുതൽ ശരി. അടിയന്തരാവസ്ഥ പിൻവലിക്കുന്നതുവരെ ആ രഹസ്യം പുറത്തറിഞ്ഞില്ല.

ആ അമ്മയുടെ ഉയർന്ന രാഷ്ട്രീയബോധം നമുക്കാർക്കും പ്രവചിക്കാൻ കഴിയുന്ന ഒന്നായിരുന്നില്ല. ആ അമ്മ അന്നങ്ങനെ ചെയ്തില്ലായിരുന്നെങ്കിൽ അടിയന്തരാവസ്ഥക്കാലത്ത് ഞാൻ പൊലീസിന്റെ പിടിയിലകപ്പെടുമായിരുന്നു. ഏതായാലും അന്നു രാത്രിതന്നെ അവിടെ നിന്ന് താമസം മാറി.

ചായ്യോത്തെ അമ്പൂഞ്ഞിയുടെ വീട്ടിൽ താമസിക്കുന്ന സമയത്ത് ഒരു ദിവസം രാവിലെ കണിയാടയിലേക്ക് പോകേണ്ടിവന്നു. വീട്ടിൽ നിന്നും പുറപ്പെടാൻ കുറച്ച് വൈകി. ഞങ്ങൾ നീലേശ്വരം ചോയ്യങ്കോട് റോഡിൽ എത്തിയപ്പോഴേക്കും വാഹനങ്ങൾ ഓടിത്തുടങ്ങിയിരുന്നു. കണിയാടയിലെത്താൻ റോഡ് മുറിച്ചു കടക്കണം. വാഹനങ്ങൾ ഓടിത്തുടങ്ങിയതിനാൽ പെട്ടെന്ന് റോഡ് മുറിച്ചു കടക്കാൻ സാധിച്ചില്ല. കൂടെയുള്ള സഖാക്കൾ പരിഭ്രാന്തരായി. നടന്നെത്തിയതിനടുത്താണ് നരിമാളം എന്ന വലിയ ഗുഹ. രാത്രിയാകുന്നതുവരെ ഗുഹയ്ക്കുള്ളിൽ കഴിഞ്ഞു. ഭക്ഷണം സഖാക്കൾ എത്തിച്ചു. ഞാൻ ചായ്യോത്ത് എത്തുമ്പോഴൊക്കെ സുരക്ഷിതത്വമൊരുക്കാൻ സഖാക്കൾ തയ്യാറായി നില്ക്കും. കെ പി നാരായണൻ, കെ പി കുഞ്ഞികൃഷ്ണൻ, പി കൃഷ്ണൻ, പി വി അമ്പൂഞ്ഞി, ഗംഗാധരൻ, സി ദാമോദരൻ, മോഹനൻ, സുകുമാരൻ, വെള്ളുങ്ങ, അമ്പു തുടങ്ങിയവരുടെ സഹായം മറക്കാനാവില്ല. ഒരു ദിവസം മുക്കടയിൽനിന്നും കെ പി നാരായണന്റെ കൂടെ ചായ്യോത്തേക്ക് നടന്നുപോവുകയായിരുന്നു. ചായ്യോത്തുനിന്നും കയ്യൂരിലേക്ക് തിരിയുന്നിടത്ത് സബ് ഇൻസ്പെക്ടർ ലൂക്കോസിന്റെ നേതൃത്വത്തിൽ പൊലീസ് ജീപ്പ് അടുത്തെത്തി. പൊലീസ് ഞങ്ങളെ അന്വേഷിക്കുന്ന സമയമാണ്. ഭാഗ്യവശാൽ പൊലീസ് ശ്രദ്ധിക്കാത്തതിനാൽ ഞങ്ങൾ രക്ഷപ്പെട്ടു. അപകടം നിറഞ്ഞ നിമിഷങ്ങളായിരുന്നു അത്. പൊലീസ് ജീപ്പ് ഏതു നിമിഷവും തിരിച്ചെത്താം. പരന്ന പ്രദേശമായതിനാൽ നടന്നുപോകുമ്പോൾ പെട്ടെന്ന് ആളെ തിരിച്ചറിയാനാവും. കൂടെയുണ്ടായിരുന്ന കെ പി നാരായണൻ ഉടനൊരു പോംവഴി കണ്ടെത്തി. നടന്നുപോകുന്ന വഴിക്ക് മൂളിക്കുളം എന്നൊരു കുളമുണ്ട്. രാത്രിയിൽ ഒരു മണിക്കൂറിലേറെ നേരം കുളത്തിൽ കഴിയേണ്ടിവന്നു. പൊലീസ് വണ്ടി തിരിച്ചുപോയി എന്നുറപ്പിച്ചശേഷമാണ് അവിടെ നിന്ന് മാറിയത്.

മറ്റൊരിക്കൽ രാത്രി ചായ്യോത്തുനിന്നും മടിക്കൈയിലെ കുരുടിലേക്ക് നടന്നുപോവുകയായിരുന്നു. വെള്ളച്ചാട്ടമുള്ള വഴിയിലൂടെയാണ് പോകുന്നത്. വേനല്ക്കാലമായതിനാൽ നീരൊഴുക്ക് വളരെ കുറഞ്ഞിരുന്നു. നടന്നുപോകുന്നതിനിടയിൽ കാലിന്നടിയിൽനിന്നും വല്ലാത്ത എന്തോ ശബ്ദം. കൂടെയുണ്ടായ സഖാവ് ടോർച്ചടിച്ചു നോക്കി. ഒരു പാമ്പ് ഇഴഞ്ഞുവരുന്നു. മുമ്പ് പാമ്പ് കടിച്ചതിന്റെ പ്രശ്നം പൂർണ്ണമായി വിട്ടുമാറാത്തതിനാൽ കാല് ശരിക്കും ഉയർത്താൻ കഴിയുമായിരുന്നില്ല. അല്പസമയത്തിനകം പാമ്പ് ഇഴഞ്ഞുനീങ്ങി.

മടിക്കൈയിലെത്തിയാൽ കുരുടിൽ കുഞ്ഞിരാമൻ, കെ വി രാമുണ്ണി,

പണ്ഡാരത്തിൽ അമ്പു, കൊട്ടൻ മാസ്റ്റർ, ബാലകൃഷ്ണൻ തുടങ്ങിയവരുടെ വീടുകളിലായിരുന്നു താമസം. അന്നേ ദിവസം കുഞ്ഞിരാമേട്ടന്റെ വീട്ടിലെത്തി അവിടെ താമസിച്ചു. പാർട്ടി പ്രവർത്തനങ്ങളിലും ഒളിവുകാല പ്രവർത്തനങ്ങളിലുമെല്ലാം കർശന സ്വഭാവമായിരുന്നു കുഞ്ഞിരാമേട്ടന്. കുരുടിൽനിന്ന് മറ്റേതെങ്കിലും സ്ഥലത്തേക്ക് പോകണമെങ്കിൽ കുഞ്ഞിരാമേട്ടൻ തന്നെ കൂടെ വരും. അത്ര ഉത്തരവാദിത്വബോധമുള്ള സഖാവാണ് കുഞ്ഞിരാമേട്ടൻ. ഒരു ദിവസം രാത്രി അത്യാവശ്യമായി കയ്യൂരിലേക്ക് പോകണം. കുഞ്ഞിരാമേട്ടന് അടിയന്തരമായി മറ്റൊരിടം വരെ പോകേണ്ടതിനാൽ പകരം പാർട്ടി സഖാവായ ശങ്കരൻ അടിയോടിയെ എന്റെ കൂടെ വരാൻ ചുമതലപ്പെടുത്തി. മടിക്കൈയിൽനിന്നും നീലായി വഴി കയ്യൂരിലേക്ക് പോകാനാണ് തീരുമാനിച്ചിരുന്നത്. കണിയാടയിലെത്താറായപ്പോൾ കൂടെയുള്ള സഖാവിന് കയ്യൂരിലേക്ക് പോകേണ്ട വഴിയെക്കുറിച്ച് സംശയമായി. അദ്ദേഹം എന്നെ വഴിയിൽ നിർത്തി അടുത്ത വീട്ടിൽ വഴി അന്വേഷിക്കാൻ പോയി. ഈ പരിസരങ്ങളൊക്കെ എനിക്ക് ഏറെയും പരിചിതമായിരുന്നു. വഴി അന്വേഷിക്കാനായി ശങ്കരൻ അടിയോടി പോയത് ഒരു കോൺഗ്രസുകാരന്റെ വീട്ടിലേക്കാണെന്ന് ബോദ്ധ്യപ്പെട്ടപ്പോൾ ഞാൻ കണിയാടയിലേക്ക് യാത്രയായി. ടോർച്ച് കൈവശമുള്ളതിനാൽ തുടർന്നുള്ള യാത്രയ്ക്ക് പ്രയാസം അനുഭവപ്പെട്ടില്ല. കണിയാടയിലെത്തിയാൽ സ്ഥിരമായി താമസിക്കാറുള്ള കെ വി ഗംഗാധരന്റെ വീട്ടിലെത്തി. ഇതിനിടെ എന്നെ കാണാതെ ശങ്കരൻ അടിയോടി പ്രയാസത്തിലായി. അദ്ദേഹം തിരികെ കുരുടിലെത്തി കുഞ്ഞിരാമേട്ടനോട് വിവരം പറഞ്ഞു. കുഞ്ഞിരാമേട്ടൻ ക്ഷുഭിതനാവുകയും ശങ്കരൻ അടിയോടിയെ അടിക്കുകയും ചെയ്തു. കണിയാടയിൽ പോകാൻ സാദ്ധ്യതയുള്ള വീട് അറിയുന്നതിനാൽ കുഞ്ഞിരാമേട്ടൻ പുലർച്ചയോടെ ഗംഗധരന്റെ വീട്ടിലെത്തി. കുഞ്ഞിരാമേട്ടന്റെ അപ്പോഴത്തെ മുഖഭാവം മനസ്സിൽനിന്ന് ഒരിക്കലും മാഞ്ഞുപോകില്ല. അദ്ദേഹത്തിന്റെ മുന്നിൽ ഞാൻ ചെറുതായിപ്പോയതായി

കെ എം കുഞ്ഞിക്കണ്ണൻ

തോന്നി. ഏതെങ്കിലും കാരണവശാൽ വഴിതെറ്റി പൊലീസിന്റെ പിടിയിലായാൽ അതിന്റെ ഉത്തരവാദിത്വം കുഞ്ഞിരാമേട്ടനാണ്. പാർട്ടി ഏല്പിക്കുന്ന ഉത്തരവാദിത്വം അതേ ഗൗരവത്തിൽ ഏറ്റെടുത്ത സഖാവാണ് കുരുടിൽ കുഞ്ഞിരാമേട്ടൻ. കുരുടിലെത്തിയാൽ പലപ്പോഴും ഒളിവിൽ താമസിച്ചത് വി കുഞ്ഞിരാമന്റെ വീട്ടിലാണ്. കുഞ്ഞിരാമനും അദ്ദേഹത്തിന്റെ അമ്മ പാട്ടിയമ്മയും എന്റെ സുരക്ഷയ്ക്കായി നന്നായി ശ്രദ്ധിച്ചു. മടിക്കൈയിലെത്തിയാൽ ചിലപ്പോൾ സ. കെ എം കുഞ്ഞിക്കണ്ണന്റെ വീട്ടിലാണ് താമസിക്കാറ്. അദ്ദേഹത്തിന്റെ വീട് റോഡരികിലാണ്. എന്നാൽ ഇന്നത്തെപ്പോലെ വാഹനസൗകര്യം ഉണ്ടായിരുന്നില്ല. അദ്ദേഹത്തിന്റെ മകൾ രമണി, മകൻ ശാർങ്ഗധരൻ, മറ്റു മക്കൾ, മകന്റെ മകൻ ഷാജി തുടങ്ങിയവരൊക്കെ സുരക്ഷിതത്വത്തിൽ ഏറെ ശ്രദ്ധിച്ചു.

ഗംഗാധരന്റെ വീട്ടിൽ താമസിക്കുമ്പോൾ ഒരനുഭവമുണ്ടായി. ഗംഗാധരന്റെ വീട് വളരെ ചെറുതാണ്. വീടിന്റെ ചായ്പിലാണ് ഞാൻ താമസിക്കുന്നത്. ആ വീട് കുന്നിൻ ചരിവിൽ റോഡിന് ഏറെ സമീപത്തായിരുന്നു. ഒരു ദിവസം ഉച്ചയ്ക്ക് പോസ്റ്റുമാൻ കത്തുമായി വന്നതും ഉച്ചഭക്ഷണത്തിനുശേഷം ഞാൻ വീടിന്റെ പുറത്തിറങ്ങിയതും ഒരുമിച്ചായിരുന്നു. പോസ്റ്റുമാൻ കുഞ്ഞിക്കണ്ണൻ എന്റെ സഹപാഠിയായിരുന്നു. മയ്യിൽ സ്വദേശിയായിരുന്നു അദ്ദേഹം. പഴയ സഹപാഠിയെ കണ്ടപ്പോൾ കുഞ്ഞിക്കണ്ണൻ ശരിക്കും ഞെട്ടിപ്പോയി. ഗംഗാധരൻ നല്കിയ ചായയും കഴിച്ച് പഴയ സൗഹൃദം പുതുക്കിയാണ് കുഞ്ഞിക്കണ്ണൻ തിരിച്ചുപോയത്. അടിയന്തരാവസ്ഥ കഴിയുന്നതുവരെ കുഞ്ഞിക്കണ്ണൻ ഇക്കാര്യം ആരോടും പറഞ്ഞില്ല. ഗംഗാധരന്റെ വീട്ടിൽ വച്ചാണ് പലപ്പോഴും പാർട്ടിക്ലാസുകൾക്കാവശ്യമായ കുറിപ്പുകൾ തയ്യാറാക്കിയിരുന്നത്. അന്ന് ബാലസംഘത്തിന്റെ പ്രവർത്തകനായിരുന്ന സ. എം രാജഗോപാലൻ പലപ്പോഴും ഇവിടെയെത്തുമായിരുന്നു. കമ്യൂണിസ്റ്റ് ഇന്റർനാഷണൽ സംബന്ധിച്ച നോട്ട് ഇവിടുന്നാണ് തയ്യാറാക്കിയത്. രാജഗോപാലനും ഗംഗാധരനുമാണ് അതെഴുതാൻ സഹായിച്ചത്. എം രാജഗോപാലൻ പിന്നീട് തൃക്കരിപ്പൂർ എം എൽ എ യായി.

അടിയന്തരാവസ്ഥയുടെ ഭീകരത തുടർന്നുകൊണ്ടേയിരുന്നു. പൊലീസിന്റെ പരിശോധന ഓരോ ദിവസവും ശക്തമാക്കി. അതുകൊണ്ടുതന്നെ റോഡിൽ കൂടിയുള്ള യാത്ര പ്രയാസകരമായി. പലപ്പോഴും വീടുകളിൽ താമസിക്കുന്നതും ബുദ്ധിമുട്ടായി. മുക്കടയിൽ ചിണ്ടേട്ടന്റെ വീട്ടിൽ താമസിക്കുമ്പോൾ കാലിച്ചാമരത്തെ പീടികയിൽ സഖാക്കൾ കാവൽ നില്ക്കും. ഒരു ദിവസം കാലിച്ചാമരത്തെ വീടുകളിൽ പൊലീസ് എത്തി ഓരോരുത്തരെയായി ചോദ്യം ചെയ്യാനാരംഭിച്ചു. ചില സഖാക്കൾ ചിണ്ടേട്ടന്റെ വീട്ടിലേക്ക് ഓടിവന്ന് വിവരം പറഞ്ഞു. വീട്ടിലെത്തുന്നതിന് മുമ്പുതന്നെ ചിലർ ശബ്ദമുണ്ടാക്കി അപകട സിഗ്നൽ നല്കിയിരുന്നു. ഞാൻ നേരെ പുഴക്കരയിലേക്ക് പോയി. മണിക്കൂറുകളോളം അവിടെ തങ്ങി. പിന്നീടും പലപ്പോഴായി പുഴയോരത്ത് കഴിഞ്ഞിട്ടുണ്ട്.

ചില ഘട്ടങ്ങളിൽ മറുകരയിലേക്ക് തോണിയിൽ പോകും. ഒരിക്കൽ രാത്രി മൗക്കോട് നിന്ന് മുക്കടയിലേക്ക് യാത്ര ചെയ്യുകയായിരുന്നു. പെരുമ്പട്ട വരെ കാനാ കുഞ്ഞിക്കൃഷ്ണൻ ഒപ്പമുണ്ടായിരുന്നു. തോണിയില്ലാത്തതിനാൽ മരക്കഷണങ്ങൾ ഒരുമിച്ചു കെട്ടിയുണ്ടാക്കിയ ചങ്ങാടത്തിലാണ് പെരുമ്പട്ടയിലേക്കെത്തിയത്. പെരുമ്പട്ടയിൽനിന്നും ചിണ്ടേട്ടന്റെ വീട്ടിലേക്ക് നടന്നു. എം വി രാഘവൻ ഉൾപ്പെടെയുള്ളവർ അറസ്റ്റു ചെയ്യപ്പെട്ട വിവരം അറിഞ്ഞതിനാൽ ചിണ്ടേട്ടന്റെ വീട്ടിൽ താമസിക്കേണ്ട എന്ന് തീരുമാനിച്ചു. ആ സമയത്ത് മറ്റെവിടെയും പോകാനും കഴിയില്ല. പുനം കൃഷി നടക്കുന്ന സമയമാണ്. കൃഷിയിടത്തിന്റെ നടുവിൽ കാവല്ക്കാരന് താമസിക്കാൻ പ്രത്യേകം പന്തൽ കെട്ടിയിട്ടുണ്ടായിരുന്നു. പന്തലിനുമീതെ കിടക്കാനുള്ള സൗകര്യവുമുണ്ട്. ചിണ്ടേട്ടൻ മകൻ ബാലനോടൊപ്പം എന്നെ പന്തലിലേക്ക് പറഞ്ഞയച്ചു. കുഞ്ഞിരാമൻ എന്നൊരാളാണ് കാവല്ക്കാരൻ. ഞങ്ങൾ അവിടെയെത്തുമ്പോൾ കുഞ്ഞിരാമൻ പന്തലിലുണ്ടായിരുന്നില്ല. നല്ല തണുപ്പുള്ള സമയമായതിനാൽ ഞാൻ ഉടൻ തന്നെ പുതച്ചുകിടന്നു. ബാലൻ തിരിച്ചുപോയി അല്പസമയം കഴിഞ്ഞപ്പോൾ കുഞ്ഞിരാമൻ വന്നു. താൻ കിടക്കുന്ന സ്ഥലത്ത് കരിമ്പടം പുതച്ച് ഒരാൾ കിടക്കുന്നത് കണ്ട് പ്രേതമാണെന്നു കരുതി അയാൾ പേടിച്ചു നിലവിളിച്ചു. നിലവിളികേട്ട് ചിണ്ടേട്ടനും ബാലനുമൊക്കെ അങ്ങോട്ട് ഓടിയെത്തിയപ്പോൾ പന്തലിൽ കയറാതെ പരിഭ്രമിച്ചിരിക്കുന്ന കുഞ്ഞിരാമനെയാണ് കണ്ടത്. അവർ കുഞ്ഞിരാമനോട് പന്തലിലുള്ള ആളിന്റെ പേരൊഴികെ മറ്റു കാര്യങ്ങളെല്ലാം പറഞ്ഞു. ചിണ്ടേട്ടന്റെ വീട്ടിൽ താമസിക്കുമ്പോൾ പുഴയിലാണ് കുളിക്കാറുള്ളത്. പുഴ അടുത്താണെങ്കിലും ഒരു നടവഴി കടന്നുവേണം പുഴയിലെത്താൻ. കുളിച്ചുവരുന്നത് വരെ ചിണ്ടേട്ടന്റെ മക്കളായ കുമാരൻ, രാജൻ, സതീശൻ, ബാലൻ, രാമകൃഷ്ണൻ, ശാർങ്ഗധരൻ എന്നിവർ വഴിയിൽ പലയിടത്തായി നിന്ന് ആരെങ്കിലും വരുന്നുണ്ടോയെന്ന് ശ്രദ്ധിക്കും.

അടിയന്തരാവസ്ഥക്കാലത്തും പാർട്ടി പ്രവർത്തനങ്ങൾ ചിട്ടയായി നടന്നു. ഒരു ദിവസം എളേരി കമ്മിറ്റി യോഗം കമ്പല്ലൂരിൽ നടക്കുന്നു. കമ്മിറ്റിയിൽ പങ്കെടുക്കേണ്ട ചുമതല എനിക്കായിരുന്നു. പകൽ സമയത്താണ് യോഗം. കമ്പല്ലൂരിലേക്ക് നടന്നുപോകണം. എന്റെ കൂടെ കാനാ കുഞ്ഞിക്കൃഷ്ണനും ഉണ്ടായിരുന്നു. കമ്പല്ലൂരിൽ ലോക്കൽ കമ്മിറ്റി ചേരാൻ ഈസ്റ്റ് എളേരിയിലെ പാർട്ടി സെക്രട്ടറി കെ പി നാരായണനും മറ്റു ചില സഖാക്കളും ഞങ്ങളെ കാത്തുനില്ക്കുകയായിരുന്നു. റോഡ് വഴി നടന്നുപോകുമ്പോൾ ചിറ്റാരിക്കാൽ പൊലീസ് എന്തോ ആവശ്യത്തിന് അതുവഴി വന്നു. പൊലീസ് ജീപ്പ് കടന്നുപോകുന്ന വഴിയിലൂടെയാണ് ഞാൻ വരുന്നതെന്ന് സഖാക്കൾക്കറിയാം. സഖാക്കൾ മറ്റൊരു വഴിയിലൂടെ എന്റെയടുത്ത് ഓടിയെത്തി. പക്ഷേ, അപ്പോഴേക്കും പൊലീസ് ജീപ്പ് കടന്നുപോയിരുന്നു. നിമിഷങ്ങളുടെ വ്യത്യാസത്തിലാണ്

അന്ന് പൊലീസ് പിടിയിൽനിന്നും രക്ഷപ്പെട്ടത്. ഇതോടെ പകൽ യാത്ര പൂർണ്ണമായി ഒഴിവാക്കി.

മിസ വാറണ്ടു പ്രകാരം അറസ്റ്റുചെയ്യപ്പെടേണ്ടവരുടെ ലിസ്റ്റിൽ ഞാനും ഉൾപ്പെട്ടിരുന്നതിനാൽ എന്നെത്തേടി പലയിടങ്ങളിലും പൊലീസെത്തുന്നത് പതിവായി. ഒരിക്കൽ നെല്ലിയടുക്കത്തെ വീട്ടിൽ പൊലീസ് എത്തി. കൊല്ലമ്പാറയിലെ ഡ്രൈവർ മുഹമ്മദിനെയും കൂട്ടിയാണ് പൊലീസ് വന്നത്. വീട് കൃത്യമായി അറിയാനാണ് മുഹമ്മദിനെ നിർബ്ബന്ധിച്ച് കൂട്ടിയത്. പൊലീസുകാർ മഫ്ടിയിലായിരുന്നു. എളേരിയിൽ നിന്നും വന്ന തോട്ടം തൊഴിലാളികളാണെന്നാണ് പറഞ്ഞത്. അമ്മ അവരോട് കരുണാകരൻ ഇവിടില്ലായെന്നും ഭക്ഷണം കഴിച്ചിട്ട് പോകാമെന്നും പറഞ്ഞു. ട്രേഡ് യൂണിയൻരംഗത്ത് പ്രവർത്തിച്ചിരുന്നതുകൊണ്ട് തോട്ടം തൊഴിലാളികൾ പലപ്പോഴായി അന്വേഷിച്ചെത്താറുണ്ടായിരുന്നു. എന്നാൽ അവർ ഉടൻ വീട്ടിനകത്തുകയറി പരിശോധനയാരംഭിച്ചു. അപ്പോഴാണ് വന്നത് പൊലീസാണെന്ന് അച്ഛനും അമ്മയ്ക്കും മനസ്സിലായത്.

അതേ ദിവസംതന്നെ പേരോലിലുള്ള അനുജത്തി പത്മിനിയുടെ വീട്ടിലും പൊലീസെത്തി. അവിടെ അവർ പറഞ്ഞത് ചെറുവത്തൂരിലെ കുഞ്ഞിരാമൻ വൈദ്യർ പറഞ്ഞിട്ട് വന്നതാണെന്നായിരുന്നു. അന്നുതന്നെ നീലേശ്വരത്തെ പാർട്ടിയാഫീസിലും പൊലീസെത്തി. നീലേശ്വരത്ത് രാജാ റോഡിലെ പഴയ കെട്ടിടത്തിലായിരുന്നു പാർട്ടി ലോക്കൽ കമ്മിറ്റി ഓഫീസും ചെത്തുതൊഴിലാളി ഓഫീസും. ചിലപ്പോൾ വീട്ടിൽ പോകാൻ ബസ് കിട്ടാതിരുന്നാൽ ഞാൻ പാർട്ടിയാഫീസിൽ താമസിക്കാറുണ്ടായിരുന്നു. അതറിഞ്ഞിട്ടായിരിക്കും പാർട്ടിയാഫീസിൽ പൊലീസ് പരിശോധന നടത്തിയത്. പൊലീസ് എന്റെ പിറകെയുണ്ട് എന്നറിഞ്ഞതോടെ പാർട്ടി എന്നെ ഭദ്രമായ സ്ഥലത്തേക്ക് മാറ്റി.

ചില സന്ദർഭങ്ങളിൽ നെല്ലിയടുക്കത്തുള്ള വി കെ ബാലന്റെ വീട്ടിൽ താമസിക്കാറുണ്ട്. ഒരു ദിവസം ബാലന്റെ വീട്ടിൽ കിടന്നുറങ്ങുമ്പോൾ പൊലീസ് വാഹനം വരുന്നതായി സഖാക്കൾ അറിയിച്ചു. യഥാർത്ഥത്തിൽ ബാലന്റെ വീടിന് താഴെയുള്ള കവുങ്ങിൻ തോട്ടത്തിൽ ഒരു സംഘം പൊലീസുകാർ പരിശോധിക്കുകയായിരുന്നു. എന്നെയും കൂട്ടി വി കെ നാരായണനും കുഞ്ഞിക്കണ്ണനും തൊട്ടടുത്തുള്ള കാട്ടിലേക്ക് പോയി. പൊലീസ് തിരിച്ചുപോയി എന്നുറപ്പാക്കിയതിനുശേഷമാണ് വീട്ടിലേക്ക് മടങ്ങിയത്. അന്നു തന്നെ അവിടെനിന്നും താമസം മാറ്റി.

ഒളിവുജീവിതത്തിൽ എനിക്ക് പലപ്പോഴും തങ്ങേണ്ടിവന്ന പ്രദേശമാണ് കയ്യൂരും മടിക്കൈയും. ആ സന്ദർഭങ്ങളിലൊക്കെ പരസ്യമായിത്തന്നെ കമ്യൂണിസ്റ്റ് പാർട്ടിയുടെ കരുത്തുറ്റ പ്രദേശങ്ങളിൽ പകൽ പോലും നടക്കാൻ കഴിഞ്ഞു. എന്നാൽ പൊലീസിന്റെ പരിശോധന ശക്തമായതോടെ ഇവിടത്തെ ഒളിവ് ജീവിതം മാറ്റി. നീലേശ്വരം പഞ്ചായത്തിലെ ത്തിയാൽ കാരിക്കുട്ടിയേട്ടൻ, കോട്ടൂല കുഞ്ഞിക്കണ്ണൻ, കാലത്ത് അമ്പു,

പി കെ പൊക്കൻ, സി സി കുഞ്ഞിക്കണ്ണൻ, ടി കുഞ്ഞിക്കണ്ണൻ, നീലായി കുഞ്ഞമ്പു, നീലായി സുകുമാരൻ, കെ പി ഗോപാലൻ, ടി വി കുഞ്ഞമ്പു തുടങ്ങിയവരുടെ വീടുകളിലും പരിസരങ്ങളിലുമായി അക്കാലത്ത് താമസിച്ചു. പാലായിയിൽ രാത്രി കാലങ്ങളിൽ പലപ്പോഴും പാർട്ടിയോഗങ്ങൾ നടത്തി. ഒരു ദിവസം രാത്രി വലിയ സംഘം പൊലീസ് അന്വേഷണവുമായി പാലായിയിലെത്തി. കോട്ടുല കുഞ്ഞിക്കണ്ണന്റെ വീടിനടുത്ത് രണ്ടു മുറിയുള്ള ചെറിയ ഒരു ഔട്ട്ഹൗസുണ്ട്. അന്നു രാത്രി ഞാൻ താമസിച്ചത് അവിടെയായിരുന്നു. ഈ കെട്ടിടത്തിന്റെ മുമ്പിലൂടെ പൊലീസ് സംഘം മാർച്ച് ചെയ്തുപോയി. ആരെ തേടിയാണോ പൊലീസ് എത്തിയത് ആ വ്യക്തി താമസിച്ച പരിസരം വഴിയാണ് പൊലീസ് മാർച്ച് ചെയ്തുപോയത്. എന്നാൽ പൊലീസിന്റെ ലക്ഷ്യം ആരാണെന്ന് പിറ്റേന്നു കാലത്ത് മാത്രമേ മനസ്സിലായുള്ളു.

കയ്യൂരിൽ ഗോപാലൻ വൈദ്യർ, കെ പി വെള്ളുങ്ങ, പി ടി കുഞ്ഞമ്പു, കുണ്ടത്ത് രാമൻ നായർ, കൂക്കോട്ട് കുഞ്ഞിരാമൻ, മലയത്ത് കൃഷ്ണൻ തുടങ്ങിയവരുടെ വീടുക്കളിലായിരുന്നു താമസം. കയ്യൂർ കുറേക്കൂടി സുരക്ഷിതമായിരുന്നതിനാൽ കുറച്ചധികം നേതാക്കൾക്ക് കയ്യൂർ അഭയകേന്ദ്രമായിട്ടുണ്ട്. ഒളിവിലെ പാർട്ടി കമ്മിറ്റികളും കയ്യൂരിൽ ചേർന്നിരുന്നു. അന്നത്തെ സി പി ഐ (എം). ഏരിയാസെക്രട്ടറിയായിരുന്നു ഞാൻ. ഇക്കാലത്ത് കയ്യൂർ–ചീമേനിയിലെ തിമിരിയിൽ പലപ്പോഴും താമസിക്കേണ്ടി വന്നിട്ടുണ്ട്. പാർട്ടി ജില്ലാ കമ്മിറ്റിയോഗം ജില്ലയുടെ ഏതെങ്കിലും ഭാഗങ്ങളിൽ ചേരും. തിമിരിയിലെത്തിയാൽ യോഗം നടക്കുന്ന സ്ഥലത്തേക്ക് പോകാൻ കുറച്ചുകൂടി സൗകര്യമാകും. തിമിരിയിൽ സ. ടി കെ സിയുടെ വീടിനടുത്ത് സാധനങ്ങൾ സൂക്ഷിക്കുന്ന ഒറ്റമുറി ഷെഡുണ്ടായിരുന്നു. അതിനകത്താണ് പലപ്പാഴും സുരക്ഷിതമായി കഴിഞ്ഞിരുന്നത്. വി പി ജാനകിയും അനുജത്തിയും രഹസ്യമായി അവിടേക്ക് ഭക്ഷണം എത്തിക്കും. അജാനൂരിൽ പാർട്ടി ഡി സി അംഗമായ പി കുഞ്ഞിക്കണ്ണന്റെയും വി കമ്മാരന്റെയും വീടുകളിൽ പലപ്പോഴായി താമസിച്ചു. കുഞ്ഞിക്കണ്ണന്റെ വീട്ടിൽ പാർട്ടികമ്മിറ്റി ചേരും. കുഞ്ഞിക്കണ്ണന്റെ സഹോദരി മാണിക്കുഞ്ഞ്, സുബ്രഹ്മണ്യൻ ഉൾപ്പെടെയുള്ള സഹോദരന്മാർ സഹായത്തിനെത്തി. പള്ളിക്കര പഞ്ചായത്ത് പ്രസിഡന്റായിരുന്ന വലിയ കുഞ്ഞിരാമേട്ടന്റെ വീടായിരുന്നു മറ്റൊരഭയകേന്ദ്രം. ഇതൊക്കെ പൊലീസ് ശ്രദ്ധിക്കപ്പെടുന്ന സ്ഥലമായതിനാൽ പള്ളിക്കര പഞ്ചായത്തിലെ തന്നെ കൂട്ടപ്പുന്നയിലെ കുഞ്ഞമ്പു നമ്പ്യാരുടെ വീട്ടിലാണ് സഖാക്കൾ പിന്നീട് താമസസൗകര്യമൊരുക്കിയത്. ഉദുമ പഞ്ചായത്ത് പ്രസിഡന്റുമാരായിരുന്ന കെ ടി അച്യുതൻ, എം കുഞ്ഞമ്പു നായർ എന്നിവരും അക്കാലത്ത് വലിയ സഹായികളായിരുന്നു.

അടിയന്തരാവസ്ഥക്കാലത്ത് പാർട്ടി ഓഫീസുകൾക്കെതിരെയുള്ള അതിക്രമങ്ങൾ ഏറെയായിരുന്നു. അക്രമങ്ങൾക്ക് നേതൃത്വം കൊടുത്തത് പൊലീസ് തന്നെയാണ്. പൊലീസിന്റെ കൂടെ കോൺഗ്രസുകാരുമു

ണ്ടായിരുന്നു. നിരവധി പാർട്ടിയാഫീസുകളും നേതാക്കളുടെ ചിത്രങ്ങളുമൊക്കെ നശിപ്പിക്കപ്പെട്ടു. ചെറുവത്തൂർ പഞ്ചായത്തിലെ തുരുത്തിയിൽ പൊലീസും കോൺഗ്രസുകാരും ചേർന്നാണ് പാർട്ടി ഓഫീസ് തകർത്തത്. പാർട്ടി സഖാക്കളെ ക്രൂരമായി മർദ്ദിച്ചു. സഖാക്കൾ കെ നാരായണൻ, അഹമ്മദ്, കടവത്ത് കുഞ്ഞിരാമൻ, കെ എം രാഘവൻ, നാരായണൻ എന്നിവരെ പിടിച്ചുകൊണ്ടുവന്ന് പൊതുസ്ഥലത്ത് വച്ച് പരസ്യമായി മർദ്ദിച്ചു. കൂടാതെ മുനമ്പത്ത് ഗോവിന്ദൻ, കെ വി കുഞ്ഞമ്പാടി തുടങ്ങി നിരവധി പേരെ പിന്നീട് പ്രതികളാക്കി കേസ് രജിസ്റ്റർ ചെയ്തു. ചെറുവത്തൂർ ബീഡിക്കമ്പനിയിലുണ്ടായിരുന്ന സ. കെ കുഞ്ഞിരാമൻ (പിന്നീട് അദ്ദേഹം എം എൽ എ ആയി), ടി വി ഗോവിന്ദൻ, ടി വി നാരായണൻ തുടങ്ങി നാല്പതോളം പേരെ പ്രതിയാക്കി കേസെടുത്തു. പ്രദേശത്തെ പാർട്ടി സഖാക്കളും അനുഭാവികളും ആകെത്തന്നെ ഭീതിയിലകപ്പെട്ടു. ചെറുവത്തൂർ ലോക്കൽ കമ്മിറ്റിയോഗം അന്നു രാത്രി തന്നെ നടത്താൻ തീരുമാനിച്ചു. അന്ന് ഞാൻ കയ്യൂരിലുണ്ടായിരുന്നു. കയ്യൂരിൽനിന്ന് തോണിയിൽ കൂക്കോട്ടുള്ള കെ കുഞ്ഞിരാമൻ, കൃഷ്ണൻ എന്നിവരോടൊപ്പം ലോക്കൽ കമ്മിറ്റിയിൽ പങ്കെടുക്കാനായി പുറപ്പെട്ടു. നല്ല മഴയുള്ള ദിവസം. കാര്യങ്കോട്ട് പാലത്തിന് സമീപം സഖാക്കൾ കാത്തുനില്പുണ്ടായിരുന്നു. സഖാക്കൾ ടോർച്ചടിച്ച് സിഗ്നൽ നല്കി. കമ്മിറ്റിയോഗം ചേർന്നത് തുരുത്തിയിലായിരുന്നു. ചെറുവത്തൂരിൽ ചേർന്ന മറ്റൊരു യോഗത്തിൽ പാർട്ടി ജില്ലാ സെക്രട്ടറി എം വി രാഘവൻ പങ്കെടുത്തു. വീട് കയറി പാർട്ടി അനുഭാവികൾക്ക് ആത്മവിശ്വാസം പകരാനുള്ള സ്ക്വാഡുകൾ രൂപീകരിച്ചു. എ കെ ജി ജില്ലയിൽ വരുമ്പോൾ തുരുത്തി സന്ദർശിക്കാനും പൊതുയോഗം നടത്താനും തീരുമാനിച്ചു. യോഗം കഴിയുമ്പോൾ രാത്രി രണ്ടുമണിയായി. തോണി തുഴഞ്ഞു വേണം തിരിച്ചുപോകാനും. കാറ്റും മഴയും ആയതിനാൽ തോണി തുഴയാനും പ്രയാസമായി. കാര്യങ്കോട് പാലത്തിന് സമീപമെത്തിയപ്പോഴേക്കും തോണി മുമ്പോട്ട് തുഴഞ്ഞു പോകാൻ വല്ലാത്ത പ്രയാസമനുഭവപ്പെട്ടു. തോണി കരയ്ക്കടുപ്പിക്കാനും പറ്റുന്നില്ല. പുഴയുടെ മദ്ധ്യത്തിലാണ് തോണിയുള്ളത്. കൂക്കോടിന് കുറെ താഴെ എത്തിയപ്പോഴേക്കും തോണി തീർത്തും മുന്നോട്ടു പോകാത്ത വിധത്തിലായി. കരയ്ക്കടുപ്പിക്കാൻ ശ്രമിക്കുന്നതിനിടെ ഒരു മരക്കൊമ്പ് പിടിച്ച് കുഞ്ഞിരാമൻ തോണി നിയന്ത്രണ വിധേയമാക്കി. കൃഷ്ണൻ തോണിയിലെ മഴവെള്ളം പാള ഉപയോഗിച്ച് കോരിക്കളഞ്ഞുകൊണ്ടിരുന്നു. ഒരു വിധത്തിൽ തോണി കരയ്ക്കടുപ്പിച്ചു കൂക്കാട്ടെത്തി. പിറ്റേന്ന് പകൽ തോണി കൊണ്ടുവരാൻ പോയപ്പോഴാണ് തലേന്ന് രാത്രി അകപ്പെട്ടുപോകുമായിരുന്ന അപകടത്തെക്കുറിച്ച് മനസ്സിലാക്കിയത്. തോണി അടുപ്പിച്ചത് ഏറ്റവും ചുഴിയുള്ള ഭാഗത്തായിരുന്നു. മരക്കൊമ്പിൽ പിടികിട്ടിയതുകൊണ്ടുമാത്രമാണ് രക്ഷപ്പെട്ടത്. പുറംലോകം പോലും അറിയാൻ കഴിയാത്ത വിധത്തിലുള്ള അപകടമായേനെ അത്. അതിൽ നിന്നാണ് അത്ഭുതകരമായി രക്ഷപ്പെട്ടത്.

ഒരു ദിവസം പാലായിയിൽനിന്നും ചാത്തമത്ത് വഴി തുരുത്തിയിലേക്ക് പോകേണ്ടുന്ന കാര്യമുണ്ടായി. കാര്യങ്കോട് വരെ കോട്ടൂല കുഞ്ഞിക്കണ്ണനും ഉണ്ട്. പാർട്ടി മെമ്പർമാർക്കുള്ള റിപ്പോർട്ടിങ്ങിനാണ് പോയത്. റിപ്പോർട്ട് ചെയ്യേണ്ട പാർട്ടി രേഖകളും കൈയിലുണ്ട്. കാര്യങ്കോട് മറ്റൊരു സഖാവ് കാത്തുനില്പുണ്ടായിരുന്നു. പിരിഞ്ഞു പോകുന്ന സമയത്ത് കോട്ടൂല കുഞ്ഞിക്കണ്ണൻ 'കരുണാകരാ, റിപ്പോർട്ട് ചെയ്യേണ്ട രേഖകൾ ഒക്കെ കൈയിലുണ്ടല്ലോ' എന്ന് ഉറക്കെ ചോദിച്ചു. ആ സമയത്ത് മറ്റേതോ കാര്യത്തിനായി എത്തിയ ഒരു പൊലീസുകാരൻ അവിടെയുണ്ടായിരുന്നു. പൊലീസുകാരന് എന്നെ തിരിച്ചറിയാൻ കഴിയാത്തത് രക്ഷയായി. അല്ലെങ്കിൽ പാർട്ടി രേഖകൾ സഹിതം പിടിക്കപ്പെടുമായിരുന്നു. മറ്റൊരു ദിവസം. 'മിസ' അനുസരിച്ച് കയ്യൂരിലെ ഗോപാലൻ വൈദ്യരെ പൊലീസ് അറസ്റ്റുചെയ്തു. ഇതിനെക്കുറിച്ച് അന്വേഷിക്കാൻ കയ്യൂരിലേക്ക് പോകാൻ പാർട്ടി ചുമതലപ്പെടുത്തിയത് എന്നെയായിരുന്നു. കയ്യൂരിലെത്തി ഗോപാലൻ വൈദ്യരുടെ വീട്ടുകാരെ കണ്ടു. വൈകിട്ട് അരയാക്കടവ് വഴി തോണി കടന്ന് കണിയാടയിലെത്തണം. അതേ തോണിയിൽ ഒരു കേസന്വേഷണത്തിനായി വന്ന പൊലീസുകാരൻ ഉണ്ടായിരുന്നു. കൂടെയുള്ള സഖാക്കൾ എന്റെ ചുറ്റിലുമായി മറഞ്ഞു നിന്നതിനാൽ പൊലീസുകാരന് മനസ്സിലാക്കാൻ പറ്റിയില്ല.

പാർട്ടി സഖാക്കൾക്കും ഓഫീസുകൾക്കും മറ്റുമെതിരായ അതിക്രമങ്ങളും മർദ്ദനങ്ങളും അക്കാലത്ത് അസ്സഹനീയമായിരുന്നു. എ കെ ജി വന്നിരുന്നെങ്കിലെന്ന് സഖാക്കൾ ആഗ്രഹിച്ചു. എ കെ ജി ഡൽഹിയിലായിരുന്നു. അദ്ദേഹം വൈകാതെ കേരളത്തിലെത്തി. പ്രത്യേകിച്ച് കണ്ണൂർ ജില്ലയിലെ വിവിധ പ്രദേശങ്ങളിൽ എ കെ ജി പര്യടനം നടത്തി. പാലായിയിൽ ഇന്ന് നിലവിലുള്ള എൽ പി സ്കൂളിലാണ് എ കെ ജി എത്തി സഖാക്കളെ കണ്ടത്. പാദസ്സോത്ത് വിപുലമായ യോഗത്തിൽ എ കെ ജി സംസാരിച്ചു. അതിനടുത്ത് സ. കെ വി ഗംഗാധരന്റെ വീട്ടിലായിരുന്നു ഞാൻ താമസിച്ചിരുന്നത്. എ കെ ജിയെ കാണണമെന്ന അതിയായ ആഗ്രഹമുണ്ടായിരുന്നെങ്കിലും മറ്റു സഖാക്കൾ സമ്മതിച്ചില്ല. യോഗം നടക്കുന്ന സ്ഥലത്ത് മഫ്ടിയിലുള്ള പൊലീസ് നിരവധിയുണ്ടായിരുന്നു. നീലേശ്വരത്ത് സ. കുട്ട്യേട്ടന്റെ വീട്ടിലാണ് യോഗം നടന്നത്. പൊതുയോഗം നടത്താൻ പൊലീസ് അനുവാദം നല്കിയില്ല. പള്ളിക്കരയിൽ സ. പി അമ്പാടിയുടെ വീടിനുസമീപത്ത് നടന്നയോഗത്തിലും എ കെ ജി സംസാരിച്ചു. പൊലീസ്, കോൺഗ്രസ് ഭീകരത നിറഞ്ഞാടിയ തുരുത്തിയിൽ സഖാക്കൾക്ക് ആത്മവിശ്വാസവും ആശ്വാസവും പകർന്ന് എ കെ ജി എത്തി. എ കെ ജി പങ്കെടുക്കുന്ന യോഗത്തിലേക്ക് ജനം എത്താതിരിക്കാൻ അന്നത്തെ എസ് ഐ ആണ്ടി ശ്രമിച്ചു. എന്നാൽ എ കെ ജി എത്തിയപ്പോഴേക്കും വലിയ ജനാവലി അവിടെയുണ്ടായിരുന്നു. സഖാക്കൾക്ക് ആത്മവിശ്വാസം നല്കിക്കൊണ്ട് ഒരു യോഗത്തിൽനിന്ന് മറ്റൊന്നിലേക്ക് എ കെ ജി സഞ്ചരിച്ചു. കൂടെ സുശീല ഗോപാലനും. എ

കെ ജിയുടെ സന്ദർശനത്തോടെ സഖാക്കൾക്ക് വലിയ ആത്മവിശ്വാസം ഉണ്ടായി.

ഒളിവിൽ പ്രവർത്തിച്ചിരുന്ന കാലത്ത് പാർട്ടി ഡി സി യോഗങ്ങൾ കണ്ണൂർ ജില്ലയിലെ വിവിധ ഗ്രാമങ്ങളിലാണ് നടന്നിരുന്നത്. യോഗത്തിൽ പങ്കെടുക്കുന്ന ആർക്കും തന്നെ യോഗസ്ഥലങ്ങളെക്കുറിച്ച് മുൻധാരണ ലഭിക്കാറില്ല. അടിയന്തരാവസ്ഥാ കാലമായതിനാൽ ഏതെങ്കിലും ഡി സി അംഗം പൊലീസ് പിടിയിലകപ്പെട്ടാലും പാർട്ടി കമ്മിറ്റിയുടെ പ്രവർത്തനത്തിന് ഭംഗം വരരുത്. രാത്രിയിലാണ് യോഗം നടക്കുക. ഡി സി അംഗങ്ങളെ യോഗസ്ഥലത്തേക്ക് മറ്റു ചില സഖാക്കൾ എത്തിക്കും. പുലരുന്നതിനുമുമ്പ് അവിടെനിന്ന് ഒഴിവാക്കും. ഇത്തരം യോഗങ്ങളിൽ പാർട്ടിയുടെ പ്രമുഖരായ നേതാക്കളും പലപ്പോഴും സംബന്ധിച്ചിരുന്നു. ജില്ലാ നേതാക്കൾക്ക് പുറമെ ഇ കെ നായനാർ, പുത്തലത്ത് നാരായണൻ, ചാത്തുണ്ണി മാസ്റ്റർ, പി വി കുഞ്ഞിക്കണ്ണൻ തുടങ്ങിയവർ അന്നത്തെ യോഗങ്ങളിൽ എത്താറുണ്ട്. യോഗങ്ങളിൽ അടിയന്തരാവസ്ഥയിലെ അതിക്രമങ്ങളും അതിനെതിരെ കൈക്കൊള്ളേണ്ട നടപടികളുമൊക്കെ ചർച്ചചെയ്യപ്പെടുമായിരുന്നു.

അടിയന്തരാവസ്ഥക്കാലത്ത് ഏറ്റവുമധികം അതിക്രമം നടന്നത് അന്നത്തെ കണ്ണൂർ ജില്ലയിലെ പാർട്ടി കേന്ദ്രങ്ങളിലായിരുന്നു. നിരവധി സഖാക്കൾ അറസ്റ്റിലായി. പല സ്ഥലങ്ങളിലും ബീഡിക്കമ്പനികൾ ആക്രമിക്കപ്പെട്ടു. കോൺഗ്രസും പൊലീസും ഒന്നിച്ചായിരുന്നു അക്രമം നടത്തിയത്. തലശ്ശേരി പന്തക്കപ്പാറയിലെ ബീഡിത്തൊഴിലാളിയായ സ. കുളങ്ങരത്ത് രാഘവനെ കൊലപ്പെടുത്താൻ ആദ്യം കമ്പനിക്കു നേരെ ബോംബെറിഞ്ഞ് ഭീകരാവസ്ഥ സൃഷ്ടിച്ചു. സഖാക്കളെ സംരക്ഷിച്ചുകൊണ്ട് കമ്പനിയിൽനിന്നും പുറത്തുവന്ന രാഘവനെ കുത്തിക്കൊലപ്പെടുത്തുകയാണ് കോൺഗ്രസുകാർ ചെയ്തത്. പാർട്ടിയുടെ ശക്തികേന്ദ്രങ്ങളായിരുന്നു ബീഡിക്കമ്പനികൾ. അതുകൊണ്ടുതന്നെ ബീഡിക്കമ്പനികളെ തകർക്കുകയെന്നതായിരുന്നു കോൺഗ്രസിന്റെ ലക്ഷ്യം.

അടിയന്തരാവസ്ഥക്കാലത്ത് പാർട്ടിയെയാകെ ഞെട്ടിച്ച സംഭവം ഒരു പ്രധാന നേതാവ് പാർട്ടി രഹസ്യങ്ങൾ ചോർത്തിയെന്നതാണ്. പാർട്ടിക്കകത്ത് അത് വലിയൊരു വിവാദത്തിനിടയാക്കി. കണ്ണൂർ ജില്ലയിലെ അറിയപ്പെടുന്ന തൊഴിലാളി നേതാവായിരുന്നു സ.സ്റ്റാൻലി. അദ്ദേഹത്തെയാണ് പലരും സംശയിച്ചത്. പൊലീസ് ഉദ്യോഗസ്ഥരുമായി നല്ല അടുപ്പമുള്ളയാളായിരുന്നു സ്റ്റാൻലി. ഈ വിവരത്തിന്റെ അടിസ്ഥാനത്തിൽ ജില്ലാ സെക്രട്ടറിയേറ്റംഗം സ. ഇ പി കൃഷ്ണൻ നമ്പ്യാർ രഹസ്യമായി സ്റ്റാൻലിയെ നിരീക്ഷിച്ചു. സ്റ്റാൻലി പൊലീസുമായി ബന്ധപ്പെടുന്നത് കൃഷ്ണൻ നമ്പ്യാർ നേരിട്ടുകണ്ട് സ്ഥിരീകരിച്ചു. ഒരു ദിവസം ഡി സി യോഗം ചേർന്ന് സാർവ്വദേശീയ-ദേശീയ കാര്യങ്ങൾ മാത്രം ചർച്ച ചെയ്തശേഷം വളരെപ്പെട്ടെന്ന് യോഗനടപടി അവസാനിപ്പിച്ചു. യോഗ ദിവസം നാട്ടിലെത്താൻ കഴിയാത്ത സഖാക്കളെ യോഗ സ്ഥല

ത്തിന് സമീപത്തുള്ള വീടുകളിൽ താമസിപ്പിക്കാറുണ്ട്. അന്നത്തെ യോഗത്തിനുശേഷവും ഇതിനായി ചില സഖാക്കളെ ചുമതലപ്പെടുത്തിയിരുന്നു. ആ നിലയിൽ യോഗം അവസാനിച്ചയുടൻ ചുമതലക്കാരായ സഖാക്കൾ സമീപത്തുള്ള വീടുകളിൽ ഡി സി അംഗങ്ങളെ എത്തിച്ചു. എന്നാൽ ഒരു മണിക്കൂർ കഴിഞ്ഞ് സ്റ്റാൻലി ഒഴികെയുള്ള സഖാക്കൾ മറ്റൊരിടത്ത് യോഗം ചേർന്നു. സ്റ്റാൻലിയെക്കുറിച്ചുള്ള വിവരം പാർട്ടി ചർച്ച ചെയ്തു. അദ്ദേഹത്തെ പാർട്ടിയിൽനിന്നും പുറത്താക്കി. വർഷങ്ങളോളം തൊഴിലാളികൾക്ക് വേണ്ടി പ്രവർത്തിച്ച ഒരു നേതാവ് പൊലീസിന്റെ കെണിയിൽ വീണതും രഹസ്യങ്ങൾ ചോർന്നതും പാർട്ടിക്ക് പ്രയാസമുണ്ടാക്കി. സ്റ്റാൻലിയെ പുറത്താക്കുകയല്ലാതെ മറ്റൊരു മാർഗ്ഗവും പാർട്ടിക്ക് മുന്നിലുണ്ടായിരുന്നില്ല. അടിയന്തരാവസ്ഥ അടുത്തൊന്നും പിൻവലിക്കപ്പെടില്ല എന്നതായിരുന്നു പൊതുകാഴ്ചപ്പാട്. ഇതിന്റെ ഭാഗമായി 'മിസ' അനുസരിച്ച് അറസ്റ്റുചെയ്യപ്പെടുന്നവരുടെ വീടും പറമ്പും കണ്ടുകെട്ടാനുള്ള നീക്കം സർക്കാർ ആരംഭിച്ചു. ഈ സാഹചര്യത്തിൽ എന്റെ പേരിലുള്ള ഒരേക്കർ സ്ഥലം അന്നത്തെ പാർട്ടി ലോക്കൽ സെക്രട്ടറി സ. കുഞ്ഞിക്കൃഷ്ണന്റെ പേരിലേക്ക് കൈമാറ്റം ചെയ്യാൻ പാർട്ടി തീരുമാനിക്കുകയും ആ തീരുമാനം നടപ്പിലാക്കുകയും ചെയ്തു.

നിരവധി പ്രദേശങ്ങളിൽ കോൺഗ്രസിന്റെയും പൊലീസിന്റെയും അക്രമങ്ങൾ നടക്കുമ്പോൾ പാർട്ടിയുടെ സംരക്ഷകരായത് അന്ന് പുറത്ത് പ്രവർത്തിച്ചിരുന്ന സഖാക്കളായ എ വി കുഞ്ഞമ്പു, പാട്യം രാജൻ, സി കണ്ണൻ, കെ വി നാരായണൻ നമ്പ്യാർ, ഇ പി കൃഷ്ണൻ നമ്പ്യാർ, ടി കെ സി, സി കൃഷ്ണൻ നായർ തുടങ്ങിയവരായിരുന്നു. സംഘർഷ മേഖലകൾ സന്ദർശിക്കാൻ സഖാക്കൾ പ്രത്യേക താല്പര്യമെടുത്തു. ചില സന്ദർഭങ്ങളിൽ അവർ സഞ്ചരിച്ച വാഹനങ്ങൾക്ക് നേരെ പോലും അതിക്രമങ്ങൾ ഉണ്ടായി.

അടിയന്തരാവസ്ഥക്കാലത്തും പാർട്ടി കേസുകൾ ശ്രദ്ധയോടെ കൈകാര്യം ചെയ്ത വക്കീലാണ് സ. കെ പുരുഷോത്തമൻ. കാഞ്ഞങ്ങാട്ട് അദ്ദേഹത്തിന് പകരംവെക്കാൻ മറ്റൊരു അഭിഭാഷകനില്ല. വിദ്യാർത്ഥികളുടെയും തൊഴിലാളികളുടെയുമൊക്കെ കേസുകൾ ഒരു ഫീസും വാങ്ങാതെയാണ് അദ്ദേഹം നടത്തിയത്. പാർട്ടിയുടെ ജനകീയ വക്കീലാണ് അദ്ദേഹം. അടിയന്തരാവസ്ഥ കാലഘട്ടത്തിൽ പൊലീസുകാരുടെ ചെയ്തികളെ നിശിതമായി വിമർശിച്ചുകൊണ്ട് കോടതിയിൽ അദ്ദേഹം നടത്തിയ ക്രോസ് വിസ്താരം ഏറെ ശ്രദ്ധേയമായിരുന്നു. അഡ്വ. കുഞ്ഞിരാമ മേനോനോടൊപ്പം പള്ളിക്കര കേസിലും ചീമേനി കേസിലും അദ്ദേഹം ഹാജരായിരുന്നു. കാഞ്ഞങ്ങാട്ടെ എല്ലാ സാമൂഹിക, സാസ്കാരിക പരിപാടികളിലും അദ്ദേഹം നിറഞ്ഞുനിന്നു. കക്ഷി രാഷ്ട്രീയത്തിനതീതമായ വലിയൊരു സുഹൃദ്വലയം അദ്ദേഹത്തിനുണ്ടായിരുന്നു. പാർട്ടി കേസുകൾ നടത്തുന്നതിനാൽ അദ്ദേഹത്തെ 'മിസ' പ്രകാരം അറസ്റ്റുചെയ്തു. തലശ്ശേരിയിലെ പ്രമുഖ അഭിഭാഷകനായ കുഞ്ഞനന്തൻ

നായർ ഇക്കാലത്ത് സഖാക്കൾക്കെതിരായ കേസുകൾ വളരെ ശ്രദ്ധയോടെ കൈകാര്യം ചെയ്തു. കണ്ണൂരിലേയും തലശ്ശേരിയിലേയും കോടതികളിൽ അടിയന്തരാവസ്ഥക്കാലത്ത് അദ്ദേഹം ഹാജരായി. ഇതിന്റെ പ്രതികരണമെന്ന രീതിയിൽ അദ്ദേഹത്തെയും 'മിസ' പ്രകാരം അറസ്റ്റു ചെയ്തു. സഖാക്കൾക്കെതിരായുള്ള കേസുകൾ കൈകാര്യം ചെയ്ത മറ്റൊരു അഭിഭാഷകനാണ് തളിപ്പറമ്പിലെ കെ പി രാഘവപ്പൊതുവാൾ. അറിയപ്പെടുന്ന കമ്യൂണിസ്റ്റുകാരനായിരുന്നു അദ്ദേഹം. അദ്ദേഹത്തെയും മിസ പ്രകാരം അറസ്റ്റുചെയ്തു. തളിപ്പറമ്പിലെ അഡ്വ.കെ ബാലകൃഷ്ണനും അറസ്റ്റുചെയ്യപ്പെട്ടു. കമ്യൂണിസ്റ്റ് പാർട്ടിയുടെ ആദ്യകാല പ്രവർത്തനങ്ങളിലും അടിയന്തരാവസ്ഥ കാലഘട്ടത്തിലും ഒരു കമ്യൂണിസ്റ്റ് വക്കീൽ എന്ന നിലയിലാണ് കോഴിക്കോട്ടെ കുഞ്ഞിരാമപ്പൊതുവാൾ പ്രവർത്തിച്ചത്. എ കെ ജി കോഴിക്കോട്ടെത്തിയാൽ പലപ്പോഴും താമസിക്കാറ് അഡ്വ. കുഞ്ഞിരാമപ്പൊതുവാളിന്റെ വീട്ടിൽ ആയിരുന്നു. *ദേശാഭിമാനി*യുടെ ആദ്യകാല പ്രവർത്തനത്തിൽ സഖാവിന്റെ സേവനം വിലപ്പെട്ടതായിരുന്നു. കേരളത്തിൽ അങ്ങോളമിങ്ങോളം പാർട്ടിയുമായി ബന്ധപ്പെട്ട കേസുകളിൽ കോടതികളിൽ ഹാജരായ നിരവധി അഭിഭാഷകർ ഇക്കാലത്ത് മിസ വാറണ്ട് പ്രകാരം അറസ്റ്റുചെയ്യപ്പെട്ടു.

പാർട്ടി കണ്ണൂർ ജില്ലാ കമ്മിറ്റി ഓഫീസിലെ ഓഫീസ് സെക്രട്ടറി ആയ സ. ശ്രീനിവാസന് ഉറക്കമില്ലാത്ത രാത്രികളായിരുന്നു അന്ന്. പാർട്ടി സഖാക്കളുടെ വിവരമറിയാൻ അവരെ നേരിട്ടു കാണുക, കേസുകൾ കൈകാര്യം ചെയ്യുന്നതിനായി കോടതിയുമായി ബന്ധപ്പെടുക, ഒളിവ് സങ്കേതത്തിൽ പാർട്ടി കമ്മിറ്റികൾ ചേരാൻ സൗകര്യമൊരുക്കുക തുടങ്ങിയ ഭാരിച്ച ഉത്തരവാദിത്വങ്ങൾ സഖാവാണ് നിർവ്വഹിച്ചത്. ജില്ലാ കമ്മിറ്റി ഓഫീസിലെ ചുമതലകൾ സഖാവ് ശ്രീനിവാസൻ തന്നെയാണ് ഇപ്പോഴും നിർവ്വഹിക്കുന്നത്. പാർട്ടി ജില്ലാ സെക്രട്ടറിമാർ മാറി മാറി വന്നുവെങ്കിലും ശ്രീനിവാസൻ ഓഫീസ് സെക്രട്ടറിയായി തുടരുന്നു.

നിയമസഭാംഗം

ഇന്ത്യയിലാകെ ഉയർന്നുവന്ന ശക്തമായ പ്രതിഷേധത്തെ തുടർന്ന് 1977 മാർച്ച് 21 ന് അടിയന്തരാവസ്ഥ പിൻവലിച്ചു. ജയിലിലുള്ള ആയിരക്കണക്കിന് സഖാക്കൾ മോചിതരായി. ഒളിവിലുള്ള സഖാക്കൾ പുറത്തുവന്നു. ഒളിവിലും ജയിലിലും ഉണ്ടായിരുന്ന സഖാക്കൾക്ക് പലയിടങ്ങളിലും സ്വീകരണം ലഭിച്ചു. വലിയ ആവേശത്തോടെയാണ് ജനങ്ങൾ അത്തരം പൊതുയോഗങ്ങളിൽ പങ്കെടുത്തിരുന്നത്. ഈ സന്ദർഭത്തിൽ ഞാൻ മടിക്കൈയിൽ ഒളിവിലായിരുന്നു. എനിക്ക് ഒളിവിൽനിന്നും പുറത്തിറങ്ങാനോ സ്വീകരണങ്ങളിൽ പങ്കെടുക്കാനോ കഴിഞ്ഞില്ല. ഞാനും പാച്ചേനിയും ഐ വി ശിവരാമനും പള്ളിക്കര കേസിൽ പ്രതികളായിരുന്നു. തുടർച്ചയായി കോടതിയിൽ ഹാജരാകാത്തതിനാൽ ജാമ്യം റദ്ദാക്കിയിരുന്നു. അക്കാരണത്താൽ ഞങ്ങളെ വീണ്ടും അറസ്റ്റുചെയ്യാനുള്ള സന്ദർഭം നോക്കിയിരിക്കുകയായിരുന്നു പൊലീസ്. അന്നു രാത്രി ഞാനും പാച്ചേനി കുഞ്ഞിരാമനും ഐ വി ശിവരാമനും പാർട്ടി നിർദ്ദേശപ്രകാരം കണ്ണൂർ ജില്ലാ കമ്മിറ്റി ഓഫീസിലെത്തി. പിറ്റേ ദിവസം തലശ്ശേരി കോടതിയിൽ ഹാജരാകാനായിരുന്നു പാർട്ടി നിർദ്ദേശം. രാവിലെ തന്നെ ഞങ്ങൾ തലശ്ശേരി കോടതിയിലെത്തി അഡ്വ. കുഞ്ഞനന്തൻ നായരെ കണ്ടു. കേസ് വിളിക്കാൻ വൈകിയപ്പോൾ ജൂനിയർ അഭിഭാഷകനെ ചുമതലപ്പെടുത്തിയശേഷം അദ്ദേഹം കോടതിയിൽനിന്നും മറ്റെന്തോ അത്യാവശ്യത്തിന് പുറത്തുപോയി. ജഡ്ജി ഞങ്ങളെ റിമാന്റ് ചെയ്യാൻ ഉത്തരവിട്ടു. ഇതറിഞ്ഞ പാർട്ടി സഖാക്കൾ കുഞ്ഞനന്തൻ നായരെ നേരിൽക്കണ്ട് വിവരം ധരിപ്പിച്ചു. അദ്ദേഹം പെട്ടെന്ന് കോടതിയിലെത്തി ജഡ്ജിയുടെ മുറിയിൽ കയറി കാര്യങ്ങൾ ശ്രദ്ധയിൽപ്പെടുത്തി. പള്ളിക്കര കേസ് ഹോസ്ദുർഗ്ഗ് കോടതിയിലായതിനാൽ അവിടെയെത്തി ജാമ്യ

മെടുക്കാനാണ് ഉത്തരവിട്ടത്. രണ്ടു ദിവസം കഴിഞ്ഞ് ഹോസ്ദുർഗ്ഗ് കോടതിയിലെത്തി ജാമ്യമെടുത്തു. എ കെ ജി സുഖമില്ലാതെ തിരുവനന്തപുരത്ത് ചികിത്സയിലായിരുന്നു. തലശ്ശേരിയിൽനിന്ന് ജാമ്യം കിട്ടിയാൽ അന്നുതന്നെ തിരുവനന്തപുരത്തുപോയി എ കെ ജിയെ കാണാനായിരുന്നു തീരുമാനിച്ചത്. അന്ന് തലശ്ശേരിയിൽനിന്നും ജാമ്യം ലഭിക്കാത്തതിനാൽ എ കെ ജിയെ അവസാനമായി കാണാൻ കഴിഞ്ഞില്ലെന്നത് ഇന്നും വേദനയുണ്ടാക്കുന്ന ഒരു അനുഭവമാണ്. അടിയന്തരാവസ്ഥ പിൻവലിച്ചു. അതിനുശേഷം നടക്കുന്ന തിരഞ്ഞെടുപ്പിന് വലിയ രാഷ്ട്രീയ പ്രാധാന്യമുണ്ട്.

1977 ലാണ് നിയമസഭാ തിരഞ്ഞെടുപ്പ് നടന്നത്. അതുവരെ നീലേശ്വരം മണ്ഡലത്തിന്റെ ഭാഗമായിരുന്ന ചില പ്രദേശങ്ങളും ഇന്നത്തെ കണ്ണൂർ ജില്ലയിലെ മൂന്ന് പഞ്ചായത്തുകളും ചേർത്ത് തൃക്കരിപ്പൂർ മണ്ഡലം രൂപവല്ക്കരിച്ചു. പുതിയ തൃക്കരിപ്പൂർ മണ്ഡലത്തിലെ സ്ഥാനാർത്ഥിയായി എന്നെ പാർട്ടി തീരുമാനിച്ചു. അങ്ങനെ മുപ്പത്തിരണ്ടാം വയസ്സിൽ ഞാൻ മത്സരരംഗത്തെത്തി. അടിയന്തരാവസ്ഥക്കെതിരെയുള്ള സമരങ്ങളും പ്രതിഷേധങ്ങളും ആളിപ്പടർന്ന കാലഘട്ടമായിരുന്നു. ഇന്ദിരാഗാന്ധിക്കും കോൺഗ്രസിനുമെതിരെയുള്ള ജനവിധിയായി തിരഞ്ഞെടുപ്പ് മാറി. ഇന്ത്യയിലാകെ കോൺഗ്രസ് വിരുദ്ധ തരംഗമുണ്ടായി. പക്ഷേ, കേരളത്തിൽ സ്ഥിതി വളരെ വ്യത്യസ്തമായിരുന്നു. കോൺഗ്രസ് നേതൃത്വം നല്കുന്ന മുന്നണിക്ക് വളരെ വലിയ ഭൂരിപക്ഷത്തോടെ അധികാരത്തിലെത്താൻ കഴിഞ്ഞു. എനിക്കെതിരെ യു ഡി എഫ് സ്ഥാനാർത്ഥിയായി മത്സരിച്ചത് കേരള കോൺഗ്രസിലെ പി ടി ജോസ് ആയിരുന്നു. സി പി ഐയും അന്ന് യു ഡി എഫിന്റെ ഭാഗമായിരുന്നു. അതുകൊണ്ടുതന്നെ യു ഡി എഫ് വിജയിക്കുമെന്ന് വ്യാപകമായി പ്രചരിപ്പിച്ചു. അന്ന് ബാലറ്റ് പേപ്പറുപയോഗിച്ചുള്ള തിരഞ്ഞെടുപ്പായതിനാൽ വോട്ടെണ്ണിത്തീരുന്നത് പലപ്പോഴും രാത്രി ഏറെ വൈകിയായിരിക്കും. ഇന്ദിരാഗാന്ധി പരാജയപ്പെട്ട ആഹ്ലാദം ഉള്ളപ്പോൾത്തന്നെ കേരളത്തിലെ പരാജയം സഖാക്കളെ മ്ലാനരാക്കി. അന്ന് പയ്യന്നൂർ മണ്ഡലത്തിൽ വിജയിച്ചത് എൻ സുബ്രഹ്മണ്യ ഷേണായി ആയിരുന്നു. കണ്ണൂർ ജില്ലയിലെ ഭൂരിപക്ഷം മണ്ഡലങ്ങളിലും പരാജയപ്പെട്ടെങ്കിലും പയ്യന്നൂരിലെയും തൃക്കരിപ്പൂരിലെയും വിജയം നമുക്ക് ആശ്വാസകരമായി. ഹോസ്ദുർഗ്ഗ് മണ്ഡലത്തിൽ പട്ടുവം രാഘവൻ വളരെ ചെറിയ വോട്ടിനാണ് പരാജയപ്പെട്ടത്. നിയമസഭയിൽ എൽ ഡി എഫിന് 29 അംഗങ്ങൾ മാത്രമേ ഉണ്ടായിരുന്നുള്ളു. ഇ എം എസ് ആയിരുന്നു പ്രതിപക്ഷനേതാവ്. 1977 ൽ അടിയന്തരാവസ്ഥയ്ക്കുശേഷം ഉണ്ടായ തിരഞ്ഞെടുപ്പിൽ ഇടതുമുന്നണിക്ക് വലിയ മുന്നേറ്റം ഉണ്ടായില്ല. സുബ്രഹ്മണ്യ ഷേണായി, പിണറായി വിജയൻ, പി വി കുഞ്ഞിക്കണ്ണൻ, പാട്യം ഗോപാലൻ, ടി കെ രാമകൃഷ്ണൻ തുടങ്ങി ഞാനുൾപ്പെടെ പതിനേഴുപേർ ആയിരുന്നു സി പി ഐ (എം) അംഗങ്ങൾ. 17 മാസമേ ആ സർക്കാരിന് ആയു

സ്സുണ്ടായിരുന്നുള്ളു. കോൺഗ്രസ് നേതാവ് കെ കരുണാകരനായിരുന്നു മുഖ്യമന്ത്രി. എഞ്ചിനീയറിങ് വിദ്യാർത്ഥി രാജന്റെ തിരോധാനം നിയമസഭയെ പിടിച്ചുകുലുക്കി. നയപരമായ തീരുമാനത്തെത്തുടർന്ന് സി പി ഐ യു ഡി എഫ് വിട്ട് എൽ ഡി എഫിലെത്തി. കോൺഗ്രസിനുള്ളിലും വലിയ പൊട്ടിത്തെറി ഉണ്ടായി. ആന്റണിയുടെ നേതൃത്വത്തിൽ കോൺഗ്രസിൽ കലാപം ഉണ്ടായി. 17 മാസത്തെ ഭരണത്തിനുശേഷം നിയമസഭ പിരിച്ചുവിട്ട് രാഷ്ട്രപതി ഭരണത്തിന്റെ കീഴിലായി കേരളം. പിന്നീട് 1980 ൽ നടന്ന നിയമസഭാ തിരഞ്ഞെടുപ്പിൽ ഞാൻ വീണ്ടും തൃക്കരിപ്പൂരിൽനിന്നും നിയമസഭയിലേക്ക് തിരഞ്ഞെടുക്കപ്പെട്ടു. കോൺഗ്രസിലെ കെ പി കുഞ്ഞിക്കണ്ണനായിരുന്നു എതിർ സ്ഥാനാർത്ഥി. 1977 ലേതിനേക്കാൾ വലിയ ഭൂരിപക്ഷം നേടാൻ കഴിഞ്ഞു. നിയമസഭയിൽ എൽ ഡി എഫിന് ശക്തമായ മേൽക്കൈ ലഭിച്ചു. സ. ഇ കെ നായനാർ മുഖ്യമന്ത്രിയായി. ഈ സർക്കാരിനും രണ്ടുവർഷം മാത്രമേ പൂർത്തിയാക്കാൻ കഴിഞ്ഞുള്ളു.

അന്ന് ഒട്ടേറെ വികസന പ്രവർത്തനങ്ങൾക്ക് നേതൃത്വം നല്കാൻ സാധിച്ചു. ശ്രദ്ധേയമായ വികസനക്കുതിപ്പിന് തുടക്കംകുറിക്കാൻ അന്ന് വടക്കേ മലബാറിന്, പ്രത്യേകിച്ച് തൃക്കരിപ്പൂർ മണ്ഡലത്തിൽ കഴിഞ്ഞു. വികസനത്തിൽ വളരെ പിന്നോക്കമായ പ്രദേശങ്ങളിൽ നിരവധി വിദ്യാലയങ്ങൾ ആരംഭിക്കാനും നിലവിലുള്ളവ അപ്ഗ്രേഡ് ചെയ്യാനും കഴിഞ്ഞു. അന്നത്തെ വിദ്യാഭ്യാസ വകുപ്പ് മന്ത്രി ആർ എസ് പിയുടെ ബേബി ജോൺ ആയിരുന്നു. സ്ഥലവും കെട്ടിടവും ഉള്ളയിടങ്ങളിൽ വിദ്യാലയങ്ങൾ അനുവദിക്കാൻ സർക്കാർ തീരുമാനിച്ചു. അതിന്റെ ഭാഗമായി തൃക്കരിപ്പൂർ മണ്ഡലത്തിലെ എല്ലാ പഞ്ചായത്തുകളിലും പുതിയ സ്കൂളുകൾ വന്നു. പലയിടങ്ങളിലും നിലവിലുണ്ടായിരുന്ന വിദ്യാലയങ്ങൾ അപ്ഗ്രേഡ് ചെയ്യപ്പെട്ടു. കമ്പല്ലൂർ, തിമിരി, പ്രാപ്പൊയിൽ, പെരിങ്ങോം, ചൂരൽ, ഉദിനൂർ, ചന്തേര, ചീമേനി, കുണ്ട്യം, കൂളിയാട്, ചായ്യോം, പരപ്പ, കൂവാറ്റി, പൈവെളിഗെ, ബളാന്തോട്, കോട്ടപ്പുറം, വാഴുന്നോറടി, അമ്പലത്തറ, മടിക്കൈ അമ്പലത്തറ തുടങ്ങി വിദ്യാഭ്യാസപരമായി പിന്നോക്കം നില്ക്കുന്ന പലയിടങ്ങളിലും വിദ്യാലയങ്ങൾ ആരംഭിക്കുകയോ അപ്ഗ്രേഡ് ചെയ്യപ്പെടുകയോ ഉണ്ടായി.

മലയോരത്ത് പത്താംക്ലാസ് കഴിയുന്നവർക്ക് തുടർപഠനം ഏറെ പ്രയാസകരമായിരുന്നു. അന്ന് കോളേജുകളുടെ ഭാഗമായുള്ള പ്രീഡിഗ്രിയാണ് ഉണ്ടായിരുന്നത്. മലയോരത്തുള്ള വിദ്യാർത്ഥികളുടെ ഉന്നതപഠനത്തിനായി ഒരു സർക്കാർ കോളേജ് വേണമെന്ന് നിയമസഭയിൽ ഞാൻ ആവശ്യപ്പെട്ടു. ആദ്യമായാണ് ഇത്തരം ഒരാവശ്യം ഉയർന്നുവന്നത്. സർക്കാരിനെ അത് ബോദ്ധ്യപ്പെടുത്താൻ എനിക്ക് സാധിച്ചു. കോളേജ് അനുവദിക്കാൻ സർവ്വകലാശാലാ സിൻഡിക്കേറ്റിന്റെ ശുപാർശ വേണമായിരുന്നു. കോഴിക്കോട് സർവ്വകലാശാലയുടെ കീഴിലായിരുന്നു അന്നത്തെ കണ്ണൂർ ജില്ല. ഞാൻ അന്ന് കോഴിക്കോട് സർവ്വകലാശാല

സെനറ്റ് അംഗവുമായിരുന്നു. മലയോരത്ത് കോളേജിന് വേണ്ടിയുള്ള പ്രമേയം സെനറ്റ് പാസാക്കിയതിനെത്തുടർന്ന് സിന്റിക്കേറ്റിന്റെ ശുപാർശ സർക്കാരിലെത്തി. മുഖ്യമന്ത്രി ഇ കെ നായനാർക്ക് എളേരി ഉൾപ്പെടുന്ന മലയോരത്തോടുള്ള പ്രത്യേക താല്പര്യം കൂടിയായപ്പോൾ കോളേജിനുള്ള ഫയലുകൾ പെട്ടെന്ന് നീങ്ങി. കോളേജിനാവശ്യമായ സ്ഥലം എളേരിത്തട്ടിൽ പൊടോര, വള്ളിയോട്ട്, കുറുവാട്, പെരിയാരത്ത്, നരിക്കുഴി തുടങ്ങിയ കുടുംബങ്ങൾ അവരുടെ കൈവശഭൂമി വിട്ടുനല്കി. കോളേജിനാവശ്യമായ താല്ക്കാലിക കെട്ടിട സൗകര്യവും തയ്യാറായി. കിഴക്കൻ മലയോരത്ത് അന്ന് ഒരു കോളേജ് സ്വപ്നത്തിൽ പോലും കാണാൻ കഴിയുമായിരുന്നില്ല. വിവിധ പ്രദേശങ്ങളിൽ ചെന്ന് കോളേജിന് വേണ്ടിയുള്ള ഫണ്ട് ശേഖരിച്ചു. മലയോരത്ത് കോളേജ് പ്രവർത്തനമാരംഭിക്കില്ലെന്ന പരസ്യമായ പ്രചരണം എതിരാളികളിൽ നിന്നുണ്ടായി. ചില രാഷ്ട്രീയ നേതാക്കൾ അങ്ങനെ പ്രസംഗിക്കുകപോലുമുണ്ടായി. പക്ഷേ, കോളേജ് യാഥാർത്ഥ്യമായി.

വിദ്യാഭ്യാസം പോലെതന്നെ പ്രധാനപ്പെട്ടതാണ് മലയോരത്തെ ഗതാഗത വിഷയവും. ഇതിന്റെ ഭാഗമായാണ് പെരുമ്പട്ട പാലം, ചിറ്റാരിക്കാൽ റോഡ് തുടങ്ങി നിരവധി പദ്ധതികൾ അക്കാലത്ത് പ്രാവർത്തികമായത്. കാക്കടവ് അണക്കെട്ട് ജില്ലയിലെ ജലസേചന-വൈദ്യുതി പ്രശ്നങ്ങൾക്ക് പരിഹാരമാകുമായിരുന്ന പ്രോജക്ട് ആയിരുന്നു. നിയമസഭയ്ക്കകത്തും പുറത്തും ഇതുമായി ബന്ധപ്പെട്ട് നിരവധി പ്രവർത്തനങ്ങൾ നടത്താൻ എനിക്ക് കഴിഞ്ഞു. എന്നാൽ മലയോര ജനങ്ങളുടെ ശക്തമായ എതിർപ്പിനെത്തുടർന്ന് സർക്കാരിന് കാക്കടവ് പദ്ധതി ഉപേക്ഷിക്കേണ്ടി വന്നു. കോൺഗ്രസ് എ വിഭാഗം ഉൾപ്പെട്ടതായിരുന്നു അന്നത്തെ എൽ ഡി എഫ്. ആന്റണി കോൺഗ്രസ് പിന്തുണ പിൻവലിച്ചതോടെ നിയമസഭയിൽ ഭൂരിപക്ഷം നഷ്ടപ്പെട്ട് സർക്കാർ രാജിവച്ചു.

എ കെ ആന്റണിയോടൊപ്പം

നിയമസഭാംഗം ആയിരുന്നപ്പോൾ എ കെ ആന്റണി വളരെ സൗഹൃദം പ്രകടിപ്പിച്ചു. എ കെ ജിയുമായി നല്ല ബന്ധമായിരുന്നു അദ്ദേഹത്തിന്. ആന്റണി രോഗബാധിതനായി എറണാകുളത്ത് ചികിത്സയിലായിരുന്നപ്പോൾ ഞാനും സുശീലാഗോപാലനും സന്ദർശിച്ചു. നിയമസഭാ ചർച്ചകളിൽ സംസ്കൃതത്തിൽ അറിവുള്ള ടി കെ രാമകൃഷ്ണന്റെ നർമ്മരസമുള്ള പ്രസംഗം ഏറെ ഹൃദ്യമായിരുന്നു. സി എച്ച് മുഹമ്മദ് കോയയാണ് എടുത്തുപറയേണ്ടുന്ന മറ്റൊരാൾ. കുറിക്കുകൊള്ളുന്ന ഉപമകളും അലങ്കാരങ്ങളും ചേർന്ന അദ്ദേഹത്തിന്റെ പ്രസംഗം ഏറെ ശ്രദ്ധേയമായിരുന്നു. പ്രഗത്ഭനായ മറ്റൊരു അംഗമാണ് സി ബി സി വാര്യർ. പ്രതിപക്ഷ നേതാവായിരുന്നപ്പോഴും ഇ എം എസിന്റെ പ്രസംഗത്തിനായി സഭ കാതോർത്തു. ബഡ്ജറ്റ് ചർച്ചയായാലും നയപ്രഖ്യാപന ചർച്ചയായാലും ഇ എം എസിന്റെ പ്രസംഗം സഭ ഒന്നടങ്കം സാകൂതം ശ്രദ്ധിക്കും. രാഷ്ട്രീയമായി ഭരണപക്ഷത്തെ വിമർശിക്കുന്ന ഇ എം എസിന്റെ ശൈലി മറ്റാർക്കും അനുകരിക്കാനാവില്ല.

വിവാഹം

(ടു ബി മാരീഡ് ആന്റ് ടു ബി റെവല്യൂഷണറി ഈസ് ആൻ ഇൻ കൺവീനിയന്റ് എഫയർ.

ലെനിൻ)

ഇ കെ നായനാർ, എം വി രാഘവൻ

വീട്ടിൽനിന്നും പലപ്പോഴും നിർദ്ദേശമുണ്ടായിരുന്നെങ്കിലും തിരക്കു പിടിച്ച പാർട്ടി പ്രവർത്തനത്തിനിടയിൽ വിവാഹത്തെക്കുറിച്ച് ചിന്തിക്കാൻ കഴിഞ്ഞിരുന്നില്ല. പ്രത്യേകിച്ച് ജോലിയോ വരുമാനമോ ഇല്ല.

പോരാത്തതിന് വീട്ടിലും വലിയ സൗകര്യങ്ങളില്ല. വീട്ടിൽ അച്ഛനും അമ്മയും സഹോദരങ്ങളുമെല്ലാം ചേർന്ന് കൂട്ടുകുടുംബം പോലെ കഴിയുകയായിരുന്നു.

ഒരു ദിവസം പാർട്ടി ജില്ലാ കമ്മിറ്റിയോഗത്തിലാണ് സ. എം വി രാഘവൻ വിവാഹത്തെക്കുറിച്ച് നിർദ്ദേശിച്ചത്. എ കെ ജിയുടെ മകൾ ലൈലയെ വിവാഹം കഴിക്കണമെന്നാണ് എം വി രാഘവൻ പറഞ്ഞത്. എ കെ ജി ജീവിച്ചിരുന്ന സമയത്ത് തന്നെ ലൈലയുടെ വിവാഹം നടത്തണമെന്ന ആഗ്രഹം പ്രകടിപ്പിച്ചിരുന്നു. എ കെ ജിയുടെ ജീവിതത്തിലെ വലിയൊരു അഭിലാഷമായിരുന്നു ലൈലയുടെ വിവാഹം. പാർട്ടി നേതാക്കളോടും ഇത് സൂചിപ്പിച്ചിരുന്നു. പാർട്ടി ആ ഉത്തരവാദിത്വം ഏറ്റെടുക്കുമെന്ന് എ കെ ജിക്ക് സഖാക്കൾ ഉറപ്പു നല്കിയിരുന്നു. യഥാർത്ഥത്തിൽ, അന്നത്തെ മഹിളാ അസോസിയേഷൻ നേതാവ് സ. പി ദേവൂട്ടിയായിരുന്നു എം വി രാഘവനോട് ഈ നിർദ്ദേശം അവതരിപ്പിച്ചത്.

പാർട്ടി പ്രവർത്തനത്തിന്റെ ഭാഗമായി എ കെ ജിയെ നല്ല പരിചയമുണ്ടായിരുന്നു. പ്ലാന്റേഷൻ സമരങ്ങൾക്ക് നേതൃത്വം നല്കുന്ന കാലം മുതൽ എ കെ ജിയെ അറിയാം. സുശീല സഖാവിനെയും പരിചയമുണ്ട്. പലതവണ ലൈലയെ കണ്ടിട്ടുണ്ട്. ചെറുപ്പത്തിൽ ഒരു ചികിത്സയ്ക്കിടയിലെ പിഴവുമൂലം ലൈലയ്ക്ക് ചില ആരോഗ്യപ്രശ്നങ്ങൾ ഉണ്ടെന്ന് അറിഞ്ഞിരുന്നു. റഷ്യയിലും മറ്റുമായി ലൈലയെ ചികിത്സിച്ചിരുന്നു. ഇത്തരം കാര്യങ്ങൾ മുൻകൂട്ടി അറിഞ്ഞിരുന്നതുകൊണ്ട് അതൊന്നും എനിക്ക് പ്രശ്നമായി തോന്നിയില്ല. എന്നാൽ വീട്ടുകാരോട് സംസാരിച്ചപ്പോൾ പുതിയ പ്രശ്നം ഉയർന്നുവന്നു. ദൂരെ ദേശത്തുനിന്ന് വിവാഹം ചെയ്യുന്നതിനോട് വീട്ടുകാർക്ക് താല്പര്യമുണ്ടായിരുന്നില്ല. പാർട്ടി സഖാക്കൾ വീട്ടിലെത്തി കുടുംബക്കാരുമായി സംസാരിച്ചു. അവർ സമ്മതം മൂളി.

വിവാഹം ആലപ്പുഴയിൽ വച്ച് വേണമെന്ന് സ.സുശീലാ ഗോപാലൻ

പി കെ വാസുദേവൻ നായർ, ഉമാനാഥ് തുടങ്ങിയവർ

നിർബ്ബന്ധംപിടിച്ചു. 1978 ജനുവരി ഒന്ന്. അന്നാണ് എന്റെ ജീവിതത്തിലേക്ക് ലൈല കടന്നുവന്നത്. ആലപ്പുഴ ടൗണിലെ എസ് ഡി സ്കൂളായിരുന്നു വിവാഹവേദി. പാർട്ടി നേതാക്കളായ ഇ എം എസ്, രാമമൂർത്തി തുടങ്ങിയവർ ഡൽഹിയിൽനിന്നും വിവാഹത്തിനെത്തി. മുഖ്യമന്ത്രിയായ എ കെ ആന്റണിയും വിവാഹത്തിനെത്തിയിരുന്നു. തീർത്തും ലളിതമായ ചടങ്ങ്. വന്നവർക്കെല്ലാം നാരങ്ങാവെള്ളവും ചായയും മാത്രം. സ്വർണാഭരണം ധരിക്കുന്നതിനോട് എ കെ ജിയും സുശീലഗോപാലനും എതിരായിരുന്നു. അതുകൊണ്ട് സ്വർണ്ണാഭരണം പൂർണ്ണമായും ഒഴിവാക്കി. പൂമാലകൾ കൈമാറുകമാത്രമാണുണ്ടായത്. വിവാഹം ആലപ്പുഴയിൽ ആയതിനാൽ എന്റെ വീട്ടുകാരും നാട്ടുകാരും പാർട്ടി സഖാക്കളുമൊക്കെയായി വളരെ കുറച്ചുപേർ മാത്രമേ ഉണ്ടായിരുന്നുള്ളു. നീലേശ്വരത്തുനിന്നും ആലപ്പുഴയിലേക്കുള്ള യാത്ര അന്ന് പൊതുവെ എളുപ്പമായിരുന്നില്ല. ബസിൽ ആലപ്പുഴയിലേക്കുള്ള യാത്ര ബുദ്ധിമുട്ടുതന്നെയായിരുന്നു. വിവാഹം നടന്ന അതേ ദിവസം നീലേശ്വരത്തേക്ക് പുറപ്പെട്ടു. പിറ്റേന്ന് രാവിലെ നീലേശ്വരത്ത് എത്തി. കരുവാച്ചേരിയിലെ കാർഷിക കോളേജ് ഗസ്റ്റ് ഹൗസിലാണ് രാവിലെ എത്തിയത്. അവിടെ നിന്നും പത്തുമണിയോടെ കിളിയളത്തെ വീട്ടിലേക്ക് പോയി. വീട്ടിലെത്തുന്നതുവരെ നവവരനായ എന്റെ മനസ്സിൽ ആശങ്കയായിരുന്നു. വീട്ടിൽ അസൗകര്യങ്ങൾ മാത്രം. വൈദ്യുതിയില്ല, ഫോൺ ഇല്ല, പ്രത്യേക മുറികൾ ഇല്ല. വീട്ടിലേക്കുള്ള വഴി അതിലേറെ കഷ്ടം. ടാറിട്ട റോഡ് പോലുമില്ല. ഏറെ സൗകര്യമുള്ള ആലപ്പുഴ മുഹമ്മയിലെ വീട്ടിൽനിന്നും വരുന്ന ലൈലയ്ക്ക് കിളിയളത്തെ സാഹചര്യങ്ങളുമായി പൊരുത്തപ്പെടാൻ പ്രയാസമാകുമെന്നായിരുന്നു എന്റെ ആശങ്ക. എന്നാൽ എ കെ ജിയുടെ മകൾക്ക് ഏത് സാഹചര്യത്തോടും പൊരുത്തപ്പെടാൻ പ്രയാസമുണ്ടായില്ല. വീട്ടുകാരോട് വളരെ പെട്ടെന്ന് ഇഴുകിച്ചേരാൻ ലൈലയ്ക്ക് കഴിഞ്ഞു. അച്ഛനും അമ്മയും മറ്റു കുടുംബാംഗങ്ങളുമൊക്കെ ലൈലയ്ക്ക് പ്രത്യേക പരിഗണന നല്കി.

ലൈലയ്ക്ക് ഉയർന്ന പാർട്ടി ബോധവും കൂറുമുണ്ട്. 1974 ലെ ട്രാൻപോർട്ട് ബസ് സമരത്തിൽ മുഹമ്മയിൽ ലൈല പങ്കെടുത്തു. (ഇതേ സമയത്താണ് പള്ളിക്കര സമരം നടന്നതും ഞാൻ കടുത്ത മർദ്ദനത്തിന് ഇരയായതും കേസിൽ പ്രതിയായതും.) മുഹമ്മയിലെ വീട്ടിൽനിന്നും ശ്യാമയും വാവയും സമരത്തിനുണ്ടായിരുന്നു. എ കെ ജിയുടെ മകൾ എന്ന നിലയിൽ ലൈല സമരത്തിന്റെ മുൻനിരയിൽ സ്ഥാനമുറപ്പിച്ചു. അതുകൊണ്ട് മുഹമ്മയിൽ അന്ന് പൊലീസ് മർദ്ദനം ഉണ്ടായില്ല. സമരത്തിൽ പങ്കെടുത്ത എല്ലാവരേയും പൊലീസ് അറസ്റ്റ് ചെയ്തു. അന്ന് ലൈലയ്ക്ക് 18 വയസ്സ് തികഞ്ഞിരുന്നില്ല. അക്കാരണം കൊണ്ട് പൊലീസ് അറസ്റ്റ് ചെയ്യില്ലെന്ന് കരുതിയ ലൈല വയസ്സ് 22 എന്നാണ് പറഞ്ഞത്. ഒരാഴ്ച ആലപ്പുഴ ജയിലിൽ കഴിഞ്ഞു. എ കെ ജിയും സുശീല ഗോപാ

ലനും ജയിലിൽ മകളെ സന്ദർശിച്ചു. അപൂർവ്വമായ സംഗമം. അച്ഛനും അമ്മയും കിടന്ന ജയിലിൽത്തന്നെ മകളും!

1984 ൽ ജില്ലാ രൂപീകരണത്തെത്തുടർന്ന് പാർട്ടിയുടെ പുതിയ ജില്ലാ കമ്മിറ്റി കാസർഗോഡ് നിലവിൽ വന്നു. ഞാൻ സെക്രട്ടറിയായി. അന്ന് പാർട്ടി ഓഫീസിൽ പരിമിതമായ സൗകര്യമേ ഉണ്ടായിരുന്നുള്ളൂ. പലപ്പോഴും വിദ്യാർത്ഥി-യുവജന-മഹിളാ കമ്മിറ്റികൾ എന്റെ വീട്ടിലാണ് നടന്നിരുന്നത്. അപ്പോഴൊക്കെ സ്വാഗതസംഘത്തിന്റെ ചുമതല ലൈല സ്വയം ഏറ്റെടുക്കും. സഖാക്കളോടുള്ള സ്നേഹവും ബഹുമാനവും ലൈലയിൽ എപ്പോഴുമുണ്ട്.

പള്ളിക്കരയിൽ വീട് നിർമ്മിക്കുമ്പോൾ വീടിനിടേണ്ട പേരിനെക്കുറിച്ച് ഞാനും സുശീല ഗോപാലനും ഏറെ ആലോചിച്ചു. ഇത് സംബന്ധിച്ച ഞങ്ങളുടെ ചർച്ച കേട്ടുകൊണ്ടിരിക്കുമ്പോൾ ലൈല പെട്ടെന്ന് പറഞ്ഞ പേരാണ് അമരാവതി എന്നത്. എ കെ ജിയുടെ പ്രസിദ്ധമായ അമരാവതി സമരം ലൈലയുടെ മനസ്സിലുണ്ടായിരുന്നു.

ആരോഗ്യപരമായ ചില പ്രശ്നങ്ങൾ ലൈലയെ അലട്ടിയിരുന്നു. വിവാഹത്തിനു ശേഷം പലപ്പോഴും പ്രധാനപ്പെട്ട ആശുപത്രികളിൽ ചികിത്സതേടി. അത്തരം സന്ദർഭത്തിലൊക്കെ കൂടെ ഞാനും ഉണ്ടാകും. സുശീല ഗോപാലന്റെ സാന്നിദ്ധ്യം ലൈലയ്ക്ക് എപ്പോഴും ആശ്വാസം പകർന്നു. എന്നാൽ അമ്മയുടെ മരണത്തോടെ ലൈലയ്ക്ക് മാനസികമായ ഒറ്റപ്പെടൽ ഉണ്ടായി. ഈ സന്ദർഭത്തിൽ സ: പിണറായി വിജയൻ മുൻകൈയെടുത്ത് ലൈലയെ എ കെ ജി സെന്ററിലെ ലൈബ്രറിയിൽ നിയമിച്ചു. അന്ന് ഞാൻ തിരുവനന്തപുരത്ത് *ദേശാഭിമാനി* ജനറൽ മാനേജരായിരുന്നു. 2004 ൽ *ദേശാഭിമാനി* ചുമതല ഒഴിവായി കാസർഗോട്ടേക്ക് തിരികെ വന്നു. അതുവരെയുള്ള സമയം ലൈല തന്റെ ജീവിതം ലൈബ്രറിയിൽ ആസ്വദിക്കുകയായിരുന്നു. ഞാൻ എം പി ആയിരുന്ന സമയം. പാർട്ടിക്കുള്ളിൽ ചില പ്രശ്നങ്ങൾ ഇക്കാലത്തുണ്ടായി. അന്ന് പള്ളിക്കരയിലെ 'അമരവതി'ക്ക് മുന്നിൽ ഒരു കരിങ്കൊടി ഉയർന്നു. ഞാൻ വീട്ടിലുണ്ടായിരുന്നില്ല. രാവിലെ തന്നെ കരിങ്കൊടി ലൈലയുടെ ശ്രദ്ധയിൽപ്പെട്ടു. ഉടൻ പാർട്ടി നേതാക്കളെ വിളിച്ചു. 'എ കെ ജിയുടെ മകൾ താമസിക്കുന്ന വീട്ടിന് മുന്നിൽ കരിങ്കൊടി കെട്ടിയത് ആരാണെന്നെനിക്കറിയണം'. ആ ഒരൊറ്റ ആവശ്യമേ ലൈല പൊലീസിനോടും ഉന്നയിച്ചുള്ളൂ. ലൈലയുടെ ഉന്നതമായ പാർട്ടിബോധത്തിന്റെ സാക്ഷ്യപത്രമാണിത്. പാർട്ടി നേതാക്കളെ ആരെങ്കിലും വിമർശിക്കുന്നത് കേട്ടാലും ലൈല ഇടപെടും. ആരോഗ്യപരമായ പ്രശ്നങ്ങളുണ്ടായിരുന്നെങ്കിലും പാർട്ടി പരിപാടികളിലൊക്കെ ലൈല സജീവമായി പങ്കെടുക്കും. പാർട്ടി നേതാക്കൾ വീട്ടിൽ വരാതിരുന്നാൽ ലൈല അവരെ വിളിക്കുകയും വീട്ടിൽ വരാത്തതിൽ പ്രതിഷേധമറിയിക്കുകയും ചെയ്യും.

കണ്ണൂർ

അടിയന്തരാവസ്ഥക്കാലഘട്ടത്തിൽ കേരളത്തിൽ പൊലീസിന്റെയും കോൺഗ്രസിന്റെയും ഏറ്റവുമധികം അതിക്രമങ്ങൾ നേരിടേണ്ടി വന്ന ജില്ലയാണ് കണ്ണൂർ. അതിന്റെ പ്രധാനകാരണം കണ്ണൂർ ജില്ല ഇന്ത്യയിലെതന്നെ പാർട്ടിയുടെ ഏറ്റവും ശക്തമായ കേന്ദ്രമാണ് എന്നതാണ്. ആദരണീയരായ നേതാക്കൾ എ കെ ജി, നായനാർ, കെ പി ആർ, എ വി കുഞ്ഞമ്പു ഉൾപ്പെടെയുള്ള കമ്യൂണിസ്റ്റുകാരുടെ പ്രവർത്തന മേഖലയായിരുന്നു കണ്ണൂർ ജില്ല. സാമ്രാജ്യത്വ – നാടുവാഴിത്ത വിരുദ്ധ സമരങ്ങൾ നിരവധിയാണ് ഇവിടെ നടന്നത്. അടിയന്തരാവസ്ഥക്കാലത്ത് പാർട്ടി ഓഫീസുകളും വായനശാലകളും ബീഡിക്കമ്പനികളും തകർത്തുകൊണ്ടാണ് പൊലീസും കോൺഗ്രസും പ്രവർത്തിച്ചത്. പിന്നീട് ബി ജെ പിയും ഇതേ രീതിയിലുള്ള പ്രവർത്തനമാണ് പിന്തുടർന്നത്. ഇതിനെയൊക്കെ അതിജീവിക്കാൻ കഴിഞ്ഞത് കരുത്തുള്ള പ്രസ്ഥാനം ജില്ലയിലുള്ളതുകൊണ്ടാണ്. മുൻകാല നേതാക്കളുടെ പാരമ്പര്യം ഉൾക്കൊണ്ടുതന്നെ പ്രസ്ഥാനത്തിന് പിന്നീടും വളരാൻ കഴിഞ്ഞു. സി പി ഐ (എം)ന്റെ പ്രമുഖരായ നേതാക്കന്മാരാണ് ഓരോ ഘട്ടത്തിലും കണ്ണൂർ ജില്ലയിൽ സെക്രട്ടറിമാരായത്. ആദ്യത്തെ ജില്ലാ സെക്രട്ടറി സ. എ വി കുഞ്ഞമ്പു ആയിരുന്നു. പിന്നീട് എം വി രാഘവൻ, പാട്യം ഗോപാലൻ, ചടയൻ ഗോവിന്ദൻ, പിണറായി വിജയൻ, കോടിയേരി ബാലകൃഷ്ണൻ, ടി ഗോവിന്ദൻ, ഇ പി ജയരാജൻ, എം വി ഗോവിന്ദൻ മാസ്റ്റർ, പി ശശി, പി ജയരാജൻ എന്നിവർ സെക്രട്ടറിമാരായി. ഇവരെത്തുടർന്ന് എം വി ജയരാജൻ ജില്ലാ സെക്രട്ടറിയായി. എഴുപതുകളുടെ തുടക്കം മുതൽ 1984 ൽ കാസർഗോഡ് ജില്ല രൂപീകരിക്കുന്നതുവരെ ഞാൻ പാർട്ടി കണ്ണൂർ ജില്ലാ കമ്മിറ്റിയിലും സെക്രട്ടറിയേറ്റിലും അംഗമായിരുന്നു.

പിണറായിയോടൊപ്പം

കണ്ണൂർ ജില്ലയിൽ നിന്നുള്ള സഖാക്കൾ പലപ്പോഴായി കാസർഗോഡിന്റെ ചുമതല ഏറ്റെടുത്ത് പ്രവർത്തിച്ചിട്ടുണ്ട്. പി കുഞ്ഞിരാമൻ, പാച്ചേനി കുഞ്ഞിരാമൻ, എം വി ഗോവിന്ദൻ മാസ്റ്റർ തുടങ്ങിയവർ ഇത്തരത്തിൽ ചുമതല നിർവ്വഹിച്ചവരാണ്. പാപ്പിനിശ്ശേരി സ്വദേശിയായ പി പി കോരൻ (കാഞ്ഞങ്ങാട്), ഇ വി ചന്തുട്ടി (പനത്തടി) തുടങ്ങിയവരുടെ പ്രവർത്തനവും ശ്രദ്ധേയമാണ്.

കോടിയേരിക്കൊപ്പം

കണ്ണൂർ ജില്ലയിലെ പാർട്ടിക്കെതിരെ പല ഘട്ടങ്ങളിലും ഉയർന്നു വന്ന അതിശക്തമായ അതിക്രമങ്ങളെ തടയാൻ കരുത്തുറ്റ പാർട്ടി നേതൃത്വത്തിന് സാധിച്ചു. പ്രഗത്ഭ വാഗ്മി കൂടിയായ സ. പാട്യം ഗോപാലൻ ലോക്‌സഭയിലും നിയമസഭയിലും സി പി ഐ (എം)ന്റെ ശക്തനായ വക്താവായിരുന്നു. കണ്ണൂർ ജില്ലാ സെക്രട്ടറിയായി പ്രവർത്തിക്കുമ്പോഴാണ് സഖാവ് നമ്മെ വിട്ടുപിരിഞ്ഞത്. സാധാരണ തൊഴിലാളിയായി ജീവിതമാരംഭിച്ച് രാഷ്ട്രീയ രംഗത്തേക്ക് വന്ന ചടയൻ ഗോവിന്ദൻ കണ്ണൂർ ജില്ലാ സെക്രട്ടറിയായി പ്രവർത്തിച്ചു. സംസ്ഥാന സെക്രട്ടറിയായിരിക്കുമ്പോഴാണ് വിട്ടുപിരിഞ്ഞത്. കുറച്ചുകാലം മാത്രം ജില്ലാ സെക്രട്ടറിയായ ടി ഗോവിന്ദൻ പാർലമെന്റ് അംഗമായിരുന്നു. കണ്ണൂർ ജില്ലയിൽ പാർട്ടിക്ക് ശക്തമായ നേതൃത്വം നല്കിയ സഖാവ് അസുഖം മൂലം നമ്മെ വിട്ടുപിരിഞ്ഞു. സംസ്ഥാന മുഖ്യമന്ത്രിയും പാർട്ടി പോളിറ്റ് ബ്യൂറോ അംഗവുമായ സ. പിണറായി വിജയൻ കണ്ണൂർ ജില്ലയിലെ പാർട്ടിയുടെ കരുത്തനായ നേതാവായിരുന്നു. സഖാവിന് അടിയന്തരാവസ്ഥക്കാലത്ത് ഭീകരമായ പൊലീസ് മർദ്ദനം നേരിടേണ്ടി വന്നു. 1996 ലെ സർക്കാരിൽ വൈദ്യുതി-സഹകരണ മന്ത്രിയായിരിക്കുമ്പോഴാണ് അദ്ദേഹം പാർട്ടിയുടെ സംസ്ഥാന സെക്രട്ടറിയായത്. വിദ്യാർത്ഥി-യുവജന പ്രസ്ഥാനത്തിലൂടെ വളർന്നുവന്ന നേതാവാണ് സ. കോടിയേരി ബാലകൃഷ്ണൻ. അടിയന്തരാവസ്ഥക്കാലത്ത് മിസ വാറണ്ട് പ്രകാരം ജയിലിലടയ്ക്കപ്പെട്ടു. പാർട്ടിയുടെ കരുത്തനായ കണ്ണൂർ ജില്ലാ സെക്രട്ടറിയായി പ്രവർത്തിച്ചു. പിന്നീട് പാർട്ടി സംസ്ഥാന സെക്രട്ടറിയും പോളിറ്റ് ബ്യൂറോ അംഗവുമായി. 2006-11 ലെ എൽ ഡി എഫ് മന്ത്രിസഭയിൽ ആഭ്യന്തര മന്ത്രിയായിരുന്നു. ഇടക്കാലത്ത് പാർട്ടിയിൽനിന്നും വിട്ടുപിരിഞ്ഞ് യു ഡി എഫിലേക്ക് പോയ എം വി രാഘവൻ ഒരുഘട്ടത്തിൽ പാർട്ടിയുടെ ശക്തനായ നേതാവായിരുന്നു. പിന്നീട് ജില്ലാ സെക്രട്ടറിമാരായ പി ശശി, പി ജയരാജൻ, എം വി ഗോവിന്ദൻ മാസ്റ്റർ എന്നിവർ *ദേശാഭിമാനി* ചുമതലകൂടി നിർവ്വഹിച്ചു. ഇവരെത്തുടർന്ന് ജില്ലാ സെക്രട്ടറിയായ എം വി ജയരാജൻ വിദ്യാർത്ഥി-യുവജന പ്രസ്ഥാനത്തിലൂടെ ഉയർന്നു വന്ന സഖാവാണ്. 2016 സർക്കാരിൽ മുഖ്യമന്ത്രിയുടെ പ്രൈവറ്റ് സെക്രട്ടറി എന്ന നിലയിലും പ്രവർത്തിച്ചു.

പാവപ്പെട്ട ജനങ്ങൾക്കുവേണ്ടി കരിവെള്ളൂരും കോറോത്തും കാവുമ്പായിയിലും തില്ലങ്കേരിയിലും മറ്റും ശക്തമായ സമരം നടന്ന ചുവന്ന മണ്ണാണ് കണ്ണൂരിന്റേത്. വിവിധ രാഷ്ട്രീയ അതിക്രമങ്ങൾ കണ്ണൂർ ജില്ലയിൽ പാർട്ടി സഖാക്കൾക്ക് നേരെ നടന്നിട്ടുണ്ട്. നമ്മുടെ നിരവധി സഖാക്കളെ കോൺഗ്രസും ആർ എസ് എസും കൊലപ്പെടുത്തി. ഇടുക്കി എഞ്ചിനീയറിങ് കോളേജ് വിദ്യാർത്ഥിയായ തളിപ്പറമ്പിലെ സ. ധീരജ് രാജേന്ദ്രൻ ഉൾപ്പെടെ 172 സഖാക്കൾ രക്തസാക്ഷികളായി. സഖാക്കളുടെ ജീവനും സ്വത്തും സംരക്ഷിക്കാൻ പാർട്ടിക്ക് ശക്തമായി ഇടപെടേണ്ടി വന്നു. ഈ രാഷ്ട്രീയ പ്രവർത്തനങ്ങൾക്കിടെ നേതൃനിരയിലുള്ള സഖാക്കൾക്ക് നേരെപോലും അതിക്രമങ്ങൾ നടന്നിട്ടുണ്ട്.

1995 ൽ പതിനഞ്ചാം പാർട്ടി കോൺഗ്രസ് ചണ്ഡീഗഡിലാണ് നടന്നത്. സമ്മേളനം കഴിഞ്ഞ് സഖാക്കൾ വിവിധ ട്രെയിനുകളിലായി നാട്ടിലേക്ക് പുറപ്പെട്ടു. കുറെ സഖാക്കൾ ചെന്നൈ വഴി കേരളത്തിലേക്കുള്ള രാജധാനി എക്സ്പ്രസിലാണ് യാത്രചെയ്തത്. അന്നത്തെ കണ്ണൂർ ജില്ലാ സെക്രട്ടറി ഇ പി ജയരാജനും കുടുംബാംഗങ്ങളും ഈ ട്രെയിനിലായിരുന്നു. വിജയവാഡയ്ക്കും ചെന്നൈയ്ക്കും ഇടയിൽ വച്ച് ഇ പി ജയരാജന് നേരെ അപ്രതീക്ഷിതമായി വധശ്രമം ഉണ്ടായി. സഖാവ് മുഖം കഴുകാനായി വാഷ് ബേസിനടുത്തെത്തിയ സമയത്ത് ക്വട്ടേഷൻ സംഘം വെടിയുതിർത്തു. കഴുത്തിലാണ് വെടിയേറ്റത്. ഓടിക്കൊണ്ടിരിക്കുന്ന ട്രെയിനിൽ നിന്നുമാണ് അക്രമമുണ്ടായത്. തീവണ്ടി ഓടിക്കൊണ്ടിരിക്കെത്തന്നെ അക്രമികൾ പുറത്തേക്ക് ചാടി. ശബ്ദം കേട്ട് കംപാർട്ടുമെന്റിലുണ്ടായിരുന്ന ജയരാജന്റെ ഭാര്യ ഇന്ദിരയും മറ്റു ബന്ധുക്കളും എത്തി. ഇവരോടൊപ്പം അതേ കംപാർട്ട്മെന്റിൽ പി കെ ശ്രീമതിയും ഭർത്താവും കുടുംബാംഗങ്ങളും ഉണ്ടായിരുന്നു. ഇതേ ട്രെയിനിൽ പിരപ്പൻകോട് മുരളി, കടകംപള്ളി സുരേന്ദ്രൻ, എം വിജയകുമാർ തുടങ്ങിയ സഖാക്കളും ഉണ്ടായിരുന്നു. ജയരാജനെ താങ്ങിപ്പിടിച്ച് സീറ്റിലിരുത്തി. ഇതിനിടെ ചെന്നൈ റെയിൽവേ സ്റ്റേഷനിലേക്കും പൊലീസ് അധികാരികൾക്കും വിവരം നല്കി. ട്രെയിൻ എത്തുമ്പോഴേക്കും വലിയൊരു പൊലീസ് വ്യൂഹം റെയിൽവേ സ്റ്റേഷനിലെത്തിയിരുന്നു. വളരെപ്പെട്ടെന്ന് ജയരാജനെ അപ്പോളോ ആശുപത്രിയിലെത്തിച്ചു. ഡോക്ടർമാരുടെ വലിയ സംഘം അവിടെയുണ്ടായിരുന്നു. ഡോക്ടർമാരുടെ വിദഗ്ദ്ധ പരിശോധനയുടെയും പരിചരണത്തിന്റെയും ഭാഗമായി സഖാവിന്റെ ജീവൻ രക്ഷിക്കാൻ സാധിച്ചു. പാർട്ടി സമ്മേളനം കഴിഞ്ഞെത്തിയ സുശീല ഗോപാലനും ഞാനും മറ്റു സഖാക്കളും ചെന്നൈയിലെത്തി ഇ പി യെ സന്ദർശിച്ചു.

ആസൂത്രിതമായ കൊലപാതക ശ്രമമായിരുന്നു അത്. യാത്ര ചെയ്യുന്ന ട്രെയിനും കമ്പാർട്ടുമെന്റും കൃത്യമായി മനസ്സിലാക്കി കൊലചെയ്യാനുള്ള പദ്ധതിയാണ് തയ്യാറാക്കിയത്. കേരളത്തിലെ രാഷ്ട്രീയ എതിരാളികൾ തന്നെയാണ് ഇതിനു പിന്നിലെന്നതിൽ യാതൊരു സംശയവുമില്ല. പാർട്ടിയുടെ ഏറ്റവും ശക്തികേന്ദ്രമായ കണ്ണൂർ ജില്ലയിൽ കോൺഗ്രസിന്റെയും ആർ എസ് എസിന്റെയും ആക്രമണങ്ങൾക്ക് ശക്തമായ ചെറുത്തുനില്പ് നടത്തിയിരുന്നു. ഈ ചെറുത്തുനില്പിന് നേതൃത്വം നല്കിയിരുന്നത് പിണറായി വിജയനും മറ്റു സഖാക്കളുമായിരുന്നു. പാർട്ടി കോൺഗ്രസ് കഴിഞ്ഞ് പിണറായി വിജയനും കോടിയേരി ബാലകൃഷ്ണനും കേരളത്തിലേക്ക് മടങ്ങിയത് മറ്റൊരു ട്രെയിനിലായിരുന്നു. പാർട്ടി നേതാക്കളെ വകവരുത്തുക എന്നതുതന്നെയായിരുന്നു ഇ പി ജയരാജന് നേരെ നടന്ന ആക്രമണത്തിന്റെ ലക്ഷ്യം. കണ്ണൂരിലെ ചില കോൺഗ്രസ് നേതാക്കൾ ആർ എസ് എസിനെ വാടകക്കെടുക്കുകയായിരുന്നു. ആന്ധ്ര പൊലീസ് വളരെ ജാഗ്രതയോടെയാണ് പ്രതികളെ പിടികൂടാ

നുള്ള നടപടി സ്വീകരിച്ചത്. ക്വട്ടേഷൻ സംഘത്തെ പിടികൂടാനും ജയിലിലടയ്ക്കാനും കഴിഞ്ഞു. എന്നാൽ വലിയ രാഷ്ട്രീയ സമ്മർദ്ദത്തിന് വഴങ്ങി തെളിവില്ലെന്നുപറഞ്ഞ് കേസ് പിന്നീട് തള്ളുകയായിരുന്നു. തുടർന്നും ഇ പി ജയരാജന് മാസങ്ങളോളം കേരളത്തിലും വിദേശത്തുമായി ചികിത്സിക്കേണ്ടിവന്നു. കഴുത്തിലേറ്റ വെടിയുണ്ടയുടെ ചില്ലുകൾ പൂർണ്ണമായി നീക്കം ചെയ്യാൻ കഴിഞ്ഞിട്ടില്ല. ഇതിന്റെയൊക്കെ പ്രശ്നങ്ങളും ബുദ്ധിമുട്ടുകളും സഖാവിനെ എപ്പോഴും പ്രയാസപ്പെടുത്തുന്നുണ്ട്.

1999 ലെ തിരുവോണനാളിൽ ഭക്ഷണം കഴിച്ചുകൊണ്ടിരിക്കുന്ന സമയത്താണ് സ. പി ജയരാജനെ ആർ എസ് എസുകാർ സംഘടിതരായി വീട്ടിൽ കയറി ആക്രമിച്ചത്. ജയരാജൻ വീട്ടിലുണ്ടെന്നറിഞ്ഞ് ഡയമണ്ട് മുക്കിലുള്ള ആർ എസ് എസ് സംഘം ഊടുവഴിയിലൂടെ വീട്ടിലെത്തി മിന്നലാക്രമണം നടത്തുകയായിരുന്നു. വീട്ടിൽ അപ്പോൾ ജയരാജനെ കൂടാതെ ഭാര്യ യമുന മാത്രമാണുണ്ടായിരുന്നത്. ആർ എസ് എസ് സംഘം ബോംബും മാരകായുധങ്ങളുമായാണ് എത്തിയത്. വീട്ടിലുണ്ടായ കസേരകൊണ്ട് ജയരാജൻ പരമാവധി ചെറുത്തുനിന്നു. വാളുകളുപയോഗിച്ചുള്ള ആക്രമണത്തിൽ കസേര തകർന്നു. മാരകമായി പരിക്കേറ്റ ജയരാജൻ തളർന്നുവിണു. മരിച്ചുവെന്ന് കരുതി അക്രമിസംഘം പോയി. ഈ സമയത്ത് ഒരുമിച്ചുണ്ടായിരുന്ന ഭാര്യ യമുനയുടെ മനഃസാന്നിദ്ധ്യം കൊണ്ടുമാത്രമാണ് ജയരാജൻ രക്ഷപ്പെട്ടത്. ചോരയിൽ മുങ്ങിക്കുളിച്ച സഖാവിനെ എഴുന്നേല്പിക്കാൻ ശ്രമിക്കുന്നതോടൊപ്പം പാർട്ടിയുടെ കൂത്തുപറമ്പ് ഓഫീസിലേക്ക് യമുന വിവരമറിയിച്ചു. നിമിഷനേരംകൊണ്ട് വീട്ടിലെത്തിയ സഖാക്കൾ തലശ്ശേരി സഹകരണ ആശുപത്രിയിലെത്തിച്ചു. പ്രാഥമിക ചികിത്സയ്ക്കുശേഷം അതിവേഗം കോഴിക്കോട് മെഡിക്കൽ കോളേജിൽ എത്തിച്ചു. ജയരാജന്റെ കൈ അറ്റുപോയിരുന്നു. ഇതുമായി ബന്ധപ്പെട്ട ചികിത്സാ സൗകര്യം കോഴിക്കോട് മെഡിക്കൽ കോളേജിൽ ഇല്ലാതിരുന്നതുകൊണ്ട് കഴിയാവുന്നത്ര വേഗതയിൽ പൊലീസ് അകമ്പടിയോടെ എറണാകുളം സ്പെഷ്യലിസ്റ്റ് ഹോസ്പിറ്റലിലേക്ക് എത്തിച്ചു. അറ്റുപോയ കൈ തുന്നിച്ചേർക്കാനുള്ള ഓപ്പറേഷൻ സൗകര്യം അവിടെയുണ്ടായിരുന്നു. മൈക്രോ സർജറി വിഭാഗത്തിലെ ഡോ. ജയകുമാറിന്റെ നേതൃത്വത്തിൽ നടന്ന ഓപ്പറേഷൻ 13 മണിക്കൂർ നീണ്ടുനിന്നു. ഭാര്യ യമുനയുടെയും പാർട്ടി സഖാക്കളുടെയും ഡോക്ടർമാരുടെയും അനതിസാധാരണമായ പരിശ്രമത്തിന്റെ ഭാഗമായാണ് പി ജയരാജന്റെ ജീവൻ രക്ഷിക്കാനായത്. ഇപ്പോഴും സഖാവിന്റെ ഒരു കൈക്ക് സ്വാധീനക്കുറവുണ്ട്. കൈകൊണ്ട് ഭക്ഷണം കഴിക്കുന്നതിനുപോലും പ്രയാസമനുഭവപ്പെടുന്നു. കൈയുടെ ഓപ്പറേഷൻ കഴിഞ്ഞു രണ്ട് ദിവസത്തിനുശേഷമാണ് ജയരാജന്റെ തലയിൽ ആണി കയറിയത് ശ്രദ്ധയിൽപ്പെട്ടത്. ആണിതറപ്പിച്ച മരക്കഷണം ഉപയോഗിച്ചുള്ള ആക്രമണത്തിനിടയിലാണ് ആണി തലയിൽ തറച്ചത്. വീണ്ടും അനസ്തേഷ്യ നല്കി ഓപ്പറേഷൻ നടത്തിയാണ് തലയിൽനിന്നും ആണി മാറ്റാൻ സാധിച്ചത്.

പാർട്ടി സഖാക്കൾക്കൊപ്പം

ജയരാജനെതിരെ ആക്രമണം നടന്ന ദിവസം ഞാൻ മുഹമ്മയിലായിരുന്നു. *ദേശാഭിമാനി*യിൽനിന്നും വേണുവായിരുന്നു വിവരം പറഞ്ഞത്. ഉടനെ സുശീല സഖാവിനെയുംകൂട്ടി ഞാൻ ആശുപത്രിയിലെത്തി ഡോക്ടറെക്കണ്ട് സംസാരിച്ചു. ആശുപത്രിയിൽനിന്നും ഡിസ്ചാർജ് ചെയ്തശേഷം മൂന്ന് മാസത്തോളം ജയരാജൻ എറണാകുളം *ദേശാഭിമാനി*യിൽ ഞാൻ താമസിക്കുന്ന നിലയിൽ പ്രത്യേക സംവിധാനത്തിൽ കഴിഞ്ഞു. ഇൻഫെക്ഷൻ ഉണ്ടാകാതിരിക്കാൻ എല്ലാവിധ സൗകര്യങ്ങളുമൊരുക്കി. *ദേശാഭിമാനി*യിലെ വേണു, രാജീവ് വർമ്മ, പത്മനാഭൻ, കരിം, ശശി, ബിനോയ്, വിജി, ജലാൽ, അജയഘോഷ് തുടങ്ങിയ സഖാക്കൾ ജയരാജനെ സഹായിക്കാനെത്തി. ഫിസിയോതെറാപ്പിക്ക് പോകുന്നതിനും ഭക്ഷണമെത്തിക്കുന്നതിനുമൊക്കെ സഖാക്കൾ മുൻകൈയെടുത്തു. *ദേശാഭിമാനി*യുടെ വാഹനത്തിലായിരുന്നു ആശുപത്രിയിലേക്കുള്ള പോക്കും വരവും. ജയരാജൻ അന്ന് *ദേശാഭിമാനി* കണ്ണൂർ യൂണിറ്റ് മാനേജർ ആയിരുന്നു. *ദേശാഭിമാനി* ജനറൽ മാനേജർ എന്ന നിലയിൽ ഞാൻ അന്ന് കൊച്ചിയിൽ തന്നെയായിരുന്നു താമസം. മിക്കദിവസങ്ങളിലും ഞാൻ ജയരാജന്റെ മുറിയിലെത്തും. പലപ്പോഴും എന്നോടൊപ്പം ലൈലയുമുണ്ടാകും. മൂന്ന് മാസത്തിനുശേഷം കൂത്തുപറമ്പ് രക്തസാക്ഷി ദിനമായ നവംബർ 25 ന് ജയരാജൻ കൂത്തുപറമ്പിലേക്ക് തിരിച്ചെത്തി.

ചെറുത്തുനില്പിന്റെ മുന്നേറ്റം

സാമ്രാജ്യത്തെ വിരുദ്ധ പോരാട്ടത്തിന്റെ ശക്തമായ ചരിത്രത്താൽ അഭിമാനിക്കുന്ന കയ്യൂരും മുനയൻകുന്നുമൊക്കെ ഉൾപ്പെടുന്ന പ്രദേശമാണ് സപ്തഭാഷാ സംഗമഭൂമിയായ കാസർഗോഡ്. തെയ്യവും യക്ഷഗാനവുമൊക്കെ ഇന്നാടിന്റെ കലാരൂപങ്ങളാണ്. മഹാകവി ഗോവിന്ദ പൈ, പി കുഞ്ഞിരാമൻ നായർ, വിദ്വാൻ പി കേളുനായർ, ടി എസ് തിരുമുമ്പ്, കെ മാധവൻ, എം എസ് പുണിഞ്ചിത്തായ, കിഞ്ഞണ്ണ റൈ തുടങ്ങി നിരവധി പ്രഗത്ഭരുടെ സാന്നിദ്ധ്യം കൊണ്ട് പ്രശസ്തമാണ് കാസർകോട്.

ടി കെ സി

1984 മെയ് 24 ന് കണ്ണൂർ ജില്ല വിഭജിച്ച് കാസർഗോഡ് ജില്ല രൂപീകൃതമായി. പാർട്ടിയുടെ പുതിയ ജില്ലാ ഘടകം നിലവിൽ വന്നു. ആദ്യത്തെ ജില്ലാ സെക്രട്ടറിയായി എന്നെ തിരഞ്ഞെടുത്തു. അന്ന് പാർട്ടിക്ക് ജില്ലയിൽ ഇത്രയധികം ജനസ്വാധീനം ഉണ്ടായിരുന്നില്ല. 19 പേരടങ്ങുന്ന ജില്ലാ കമ്മിറ്റിയാണ് ആദ്യം രൂപീകരിച്ചത്. പുതിയ ജില്ലാ കമ്മിറ്റി വന്നതോടെ എല്ലാ വർഗ്ഗ ബഹുജന സംഘടനകളുടേയും കമ്മിറ്റികൾ രൂപീകൃതമായി. ഏഴു പേരുള്ള പാർട്ടി ജില്ലാ സെക്രട്ടറിയേറ്റ് രൂപീകരിച്ചു. ജില്ലാ സെക്രട്ടറിയായ എനിക്ക് പുറമെ

കയ്യൂർ സ്മാരകം

സഖാക്കൾ എം രാമണ്ണറൈ, സി കൃഷ്ണൻ നായർ, ടി കെ ചന്തൻ എന്ന ടി കെ സി, എ കെ നാരായണൻ, കെ കുഞ്ഞിരാമൻ, പി രാഘവൻ എന്നിവരായിരുന്നു സെക്രട്ടറിയേറ്റ് അംഗങ്ങൾ. പുതിയ ജില്ലാ കമ്മിറ്റി നിലവിൽവന്ന ശേഷമാണ് 1984 ൽ പാർലമെന്റ് തെരഞ്ഞെടുപ്പ് നടന്നത്. ലോക്സഭാ തിരഞ്ഞെടുപ്പിൽ കാസർഗോഡ് മണ്ഡലത്തിൽ

വിജയിക്കാൻ കഴിയുമെന്ന് ഉറച്ച പ്രതീക്ഷയുണ്ടായിരുന്നു. പാർലമെന്റ് തെരഞ്ഞെടുപ്പിന് തൊട്ടുമുമ്പാണ് ഇന്ദിരാഗാന്ധിയുടെ കൊലപാതകം നടന്നത്. അതുവരെയുണ്ടായിരുന്ന അനുകൂല സാഹചര്യം അതോടെ മാറി. ഇന്ദിരാഗാന്ധിയുടെ കൊലപാതകം തെരഞ്ഞെടുപ്പിൽ രാഷ്ട്രീയ ചർച്ചയായി. സ. ഇ ബാലാനന്ദനായിരുന്നു എൽ ഡി എഫ് സ്ഥാനാർത്ഥി. പതിനായിരത്തോളം വോട്ടിന് എൽ ഡി എഫ് പരാജയപ്പെട്ടു.

നിരവധി സംഘർഷം നിറഞ്ഞ കാലമായിരുന്നു അന്ന് ജില്ലയിൽ. വിവിധ സ്ഥലങ്ങളിൽ ആർ എസ് എസ് സംഘർഷം സൃഷ്ടിച്ചു. മറ്റൊരു ഭാഗത്ത് കോൺഗ്രസും സംഘർഷത്തിന് തിരികൊളുത്തി. കാഞ്ഞങ്ങാട്, മാവുങ്കാൽ, വാഴക്കോട്, കോട്ടപ്പാറ തുടങ്ങിയ പ്രദേശങ്ങളിൽ സി പി ഐ (എം) പ്രവർത്തകർ ആക്രമിക്കപ്പെട്ടു. പുത്തിലോട്ട് ഗംഗാധരൻ, മാവുങ്കാൽ പ്രഭാകരൻ, കോടോത്ത് അപ്പ, പൂതങ്ങാനം ഗോവിന്ദൻ, തങ്കച്ചൻ, കീഴ്മാല നാരായണൻ എന്നീ സഖാക്കൾ ഇക്കാലത്ത് രക്തസാക്ഷികളായി. ഇതിനെതിരെ വളരെ ശക്തമായ ചെറുത്തുനില്പ് ജില്ലയിൽ ഉണ്ടായി. മാവുങ്കാലിൽ പാർട്ടി പൊതുയോഗം നടത്താൻ തീരുമാനിച്ചു. മാവുങ്കാലിൽ പൊതുയോഗം അനുവദിക്കില്ലെന്ന് ആർ എസ് എസ് പ്രഖ്യാപിച്ചു. അന്ന് കണ്ണൂർ ജില്ലാ സെക്രട്ടറി സ. പാട്യം ഗോപാലൻ ആയിരുന്നു. കണ്ണൂരിൽ നിന്ന് പാട്യം ഗോപാലനും പാച്ചേനി കുഞ്ഞിരാമനും എത്തി. വമ്പിച്ച പൊതുയോഗമായിരുന്നു അന്നത്തേത്. ആദ്യം പ്രസംഗിക്കാൻ പാട്യം എന്നോടും പാച്ചേനിയോടും ആവശ്യപ്പെട്ടു. സ. പാച്ചേനിയും പിന്നീട് ഞാനും പ്രസംഗിച്ചു. അതിനു ശേഷമാണ് സ. പാട്യം ഗോപാലൻ പ്രസംഗിച്ചത്. പാട്യം നടത്തിയ പ്രസംഗം വിസ്മരിക്കാനാവില്ല. ആർ എസ് എസിനെതിരെയുള്ള താക്കീതായിരുന്നു അത്.

പാട്യം ഗോപാലൻ

"ഇവിടെ പ്രവർത്തിക്കാൻ എല്ലാവർക്കും അവകാശമുണ്ട്. ഇനിയൊരു കമ്യൂണിസ്റ്റുകാരനെതിരെ അക്രമം ഉണ്ടായാൽ കണ്ണൂർ ജില്ലയിലെ കമ്യൂണിസ്റ്റ് പ്രസ്ഥാനത്തിന്റെ ഓരോ ഔൺസ് ശക്തിയും സഖാക്കളുടെ സംരക്ഷണത്തിന് വേണ്ടി വിനിയോഗിക്കും."

ആ പ്രസംഗം സഖാക്കൾക്കിടയിലും ജനങ്ങൾക്കിടയിലും വലിയ ആവേശമുണ്ടാക്കി. പിന്നീട് മടിക്കൈയിലെ മടത്തനാട്ട്

മടിക്കൈയിൽ നെൽകൃഷി വിളവെടുപ്പ്

രാജന്റെ വീട് നിർമ്മാണം ആർ എസ് എസുകാർ തടസ്സപ്പെടുത്തി. അന്ന് കണ്ണൂർ–കാസർഗോഡ് ജില്ലകളിലെ വളണ്ടിയർമാരെത്തി വീട് നിർമ്മാണം പൂർത്തിയാക്കി. ആർ എസ് എസിന് സഖാക്കളുടെ മുന്നിൽ മുട്ടുമടക്കേണ്ടി വന്നു. പൂതങ്ങാനം സൊസൈറ്റി തിരഞ്ഞെടുപ്പിൽ പുറമെ നിന്നുള്ള സഖാക്കൾ സംരക്ഷണം നല്കിയതുകൊണ്ടാണ് തിരഞ്ഞെടുപ്പ് നടത്താനായതും പാർട്ടിക്ക് വിജയിക്കാനായതും. കോടോത്തെ കർഷക സംഘം നേതാവായിരുന്ന സ. ടി കെ ശ്രീധരൻ ബസിൽ സഞ്ചരിക്കുമ്പോൾ കോട്ടപ്പാറയിൽ വച്ച് ആർ എസ് എസുകാർ ബസ് തടഞ്ഞു നിർത്തി ആക്രമിച്ചു. ഇത്തരം നടപടിക്കെതിരെ ശക്തമായ ചെറുത്തുനില്പ് ഉണ്ടായി. ചിലപ്പോൾ തിരിച്ചടിക്കാനും കഴിഞ്ഞിട്ടുണ്ട്.

ചരിത്രപരമായിത്തന്നെ മതേതരത്വത്തിന്റെ ഒട്ടേറെ പൈതൃകങ്ങൾ നിറഞ്ഞു നിൽക്കുന്ന മണ്ണാണ് കാസർകോടിന്റേത്. വ്യത്യസ്ത മതജാതി ആരാധന രീതികൾ പിന്തുടരുമ്പോഴും വ്യത്യസ്ത ഭാഷകൾ സംസാരിക്കുമ്പോഴും എല്ലാ വൈവിധ്യങ്ങളേയും ഉൾക്കൊള്ളുന്ന മനസ് കാസർകോട് കാത്തുസൂക്ഷിച്ചു. ഹിന്ദുമുസ്ലീം മതമൈത്രിയുടെ ഉന്നതമായ നിരവധി അടയാളങ്ങൾ ഇവിടെ കാണാം. തീയ സമുദായക്കാരുടെ വടക്കൻ മേഖലയിലെ പ്രധാന ക്ഷേത്രമാണ് കനില ഭഗവതി ക്ഷേത്രം. ഉത്സവ കാലത്ത് തൊട്ടടുത്ത പള്ളിയിൽ നിന്നും ഘോഷയാത്രയായി മുസ്ലീം സഹോദരന്മാർ വരുന്നു. ക്ഷേത്രത്തിൽ നിന്നും പ്രസാദം വാങ്ങിയശേഷമാണ് അവർ തിരിച്ചുപോകാറ്. വർഷങ്ങളുടെ പഴക്കമുള്ളതാണ് കാസർകോട്ടെ മാലിക് ദിനാർ പള്ളി. ഇവിടുത്തെ ഉറൂസിന് ജാതിമത വ്യത്യാസമില്ലാതെ പതിനായിരക്കണക്കിന് ആളുകൾ പങ്കെടുക്കുന്നു. ഉറൂസിന്റെ ഭാഗമായി മതസൗഹാർദ്ദ സമ്മേളനം നടക്കാറുണ്ട്. ജനപ്രതിനിധി എന്ന നിലയിൽ പലപ്പോഴും ഞാൻ പങ്കെടുത്തിട്ടുണ്ട്. മഞ്ചേശ്വരം പഞ്ചായത്തിലെ ഉദ്യാവര ശ്രീ

കാസർകോട്ടെ സഖാക്കൾക്കൊപ്പം

അറസു മഞ്ചിഷ്ണാറ് ക്ഷേത്രം മാട ഉത്സവ സമയത്ത് തൊട്ടടുത്തുള്ള ഉദ്യാവര ആയിര ജുമാ അത്ത് മുസ്ലീം പള്ളിയിൽ ക്ഷേത്ര കോലധാരികളും സമുദായാംഗങ്ങളും സന്ദർശിക്കുകയും ഉത്സവത്തിന് ക്ഷണിക്കുകയും ചെയ്യുന്നു. ക്ഷേത്രത്തിലെ വലിയ പീഠിത്തിന്റെ രണ്ടു ഭാഗത്തായി ഹിന്ദു പുരോഹിതന്മാരും ഇസ്ലാമിക പുരോഹിതന്മാരും ഒരുമിച്ചിരുന്നാണ് ഉത്സവത്തിന് നേതൃത്വം നൽകുന്നത്. കുണിയൻ കരിവെള്ളൂർ മുച്ചിലോട്ട് ക്ഷേത്രോത്സവത്തിന്റെ ഭാഗമായി ഘോഷയാത്ര വരുമ്പോൾ ദീപം നൽകുന്നത് കുണിയൻ ജുമാ മസ്ജിദിൽ നിന്നാണ്. തുടർന്ന് ഘോഷയാത്രയിൽ പങ്കെടുക്കുന്ന മുഴുവൻ പേർക്കും മസ്ജിദിൽ നിന്നും ഇളനീർ നൽകും. പെരുമ്പട്ട പാടാർക്കുളങ്ങര താഴത്തിടം ഭഗവതി ക്ഷേത്രവും പെരുമ്പട്ട ജുമാ മസ്ജിദും തമ്മിൽ അഭേദ്യമായ ബന്ധമുണ്ട്. മൂന്നു വർഷത്തിലൊരിക്കലാണ് ക്ഷേത്രത്തിൽ ഉത്സവം. ഉത്സവത്തിന്റെ ഭാഗമായി കെട്ടിയാടുന്ന വിഷ്ണുമൂർത്തി തെയ്യം പെരുമ്പട്ട ജുമാ മസ്ജിദ് സന്ദർശിക്കുന്നു. വാങ്ക് വിളിക്ക് ശേഷമേ തെയ്യം മടങ്ങുകയുള്ളു. വോർക്കാടി പഞ്ചായത്തിലെ സൂര്യനാരായണ ക്ഷേത്രത്തിലും ഉത്സവകാലത്ത് മതഭേദമില്ലാതെ എല്ലാ വിഭാഗങ്ങളും എത്തുന്നു. കേരളകർണാടക അതിർത്തി ഗ്രാമത്തിലാണ് ഈ ക്ഷേത്രം. ജില്ലയുടെ പല ഭാഗത്തും മാപ്പിളത്തെയ്യം കെട്ടിയാടാറുണ്ട്. കമ്പല്ലൂർ കോട്ടയിൽ തറവാട്, പുലിക്കുന്ന് ക്ഷേത്രം തുടങ്ങി പലയിടത്തും മാപ്പിള തെയ്യം കാണാം. കുമ്പള ആരിക്കാടിയിൽ ആലിച്ചാമുണ്ഡി തെയ്യം കെട്ടിയാടുന്നു. ജില്ലയുടെ മതസൗഹാർദ്ദത്തിനും മാനവികതയ്ക്കും ഇത്തരത്തിൽ നിരവധി ഉദാഹരണങ്ങൾ കാണാം. എന്നാൽ ഇന്ന് കാസർ

ഗോഡ് ജില്ലയിൽ രണ്ടു വർഗ്ഗീയ കക്ഷികൾക്കും ശക്തമായ സ്വാധീന മുണ്ട്-ബി ജെ പിയും മുസ്ലീം ലീഗും. ഇതിനു രണ്ടിനെതിരെയും ഒരു പോലെ പോരാടിയാലേ പാർട്ടിക്ക് മുമ്പോട്ട് പോകാനാകു. ഈ രണ്ടു ശക്തികളോടും ഒരേപോലെ ഏറ്റുമുട്ടേണ്ടിവന്ന സന്ദർഭവും ഉണ്ടായി ട്ടുണ്ട്. കോൺഗ്രസിന് മതേതര സ്വഭാവം സ്വീകരിക്കാൻ കഴിഞ്ഞില്ല. തെരഞ്ഞെടുപ്പ് മാത്രം ലക്ഷ്യമാക്കിയുള്ള രാഷ്ട്രീയമാണ് അവർക്ക്. ഒ രുഘട്ടത്തിൽ വിദ്യാനഗറിലെ പാർട്ടി ജില്ലാ കമ്മിറ്റി ഓഫീസിനുനേരേയും അക്രമം നടന്നു. പാർട്ടി ജില്ലാ സെക്രട്ടറി സ. കെ കുഞ്ഞിരാമൻ ഉൾപ്പെടെ നിരവധി സഖാക്കൾക്ക് പരിക്കേറ്റു. 2001 ൽ ചെർക്കളം അ ബ്ദുള്ള മന്ത്രിയായി വന്നപ്പോൾ അദ്ദേഹത്തിന് നല്കിയ സ്വീകരണ ത്തിന്റെ മറവിൽ വ്യാപകമായ അക്രമമാണ് ലീഗ് അഴിച്ചുവിട്ടത്. പ്ര ത്യേകിച്ച് എടുത്തുപറയേണ്ടതാണ് പടന്നയിലെയും ചെറുവത്തൂരി ലെയും അതിക്രമങ്ങൾ. പാർട്ടി ഓഫീസുകളും ബീഡിക്കമ്പനികളും തകർത്തു. നിരവധി വീടുകൾ ആക്രമിച്ചു. പാർട്ടി സഖാക്കളും പൊതു ജനങ്ങളും അക്രമത്തിനിരയായി. പാർട്ടിയുടെ ശക്തികേന്ദ്രമായ ചെറു വത്തൂരിൽ ശക്തമായ ചെറുത്തുനില്പുണ്ടായി. പൊലീസിന്റെ സഹാ യമുണ്ടായിട്ടുപോലും ഒരു ഘട്ടത്തിൽ അക്രമികൾക്ക് പിന്തിരിഞ്ഞോ ടേണ്ടി വന്നു. സമാനമായ അക്രമങ്ങൾ ജില്ലയുടെ വടക്കൻ ഭാഗങ്ങ ളിലും ഉണ്ടായി. ഇതിനെതിരെ ജില്ലയിൽ വ്യാപകമായ പ്രതിഷേധം ഉയർന്നു. കളക്ടറേറ്റിൽ സർവ്വകക്ഷി യോഗം ചേർന്നു. പാർട്ടിയെ പ്രതി നിധീകരിച്ച് ഞാനുൾപ്പെടെയുള്ള സഖാക്കൾ അതിൽ പങ്കെടുത്തു. മന്ത്രി യുടെ ശൈലിക്കെതിരെ വിമർശനം ഉയർന്നുവന്നു. വർഗ്ഗീയ സംഘടന കളുടെയും കോൺഗ്രസിന്റെയും അക്രമത്തിൽ വർഗ്ഗ ബഹുജന സം ഘടനാ സഖാക്കൾക്ക് ജീവത്യാഗം പോലും സംഭവിച്ചു. കാഞ്ഞങ്ങാട്ടെ ചുമട്ടുതൊഴിലാളിയായ സുരേന്ദ്രനെ പട്ടാപ്പകലാണ് ആർ എസ് എസു കാർ കൊലപ്പെടുത്തിയത്. ഉദുമയിൽ കീക്കാനത്ത് മനോജിനേയും മാങ്ങാട്ട് ബാലകൃഷ്ണനേയും ലീഗുകാരും കോൺഗ്രസുകാരും ആക്ര മിച്ച് കൊലപ്പെടുത്തി. ബന്തടുക്കയിലെ അപ്പച്ചനെ കോൺഗ്രസുകാർ കൊലപ്പെടുത്തി. 1986 ആഗസ്തിൽ യു ഡി എഫ് സർക്കാറിന്റെ യുവ ജന വിരുദ്ധ നയത്തിനെതിരെയുള്ള സമരത്തിലാണ് കാസർഗോഡ് ബാ ലകൃഷ്ണൻ പൊലീസ് വെടിവെപ്പിൽ രക്തസാക്ഷിയായത്. യുവജന നേതാവായ ഭാസ്കര കുമ്പള മംഗലാപുരത്തേക്ക് പരീക്ഷയ്ക്ക് പോകു മ്പോഴാണ് ബസിൽ വച്ച് ആർ എസ് എസുകാർ കൊലപ്പെടുത്തിയത്. ഉപ്പളയിൽ സോങ്കാലിലെ സത്താറും സിദ്ദിക്കും കുമ്പളയിൽ മുരളിയും മതതീവ്രവാദികളാൽ കൊല്ലപ്പെട്ടവരാണ്. യു ഡി എഫ് ഭരിക്കുമ്പോൾ വർഗ്ഗീയവാദികൾക്ക് പൊലീസിന്റെ ശക്തമായ പിന്തുണ ഉണ്ടായിരുന്നു.

കാസർഗോഡ് ജില്ല രൂപീകൃതമാകുന്നത് 1984 ൽ ആണെങ്കിലും ജില്ലയുടെ സമരപാരമ്പര്യം മഹത്തരമാണ്. സാമ്രാജ്യത്വ വിരുദ്ധ പോരാ ട്ടത്തിന്റെ ഭാഗമായി നടന്ന കയ്യൂർ സമരം, മുനയൻകുന്ന് വെടിവെപ്പ് തു

പി രാഘവൻ

ടങ്ങിയവ ഈ ജില്ലയിലാണ്. ദേശീയപ്രസ്ഥാനത്തിന്റെ ഭാഗമായി അയിത്തത്തിനെതിരെയും സവർണ്ണമേധാവിത്തത്തിനെതിരെയും ശക്തമായ സമരങ്ങൾ ജില്ലയിൽ നടന്നു. ഇവയിൽ പ്രധാനപ്പെട്ടതാണ് കർഷക സമരങ്ങൾ. തൊഴിൽ രംഗത്തെ ചൂഷണത്തിനെതിരെ നടന്ന ചെറുത്തുനില്പാണ് കാസർഗോട്ടെ ട്രാൻസ്പോർട്ട് സമരം. മാനേജ്മെന്റിന്റെ പിടിവാശിക്കെതിരെ മെഹ്ബൂബ് മോട്ടോർസ്, ആസ്ട്രോ വാച്ച് കമ്പനി, കാഷ്യു ഫാക്ടറികൾ തുടങ്ങിയയിടങ്ങളിൽ സമരം നടന്നു. മെഹ്ബൂബ് ബസുടമ തൊഴിലാളികളെ പിരിച്ചുവിട്ടതിനെത്തുടർന്നാണ് ബസ് തൊഴിലാളികൾ സമരമാരംഭിച്ചത്. സർവ്വീസ് നടത്തുന്ന ബസുകൾക്ക് മുന്നിൽ പിക്കറ്റ് ചെയ്തുകൊണ്ടാണ് തൊഴിലാളികൾ സമരം ചെയ്തത്. ബസ് സർവ്വീസ് നടത്തും എന്ന മുതലാളിയുടെ തീരുമാനത്തിൽ പ്രതിഷേധിച്ച് വരദരാജ പൈ എന്ന സഖാവ് ബസിന് മുന്നിൽ കിടന്നുകൊണ്ടായിരുന്നു സമരത്തിന് നേതൃത്വം കൊടുത്തത്. മുതലാളിയുടെ നിർദ്ദേശത്തെത്തുടർന്ന് ബസ് മുന്നോട്ടെടുക്കുകയും ബസിന്റെ മുന്നിൽ കിടന്ന സ.വരദരാജ പൈയുടെ ദേഹത്തുകൂടി ബസോടിക്കുകയും ചെയ്തു. കാസർഗോഡ് വലിയ പ്രശ്നമായി. ഇടതുപക്ഷ സർക്കാരായിരുന്നു അന്ന് കേരളത്തിൽ. സർക്കാർ ഉടൻതന്നെ പ്രതികൾക്കെതിരെ കേസെടുത്തു. മാനേജ്മെന്റിന് തൊഴിലാളികളെ തിരിച്ചെടുക്കേണ്ടി വന്നു. എങ്കിലും സമരരംഗത്ത് ധീരനായ ഒരു പോരാളിയെയാണ് നമുക്ക് നഷ്ടമായത്. അന്ന് പാർട്ടിയുടെയും ട്രേഡ് യൂണിയൻ രംഗത്തിന്റെയും നേതാവായിരുന്ന സ. പി രാഘവനാണ് സമരത്തിന് നേതൃത്വം നല്കിയത്. പിന്നീട് കാസർഗോഡ് മോട്ടോർ തൊഴിലാളികളുടെ സഹകരണ സംഘം സർവ്വീസ് ആരംഭിച്ച ബസിന് സ. വരദരാജ പൈയുടെ പേർ നല്കി.

കാസർഗോഡ് ജില്ലയിൽ ചിലപ്പോഴൊക്കെ വർഗ്ഗീയ സംഘർഷങ്ങൾ ഉയർന്നുവന്നിട്ടുണ്ട്. ഒരു ഘട്ടത്തിൽ ഹൈക്കോടതി തന്നെ ഇക്കാര്യത്തിൽ ശക്തമായ നിരീക്ഷണം നടത്തിയിട്ടുണ്ട്.

വർഗ്ഗീയ പ്രവണത ശക്തമായി നിലനില്ക്കുന്ന ജില്ലയാണ് കാസർഗോഡ്. ശക്തമായ നിയന്ത്രണം വേണം.

ജില്ലയിൽ രണ്ടുഘട്ടങ്ങളിലായി വലിയ സംഘർഷം നടന്നു. കാസർഗോഡ് നഗരത്തിൽ നടന്നത് രണ്ട് വർഗ്ഗീയ ശക്തികൾ തമ്മിലായിരുന്നു. നാലുപേർ കൊലചെയ്യപ്പെട്ടു. നിരവധി വീടുകൾ തകർക്കപ്പെട്ടു. ഒ

ട്ടേറെ ആളുകൾ ആക്രമിക്കപ്പെട്ടു. അന്ന് തിരുവനന്തപുരത്ത് പാർട്ടി യോഗത്തിലായിരുന്നു ഞാൻ. വൈകുന്നേരത്തെ തീവണ്ടിക്ക് കാസർ ഗോട്ടേക്ക് പുറപ്പെട്ടു. കാസർഗോഡ് പട്ടണം പൂർണ്ണമായും ശൂന്യമായി രുന്നു. ഒരാളും വീട്ടിൽനിന്നും പുറത്തിറങ്ങാൻ ധൈര്യപ്പെട്ടില്ല. ഞാൻ സി എച്ച് കുഞ്ഞമ്പുവിനോടും സുമതിയോടുമൊപ്പം കൊലചെയ്യപ്പെട്ട വരുടെ വീട് സന്ദർശിച്ചു. ഇരുവിഭാഗങ്ങളിലും പെട്ടവരോട് സംസാരിച്ചു. ആരും തമ്മിൽ സംസാരിക്കാൻ തയ്യാറാവാത്ത സന്ദർഭമാണ്. പരസ്പ രം വിശ്വസിക്കാൻ തയ്യാറായിരുന്നില്ല. 'നിങ്ങളുടെ സന്ദർശനം ഞങ്ങൾ ക്ക് വലിയ സഹായമായി' എന്ന് അന്നത്തെ പൊലീസുദ്യോഗസ്ഥർ എ ന്നോട് പറഞ്ഞു. മോർച്ചറിയിൽ സൂക്ഷിച്ച മൃതദേഹങ്ങൾ കാണാൻ ഞാനും കോൺഗ്രസ് നേതാവ് എൻ രാമകൃഷ്ണനുമാണ് പോയത്. നിശ്ചലമായ നാല് ശരീരങ്ങൾ. നാലിൽനിന്നും ചോര ഒലിക്കുന്നു. ഒരേ നിറമുള്ള ചോര. ചുവന്ന ചോര!

മറ്റൊരു സംഭവം കാഞ്ഞങ്ങാടായിരുന്നു നടന്നത്. കാഞ്ഞങ്ങാട് നി ത്യാനന്ദ പോളിടെക്നിക് കോളേജിൽ ഉണ്ടായ നിസ്സാര സംഭവത്തിന് പെട്ടെന്ന് വർഗ്ഗീയതയുടെ നിറം പകർന്നു. കാഞ്ഞങ്ങാട് ടൗണിലും പ രിസരപ്രദേശങ്ങളിലും നിരവധി വാഹനങ്ങളും വീടുകളും ആക്രമിക്ക പ്പെട്ടു. അന്ന് ഞാൻ കാഞ്ഞങ്ങാട് ചികിത്സയിലായിരുന്നു. ചികിത്സ മതി യാക്കി അക്രമത്തിനിരയായ മുഴുവൻ വീടുകളും സന്ദർശിച്ചു. പലയി ടത്തും ശക്തമായ പ്രതിഷേധം ഏറ്റുവാങ്ങേണ്ടി വന്നു. എന്നാൽ മറ്റൊ രു പാർട്ടിക്കും ഈ വീടുകൾ സന്ദർശിക്കാൻ കഴിഞ്ഞില്ല. കാഞ്ഞങ്ങാട് ഗസ്റ്റ് ഹൗസിൽ നടന്ന സമാധാനയോഗത്തിൽ എം പി യെന്ന നിലയിൽ ഞാൻ നടത്തിയ ഇടപെടലുകൾ പ്രശംസിക്കപ്പെട്ടു. ഈ രണ്ടു സംഭവ ങ്ങളും ജില്ലയിലെ എല്ലാ പാർട്ടി നേതൃത്വങ്ങളേയും ഇരുത്തി ചിന്തിപ്പി ച്ച സംഭവങ്ങളാണ്. പിന്നീട് പലപ്പോഴും ഉണ്ടായ ചെറിയ സംഭവങ്ങൾ വളരെപ്പെട്ടെന്ന് പരിഹരിക്കാൻ ഈ രണ്ടു സംഭവങ്ങളും നിമിത്തമായി. ഇത്തരം സംഭവങ്ങൾ വ്യാപാരികളേയും ഏറെ ദോഷകരമായി ബാധിച്ചു. രാത്രി ഏഴു മണിക്കുശേഷം ടൗണിൽ ആളുകളൊഴിയുക, വ്യാപാര സ്ഥാ പനങ്ങൾ അടഞ്ഞുകിടക്കുക തുടങ്ങിയ കാര്യങ്ങൾ വ്യാപാരികളുടെയും വ്യവസായികളുടെയും ഇടയിൽ പ്രതിസന്ധി ഉണ്ടാക്കി.

വർഗ്ഗീയ അക്രമങ്ങളുടെ മറ്റൊരു രക്തസാക്ഷിയാണ് മുഹമ്മദ് റി യാസ് മൗലവി. ഞാൻ ഡൽഹിയിലായിരുന്നപ്പോഴാണ് സംഭവം. രാവി ലെ തന്നെ കാസർഗോഡ് എത്തി. റിയാസ് കൊലചെയ്യപ്പെട്ട ചൂരിയിലെ പള്ളിയും അക്രമിക്കപ്പെട്ട വീടുകളും സന്ദർശിച്ചു. റിയാസിന്റെ കുടകി ലെ വീട്ടിലെത്തി. ഏഴ് പേരടങ്ങുന്ന കുടുംബമായിരുന്നു റിയാസിന്റേത്. ഒരു ചെറ്റക്കുടിലിലായിരുന്നു അവർ താമസിച്ചിരുന്നത്. മദ്രസാ അദ്ധ്യാ പകനായ റിയാസിന്റെ വരുമാനത്തിലാണ് ആ കുടുംബം ജീവിച്ചത്. യാ തൊരു കാരണവും ഇല്ലാതെയാണ് ആ അരുംകൊല നടന്നത്. ആദ്യം വളരെ തെറ്റായ സന്ദേശമാണ് കൊലപാതകവുമായി ബന്ധപ്പെട്ട് പ്രച

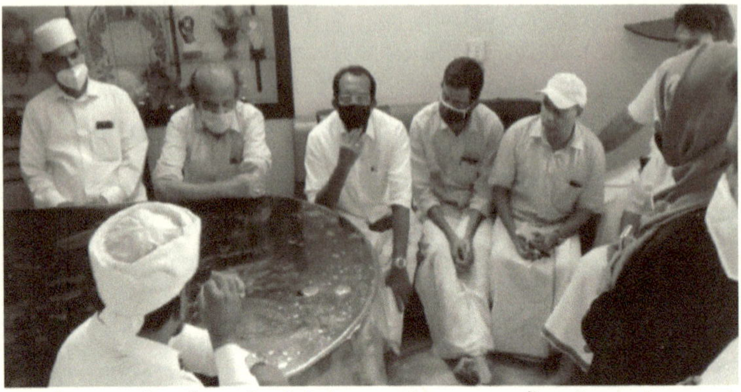

ഔഫ് അബ്ദുൾ റഹ്മാന്റെ വീട്ടിൽ. എം വി ബാലകൃഷ്ണൻ മാസ്റ്റർ തുടങ്ങിയവരോടൊപ്പം

രിപ്പിച്ചത്. എന്നാൽ പൊലീസ് രണ്ടു ദിവസത്തിനകം പ്രതികളെ പിടിച്ചു. കുടകിൽ റിയാസിന്റെ വീട്ടിലെത്തിയപ്പോഴാണ് അദ്ദേഹത്തിന്റെ വ്യക്തിത്വത്തെക്കുറിച്ച് കൂടുതലറിയാൻ കഴിഞ്ഞത്. പൊതുവെ മുസ്ലീം യുവാക്കളിൽ പലരും സ്ത്രീധനം വാങ്ങിയാണ് വിവാഹം നടത്താറുള്ളത്. എന്നാൽ തീരെ പാവപ്പെട്ട വീട്ടിലെ പെൺകുട്ടിയെ സ്ത്രീധനമില്ലാതെയാണ് റിയാസ് വിവാഹം ചെയ്തത്. ആ കുടുംബത്തിന്റെ ആശ്രയത്തെയാണ് വർഗ്ഗീയവാദികൾ ഇല്ലാതാക്കിയത്. ഈ പുസ്തകത്തിന്റെ രചന നടക്കുന്ന സമയത്താണ് മുസ്ലീം ലീഗ് തീവ്രവാദികൾ കാഞ്ഞങ്ങാട് പഴയ കടപ്പുറത്ത് സ. ഔഫ് അബ്ദുൾ റഹ്മാനെ കൊലപ്പെടുത്തിയത്. ലീഗിന്റെ സ്വാധീന മേഖലയിൽ സി പി ഐ (എം)ന് മുന്നേറ്റമുണ്ടാക്കാൻ കഴിഞ്ഞതിലുള്ള അസഹിഷ്ണുതയാണ് ഈ നിഷ്ഠുര കൊലപാതകത്തിന് കാരണമായത്. ജില്ല നിലവിൽ വന്നശേഷം 35 സഖാക്കൾ ആർ എസ് എസ്-കോൺഗ്രസ്-ലീഗ് ആക്രമണത്തിൽ രക്തസാക്ഷികളായി. ഇന്നും രണ്ട് വർഗ്ഗീയ ശക്തികളുടെയും പ്രചരണത്തിലും പ്രവർത്തനങ്ങളിലും വർഗ്ഗീയ ചേരിതിരിവ് സൃഷ്ടിക്കുന്ന പ്രവണത കാണാം. ഇതിന് ബദലായി ജില്ലയിൽ ഉയർന്നുവരുന്നത് ഇടതുപക്ഷ ശക്തികൾ തന്നെയാണ്.

സി കൃഷ്ണൻ നായർ

ഞാൻ ജില്ലാ സെക്രട്ടറി സ്ഥാനത്തുനിന്നും മാറിയശേഷം സഖാക്കൾ എ കെ നാരായണൻ, കെ കുഞ്ഞിരാമൻ, കെ പി സതീഷ്ചന്ദ്രൻ, എം വി ബാല

എം വി ബാലകൃഷ്ണൻ മാസ്റ്റർ, പി ബേബി ബാലകൃഷ്ണൻ തുടങ്ങിയവരോടൊപ്പം

കൃഷ്ണൻ മാസ്റ്റർ എന്നിവർ ജില്ലാ സെക്രട്ടറിമാരായി. നല്ല മുൻകൈയോടുകൂടിത്തന്നെയാണ് ഇവർ പാർട്ടിക്ക് നേതൃത്വം നല്കുന്നത്. ഇതിൽ മുതിർന്ന നേതാവാണ് സ. എ കെ നാരായണൻ. 1990ൽ ജില്ലാ കൗൺസിലുകൾ നിലവിൽ വന്നു. അതിന്റെ ആദ്യത്തെ പ്രസിഡന്റ് സി കൃഷ്ണൻ നായർ ആയിരുന്നു. മുന്നണി ബന്ധത്തിന്റെ ഭാഗമായി പിന്നീട് കോൺഗ്രസ് എസിലെ അഡ്വ. എം സി ജോസ് പ്രസിഡന്റായി. 1995 ൽ ജില്ലാ പഞ്ചായത്ത് നിലവിൽ വന്നു. വനിത, സംവരണവും ഇതിന്റെ ഭാഗമായി നടപ്പിലായി. സി അഹമ്മദ് കുഞ്ഞി, ഇ പത്മാവതി, എം വി ബാലകൃഷ്ണൻ മാസ്റ്റർ, പി പി ശ്യാമളാദേവി, എ ജി സി ബഷീർ എന്നിവർ കാസർഗോഡ് ജില്ലാപഞ്ചായത്ത് പ്രസിഡന്റുമാരായി. ഇവരെത്തുടർന്ന് 2020 ൽ മടിക്കൈയിൽ നിന്നുള്ള സ. പി ബേബി ബാലകൃഷ്ണൻ പ്രസിഡന്റായി. ഇതിൽ രണ്ടു ടേം മാത്രമാണ് യു ഡി എഫിന് ജില്ലാ പഞ്ചായത്ത് ഭരണം ലഭിച്ചത്. 2000 മുതൽ 2015 വരെ മൂന്ന് ടേം തുടർച്ചയായും 2020 ലും ജില്ലാ പഞ്ചായത്ത് ഭരണം എൽ ഡി എഫിനാണ്.

എ കെ നാരായണൻ

കെ കുഞ്ഞിരാമൻ

കെ പി സതീഷ് ചന്ദ്രൻ

എം വി ബാലകൃഷ്ണൻ മാസ്റ്റർ

ചീമേനി കൊലപതാക സ്ഥലം ഇ കെ നായനാർ സന്ദർശിക്കുന്നു. സി കൃഷ്ണൻ നായർ തുടങ്ങിയവർ സമീപം

ചീമേനി

ആയിരത്തിത്തൊള്ളായിരത്തി എൺപത്തിയേഴ് മാർച്ചിലെ നിയമസഭാ തിരഞ്ഞെടുപ്പ്. കേരളത്തിൽ യു ഡി എഫ് വിജയിക്കുമെന്ന് കോൺഗ്രസുകാർ ഉറച്ചുവിശ്വസിച്ചു. തൃക്കരിപ്പൂർ മണ്ഡലത്തിലെ എൽ ഡി എഫ് സ്ഥാനാർത്ഥി സ. ഇ കെ നായനാർ ആയിരുന്നു. തിരഞ്ഞെടുപ്പ് ദിവസം (മാർച്ച് 23) പോളിങ് കഴിഞ്ഞശേഷം ചീമേനിയിലെ സഖാക്കൾ തിരഞ്ഞെടുപ്പ് പ്രവർത്തനം വിലയിരുത്താനായി പാർട്ടിയോഫീസിലെത്തി. ആ സമയത്ത് നിരവധി കോൺഗ്രസുകാർ സംഘടിതമായി പാർട്ടി ഓഫീസ് ആക്രമിച്ചു. പാർട്ടി ഓഫീസിനുള്ളിലുണ്ടായിരുന്ന സഖാക്കളെ പുറമെനിന്ന് വൈക്കോൽ കൊണ്ടുവന്ന് പൊട്രോളൊഴിച്ച് തീവച്ചു. പാർട്ടിയോഫീസിൽനിന്നും സഖാക്കൾ ധീരതയോടെ പുറത്തേക്കിറങ്ങിയപ്പോൾ കോൺഗ്രസ് അക്രമികൾ വളരെ നിഷ്ഠുരമായി വെട്ടിയും തീവെച്ചും കൊലപ്പെടുത്തി. ലോക്കൽ കമ്മിറ്റിയംഗം കെ വി കുഞ്ഞിക്കണ്ണൻ, പി കുഞ്ഞപ്പൻ, ആലവളപ്പിൽ അമ്പു, സി കോരൻ, എം കോരൻ എന്നിവർ മൃഗീയമായി കൊല്ലപ്പെട്ടു. നിരവധിയാളുകൾ ഗുരു

കെ വി കുഞ്ഞിക്കണ്ണൻ

പി കുഞ്ഞപ്പൻ

ആലവളപ്പിൽ അമ്പു

സി കോരൻ

എം കോരൻ

തരമായി പരിക്കുപറ്റി ആശുപത്രിയിലായി. അന്ന് തിരഞ്ഞെടുപ്പിന്റെ പാർട്ടി ചുമതല എനിക്കായിരുന്നു. സ്ഥാനാർത്ഥി നായനാരോടൊപ്പം കരിവെള്ളൂരിലായിരുന്നു ഞാനുണ്ടായിരുന്നത്. കരിവെള്ളൂരിൽനിന്നും നായനാരും ഞാനും ചീമേനിയിലേക്ക് പുറപ്പെട്ടു. സി കൃഷ്ണൻ നായർ, കരിവെള്ളൂർ കെ നാരായണൻ, അഡ്വ. കെ വിജയകുമാർ, ഇ പി തമ്പാൻ മാസ്റ്റർ, കെ കണ്ണൻ, ടി വി ബാലൻ (ശോഭ ബാലൻ മാണിയാട്ട്), കരിവെള്ളൂരിലെ ബിന്ദു സ്റ്റുഡിയോവിലെ ഫോട്ടോഗ്രാഫർ ഭരതൻ എന്നിവരും ഉണ്ടായിരുന്നു. ഞങ്ങൾ എത്തുമ്പോഴും പാർട്ടിയോഫീസ് കത്തിക്കൊണ്ടിരിക്കുകയായിരുന്നു. വെളിച്ചമോ ആൾക്കാരോ ഒന്നുമില്ല. പൊലീസുകാർ മാത്രമാണ് സ്ഥലത്തുള്ളത്. അന്ന് ഡ്യൂട്ടിയിലുണ്ടായിരുന്ന സർക്കിൾ ഇൻസ്പെക്ടർ പോക്കർ ആണ് ആ കൂരിരുട്ടത്ത് സ. നായനാരെയും ഞങ്ങളെയും ഒരു ടോർച്ചിന്റെ വെളിച്ചത്തിൽ മൃതദേഹങ്ങൾ കിടക്കുന്ന സ്ഥലത്തെത്തിച്ചത്. മൃതദേഹങ്ങൾ പലയിടത്തായി ചിന്നിച്ചിതറിക്കിടന്നിരുന്നു. വളരെ പ്രയാസപ്പെട്ടാണ് ഞങ്ങൾ മൃതദേഹം തിരിച്ചറിഞ്ഞത്. ലോക്കൽ കമ്മിറ്റി അംഗമായ കുഞ്ഞപ്പനെ തലയ്ക്ക് കല്ലുകൊണ്ട് ആക്രമിച്ചശേഷം ദേഹത്ത് പുല്ലിട്ട് തീവെച്ച് കൊല്ലുകയായിരുന്നു. ഞങ്ങൾ എത്തിയപ്പോഴും തീ കത്തുന്നുണ്ടായിരുന്നു. ലോക്കൽ കമ്മിറ്റിയംഗം കുഞ്ഞിക്കണ്ണനെ റോഡിൽ തലയടിച്ചാണ് കൊന്നത്. മറ്റു സഖാക്കളെ കുത്തിയും വെട്ടിയും കൊലചെയ്തു. ആ സമയത്ത് ഞങ്ങൾ അവിടെ എത്തിയില്ലായിരുന്നെങ്കിൽ ആ സംഭവത്തിന്റെ ഗൗരവവും ഭീകരവുമായ രൂപം പുറത്തറിയുമായിരുന്നില്ല. അന്ന് ഭരതൻ എടുത്ത ഫോട്ടോയിലൂടെയാണ് ഈ ഭീകരമായ ദൃശ്യം ലോകമറിഞ്ഞത്. മൃതദേഹങ്ങൾ ചിന്നിച്ചിതറിക്കിടക്കുന്ന ആ ഭീകരമായ രംഗം ഒരിക്കലും മറക്കാൻ കഴിയുന്നതല്ല. ഞങ്ങൾ തിരിച്ചുപോയശേഷം എം വി കോമൻ നമ്പ്യാർ ഉൾപ്പെടെയുള്ള സഖാക്കൾ മുഴക്കോം വഴി ചീമേനിയിലേക്ക് പോകാൻ ശ്രമിച്ചെങ്കിലും പൊലീസ് തടഞ്ഞു.

പിറ്റേന്ന് കാഞ്ഞങ്ങാടുനിന്നും ആരംഭിച്ച വിലാപയാത്രയിൽ ആയിരങ്ങൾ പങ്കെടുത്തു. വിലാപയാത്ര നടക്കുമ്പോൾത്തന്നെ നിയമസഭാ തിരഞ്ഞെടുപ്പിന്റെ വോട്ടെണ്ണൽ പുരോഗമിക്കുകയായിരുന്നു. വിലാപയാത്ര ചീമേനിയിൽനിന്നും കയ്യൂർ റോഡിലേക്ക് തിരിയുമ്പോൾ സംസ്ഥാനകമ്മിറ്റി അംഗങ്ങൾ അടിയന്തരമായി തിരുവനന്തപുരത്ത് എത്തണമെന്ന സന്ദേശം ലഭിച്ചു. നായനാരും കൃഷ്ണൻ നായരും ഞാനുമാണ് സംസ്ഥാനകമ്മിറ്റി അംഗങ്ങളായി അപ്പോൾ അവിടെ ഉണ്ടായിരുന്നത്. ഞാനും കൃഷ്ണൻ നായരും വിലാപയാത്രക്കൊപ്പം സഞ്ചരിക്കുകയും നായനാർ തിരുവനന്തപുരത്തേക്ക് പോവുകയും ചെയ്തു. നിയമസഭാ തിരഞ്ഞെടുപ്പിൽ ഭൂരിപക്ഷം നേടിയത് എൽ ഡി എഫ് ആണ്. സർക്കാർ രൂപീകരിക്കാനുള്ള ചർച്ചയ്ക്കുവേണ്ടിയാണ് സംസ്ഥാനകമ്മിറ്റി അടിയന്തരമായി ചേരുന്നത്. നായനാർ കേരള മുഖ്യമന്ത്രിയായി പുതിയ സർക്കാർ അധികാരത്തിൽ വന്നു.

അന്ന് പാർട്ടി സെക്രട്ടറി വി എസ് ആയിരുന്നു. പാർട്ടിയുടെയും എൽ ഡി എഫിന്റെയും നേതാക്കൾ ചീമേനി രക്തസാക്ഷികളുടെ കുടുംബങ്ങളെ സന്ദർശിച്ചു. സഖാക്കൾ ഇ എം എസ്, വി എസ്, സുശീലാ ഗോപാലൻ, പിണറായി വിജയൻ, പി വി കുഞ്ഞിക്കണ്ണൻ, പുത്തലത്ത് തുടങ്ങിയവരൊക്കെ ചീമേനിയിലെത്തി. ചീമേനിയിലെ കത്തിക്കരിഞ്ഞ പാർട്ടി ഓഫീസ് സന്ദർശിച്ചശേഷം ഇ എം എസ് പറഞ്ഞവാക്കുകൾ ശ്രദ്ധേയമാണ്.

ഇത് ജാലിയൻ വാലാബാഗ് സംഭവത്തിന് തുല്യമാണ്. സഖാക്കളെ തീവെച്ചു കൊന്ന നിഷ്ഠുര സംഭവം.

ചീമേനിയിലെ കൂട്ടക്കുരുതി കേട്ടറിഞ്ഞ് മറ്റു ജില്ലകളിൽനിന്നും സംസ്ഥാനങ്ങളിൽനിന്നും ആളുകൾ ചീമേനിയിലെത്തി. കൂട്ടക്കുരുതി നടന്ന സ്ഥലവും കൊല്ലപ്പെട്ടവരുടെ വീടും സന്ദർശിക്കുകയും കുടുംബാംഗങ്ങളെ ആശ്വസിപ്പിക്കുകയും ചെയ്തു. ഈ സംഭവം നടക്കുമ്പോൾ ചീമേനി പഞ്ചായത്ത് പ്രസിഡന്റ് ടി കെ സിയും ലോക്കൽ സെക്രട്ടറി എം വി ബാലകൃഷ്ണൻ മാസ്റ്ററും ആയിരുന്നു. അഞ്ച് സഖാക്കൾ കൊല്ലപ്പെട്ട സംഭവത്തെതുടർന്ന് സഖാക്കൾക്കിടയിലും ജനങ്ങൾക്കിടയിലും വലിയ പ്രതിഷേധമുയർന്നു. പാർട്ടി ജില്ലാ സെക്രട്ടറിയെന്ന നിലയിൽ ഏറെ ദിവസം ഇവിടെ ചെലവഴിച്ചു. ടി കെ സി, എൻ എൻ വാര്യർ, സി കൃഷ്ണൻ നായർ, എം വി ബാലകൃഷ്ണൻ മാസ്റ്റർ, പി ജനാർദ്ദനൻ തുടങ്ങിയവർ എന്റെ പ്രവർത്തനങ്ങളിൽ ഏറെ സഹായിച്ചു.

ചീമേനി കൂട്ടക്കൊല നടക്കുമ്പോൾ ഇവിടത്തെ പൊലീസിൽ കോൺഗ്രസ് അനുകൂല ഉദ്യോഗസ്ഥരായിരുന്നു ഉണ്ടായിരുന്നത്. കൊലപാതകത്തിന്റെ എഫ് ഐ ആർ വളരെപ്പെട്ടെന്ന് തയ്യാറാക്കി കേസ് ദുർബ്ബലപ്പെടുത്താൻ പൊലീസ് ശ്രമിച്ചു. എന്നിട്ടും കോടതിയിൽ കേസ് ഏറ്റവും ശക്തമായി നടത്താൻ അഡ്വ. കുഞ്ഞിരാമമേനോന് സാധിച്ചു. പ്രതികളെ ശിക്ഷിക്കാനുള്ള എല്ലാ തെളിവുകളും ഉണ്ടായിരുന്നു. കുഞ്ഞിരാമമേനോൻ കോടതിയിൽ വാദത്തിനിടെ ഇങ്ങനെ പറഞ്ഞു.

"ഇതുപോലൊരു കേസിൽ പ്രതികൾ ശിക്ഷിക്കപ്പെട്ടില്ലെങ്കിൽ ജനങ്ങളുടെ ശക്തമായ പ്രതിഷേധം ഉയരും."

വലിയ രാഷ്ട്രീയ സ്വാധീനം ചെലുത്തിക്കൊണ്ട് ചീമേനി കൊലക്കേസിന്റെ വിധി അട്ടിമറിക്കാൻ യു ഡി എഫിന് സാധിച്ചു. ചീമേനി കേസിൽ വിധി പറഞ്ഞ ജഡ്ജിക്ക് 1991 ലെ യു ഡി എഫ് ഭരണത്തിൽ ചില പ്രത്യേക പരിഗണനകൾ ലഭിച്ചു. പക്ഷേ, കുഞ്ഞിരാമമേനോൻ കോടതിയിൽ പറഞ്ഞതുപോലെ ജനവികാരം ആളിക്കത്തി. ആ കേസിലെ പ്രതികൾക്ക് രക്ഷപ്പെടാനായില്ല.

തിരഞ്ഞെടുപ്പ് പ്രവർത്തനങ്ങൾ

പല തിരഞ്ഞെടുപ്പുകൾ വരുമ്പോൾ കണ്ണൂർ ജില്ലയിലായാലും കാസർഗോഡ് ജില്ലയിലായാലും പലപ്പോഴും അതിന്റെ ചുമതലകൾ ഞാൻ ഏറ്റെടുക്കേണ്ടിവന്നിട്ടുണ്ട്. മിക്കപ്പോഴും തിരഞ്ഞെടുപ്പ് കമ്മിറ്റി സെക്രട്ടറിയായി പ്രവർത്തിച്ചു. നീലേശ്വരം മണ്ഡലത്തിലെ എം എൽ എ ആയിരുന്ന വി വി കുഞ്ഞമ്പു മരണപ്പെട്ടതിനെത്തുടർന്ന് നടന്ന ഉപ തിരഞ്ഞെടുപ്പുമായി ബന്ധപ്പെട്ടാണ് തിരഞ്ഞെടുപ്പ് പ്രവർത്തനത്തിൽ ആദ്യമായി നേരിട്ടിടപെട്ടത്. അതിനു മുമ്പ് നടന്ന തിരഞ്ഞെടുപ്പുകളിൽ വീടുകയറിയുള്ള സ്ക്വാഡ് പ്രവർത്തനത്തിലും പ്രകടനങ്ങളിലും യോഗങ്ങളിലും മാത്രമാണ് പങ്കെടുത്തിരുന്നത്. കാസർഗോഡ് ഗവ. കോളേജിൽ പഠിക്കുമ്പോൾ സ. എം രാമണ്ണറൈയുടെ തിരഞ്ഞെടുപ്പുമായി ബന്ധപ്പെട്ട് ഞാനും പി രാഘവനും പിന്നീട് എസ് പി ആയ ഷെരീഫും ഉൾപ്പെടെയുള്ള വിദ്യാർത്ഥികൾ വിവിധ പ്രദേശങ്ങളിൽ പോയി പ്രവർത്തിച്ചിരുന്നു. പാർട്ടി ജനറൽ സെക്രട്ടറി പി സി ജോഷി നീലേശ്വരത്ത് നടന്ന പൊതുയോഗത്തിൽ പ്രസംഗിക്കാനെത്തിയപ്പോൾ പൊതാവൂർ സ്കൂളിലെ വിദ്യാർത്ഥിയായിരുന്ന ഞാൻ അവിടെ നിന്നുള്ള കാൽനട ജാഥയിൽ ചേർന്ന് നീലേശ്വരത്തെത്തി പ്രസംഗം കേട്ടു. അന്നത്തെ യോഗത്തിൽ എ കെ ജിയും സുശീല ഗോപാലനും പങ്കെടുത്തിരുന്നു. ഇ എം എസ് 1957 ൽ നിയമസഭയിലേക്ക് മത്സരിച്ചത് നീലേശ്വരത്തുനിന്നുമായിരുന്നല്ലോ. 1957 ൽ കിനാനൂർ കരിന്തളത്തെ കീഴ്മാലയിൽ ഇ എം എസും കല്ലളൻ വൈദ്യരും പ്രസംഗിക്കാനെത്തി. അന്ന് വിദ്യാർത്ഥിയായ ഞാൻ പ്രസംഗം കേൾക്കാനെത്തി. ഇ എം എസിന്റെ പ്രസംഗം കേട്ടപ്പോൾ കേൾവിക്കാരിൽ പലരും ചിരിച്ചുപോയി. അന്ന് ഇ എം എസിന് വിക്കുണ്ടായിരുന്നതാണ് ഞങ്ങളെ ചിരിപ്പിച്ചത്. കണ്ണൂർ

ജില്ലയിലുണ്ടായിരുന്ന സമയത്താണ് പുതിയ തൃക്കരിപ്പൂർ മണ്ഡലം നിലവിൽ വന്നത്. 1977 ൽ തൃക്കരിപ്പൂരിലെ ആദ്യത്തെ പാർട്ടി സ്ഥാനാർത്ഥി ഞാനായിരുന്നുവല്ലോ. ഉദുമ മണ്ഡലത്തിൽ സ. പുരുഷോത്തമനും സ. എം കുഞ്ഞിരാമൻ നമ്പ്യാരും മത്സരിച്ചപ്പോൾ തിരഞ്ഞെടുപ്പ് സെക്രട്ടറിയായി പ്രവർത്തിച്ചത് ഞാനാണ്. പാർലമെന്റിലേക്ക് സഖാക്കൾ രാമണ്ണറൈയും ഇ ബാലാനന്ദനും ടി ഗോവിന്ദനും മത്സരിച്ചപ്പോഴും തിരഞ്ഞെടുപ്പ് സെക്രട്ടറിയായോ മറ്റ് പ്രധാന ചുമതലകളിലോ ആയി ഞാനുണ്ടായിരുന്നു. മഞ്ചേശ്വരം മണ്ഡലത്തിൽ 2006 ൽ സ. സി എച്ച് കുഞ്ഞമ്പു മത്സരിച്ച് വിജയിച്ച സമയത്തും ചുമതല വഹിച്ചത് ഞാനാണ്. ധാരാളം സഖാക്കളെ പങ്കെടുപ്പിച്ചുകൊണ്ട് അന്നു നടത്തിയ പ്രവർത്തനം ശ്രദ്ധേയമായിരുന്നു. ഞാനും സ. സതീഷ്ചന്ദ്രനുമായിരുന്നു അന്നത്തെ പ്രധാന ചുമതലക്കാർ. തൃക്കരിപ്പൂർ എം എൽ എ കൂടിയായ സതീ

തിരഞ്ഞെടുപ്പ് പ്രചരണത്തിനിടയിൽ

ഷ്ചന്ദ്രൻ മഞ്ചേശ്വരം കേന്ദ്രീകരിച്ചാണ് പ്രവർത്തിച്ചത്. 2016 ൽ ഉദുമ മണ്ഡലം പിടിച്ചെടുക്കുമെന്ന് പ്രഖ്യാപിച്ചുകൊണ്ട് കണ്ണൂരിൽ നിന്നും കോൺഗ്രസ് നേതാവ് കെ സുധാകരൻ എത്തിയപ്പോൾ ഉദുമ മണ്ഡലത്തിലെ പാർട്ടി സഖാക്കളെയാകെ തിരഞ്ഞെടുപ്പ് പ്രവർത്തനത്തിൽ ജാഗരൂഗരാക്കാൻ കഴിഞ്ഞു. സ്ഥാനാർത്ഥിയായ കെ കുഞ്ഞിരാമനു പോലും ചില ഘട്ടങ്ങളിൽ ജയിക്കുമെന്ന പ്രതീക്ഷ നഷ്ടപ്പെട്ടിരുന്നു. ചിട്ടയോടെ വീടുകൾ കയറി നടത്തിയ പ്രവർത്തനങ്ങളുടെ ഭാഗമായാണ് മൂവായിരത്തോളം വോട്ടിന് കെ കുഞ്ഞിരാമൻ വിജയിച്ചത്. ഇത് ആരും പ്രതീക്ഷിച്ചിരുന്നില്ല. ഇ കെ നായനാരും ഒ ഭരതനും തൃക്കരിപ്പൂരിൽ മത്സരിച്ചപ്പോൾ തിരഞ്ഞെടുപ്പ് കമ്മിറ്റി സെക്രട്ടറി സി കൃഷ്ണൻ നായർ ആയിരുന്നു. 1977 ൽ തൃക്കരിപ്പൂർ മണ്ഡലത്തിൽ ഞാൻ മത്സരിച്ചപ്പോൾ ഹോസ്ദർഗ്ഗ് മണ്ഡലത്തിൽ പാർട്ടി പരാജയപ്പെടുകയും സി പി ഐ വിജയിക്കുകയും ചെയ്തു. അന്ന് സി പി ഐ കോൺഗ്രസിനൊപ്പമായിരുന്നു. അതിന്റെ ഭാഗമായി പാർട്ടിക്ക് ഏറെ ഭൂരിപക്ഷമുള്ള ഹോസ്

ദുർഗ്ഗ് മണ്ഡലത്തിൽ തുടർച്ചയായി സി പി ഐ മത്സരിക്കുന്ന സ്ഥിതിയുണ്ടായി. ഇന്ദിരാവധത്തിന് ശേഷമുണ്ടായ 1984 ലെ തിരഞ്ഞെടുപ്പിൽ കാസർഗോഡ് പാർലമെന്റ് മണ്ഡലത്തിൽ അപ്രതീക്ഷിത പരാജയമാണ് നമുക്കുണ്ടായത്. പാർട്ടി പോളിറ്റ് ബ്യൂറോ അംഗം ഇ ബാലാനന്ദനായിരുന്നു അന്ന് നമ്മുടെ സ്ഥാനാർത്ഥി. തിരഞ്ഞെടുപ്പ് സമയത്ത് അദ്ദേഹം താമസിച്ചിരുന്നത് പള്ളിക്കരയിലെ എന്റെ വീട്ടിലായിരുന്നു. അന്നദ്ദേഹം പതിനായിരത്തോളം വോട്ടിനാണ് പരാജയപ്പെട്ടത്. യഥാർത്ഥത്തിൽ ഇന്ദിരാഗന്ധിയുടെ വധം കോൺഗ്രസിന് അനുകൂലമായ സഹതാപതരംഗമായി മാറി.

തിരഞ്ഞെടുപ്പുമായി ബന്ധപ്പെട്ട് പാർട്ടിയുടെയും മുന്നണിയുടെയും നിരവധി നേതാക്കൾക്കൊപ്പം താമസിക്കാനും ഭക്ഷണം കഴിക്കാനും സാധിച്ചു. ടി കെ സി നിയമസഭയിലേക്ക് മത്സരിച്ചപ്പോൾ തിരഞ്ഞെടുപ്പ് പ്രവർത്തനത്തിനിടെ ഇ എം എസ് വീട്ടിൽ വന്നു. ഉച്ചഭക്ഷണം വീട്ടിൽ നിന്നായിരുന്നു. ഭക്ഷണത്തിനുശേഷം അല്പമൊന്ന് വിശ്രമിക്കേണ്ടതിനാൽ ഇ എം എസിന് ആദ്യം ഭക്ഷണം നല്കി. അതിനുശേഷമാണ് മറ്റുള്ളവർ കഴിച്ചത്. അടുത്ത പൊതുയോഗത്തിനായി കാറിൽ പോകുമ്പോൾ ഭക്ഷണത്തെക്കുറിച്ച് സംസാരിച്ചു. ഇ എം എസിനോടൊപ്പം കണ്ണൂരിൽ നിന്നുള്ള സ. പി പി കോരൻ ഉൾപ്പെടെയുള്ള സഖാക്കൾ ഉണ്ടായിരുന്നു. ഭക്ഷണം ആസ്വദിച്ച് കഴിക്കുന്നയാളായിരുന്നു സ. കോരൻ. പായസം വളരെ നല്ലതായിരുന്നു. കുറച്ചുകൂടി കഴിക്കാമായിരുന്നു എന്ന് പി പി കോരൻ പറഞ്ഞു. “അപ്പോൾ കരുണാകരൻ എനിക്ക് പായസം തന്നില്ലല്ലോ” എന്ന് ഇ എം എസ് പറഞ്ഞു. ഇ എം എസിന്. പ്രമേഹം ഉണ്ടെന്നുള്ള ധാരണയിലാണ് പായസം നല്കാതിരുന്നത്. പലപ്പോഴും ഇ എം എസ് ഇക്കാര്യം പറഞ്ഞ് എന്നെ കളിയാക്കാറുണ്ടായിരുന്നു.

ഉൾപ്പാർട്ടി ജനാധിപത്യം

കമ്യൂണിസ്റ്റ് പാർട്ടിയെ സംബന്ധിച്ച് അച്ചടക്ക നടപടി ഉൾപ്പാർട്ടി ജനാധിപത്യത്തിന്റെയും പാർട്ടി വിദ്യാഭ്യാസത്തിന്റെയും ഭാഗമാണ്. നയപരവും സംഘടനാപരവുമായ വ്യതിയാനങ്ങൾക്കൊണ്ട് പാർട്ടിക്ക് ചേരാത്ത പ്രവണതകൾ ഉണ്ടാകുമ്പോഴാണ് അച്ചടക്ക നടപടി സ്വീകരിക്കേണ്ടി വരുന്നത്.. പല സന്ദർഭങ്ങളിലും നടപടിക്ക് വിധേയരായ പലരും തെറ്റു തിരുത്തി ഉയർന്ന സ്ഥാനത്തെത്തുകയും ചെയ്തു. പാർട്ടി സംസ്ഥാനക്കമ്മിറ്റിയിൽ സഖാവ് ബി ടി രണദിവെ പറഞ്ഞത് ഓർക്കുന്നു. "പാർട്ടിയാണ് വലുത്. അതിന് താഴെയാണ് മറ്റെല്ലാം. നടപടി തെറ്റ് തിരുത്താനാണ്. പാർട്ടി വിദ്യാഭ്യാസത്തിന്റെ ഭാഗമാണത്. 1948 ൽ നയപരമായ വ്യതിയാനം വന്നപ്പോൾ എനിക്കെതിരെയും പാർട്ടി നടപടിയെടുത്തിരുന്നു. അന്ന് ഞാൻ പാർട്ടിയുടെ സാധാരണ മെമ്പറായി പ്രവർത്തിച്ചു. പിന്നീട് പാർട്ടി നേതൃത്വത്തിലേക്ക് തിരിച്ചെത്തുകയും ചെയ്തു." എം വി രാഘവനുമായി ബന്ധപ്പെട്ട അച്ചടക്ക നടപടി ചർച്ച ചെയ്യുമ്പോഴാണ് രണദിവെ ഇക്കാര്യം പറഞ്ഞത്. ഈ സമയത്ത് പാർട്ടി നയം വിശദീകരിച്ചുകൊണ്ട് പോളിറ്റ് ബ്യൂറോ കേരളത്തിലെ അംഗങ്ങൾക്ക് കത്ത് നല്കി.

പാർട്ടി പ്രവർത്തനത്തിനിടെ വ്യക്തിപരമായി അടുപ്പമുള്ളയാളാണ് എം വി രാഘവൻ. നടപടിയുമായി ബന്ധപ്പെട്ട് പാർട്ടിക്ക് വിധേയപ്പെടാതെ എം വി രാഘവൻ പ്രത്യേക പാർട്ടി (സി എം പി) രുപീകരിച്ചു. എന്നാൽ അവസാനകാലത്ത് അദ്ദേഹം സി പി ഐ (എം)മായി നല്ല ബന്ധം സ്ഥാപിച്ചിരുന്നു. സി എം പിയിലെ ഒരു വിഭാഗം സഖാക്കളും സി പി ഐ (എം)ലേക്ക് വരാൻ തയ്യാറായി. അതുപോലെ സംസ്ഥാന തലത്തിൽ പ്രവർത്തിച്ചതും പാർട്ടി നടപടി നേരിട്ടതുമായ മറ്റൊരു നേതാവാണ് ഗൗരിയമ്മ. സംഘടനാ ചട്ടക്കൂടിൽ ഒതുങ്ങി നില്ക്കാൻ ഗൗരിയമ്മയ്ക്ക് കഴിഞ്ഞില്ല. പാർട്ടി സംസ്ഥാനകമ്മിറ്റി ചർച്ചചെയ്ത് അവരെ ആലപ്പുഴ

ജില്ലാ കമ്മിറ്റിയിലേക്ക് മാറ്റുകയാണുണ്ടായത്. എന്നാൽ അത് ഉൾക്കൊള്ളാൻ ഗൗരിയമ്മയ്ക്ക് സാധിച്ചില്ല. അവർ ജെ എസ് എസ് എന്ന പേരിൽ പാർട്ടിയുണ്ടാക്കുകയും എം വി രാഘവനെപ്പോലെ യു ഡി എഫിന്റെ ഭാഗമാകുകയും യു ഡി എഫ് മന്ത്രിസഭയിൽ അംഗമാകുകയും ചെയ്തു. എന്നാൽ അവസാനകാലത്ത് ഗൗരിയമ്മ സി പി ഐ (എം)മായി ബന്ധപ്പെടാനും മുന്നണിയുമായി സഹകരിക്കാനും തയ്യാറായി എന്നത് യാഥാർത്ഥ്യമാണ്. ഗൗരിയമ്മക്കെതിരായ നടപടി ചർച്ച ചെയ്യുമ്പോൾ ഞാൻ സ്റ്റേറ്റ് കമ്മിറ്റിയിലും സെക്രട്ടറിയേറ്റിലും ഉണ്ടായിരുന്നു.

പാർട്ടി കേന്ദ്രകമ്മിറ്റി അംഗമായിരുന്ന സ. വരദരാജൻ ട്രേഡ് യൂണിയൻ രംഗത്തെ പ്രമുഖനായ നേതാവായിരുന്നു. ചില വിഷയങ്ങളുമായി ബന്ധപ്പെട്ട് സഖാവിനെതിരെ പാർട്ടി നടപടിയെടുത്തു. പ്രസംഗത്തിലായാലും പ്രവർത്തനത്തിലായാലും സഖാവിന്റെ കഴിവ് എടുത്തുപറയേണ്ടതാണ്. പാർട്ടി അദ്ദേഹത്തെ കേന്ദ്രകമ്മിറ്റിയിൽനിന്നും തമിഴ്നാട് സംസ്ഥാനകമ്മിറ്റിയിലേക്ക് മാറ്റി. നല്ല സംഘടനാബോധവും രാഷ്ട്രീയ ബോധവുമുള്ള സഖാവായിരുന്നു. പാർട്ടി നടപടി അദ്ദേഹത്തിന് ഉൾക്കൊള്ളാൻ കഴിഞ്ഞില്ല. അദ്ദേഹം ആത്മഹത്യ ചെയ്തു. വേദനാജനകമായ സംഭവമായിരുന്നു അത്. രാഷ്ട്രീയരംഗത്തും സംഘടനാരംഗത്തുമൊക്കെ ഉറച്ച നിലപാടുണ്ടായിട്ടും വ്യക്തിപരമായ ഒരു വിഷയം വന്നപ്പോൾ തരണം ചെയ്യാൻ കഴിഞ്ഞില്ല.

പാർട്ടിയുടെ സംഘടനാ സംവിധാനം ശക്തിപ്പെടാൻ പാർട്ടി അംഗീകരിച്ച ജനാധിപത്യ കേന്ദ്രീകൃത തത്ത്വം അംഗീകരിക്കാൻ തയ്യാറാകണം. അല്ലെങ്കിൽ അരാജകത്വത്തിലേക്കോ ഏകാധിപത്യത്തിലേക്കോ മാറും. അതുകൊണ്ടു തന്നെയാണ് സുതാര്യമായ ഈ സംഘടനാ സംവിധാനം ഉണ്ടായത്. നടപടികൾ എപ്പോഴും പക്വതയോടെ സ്വീകരിക്കണം. ഒരു സഖാവിനെയും നഷ്ടപ്പെടുത്താനല്ല, തെറ്റു തിരുത്തി നില നിർത്തുകയാണ് ലക്ഷ്യം. അതിൽ പരാജയപ്പെടുന്ന സമയത്ത് മാത്രമാണ് കടുത്ത നടപടികളിലേക്ക് പോകേണ്ടിവരുന്നത്.

പാർട്ടി സംസ്ഥാനകമ്മിറ്റിയിലെത്തിയശേഷം ചില പ്രധാന ഉത്തരവാദിത്വങ്ങൾ പാർട്ടി ഏല്പിച്ചു. പാർട്ടി സംഘടനാ സംവിധാനവുമായും മറ്റും ബന്ധപ്പെടുന്ന ചില അന്വേഷണ കമ്മിറ്റികൾ രൂപീകരിച്ചു. കൊല്ലത്ത് കശുവണ്ടി ഇറക്കുമതി പ്രശ്നം, പാർട്ടി ജില്ലാ-സംസ്ഥാന സമ്മേളനങ്ങളുമായി ബന്ധപ്പെട്ട് കൊല്ലം, ആലപ്പുഴ, തൃശ്ശൂർ ജില്ലാ സമ്മേളനങ്ങളെക്കുറിച്ചുള്ള അന്വേഷണം, മലപ്പുറത്ത് നടന്ന സംസ്ഥാന സമ്മേളനത്തിലെ ചില പ്രശ്നങ്ങൾ, സർക്കാരുമായുള്ള ചില നയപരമായ സമീപനങ്ങൾ തുടങ്ങിയ കാര്യങ്ങൾ അന്വേഷിക്കാൻ വിവിധ കാലയളവിൽ ചില കമ്മിറ്റികൾ രൂപീകരിച്ചിരുന്നു. ഇതിൽ കശുവണ്ടി പ്രശ്നം അന്വേഷിച്ച കമ്മിറ്റിയിൽ സഖാക്കൾ പി കെ ചന്ദ്രാനന്ദനും എം കെ കൃഷ്ണനും ഞാനുമാണ് ഉണ്ടായിരുന്നത്. പി കെ ചന്ദ്രാനൻ ആയിരുന്നു ചെയർമാൻ. ചില കമ്മിറ്റികളുടെ ചെയർമാനായും ഞാൻ പ്രവർത്തിച്ചിട്ടുണ്ട്. പാർട്ടി ഏല്പിച്ച ഉത്തരവാദിത്വങ്ങൾ വിശ്വസ്തതയോടെ നിർവ്വഹിക്കാൻ സാധിച്ചു. സംസ്ഥാന കമ്മിറ്റി അതൊക്കെ അംഗീകരിക്കുകയും ചെയ്തിട്ടുണ്ട്.

കല, സംസ്കാരം, കായികം

വളരെ ചെറുപ്പം മുതൽ എനിക്ക് വായനയോട് താല്പര്യമുണ്ടായിരുന്നു. കിനാനൂർ ദേശസ്നേഹി വായനശാല, പടിഞ്ഞാറ്റംകൊവ്വൽ വായനശാല തുടങ്ങിയവയിൽനിന്നും പുസ്തകങ്ങൾ വായിക്കാൻ കഴിഞ്ഞു. വായന ഏറ്റവും കൂടിയത് അടിയന്തരാവസ്ഥയുടെ കാലത്താണ്. നോവലും കവിതയും നാടകവുമൊക്കെ വായിച്ചു. അന്നത്തെ ഇഷ്ടകവി ചങ്ങമ്പുഴയായിരുന്നു. നാടകരചയിതാക്കളിൽ ഇഷ്ടം സി എൽ ജോസിനോടാണ്. സി എൽ ജോസിന്റെ *തീപിടിച്ച ആത്മാവ്* പോലുള്ള നാടകങ്ങൾ വേദിയിൽ അവതരിപ്പിച്ചു. പല നാടകങ്ങൾക്കും ഗാനമെഴുതിയിട്ടുണ്ട്.

കയ്യൂർ എന്ന കവിത പലരും പാർട്ടി സമ്മേളനങ്ങളിലൊക്കെ പാടാറുണ്ട്. എന്നാൽ അതെഴുതിയത് ഞാനാണെന്നത് പലർക്കുമറിയില്ല. *ദേശാഭിമാനി* വാരികയിലാണ് കയ്യൂർ പ്രസിദ്ധീകരിച്ചത്. അന്ന് *ദേശാഭിമാനി* വാരികയുടെ പത്രാധിപർ തായാട്ട് ശങ്കരൻ ആയിരുന്നു. തായാട്ടും മൂർത്തി മാഷും ഞാനും അന്ന് കോഴിക്കോട് സർവ്വകലാശാലയുടെ സെനറ്റ് അംഗങ്ങളായിരുന്നു. യാദൃച്ഛികമായാണ് ഞാൻ കവിതയെഴുതുന്നത് തായാട്ട് മനസ്സിലാക്കിയത്. തായാട്ടിന്റെ നിർബ്ബന്ധംമൂലമാണ് 'കയ്യൂർ' *ദേശാഭിമാനിക്ക്* നല്കിയത്.

എന്റെ ചെറുപ്പത്തിൽ ബാലസംഘത്തിന്റെ പ്രവർത്തനം ഇന്നത്തെപ്പോലെ ഉണ്ടായിരുന്നില്ല. എന്നാൽ കിളിയളത്ത് പ്രത്യേകമായ ബാലസംഘം രൂപവല്ക്കരിക്കാൻ എനിക്ക് സാധിച്ചു. അതിന്റെ ഭാഗമായി അവിടത്തെ കുട്ടികളെ പങ്കെടുപ്പിച്ചുകൊണ്ട് ആഘോഷങ്ങളും വാർഷിക പരിപാടിയും നടത്തി. നാടകവും, ഡാൻസും, പാട്ടും, നാടൻപാട്ടുമൊക്കെ കുട്ടികൾ അവതരിപ്പിക്കുമായിരുന്നു. ഇതിന്റെ തുടർച്ചയെന്നോണമാണ്

നെല്ലിയടുക്കത്ത് ടാഗോർ ക്ലബ്ബ് രൂപീകരിച്ചത്. 1964 ൽ ആണ് ക്ലബ് രൂപീകരിച്ചത്. പ്രദേശത്തെ ഒരു പ്രധാന സാംസ്കാരിക കേന്ദ്രമായി ടാഗോർ ക്ലബ്ബ് മാറി. എല്ലാ വർഷവും വാർഷികാഘോഷങ്ങൾ നടത്തും. വാർഷികത്തിൽ സ്ഥിരമായി നാടകങ്ങൾ അവതരിപ്പിക്കും. ക്ലബ്ബ് അവതരിപ്പിച്ച നാടകങ്ങളിൽ ഞാൻ അഭിനയിച്ചിട്ടുണ്ട്. അന്ന് നാടകങ്ങളിൽ സ്ത്രീ കഥാപാത്രങ്ങളെ അവതരിപ്പിക്കുന്നത് പുരുഷന്മാർ തന്നെയാണ്. സമീപത്തെ മറ്റു പ്രദേശങ്ങളിൽ നിന്നുപോലും ആളുകൾ വാർഷികാഘോഷത്തിലെ കലാപരിപാടികൾ കാണാൻ എത്തിയിരുന്നു. രാഷ്ട്രീയ രംഗത്തെയും സാംസ്കാരിക രംഗത്തെയും പ്രമുഖർ യോഗത്തിൽ എത്തും. സി പി ഐ (എം) നേതാക്കളായ അഴീക്കോടൻ രാഘവൻ, വി വി കുഞ്ഞമ്പു, സി കൃഷ്ണൻ നായർ, മുൻ മന്ത്രി എൻ കെ ബാലകൃഷ്ണൻ, സാംസ്കാരിക പ്രവർത്തകരായ സി മുഹമ്മദ് കുഞ്ഞി, ദേവൻ ബാലൻ, മാധവൻ മാസ്റ്റർ തുടങ്ങി നിരവധി പ്രമുഖർ പലഘട്ടങ്ങളിലായി ക്ലബ്ബിന്റെ വാർഷികാഘോഷത്തിൽ പങ്കെടുത്തിട്ടുണ്ട്. ക്ലബ് അവതരിച്ച പല നാടകങ്ങളും പിന്നീട് മറ്റു പ്രദേശങ്ങളിലും അവതരിപ്പിക്കാറുണ്ട്. ഈ നാടകങ്ങൾക്കാവശ്യമായ പാട്ടുകൾ എഴുതിയത് ഞാനായിരുന്നു. കലാ രംഗത്തും കായിക രംഗത്തും ക്ലബ്ബിന്റെ പ്രവർത്തനം ശക്തിപ്പെട്ടു. കായിക വിനോദങ്ങളിൽ ഗ്രാമീണ മേഖലയിൽ അന്ന് പ്രാധാന്യം ലഭിച്ചത് വോളിബോളിന് ആയിരുന്നു. ടാഗോർ ക്ലബ്ബിന്റെ നേതൃത്വത്തിൽ നല്ലൊരു വോളിബോൾ ടീമിനെ വളർത്തിയെടുക്കാൻ കഴിഞ്ഞു. എന്റെ മൂത്ത ജ്യേഷ്ഠൻ ഗോപാലൻ മാസ്റ്റർ കായികാദ്ധ്യാപകനായിരുന്നു. കായിക രംഗത്ത് ആവശ്യമായ നിർദ്ദേശങ്ങൾ അദ്ദേഹം നല്കിവന്നു. എന്റെ വീട്ടിലെ മിക്ക അംഗങ്ങളും വോളിബോൾ കളിക്കാരായിരുന്നു. ചിലപ്പോൾ ഒരേ ടീമിൽത്തന്നെ ഞങ്ങൾ അഞ്ചുപേരൊക്കെ ഉണ്ടാകും. രണ്ട് ജ്യേഷ്ഠന്മാർ–ഗോപാലൻ മാസ്റ്ററും രാഘവനും– നല്ല കളിക്കാരായിരുന്നു. ഇളയ സഹോദരന്മാരായ ചന്ദ്രനും പ്രഭാകരനും ഈ രംഗത്ത് വളർന്നുവന്നു. സഹോദരി പത്മിനി ടീച്ചർ നാടകത്തിൽ അഭിനയിക്കുമായിരുന്നു. കലാ കായികരംഗത്ത് ഞങ്ങളുടെ കുടുംബത്തിലെ മിക്കവരും പങ്കെടുത്തിരുന്നു. സ്കൂളിൽ പഠിക്കുമ്പോൾ എനിക്ക് പ്രസംഗിക്കാനുള്ള അവസരം ലഭിച്ചു. പൊതാവൂർ, കയ്യൂർ, നീലേശ്വരം രാജാസ് തുടങ്ങിയ സ്കൂളുകളിൽ പ്രസംഗമത്സരത്തിൽ മത്സരിച്ചപ്പോഴൊക്കെ ഒന്നാം സ്ഥാനത്ത് ഞാനായിരുന്നു. കാസർഗോഡ് ഗവൺമെന്റ് കോളേജിലും ഇത് തുടർന്നു. കോളേജ് മാഗസിനുകളിൽ അന്ന് ഞാൻ സ്ഥിരമായി ലേഖനമെഴുതിയിരുന്നു. കോളേജ് വോളിബോൾ ടീമിന്റെ ക്യാപ്റ്റനും ഞാനായിരുന്നു. അന്ന് മടപ്പള്ളി, ഫാറൂഖ് കോളേജുകളുമായുള്ള മത്സരങ്ങളിൽ കാസർഗോഡ് കോളേജിന് വിജയിക്കാൻ കഴിഞ്ഞു. അന്ന് ലേഖനങ്ങളും കവിതകളുമൊക്കെ എഴുതിയിരുന്നെങ്കിലും ഒന്നും സമാഹരിക്കാൻ കഴിഞ്ഞില്ല. കോളേജ് ജീവിതവും രാഷ്ട്രീയ പ്രവർത്തനവും അന്ന് ഒരേപോലെ കൊണ്ടുപോകാൻ

സാധിച്ചു. ട്രേഡ് യൂണിയൻ രംഗത്തും യുവജന രംഗത്തും പാർട്ടി പ്ര വർത്തനത്തിലും നേതൃത്വം വഹിക്കാൻ കഴിഞ്ഞു.

*ദേശാഭിമാനി*യുടെ ജനറൽ മാനേജരായിരുന്ന സമയത്ത് എഴു ത്തിനും വായനയ്ക്കും കൂടുതൽ സമയം കിട്ടി. അങ്ങനെയാണ് എഡിറ്റ് പേജിൽ കൂടുതലായി ലേഖനമെഴുതാൻ സാധിച്ചത്. പാർലമെന്റ് പ്രവർ ത്തനങ്ങളുടെ ഭാഗമായി നാല് മലയാള പുസ്തകങ്ങളും ഒരു ഇംഗ്ലീഷ് പുസ്തകവും പ്രസിദ്ധീകരിച്ചു. വിദേശയാത്രയുമായി ബന്ധപ്പെട്ട് വിയ റ്റ്നാം ഡയറിയും ചൈനീസ് അനുഭവങ്ങളും പ്രസിദ്ധീകരിച്ചു. ഫേസ് ബുക്ക് വന്നതോടെ ചെറിയ കവിതകൾ ഇതിൽ എഴുതിത്തുടങ്ങി. ചില കവിതകൾ *ദേശാഭിമാനി* വാരികയിൽ പ്രസിദ്ധീകരിച്ചു.

പാർട്ടി ചുമതലപ്പെടുത്തിയ രണ്ട് സാംസ്കാരിക സംഘടനകളു ടെ നേതൃത്വസ്ഥാനത്ത് ഞാൻ പ്രവർത്തിക്കുന്നുണ്ട്. ബഹ്റിനിൽ പ്ര വർത്തിക്കുന്ന കലാ ട്രസ്റ്റിന്റെയും അബുദാബിയിൽ പ്രവർത്തിക്കുന്ന

അബുദാബി ശക്തി അവാർഡ് സമർപ്പണം 2016

ശക്തി തീയറ്റേർസിന്റെയും അവാർഡ് കമ്മിറ്റികളുടെ ചെയർമാനായി പ്രവർത്തിക്കുന്നു. ഇപ്പോൾ കലാ ട്രസ്റ്റിന്റെ ചെയർമാൻ സ്ഥാനത്തു നിന്നും ഞാൻ മാറി. ശ്രദ്ധേയമായ പ്രവർത്തനമാണ് അബുദാബി ശ ക്തി തീയറ്റേർസ് നടത്തുന്നത്. അബുദാബിയിൽ പ്രത്യേകമായ സാംസ് കാരിക സംഘടനയെന്ന നിലയിലാണ് ഇതിന്റെ പ്രവർത്തനം. കേരള ത്തിൽ അബുദാബി ശക്തി അവാർഡ് കമ്മിറ്റിയുടെ കൺവീനർ സ. പി കണ്ണൻ നായരായിരുന്നു. ചെയർമാൻ സ. ടി കെ രാമകൃഷ്ണനും. ടി കെയുടെ വിയോഗശേഷമാണ് ഞാൻ ചെയർമാനായി ചുമതലയേറ്റത്. മലയാളത്തിൽ വിവിധ സാഹിത്യ ശാഖകളിലായി പന്ത്രണ്ടോളം അവാർ ഡുകൾ എല്ലാ വർഷവും നല്കുന്നു. നമ്മുടെ സംസ്ഥാനത്തെ വിവിധ

ജില്ലകളിൽ വച്ചാണ് അവാർഡ് വിതരണം നടക്കുന്നത്. മലയാളത്തിലെ ഒരു ജനകീയ അവാർഡായി അബുദാബി ശക്തി അവാർഡ് മാറി. ടി കെ രാമകൃഷ്ണൻ പുരസ്കാരവും തായാട്ട് അവാർഡും ഇതിന്റെ ഭാഗമായി നല്കുന്നു. ഇതിനാവശ്യമായ സാമ്പത്തികം കണ്ടെത്തുന്നത് അബുദാബിയിലെ നമ്മുടെ സഖാക്കൾ നല്കിയ തുക ബാങ്കിലിട്ട് അതിൽനിന്നും കിട്ടുന്ന പലിശ ഉപയോഗിച്ചാണ്. പിന്നീട് ശക്തി അവാർഡ് കമ്മിറ്റിയുടെ കൺവീനർ വർഷങ്ങളോളം അബുദാബിയിൽ പ്രവർത്തിച്ച എ കെ മൂസ മാസ്റ്ററായി. പ്രമുഖ കവി പ്രഭാവർമ്മ, പാർട്ടി നേതാവും മന്ത്രിയുമായ എം വി ഗോവിന്ദൻ മാസ്റ്റർ, അബുദാബിയിൽ ഓരോ വർഷവും മാറിമാറി വരുന്ന ഭാരവാഹികൾ തുടങ്ങിയവരാണ് അബുദാബി ശക്തി അവാർഡിന്റെ കമ്മിറ്റിയംഗങ്ങൾ.

ജനങ്ങളെ ഏറെ ആകർഷിച്ച കലാരൂപമാണ് കഥാപ്രസംഗം. ഇന്നും കഥാപ്രസംഗം നിലനില്ക്കുന്നുണ്ടെങ്കിലും മുൻകാലത്തെ പ്രതാപം ഇല്ലെന്നു കാണാം. കഥാപ്രസംഗത്തെ ജനകീയമാക്കുന്നതിൽ വലിയ പങ്കാണ് വി സാംബശിവന്. വ്യാസനും മാർക്സും സിദ്ധാർത്ഥ, ഇരുപതാം നൂറ്റാണ്ട്, അനീസ്യ, കുറ്റവും ശിക്ഷയും, ആയിഷ തുടങ്ങിയ നിരവധി കഥാപ്രസംഗങ്ങളിലൂടെ അദ്ദേഹം മലയാളികളുടെ ഹൃദയത്തിൽ സ്ഥാനം നേടി. ഓൾ ഇന്ത്യ സ്റ്റുഡന്റ്സ് ഫെഡറേഷനിലൂടെ രാഷ്ട്രീയ രംഗത്തെത്തിയ സാംബശിവൻ അടിയുറച്ച കമ്യൂണിസ്റ്റായിരുന്നു. അടിയന്തിരാവസ്ഥക്കാലത്ത് വിലക്ക് ലംഘിച്ച് കഥാപ്രസംഗം അവതരിപ്പിച്ചതിന്റെ പേരിൽ പത്ത് മാസം ജയിൽവാസം അനുഭവിച്ചു. 1996 ഏപ്രിൽ 23 ന് അദ്ദേഹം അന്തരിച്ചു. ഞാൻ ജില്ലാ സെക്രട്ടറിയായിരുന്നപ്പോൾ പാർട്ടി ധനശേഖരണാർത്ഥവും മറ്റുമായി നിരവധി തവണ ജില്ലയിൽ അദ്ദേഹത്തിന്റെ കഥാപ്രസംഗം സംഘടിപ്പിച്ചിട്ടുണ്ട്.

സാമ്രാജ്യത്വവിരുദ്ധസമരത്തിലെ സുപ്രധാന ഏടാണല്ലോ കയ്യൂർ സമരം. കയ്യൂർ സമരവുമായി ബന്ധപ്പെട്ട് നിരവധി കഥകളും കവിതകളും നോവലുകളും രചിക്കപ്പെട്ടു. ഡോ. കെ കെ എൻ കുറുപ്പ് എഴുതിയ *The Kayyur riot*, സ. വി വി കുഞ്ഞമ്പു എഴുതിയ *കയ്യൂർ* എന്നിവയൊക്കെ കയ്യൂർ സമരവുമായി ബന്ധപ്പെട്ട ശ്രദ്ധേയമായ രചനകളാണ്. ഞാൻ കാസർഗോഡ് കോളേജിൽ പഠിക്കുന്ന കാലത്ത് ഒരു കന്നഡ സുഹൃത്താണ് കന്നഡ ഭാഷയിൽ കയ്യൂരിനെക്കുറിച്ച് നോവൽ പ്രസിദ്ധീകരിച്ചിട്ടുണ്ടെന്ന് പറഞ്ഞത്. ശ്രദ്ധേയമായ നോവലായിരുന്നു നിരഞ്ജനയുടെ *ചിരസ്മരണ*. പിന്നീട് സി രാഘവൻ മാസ്റ്റർ അത് മലയാളത്തിലേക്ക് വിവർത്തനം ചെയ്തു. നിരഞ്ജനയുടെ *ചിരസ്മരണ*യുടെ ഉള്ളടക്കവും വിശദാംശങ്ങളും ചോർന്നുപോകാതെയായിരുന്നു വിവർത്തനം എന്നത് പ്രധാനമാണ്.

കയ്യൂർ സമരം സിനിമയാക്കാനുള്ള നിരവധി ശ്രമങ്ങൾ നടന്നു. ആദ്യ ഘട്ടത്തിൽ പ്രസിദ്ധ സംവിധായകൻ ജോൺ അബ്രഹാം സുഹൃത്തുക്കളോടൊപ്പം കയ്യൂർ സന്ദർശിച്ചു. കുറച്ചു ദിവസം നീലേശ്വരത്ത്

താമസിച്ച് സിനിമയുമായി ബന്ധപ്പെട്ട പ്രാരംഭപ്രവർത്തനങ്ങൾ നടത്തിയിരുന്നെങ്കിലും പൂർത്തിയാക്കാൻ കഴിഞ്ഞില്ല. കയ്യൂർ സമരം സിനിമയാക്കാൻ ജോൺ അബ്രഹാമിന് വലിയ ആഗ്രഹമുണ്ടായിരുന്നെങ്കിലും അദ്ദേഹത്തിന്റെ ആകസ്മികമായ മരണത്തെത്തുടർന്ന് ആ ശ്രമം ഉപേക്ഷിക്കപ്പെട്ടു. ജോൺ അബ്രഹാം തയ്യാറാക്കിയ തിരക്കഥ പില്ക്കാലത്ത് പുസ്തകരൂപത്തിൽ പ്രസിദ്ധീകരിച്ചു.

സ. ചാത്തുണ്ണിമാസ്റ്റർ മുൻകൈയെടുത്ത് കൊച്ചിയിലുള്ള ജനശക്തി ഫിലിംസിന്റെ നേതൃത്വത്തിലായിരുന്നു മറ്റൊരു ശ്രമം നടന്നത്. പി ഗോവിന്ദപ്പിള്ളയും ചാത്തുണ്ണി മാസ്റ്ററും ഉൾപ്പെടെയുള്ള പ്രമുഖരായിരുന്നു ജനശക്തി ഫിലിംസിന്റെ തുടക്കക്കാർ. സ. മൃണാൾസെന്നിനെക്കൊണ്ട് സിനിമ ചെയ്യിക്കാനായിരുന്നു ഇവരുടെ ആഗ്രഹം. മൃണാൾ സെന്നും ചാത്തുണ്ണി മാസ്റ്ററുമൊക്കെ കയ്യൂർ സന്ദർശിച്ചു. കണ്ണൂർവരെ തീവണ്ടിയിലായിരുന്നു മൃണാൾസെൻ എത്തിയത്. മൃണാൾസെൻ ആദ്യമായിട്ടാണ് കണ്ണൂരിലേക്ക് വരുന്നത്. ജില്ലയുടെ പലയിടങ്ങളിലും അദ്ദേഹത്തിന് വലിയ സ്വീകരണം നല്കി. കണ്ണൂർ, തളിപ്പറമ്പ, പയ്യന്നൂർ തുടങ്ങിയ സ്ഥലങ്ങളിൽ അദ്ദേഹത്തിന് നല്കിയ സ്വീകരണത്തിൽ സാംസ്കാരിക പ്രവർത്തകരുടെ നിറസാന്നിദ്ധ്യമുണ്ടായി. അരയാക്കടവിൽ തോണി കടന്നാണ് മൃണാൾസെന്നും സംഘവും കയ്യൂരിലെത്തിയത്. അന്ന് കണ്ണൂർ ജില്ലയുടെ ഭാഗമായിരുന്നു കയ്യൂർ. അതുകൊണ്ടുതന്നെ മൃണാൾസെന്നിനെ അനുഗമിക്കാൻ പാർട്ടി ചുമതലപ്പെടുത്തിയത് എന്നെയായിരുന്നു. കയ്യൂരിലെത്തിയ സംഘാംഗങ്ങൾ രക്തസാക്ഷിസ്മാരകം സന്ദർശിച്ചു. പിന്നീട് രക്തസാക്ഷികളുടെ കുടുംബാംഗങ്ങളെക്കണ്ട് സംസാരിച്ചു. രക്തസാക്ഷികുടുംബാംഗങ്ങളുമായുള്ള അദ്ദേഹത്തിന്റെ കൂടിക്കാഴ്ച വികാരനിർഭരമായിരുന്നു. തിരികെ നീലേശ്വരത്ത് എത്തിയ മൃണാൾസെൻ നീലേശ്വരത്ത് പാർട്ടിയാഫീസിൽ ഏറെനേരം വിശ്രമിച്ചു. സിനിമ നിർമ്മാണത്തെക്കുറിച്ച് വളരെ ആവേശത്തോടെയാണ് അദ്ദേഹം സംസാരിച്ചത്. കയ്യൂർ അദ്ദേഹത്തെ അത്രമേൽ സ്വാധീനിച്ചിരുന്നു. എന്നാൽ ബംഗാളിലേക്ക് തിരികെപ്പോയ അദ്ദേഹത്തിന് വീണ്ടും കേരളത്തിലെത്തി സിനിമയുടെ തുടർപ്രവർത്തനങ്ങൾ നടത്താൻ കഴിഞ്ഞില്ല. കയ്യൂർ സമരം സിനിമയാക്കുന്നതിനെക്കുറിച്ച് അദ്ദേഹം ആവേശത്തോടെ സംസാരിച്ചരുന്ന കാര്യം സ. എം എ ബേബി പിന്നീട് പറഞ്ഞു. മൃണാൾസെന്നിന്റെ അടുത്ത സുഹൃത്താണ് ബേബി.

മൂന്നാമത്തെ സംരംഭത്തിലാണ് കയ്യൂർ സമരം സിനിമയാകുന്നത്. ആലപ്പുഴ സ്വദേശി സി ജി ഭാസ്കരൻ പാർട്ടി സംസ്ഥാന സെക്രട്ടറി സ. വി എസിന്റെ കത്തുമായി എന്നെ വന്നു കണ്ടു. അന്ന് ഞാൻ പാർട്ടി ജില്ലാ സെക്രട്ടറിയാണ്. ആവശ്യമായ സഹായങ്ങൾ ചെയ്യണമെന്നാണ് കത്തിന്റെ ഉള്ളടക്കം. പാർട്ടി കഴിയാവുന്ന സഹായങ്ങളെല്ലാം നല്കി. സ. ലെനിൻ രാജേന്ദ്രനാണ് സംവിധായകൻ. ലെനിൻ രാജേന്ദ്രനും മറ്റും

പലതവണ കയ്യൂർ സന്ദർശിച്ചു. കയ്യൂർ സമരത്തെക്കുറിച്ച് ലഭ്യമായ ലേഖനങ്ങളും കുറിപ്പുകളും വായിച്ച് ചർച്ച ചെയ്തു. സിനിമയുടെ സ്വിച്ച് ഓൺ ചടങ്ങിൽ സ. വി എസ് പങ്കെടുത്തു. ചിത്രീകരണത്തിനിടയിൽ ലെനിൻ രാജേന്ദ്രൻ മടിക്കൈ, ഏച്ചിക്കാനം, മാടായി, ക്ലായിക്കോട്, പാലായി, കൂക്കോട് തുടങ്ങിയ പ്രദേശങ്ങളിൽ സഞ്ചരിച്ച് വിവരങ്ങൾ ശേഖരിച്ചു. കയ്യൂർ സമരത്തിൽ പങ്കെടുത്ത സഖാക്കളെ നേരിൽക്കണ്ട് സംസാരിച്ചു. കയ്യൂരിലെ പാർട്ടി പ്രവർത്തകർ അവരുടെ ചുമതല എന്ന നിലയിൽ ചിത്രീകരണവുമായി സഹകരിച്ചു. പല വേഷങ്ങളിലായി കയ്യൂരിലെ നിരവധി സഖാക്കൾ അഭിനയിച്ചു. മിക്കപ്പോഴും എനിക്ക് ലൊക്കേഷനിൽ പോകേണ്ടിവന്നു. ഇടയ്ക്ക് സാമ്പത്തിക പ്രയാസം കാരണം ഷൂട്ടിങ് നിർത്തിവച്ചപ്പോൾ സാമ്പത്തികമായും സഹായിക്കേണ്ടി വന്നു. കയ്യൂരിലെ ജനങ്ങൾ ആകെ പങ്കെടുത്ത ജനകീയ സിനിമയായിരുന്നു *മീനമാസത്തിലെ സൂര്യൻ*. എം രാജഗോപാലൻ, ഗോപാലൻ വൈദ്യർ, എം ബാലകൃഷ്ണൻ, ടി കുഞ്ഞിരാമൻ, ടി ദാമോദരൻ തുടങ്ങിയവരൊക്കെ സിനിമയുമായി കാര്യമായി സഹകരിച്ചു. അബൂബക്കറിന്റെ വേഷത്തിൽ മമ്മുട്ടി അഭിനയിക്കുമെന്നായിരുന്നു ആദ്യം കരുതിയതെങ്കിലും അദ്ദേഹത്തിന് എത്താൻ കഴിഞ്ഞില്ല. അബൂബക്കറായി സിനിമയിൽ തിളങ്ങിയത് മുരളി ആയിരുന്നു. അപ്പുവായി വേണുനാഗവള്ളി, ചിരുകണ്ടനായി വിജയ് മേനോൻ, കുഞ്ഞമ്പുവായി കക്ക രവി. അബൂബക്കറിന്റെ ഉമ്മയായി അഭിനയിച്ച സുകുമാരി കയ്യൂരിന്റെ ഉമ്മയായി മാറി. ശോഭനയും ഭരത് ഗോപിയും നെടുമുടിയും ബാലൻ കെ നായരും ഇന്നസെന്റുമൊക്കെ തകർത്തഭിനയിച്ചു. കഥയും തിരക്കഥയും സംഭാഷണവും സംവിധായകൻ ലെനിൻ രാജേന്ദ്രൻ തന്നെ. ഏഴാച്ചേരിയുടെയും ഒ എൻ വിയുടെയും ഗാനങ്ങൾ എം ബി ശ്രീനിവാസന്റെ സംഗീതത്തിൽ യേശുദാസും എസ് ജാനകിയും വാണിജയറാമും ആലപിച്ചു. ഈ ചലച്ചിത്രത്തിന്റെ ഛായാഗ്രാഹകൻ ഷാജി എൻ കരുൺ ആയിരുന്നു.

തീയറ്ററിലെത്തിയ *മീനമാസത്തിലെ സൂര്യൻ* വലിയ ജനകീയാംഗീകാരം നേടി. പലയിടത്തും സിനിമ അവസാനിക്കുമ്പോൾ പാർട്ടി സഖാക്കൾ ആവേശത്തോടെ കയ്യൂർ രക്തസാക്ഷികൾക്ക് മുദ്രാവാക്യം വിളിച്ചു. സാമ്രാജ്യത്വത്തിനെതിരായ പോരാട്ടം ഇത്രയേറെ ശക്തമായി ജനങ്ങളിലേക്കെത്തിയത് അത്യപൂർവ്വമാണ്. എറണാകുളത്തു നടന്ന സിനിമയുടെ ഉദ്ഘാടനച്ചടങ്ങിലേക്ക് ഇതുമായി ബന്ധപ്പെട്ട മുഴുവൻ സഖാക്കളെയും ക്ഷണിച്ചു. കയ്യൂരിന്റെ പ്രകൃതിഭംഗിയും തേജസ്വിനിയുടെ മനോഹാരിതയും സിനിമയിൽ പൂർണ്ണമായും പകർത്താൻ കഴിഞ്ഞു. മികച്ച സംവിധായകനുള്ള അവാർഡ് ഈ സിനിമയിലൂടെ ലെനിൻ രാജേന്ദ്രനെ തേടിയെത്തി.

സിനിമയുമായി ബന്ധപ്പെട്ട് ഓർമ്മവരുന്ന ഒരു കാര്യംകൂടി സൂചി

പ്പിക്കാം. സിനിമയുടെ അഭിനേതാക്കൾക്കും അണിയറപ്രവർത്തകർക്കും താമസ സൗകര്യം ഏർപ്പെടുത്തിയത് നീലേശ്വരം മിലൻ ലോഡ്ജിലായിരുന്നു. നിരവധി ജനപ്രിയ സിനിമാ പ്രവർത്തകർ നീലേശ്വരത്ത് താമസിക്കുന്നുണ്ടെന്നറിഞ്ഞ് ആരാധകർ മിലൻ ലോഡ്ജിന് മുന്നിൽ തടിച്ചുകൂടുന്നത് പതിവായി. പലപ്പോഴും ലോഡ്ജിൽനിന്നും സിനിമാ പ്രവർത്തകർക്ക് പുറത്തിറങ്ങാൻ പോലും കഴിയാത്ത സ്ഥിതിയുണ്ടായി. ജനക്കൂട്ടത്തെ പൊലീസ് എത്തിയാണ് നിയന്ത്രിച്ചത്.

എ കെ ജിയുടെ ജീവിതത്തെ ആസ്പദമാക്കി സിനിമ നിർമ്മിക്കണമെന്ന് ഷാജി എൻ കരുൺ മുമ്പുതന്നെ അഭിപ്രായപ്പെട്ടിരുന്നു. എ കെ ജിയെ ചികിത്സിച്ചിരുന്ന ഡോ. പി കെ ആർ വാര്യർ ഇക്കാര്യം നിർദ്ദേശിച്ചിരുന്നതായി ഷാജി പറഞ്ഞു. പി കെ ആർ വാര്യരുടെ ജാമാതാവാണ് ഷാജി എൻ കരുൺ. എ കെ ജിയെക്കുറിച്ചുള്ള സിനിമയെടുക്കുന്നത് ജനകീയ പങ്കാളിത്തത്തോടെ ആയിരിക്കണമെന്നതും അദ്ദേഹത്തിന് ആഗ്രഹമുണ്ടായിരുന്നു. ജനങ്ങളിൽനിന്നും നൂറ് രൂപ വീതം ശേഖരിച്ച് സിനിമ നിർമ്മിക്കാനായിരുന്നു അദ്ദേഹത്തിന്റെ പദ്ധതി. ഇംഗ്ലീഷിലും ഹിന്ദിയിലുമുള്ള *ഗാന്ധി* സിനിമ ചൂണ്ടിക്കാട്ടിയാണ് ഷാജി ഇക്കാര്യം അവതരിപ്പിച്ചത്. പാർട്ടി സെക്രട്ടറി പിണറായിയുമായും ഇക്കാര്യം ചർച്ച ചെയ്തു അനുകൂല തീരുമാനമെടുത്തു. എന്നാൽ മറ്റു പല തിരക്കുകൾ കാരണം ഈ പദ്ധതി മുന്നോട്ടുപോയില്ല. എ കെ ജിയെ കുറിച്ചുള്ള സിനിമ ഷാജിയുടെ വലിയൊരാഗ്രഹമായിത്തന്നെ നിലനിന്നു. കുറച്ചുകാലത്തിനുശേഷം ഡോക്യുമെന്ററിയായി നിർമ്മിക്കാനുള്ള ശ്രമമാരംഭിച്ചു. പുരോഗമന കലാസാഹിത്യസംഘം കാസർഗോഡ് ജില്ലാ കമ്മിറ്റി നിർമ്മാണം സംബന്ധിച്ച കാര്യങ്ങൾ ചർച്ചചെയ്തു. എഴുത്തുകാരൻ കൂടിയായ പി വി കെ പനയാൽ സ്ക്രിപ്റ്റ് തയ്യാറാക്കി. ഡോക്യുമെന്ററി ആകുമ്പോഴും അഭിനേതാക്കൾക്കായി ഷാജി എൻ കരുൺ അന്വേഷണം നടത്തി. എ കെ ജിയെയും സുശീല ഗോപാലനെയും അവതരിപ്പിക്കാനുള്ള അഭിനേതാക്കളെ കണ്ടെത്തൽ എളുപ്പമല്ല. കഥാപാത്രങ്ങളുമായുള്ള സാദൃശ്യം വളരെ പ്രധാനപ്പെട്ടതാണ്. അങ്ങനെയാണ് സീരിയൽ നടനായ ശ്രീകുറിനെ എ കെ ജിയുടെ വേഷത്തിൽ അഭിനയിക്കാനായി കണ്ടെത്തിയത്. സുശീല ഗോപാലന്റെ വേഷത്തിൽ പ്രശസ്തനടി അർച്ചനയെ തീരുമാനിച്ചു. ഈ സിനിമയുമായി ബന്ധപ്പെട്ട് പെരളശ്ശേരി, മുഹമ്മ, കണ്ണൂർ സെൻട്രൽ ജയിൽ, പൂജപ്പുര സെൻട്രൽ ജയിൽ, ഡൽഹി തുടങ്ങിയ സ്ഥലങ്ങൾ സന്ദർശിച്ചു. എ കെ ജിയുമായി ബന്ധപ്പെട്ട നിരവധിയാളുകളുമായി സംസാരിച്ചു. പുരോഗമന കലാ സാഹിത്യസംഘത്തോടൊപ്പം അബുദാബി ശക്തി തീയറ്റേർസും ഇതിന്റെ നിർമ്മാണത്തിൽ പങ്കാളിയായി. പുരോഗമന കലാസാഹിത്യ സംഘത്തിന്റെ പ്രധാനപ്പെട്ട പ്രവർത്തകരായ അഡ്വ. കെ പുരുഷോത്തമൻ, അഡ്വ. പി അപ്പുക്കുട്ടൻ, പി വി കെ പനയാൽ, രവീന്ദ്രൻ കൊടക്കാട് തു

ടങ്ങിയവർ സിനിമയുടെ നിർമ്മാണത്തിൽ പങ്കെടുത്തു. എ കെ ജിയുടെ പെരളശ്ശേരിയിലെ വീടും സുശീല ഗോപാലന്റെ വീടായ മുഹമ്മയിലെ ചീരപ്പൻചിറ വീടും ഡൽഹിയിൽ എ കെ ജി താമസിച്ച 4, അശോകയും പാർലമെന്റ് മന്ദിരവും ചിത്രീകരിച്ചു. പുജപ്പുര ജയിൽ, നിയമസഭാമന്ദിരം, മുടവൻമുഗൾ കൊട്ടാരം മുതലായ സ്ഥലങ്ങളിലും ഷൂട്ടിങ് നടന്നു. പാർട്ടിയുടെ കണ്ണൂർ, ആലപ്പുഴ, തിരുവനന്തപുരം ജില്ലാക്കമ്മിറ്റികൾ ഇതിന്റെ നിർമ്മാണത്തിൽ വലിയ പങ്കുവഹിച്ചു. വിവിധ കേസുകളിൽ എ കെ ജിക്കുവേണ്ടി കോടതിയിൽ ഹാജരായിരുന്നത് വർക്കല രാധാകൃഷ്ണൻ ആയിരുന്നു. സിനിമയിലെ കോടതി രംഗങ്ങളിലും വർക്കല രാധാകൃഷ്ണൻ എ കെ ജിയുടെ അഭിഭാഷകനായി കോട്ടണിഞ്ഞു. സിനിമയിൽ ജഡ്ജിയായി വേഷമിട്ടത് അഡ്വ. പി അപ്പുക്കുട്ടൻ ആയിരുന്നു. പ്രധാന കഥാപാത്രങ്ങളൊഴികെ മറ്റെല്ലാം പാർട്ടി സഖാക്കൾ തന്നെയായിരുന്നു അവതരിപ്പിച്ചത്. ഈ സിനിമയിലെ ശ്രദ്ധേയമായ ഭാഗം ഇന്ത്യൻ പാർലമെന്റിനകത്തെ ചിത്രീകരണമാണ്. ചരിത്രത്തിലാദ്യമായിട്ടാണ് ഇന്ത്യൻ പാർലമെന്റ് മന്ദിരത്തിനകത്ത് ഒരു സിനിമയുടെ ചിത്രീകരണം നടക്കുന്നത്. പാർലമെന്റിന്റെ സെൻട്രൽ ഹാൾ, ലൈബ്രറി, വിവിധ കമ്മിറ്റികളുടെ ഓഫീസ്, തീൻമൂർത്തി ഭവൻ തുടങ്ങിയ സ്ഥലങ്ങളിൽ ചിത്രീകരണം നടന്നു. ചിത്രീകരണം നടക്കുന്ന സമയത്ത് സോമനാഥ് ചാറ്റർജി ആയിരുന്നു ലോക്സഭാ സ്പീക്കർ. എ കെ ജിയുമായി അദ്ദേഹത്തിനുണ്ടായിരുന്ന അടുപ്പം പാർലമെന്റ് മന്ദിരത്തിനുള്ളിലെ ചിത്രീകരണം നടത്താൻ അനുവദിക്കാൻ കാരണമായി. എം പി എന്ന നിലയിൽ പലപ്പോഴായി ഞാനും ഇടപെട്ടിരുന്നു. നെഹ്റുവിന്റെയും ഇന്ദിരയുടെയും വേഷത്തിൽ അഭിനയിച്ചത് ഫിലിം ഇൻസ്റ്റിറ്റ്യൂട്ടിൽനിന്നും പഠനം പൂർത്തിയാക്കിയ ആഷിഖ്, ശുഭ ശർമ്മ എന്നിവരായിരുന്നു. എം പി പരമേശ്വരൻ (ഇ എം എസ്.), പുനത്തിൽ കുഞ്ഞബ്ദുള്ള (സി എച്ച് മുഹമ്മദ് കോയ), ബി കെ വിശ്വംഭരൻ നായർ, വിതുര (പട്ടം താണുപിള്ള), സോണി കോട്ടയം (പി ടി ചാക്കോ), രവീന്ദ്രൻ കൊടക്കാട് (ആർ ശങ്കർ), ജയദേവൻ കരിവെള്ളൂർ (എ വി കുഞ്ഞമ്പു) എന്നിവർ അഭിനേതാക്കളായി. കൂടാതെ ലോനപ്പൻ നമ്പാടൻ, ഉണ്ണികൃഷ്ണൻ നമ്പൂതിരി, കെ കുഞ്ഞിരാമൻ തുടങ്ങി നിരവധി പേർ സിനിമയിൽ വിവിധ കഥാപാത്രങ്ങളെ അവതരിപ്പിച്ചു. സിനിമയുമായി ബന്ധപ്പെട്ട നടീനടന്മാരെല്ലാം ഡൽഹിയിലേക്ക് വിമാനത്തിലാണ് പോയത്. കേരളത്തിനകത്തും പുറത്തും നിന്നുള്ള പല എം പിമാരും വിമാനടിക്കറ്റ് സ്പോൺസർ ചെയ്തു. അതിന് മുൻകൈയെടുത്തതും ഞാനാണ്. അതുകൊണ്ടാണ് ഇത്രയധികം നടീനടന്മാരെ ഡൽഹിയിലേക്ക് കൊണ്ടുപോകാൻ കഴിഞ്ഞത്. ഇതൊരു ഡോക്യുമെന്ററി ആയിട്ടാണ് ഷാജി എൻ കരുൺ ഷൂട്ടിങ് ആരംഭിച്ചതെങ്കിലും വലിയതോതിൽ ലഭിച്ച ജനപങ്കാളിത്തംകൊണ്ട് സിനിമയാക്കി മാറ്റുകയായിരുന്നു. ഇതിന്റെ പരിമിതി ഷാജി പിന്നീട് ചൂണ്ടിക്കാട്ടി.

കയ്യൂർ

കയ്യൂരിനോമനപ്പൊന്നുമക്കൾ
വീരസഖാക്കളനശ്വരന്മാർ
അപ്പു ചിരുകണ്ടനബൂബക്കർ
കുഞ്ഞമ്പുനായര് നാലുപേര്
നാടിൻ വിമോചനപ്പോർക്കളത്തിൽ
ജീവിതമർപ്പിച്ച ധീരന്മാര്
തേജസ്വിനീപ്പുഴ തേജസ്സോടെ
കയ്യൂരിന്നോർമ്മ പുതുക്കിടുന്നു
പാടത്തിൽ കൊയ്ത്തരിവാളുമേന്തി
കൊയ്തവർ മുന്നോട്ട് നീങ്ങിടുമ്പോൾ
കയ്യൂരിൽപെണ്ണുങ്ങൾ നീട്ടിപ്പാടും
കയ്യൂർ സഖാക്കൾ തൻവീരഗാഥ.

കയ്യൂരിൻ സിംഹങ്ങൾ ഗർജ്ജിച്ചപ്പോൾ
ജയിലറ ഭേദിച്ചുയർന്ന ശബ്ദം
കഴുമരം ഞെട്ടിത്തരിച്ചുപോയി
ആരാച്ചാർ പൊട്ടിക്കരഞ്ഞുപോയി
ആ രാത്രി കയ്യൂരുറങ്ങിയില്ല.
ആയിരം ചെങ്കൊടി പാറിവാനിൽ
കണ്ണീരിൽ കയ്യൂർ കുതിർന്നിട്ടില്ല
രക്തത്തിൽ കയ്യൂർ ചുവന്നുവന്നു.

കയ്യൂർ സഖാക്കൾ തെളിച്ചപാത
മാനവമോചന മാർഗ്ഗരേഖ
രക്തനക്ഷത്രമായി കയ്യൂരിന്നും
മർദ്ദിതർക്കാവേശമേകിടുന്നു.

ഭാഗം 3

ദേശാഭിമാനിയോടൊപ്പം

പാർട്ടി കാസർകോഡ് ജില്ലാസെക്രട്ടറി ആയിരിക്കുമ്പോഴാണ് *ദേശാഭിമാനി* ജനറൽ മാനേജരായി ചുമതലയേറ്റെടുക്കണമെന്ന നിർദ്ദേശം പാർട്ടി സംസ്ഥാനകമ്മിറ്റിയിൽനിന്നും വന്നത്. സംസ്ഥാന സെക്രട്ടറിയായിരുന്ന സ. വി എസ് ഇക്കാര്യം നേരിട്ട് സംസാരിച്ചു. പാർട്ടി സംഘടനാ രംഗത്ത് പ്രവർത്തിക്കാനായിരുന്നു എനിക്ക് വ്യക്തിപരമായി താല്പര്യം. അക്കാര്യം ഞാൻ പാർട്ടി നേതൃത്വത്തെ അറിയിച്ചു. എന്നാൽ പാർട്ടി തീരുമാനമെന്ന നിലയിൽ *ദേശാഭിമാനി* ചുമതല ഏറ്റെടുക്കേണ്ടി വന്നു. കൊച്ചിയിൽ *ദേശാഭിമാനി* ജനറൽ മാനേജരായി പ്രവർത്തിച്ചിരുന്ന സ. പി കണ്ണൻ നായർ മരണപ്പെട്ടതിനെത്തുടർന്നാണ് പാർട്ടി ഇത്തരമൊരു തീരുമാനത്തിലേക്കെത്തിയത്. കണ്ണൻ നായർ പയ്യന്നൂരിലെ ആദ്യകാല കർഷക-കമ്യൂണിസ്റ്റ് നേതാവാണ്. മുനയൻകുന്ന് സമരത്തിൽ കണ്ണൻ നായർ ഉണ്ടായിരുന്നു. പത്രപ്രവർത്തനത്തിന്റെ സങ്കീർണ്ണതകൾ ഒന്നുമറിയാത്ത കണ്ണൻ നായർ *ദേശാഭിമാനി*യിൽ അത്ഭുതകരമായ മാറ്റങ്ങളുണ്ടാക്കി. പാർട്ടി സംസ്ഥാനകമ്മിറ്റി അംഗമായിരുന്ന സഖാവ് എറണാകുളത്ത് *ദേശാഭിമാനി*യിൽ താമസിച്ചുകൊണ്ടായിരുന്നു പ്രവർത്തിച്ചത്. വാർത്ത മുതൽ പത്രവിതരണം വരെയുള്ള കാര്യങ്ങളിൽ അദ്ദേഹം ഏറെ ശ്രദ്ധിച്ചു.

സംഘടനാ രംഗത്തും പ്രക്ഷോഭരംഗത്തുമൊക്കെ പ്രവർത്തിച്ചിരുന്ന എനിക്ക് ഒരു സ്ഥാപനത്തിന്റെ ജനറൽ മാനേജരായി പ്രവർത്തിക്കാനാകുമോ എന്ന ചിന്ത വല്ലാതെ അലട്ടി. ജനറൽ മാനേജർ എന്ന നിലയിൽ എന്റെ പ്രവർത്തനം ആരംഭിച്ചത് *ദേശാഭിമാനി*യുടെ കൊച്ചി യൂണിറ്റിൽ ആണ്. പത്രത്തിന്റെ നടത്തിപ്പുമായി ബന്ധപ്പെട്ട് യാതൊരു പരിചയവും എനിക്കുണ്ടായിരുന്നില്ല. അന്ന് താമസിച്ചിരുന്നത് ദേശാഭി

മാനിയിൽത്തന്നെയാണ്. അതുകൊണ്ട് പത്രത്തിന്റെ വിവിധ സെക്ഷനുകളുമായി നേരിട്ട് ഇടപെടാനും കാര്യങ്ങൾ മനസ്സിലാക്കാനും കൂടുതൽ അവസരങ്ങളുണ്ടായി. ഡെസ്പാച്ച്, പ്രിന്റിങ്, ലേ ഔട്ട്, ഡി ടി പി, എഡിറ്റോറിയൽ തുടങ്ങിയ രംഗങ്ങളിലും മാർക്കറ്റിങ്, പരസ്യം, അക്കൗണ്ടിങ് തുടങ്ങിയ രംഗങ്ങളിലുമുള്ള പ്രവർത്തനങ്ങൾ നേരിട്ടു മനസ്സിലാക്കാൻ അക്കാലത്ത് കഴിഞ്ഞു. അങ്ങനെ പത്രത്തിന്റെ നടത്തിപ്പുമായി ബന്ധപ്പെട്ട കാര്യങ്ങൾ നേരിട്ടു മനസ്സിലാക്കിക്കൊണ്ടാണ് യഥാർത്ഥത്തിൽ പത്രപ്രവർത്തനം ഞാൻ ആരംഭിച്ചത്. ദേശാഭിമാനിയിലെ അന്നത്തെ യൂണിറ്റുകളിൽ പ്രധാനപ്പെട്ടതാണ് കൊച്ചി എഡിഷൻ. എല്ലാ എഡിഷനുകളിലേക്കുമുള്ള പൊതു നിർദ്ദേശങ്ങൾ നല്കിയിരുന്നത് കൊച്ചിയിൽ നിന്നാണ്. പാർട്ടി എറണാകുളം ജില്ലാ സെക്രട്ടറി സ. എ പി വർക്കി *ദേശാഭിമാനി* പ്രവർത്തനങ്ങൾക്ക് വലിയ സഹായമാണ് നൽകിയത്. എറണാകുളം ജില്ലാ കമ്മിറ്റിയുമായി നല്ല ബന്ധം ഉണ്ടാക്കാൻ അന്ന് സാധിച്ചു. കേരളത്തിലാദ്യമായി *ദേശാഭിമാനി*യുടെ വലിയ മേള നടന്നത് എറണാകുളത്താണ്. അമ്പതിനായിരത്തിൽ കൂടുതൽ ആളുകളെ വരിക്കാരാക്കാൻ ഓരോ തവണയും കഴിഞ്ഞു. ഇതു മറ്റ് എഡിഷനുകൾക്കും മാതൃകയായി. കൊച്ചി യൂണിറ്റിൽനിന്നും പ്രസിദ്ധീകരിച്ച കളിക്കളം കേരളത്തിലെ പ്രധാനപ്പെട്ട കായിക പ്രസിദ്ധീകരണമായിരുന്നു. സംസ്ഥാനത്തെ പ്രധാനപ്പെട്ട സ്പോർട്സ് ലേഖകനായിരുന്ന രവീന്ദ്രനാഥായിരുന്നു അതിന്റെ എഡിറ്റർ. കേരളത്തിലെ ഏറ്റവും കഴിവുറ്റ പത്രപ്രവർത്തകരുടെ കേന്ദ്രമായി *ദേശാഭിമാനി* മാറി. ഇതര പത്രങ്ങളുമായി മത്സരിക്കുന്ന നിലയിലേക്ക് *ദേശാഭിമാനി*യുടെ പ്രവർത്തനം പടിപടിയായി ഉയർന്നുവന്നു. മുൻകാലത്ത് എല്ലാ വർഷവും പാർട്ടി *ദേശാഭിമാനി*ക്കായി പ്രത്യേക ഫണ്ട് പിരിച്ചിരുന്നു. ഹുണ്ടിക കളക്ഷൻ വഴിയാണ് അത് ശേഖരിച്ചത്. ഇത് ആദ്യഘട്ടത്തിൽ സാമ്പത്തിക പ്രയാസം തരണം ചെയ്യാൻ ഏറെ സഹായിച്ചു. കോഴിക്കോടും കൊച്ചിയിലും ദേശാഭിമാനിയുടെ തുടക്കം കല്ലച്ചിലായിരുന്നല്ലോ. പിന്നീട് ഡി ടി പി വന്നു. അതോടെ കല്ലച്ചിലെ തൊഴിലാളികളെ ഒരുമിച്ച് ഒഴിവാക്കണം. അതുപക്ഷേ, *ദേശാഭിമാനി*ക്ക് കഴിയുമായിരുന്നില്ല. അതുകൊണ്ട് പടിപടിയായി നവീകരണത്തിലേക്ക് പോകുന്ന പ്രക്രിയയാണ് *ദേശാഭിമാനി* സ്വീകരിച്ചത്. തിരുവനന്തപുരം എഡിഷൻ ആരംഭിക്കുമ്പോൾ പൂർണ്ണമായും ഡി ടി പിയിൽ ആയി. പിന്നീടുള്ള എല്ലാ എഡിഷനുകളിലും തുടക്കം മുതൽ ഡി ടി പിയും കളർപ്രിന്റിങ്ങും ആരംഭിച്ചു. എട്ട് പേജുള്ള പത്രം പത്തും പതിനാറും പേജിലേക്ക് വളർന്നു. ഞാൻ *ദേശാഭിമാനി* ജനറൽ മാനേജരായ ശേഷം പുതിയതായി ആരംഭിച്ച എഡിഷനാണ് കണ്ണൂർ. സ. നായനാർ പാർട്ടി സെക്രട്ടറി ആയിരിക്കുമ്പോൾ കണ്ണൂരിൽ *ദേശാഭിമാനി* എഡിഷൻ ആരംഭിക്കണമെന്ന ആശയം മുന്നോട്ടുവച്ചിരുന്നു. ഒരു എഡിഷന്റെ സമ്പൂർണ്ണ പ്രവർത്തനത്തിൽ ആദ്യം മുതൽ ഇടപെടാൻ എനിക്ക് സാധിച്ചത് കണ്ണൂർ യൂണിറ്റിലൂടെയാണ്. *ദേശാ*

ഭിമാനി ആദ്യമായി വാർഷിക-ത്രൈവാർഷിക വരിക്കാരെ ചേർക്കാനാരംഭിച്ചത് കണ്ണൂർ എഡിഷനിലായിരുന്നു. കണ്ണൂർ എഡിഷന്റെ പ്രവർത്തനത്തിനാവശ്യമായ മൂലധനം സമാഹരിക്കാൻ വേണ്ടിയാണ് വാർഷിക-ത്രൈവാർഷിക വരിക്കാരെ ചേർത്തത്. കണ്ണൂർ, കാസർഗോഡ് ജില്ലകളിലെ പ്രധാനപ്പെട്ട സ്ഥാപനങ്ങൾ, വ്യക്തികൾ, പാർട്ടി കമ്മിറ്റികൾ എന്നിവയുടെ സഹകരണത്തോടെയാണ് സ്കീം വിജയിപ്പിച്ചത്. കണ്ണൂർ-കാസർഗോഡ് ജില്ലകളിലെ പാർട്ടി സഖാക്കൾ ഒരു വികാരം എന്ന നിലയിലാണ് *ദേശാഭിമാനി*യെ ഏറ്റെടുത്തത്. എഡിഷന്റെ ഉദ്ഘാടന വേദി രാഷ്ട്രീയ-സാംസ്കാരിക-മാധ്യമ രംഗത്തെ പ്രമുഖരാൽ

ദേശാഭിമാനി കണ്ണൂർ എഡിഷൻ ഉദ്ഘാടനം. സുർജിത്ത്, ഇ എം എസ്, ഇ കെ നായനാർ തുടങ്ങിയവരോടൊപ്പം

സമ്പുഷ്ടമായി. സി പി ഐ (എം) ജനറൽ സെക്രട്ടറി സ. ഹർകിഷൻ സിങ് സുർജിത്തായിരുന്നു കണ്ണൂർ എഡിഷന്റെ ഉദ്ഘാടനം നിർവ്വഹിച്ചത്. സഖാക്കൾ ഇ എം എസ്, നായനാർ, ചടയൻ, വി എസ്, പിണറായി, *മാതൃഭൂമി* മാനേജിങ് ഡയറക്ടർ എം പി വീരേന്ദ്രകുമാർ, *മലയാള മനോരമ* പത്രാധിപർ കെ എം മാത്യു തുടങ്ങി നിരവധി പ്രഗത്ഭർ ഉദ്ഘാടനവേദിയിലെത്തി. അമ്പതിനായിരത്തിൽപ്പരം ആളുകൾ ഉദ്ഘാടനത്തിന് സാക്ഷികളായി. പി ശശി ആയിരുന്നു കണ്ണൂർ എഡിഷന്റെ ആദ്യ മാനേജർ. കണ്ണൂർ എഡിഷന്റെ പ്രവർത്തനങ്ങൾ നടക്കുമ്പോൾ മിക്ക ദിവസങ്ങളിലും ഞാൻ കണ്ണൂരിൽത്തന്നെ താമസിക്കുമായിരുന്നു.

അടുത്ത എഡിഷൻ കോട്ടയത്താണ്. കോട്ടയം പോലൊരു സ്ഥലത്ത് നമ്മുടെ പത്രം വിജയിക്കുമോ എന്ന സംശയമുണ്ടായിരുന്നു. പാർ

ട്ടിക്ക് വലിയ സ്വാധീനമില്ലാത്ത പ്രദേശം. പോരാത്തതിന് *മലയാള മനോരമ*യുടെ തട്ടകം. ഇതൊക്കെ ആശങ്കപ്പെടുത്തുന്ന കാര്യമാണ്. അന്ന് സ. നായനാർ പറഞ്ഞ വാക്കുകൾ എക്കാലത്തും പ്രസക്തമാണ്.

"എതിരാളികളെ പരാജയപ്പെടുത്താൻ കഴിയണമെങ്കിൽ അവരുടെ കേന്ദ്രത്തിൽ പോയിത്തന്നെ യുദ്ധം ചെയ്യണം."

ചടയൻ ഗോവിന്ദൻ

അന്ന് എറണാകുളം, ആലപ്പുഴ, കോട്ടയം, ഇടുക്കി, തൃശ്ശൂർ ജില്ലകൾ കൊച്ചി എഡിഷന്റെ ഭാഗമായിരുന്നു. കോട്ടയത്തും ഇടുക്കിയിലും രാവിലെ പത്രം എത്തിക്കാനുള്ള ബുദ്ധിമുട്ടുകൂടി പരിഗണിച്ചായിരുന്നു കോട്ടയം എഡിഷൻ ആരംഭിക്കാനുള്ള നിർദ്ദേശം ഉയർന്നത്. അന്ന് സ. ചടയൻ ആയിരുന്നു പാർട്ടി സംസ്ഥാന സെക്രട്ടറി. ഒരു ദിവസം എന്നോട് തീർത്തും അപ്രതീക്ഷിതമായി ചടയൻ കോട്ടയം എഡിഷനുമായി ബന്ധപ്പെട്ട കാര്യങ്ങൾ സംസാരിച്ചു. 'മൂന്ന് മാസത്തിനുള്ളിൽ കോട്ടയത്തുനിന്നും *ദേശാഭിമാനി* ഇറക്കണം.' ചടയന്റെ നിർദ്ദേശം അതായിരുന്നു. സാധാരണ നിലയിൽ തീർത്തും അസാദ്ധ്യമായൊരു കാര്യമാണ് ചടയൻ മുന്നോട്ടുവച്ചത്. എന്നാൽ ആ തീരുമാനം നടപ്പിലാക്കാൻ യുദ്ധകാലാടിസ്ഥാനത്തിൽ പ്രവർത്തനം ആരംഭിച്ചു. മറ്റൊരു പ്രസിൽ *ദേശാഭിമാനി* അച്ചടി ആരംഭിച്ചു. അതോടൊപ്പം സ്വന്തം സ്ഥലമെടുപ്പ്, കെട്ടിട നിർമ്മാണം, യന്ത്രസാമഗ്രികൾ എത്തിക്കൽ തുടങ്ങിയവയൊക്കെ കൃത്യമായി നടന്നു. ഈ സമയത്ത് പാർട്ടി കോട്ടയം ജില്ലാ കമ്മിറ്റി ഓഫീസിൽ താമസിച്ചുകൊണ്ടാണ് *ദേശാഭിമാനി* പ്രവർത്തനങ്ങൾക്ക് ഞാൻ നേതൃത്വം നല്കിയത്. കണ്ണൂരിലെന്നപോലെ കോട്ടയത്തും പത്രത്തിന് വാർഷിക വരിക്കാരെ ചേർത്തുകൊണ്ടാണ് മൂലധനം കണ്ടെത്തിയത്. സർക്കുലേഷൻ പ്രവർത്തനങ്ങളെ പാർട്ടി കോട്ടയം ജില്ലാ കമ്മിറ്റി രാഷ്ട്രീയ ദൗത്യമായി ഏറ്റെടുത്തു. ഒരു വർഷംകൊണ്ട് പുതിയ കെട്ടിടത്തിന്റെ നിർമ്മാണം പൂർത്തിയായി. പതിനായിരങ്ങൾ പങ്കെടുത്ത ഉദ്ഘാടന സമ്മേളനം അക്ഷരനഗരിക്ക് പുതിയൊരനുഭവമായി. സഖാക്കൾ ഇ എം എസ്, നായനാർ, വി എസ്, വൈക്കം വിശ്വൻ, ഇതര പത്രങ്ങളുടെയും രാഷ്ട്രീയ പാർട്ടികളുടെയും നേതാക്കൾ തുടങ്ങി ജീവിതത്തിന്റെ

വ്യത്യസ്ത മേഖലയിലുള്ളവർ ഉദ്ഘാടനത്തിനെത്തി. പ്രൊഫ: എം ടി ജോസഫ് കോട്ടയം എഡിഷന്റെ ആദ്യ മാനേജരായി ചുമതലയേറ്റു. വൻകിട പത്രങ്ങളുടെ കേന്ദ്രമാണ് കോട്ടയം. അതുകൊണ്ടുതന്നെ സർക്കുലേഷൻ ഉൾപ്പെടെയുള്ള മേഖലകളിൽ ആദ്യഘട്ടത്തിൽ വലിയ പ്രയാസം അനുഭവപ്പെട്ടു. എന്നാൽ പില്ക്കാലത്ത് അതൊക്കെ പരിഹരിക്കാൻ *ദേശാഭിമാനി*ക്ക് കോട്ടയത്ത് സാദ്ധ്യമായി. പാർട്ടി ജില്ലാ സെക്രട്ടറി സ. വൈക്കം വിശ്വൻ എഡിഷന്റെ കാര്യത്തിൽ പ്രത്യേകം ശ്രദ്ധിച്ചിരുന്നു.

*ദേശാഭിമാനി*യുടെ വളർച്ചയുടെ മറ്റൊരു പൊൻതൂവലാണ് തൃശ്ശൂർ എഡിഷൻ. സാംസ്കാരിക കേരളത്തിന്റെ തലസ്ഥാനമായ തൃശ്ശൂരിലേ

ദേശാഭിമാനി പരിപാടിയിൽ പൃഥിരാജ്, നവ്യനായർ എന്നിവർ സന്ദർശിച്ചപ്പോൾ

ക്കുള്ള പത്രം എത്തിച്ചിരുന്നത് കൊച്ചിയിൽ നിന്നാണ്. മറ്റു പല പത്രങ്ങളും പുതിയ എഡിഷനുകൾ ആരംഭിച്ചതോടെ *ദേശാഭിമാനി*ക്കും *തൃശ്ശൂരിൽ* എഡിഷൻ തുടങ്ങേണ്ടത് അനിവാര്യമായി. അക്കാലത്ത് കോഴിക്കോട് എഡിഷന്റെ ഭാഗമാണ് പാലക്കാടും മലപ്പുറവും. കോഴിക്കോടു നിന്നും രണ്ടിടത്തേക്കും പത്രം എത്തിക്കുന്നതിന് പല പ്രശ്നങ്ങളും ഉണ്ടായിരുന്നു. തൃശ്ശൂരിൽ എഡിഷൻ ആരംഭിക്കുന്നതോടെ തൃശ്ശൂർ ജില്ലയ്ക്ക് പുറമെ പാലക്കാട് ജില്ലയിലേക്കുള്ള പത്രവും ഇവിടെ നിന്ന് എത്തിക്കാം. തൃശ്ശൂർ എഡിഷന്റെ പ്രവർത്തനത്തിൽ സി പി ഐ (എം) തൃശ്ശൂർ ജില്ലാ കമ്മിറ്റി ശ്രദ്ധേയമായ പ്രവർത്തനമാണ് നടത്തിയത്. തൃശ്ശൂരും പാലക്കാടും സർക്കുലേഷൻ വർദ്ധിപ്പിക്കാനുള്ള വിപുലമായ പരിപാടികൾ നടന്നു. മിക്കയിടത്തും ഇത്തരം പരിപാടികളിൽ ജനറൽ

മാനേജർ എന്ന നിലയിൽ ഞാൻ പങ്കെടുത്തു. വായനക്കാരെ വാർഷിക വരിക്കാരായി ചേർത്തുകൊണ്ടുള്ള രീതി പ്രവർത്തന മൂലധനം കണ്ടെത്താനായി തൃശ്ശൂരിലും നടന്നു. ഉദ്ഘാടനത്തിന്റെ ഭാഗമായി പുറത്തിറങ്ങിയ സപ്ലിമെന്റുകൾ ചരിത്രരേഖയായിത്തന്നെ എക്കാലത്തും സൂക്ഷിച്ചുവയ്ക്കാവുന്നതാണ്. പൂങ്കുന്നത്ത് കണ്ണായ പ്രദേശത്ത് സ്ഥലം വാങ്ങിയാണ് കെട്ടിടം പണിതത്. തൃശ്ശൂർ എഡിഷന്റെ ആദ്യത്തെ മാനേജർ ആയിരുന്ന ടി ആർ രാജൻ, പാർട്ടി ജില്ലാ സെക്രട്ടറി മാമക്കുട്ടി തുടങ്ങിയവർ എഡിഷൻ ആരംഭിക്കുന്നതിനുള്ള പ്രവർത്തനങ്ങളിൽ സജീവ സാന്നിദ്ധ്യമായിരുന്നു. സ. ഇ കെ നായനാരാണ് തൃശ്ശൂർ എഡിഷന്റെ ഉദ്ഘാടനം നിർവ്വഹിച്ചത്. സ. വി എസ്, സ. പിണറായി തുടങ്ങിയ പാർട്ടി നേതാക്കളുടേയും സുകുമാർ അഴീക്കോട് ഉൾപ്പെടെയുള്ള സാംസ്കാരിക നായകരുടേയും സാന്നിദ്ധ്യത്താൽ ഉദ്ഘാടന വേദി സമ്പന്നമായിരുന്നു. ഉദ്ഘാടന സമ്മേളനത്തിലുണ്ടായ ജനപങ്കാളിത്തം *ദേശാഭിമാനി* ഉദ്ഘാടനം മറ്റൊരു പൂരമായി തൃശ്ശൂരിന് അനുഭവപ്പെട്ടു.

*ദേശാഭിമാനി*യുടെ എഡിഷനുകൾ തുടങ്ങുന്ന കാലഘട്ടങ്ങളിൽ പാർട്ടി സഖാക്കൾ തന്നെയാണ് ചുമതല ഏറ്റെടുത്ത് പ്രവർത്തിച്ചിരുന്നത്. ഇതിന്റെ ഭാഗമായി തിരുവനന്തപുരത്ത് പി കെ ചന്ദ്രാനന്ദൻ, എ പി കുര്യൻ, വരദരാജൻ തുടങ്ങിയവർ മാനേജർമാരായി പ്രവർത്തിച്ചു. കൊച്ചിയിൽ ഔസേപ്പ്, സി എൻ മോഹനൻ തുടങ്ങിയവരും ചുമതല ഏറ്റെടുത്തു. കോഴിക്കോട് ദക്ഷിണാമൂർത്തി, പത്മനാഭൻ മാസ്റ്റർ തുടങ്ങിയവരും കണ്ണൂരിൽ പി ശശി, പി ജയരാജൻ, എം സുരേന്ദ്രൻ, എം പ്രകാശൻ മാസ്റ്റർ എന്നിവരും പ്രവർത്തിച്ചു. പുതിയ എഡിഷനായ മലപ്പുറത്ത് മോഹൻദാസ് മാനേജരായി. എന്നാൽ പില്ക്കാലത്ത് പാർട്ടി നേതാക്കൾക്ക് പുറമെ ഈ രംഗത്തെ പ്രൊഫഷണലുകളെ മാനേജർമാരായി കൊണ്ടുവന്നു. ഇത് എത്രത്തോളം വിജയകരമായി എന്നത് പരിശോധിക്കപ്പെടേണ്ടതാണ്. ഇ എം എസ് ദീർഘകാലം *ദേശാഭിമാനി*യുടെ ചീഫ് എഡിറ്റർ ആയിരുന്നു. ഇ എം എസ് പങ്കെടുത്ത *ദേശാഭിമാനി* സബ്കമ്മിറ്റിയിൽ *ദേശാഭിമാനി*യുടെ ഉള്ളടക്കം ഉൾപ്പെടെയുള്ള കാര്യങ്ങൾ വിശദമായി ചർച്ച ചെയ്തു. ഇ എം എസിന് ശേഷം സ. നായനാർ ചീഫ് എഡിറ്ററായി. ചീഫ് എഡിറ്ററായി പ്രവർത്തിക്കുമ്പോഴാണ് സ. പി രാജീവ് മന്ത്രിയായത്. ഇപ്പോൾ സ. കോടിയേരി ബാലകൃഷ്ണൻ ചീഫ് എഡിറ്റായി പ്രവർത്തിക്കുന്നു.

എഡിറ്റോറിയൽ രംഗത്ത് പ്രമുഖരായ പത്രപ്രവർത്തകർ തന്നെയാണ് *ദേശാഭിമാനി*ക്ക് ആദ്യം മുതൽ ഉണ്ടായിരുന്നത്. പി ഗോവിന്ദപ്പിള്ള, കെ മോഹനൻ, അപ്പുക്കുട്ടൻ വള്ളിക്കുന്ന് എന്നിവർ പാർട്ടി സംസ്ഥാനകമ്മിറ്റി അംഗങ്ങൾ വരെ ആയത് *ദേശാഭിമാനി*യിലൂടെയാണ്.. ദേശാഭിമാനിയുടെ ഒരു ഘട്ടത്തിൽ പാർട്ടി നേതാക്കളായ പാട്യം ഗോപാലൻ, സി കെ ചക്രപാണി എന്നിവർ എഡിറ്റോറിയൽ രംഗത്ത് പ്രവർത്തിച്ചു. ഇ എം എസിന്റെ മകനും പാർട്ടി സംസ്ഥാനകമ്മിറ്റി അംഗവും

സാമ്പത്തികാസൂത്രണ വിദഗ്ദ്ധനുമായിരുന്ന ഇ എം ശ്രീധരൻ (അനിയൻ) *ദേശാഭിമാനി*യിൽ റസിഡന്റ് എഡിറ്ററായി കുറച്ചുകാലം ഉണ്ടായിരുന്നു. ഡൽഹി ബ്യൂറോയിൽ ചീഫായി ആദ്യ ഘട്ടത്തിൽ പ്രവർത്തിച്ചത് കണ്ണൂർ ജില്ലയിലെ നരിക്കുട്ടി മോഹനൻ ആയിരുന്നു. എ കെ ജിയുടെ സെക്രട്ടറിയായും അദ്ദേഹം പ്രവർത്തിച്ചിട്ടുണ്ട്. *ദേശാഭിമാനി*യിൽ മുമ്പ് ജോലി ചെയ്തിരുന്ന ഏഴാച്ചേരി, പ്രഭാവർമ്മ, സുനിൽ പി ഇളയിടം, പി എം മനോജ്, ജോൺ ബ്രിട്ടാസ്, എ വി അനിൽകുമാർ, കെ ബാലകൃഷ്ണൻ, മനോഹരൻ മൊറായി, ടി വി പത്മനാഭൻ, ജിനേഷ് കുമാർ എരമം, എൻ പി ചന്ദ്രശേഖരൻ, സജീവ് പാഴൂർ തുടങ്ങിയവരൊക്കെ സാഹിത്യം, ചലച്ചിത്രം, രാഷ്ട്രീയം തുടങ്ങിയ മേഖലകളിൽ ക്കൂടി പ്രശസ്തരാണ്. ഇന്ന് വിവിധ ചാനലുകളിലും പത്രങ്ങളിലും പ്രവർത്തിക്കുന്നവരിൽ പലരും *ദേശാഭിമാനി*യുടെ സംഭാവനയാണ്. ആർ എസ് ബാബു, എസ് ആർ ശക്തിധരൻ, ജി ശക്തിധരൻ, എ കെ ഗോപാലകൃഷ്ണൻ, കെ പി രവീന്ദ്രനാഥ്, വെങ്കിടേഷ് രാമകൃഷ്ണൻ, അബ്ദുൾ റഹിമാൻ തുടങ്ങിയവർ *ദേശാഭിമാനി*യുടെ പ്രധാന പത്രപ്രവർത്തകർ ആയിരുന്നു. കൈരളിയിൽ പ്രവർത്തിക്കുന്ന ജോൺ ബ്രിട്ടാസും എൻ പി ചന്ദ്രശേഖരനും *ദേശാഭിമാനി*യിൽ കഴിവ് തെളിയിച്ചവരാണ്. കായിക ലേഖകൻ രവീന്ദ്രനാഥ്, വി ബി പരമേശ്വരൻ, രവി കുറ്റിക്കാട്ട്, പി പി അബൂബക്കർ, പാർവ്വതി, തുളസി ഭാസ്കരൻ, വാസുദേവൻ അന്തിക്കാട് തുടങ്ങിയ നിരവധി സഖാക്കൾ നല്ല സേവനം കാഴ്ചവച്ചു. ഇവർക്ക് ശേഷവും ധാരാളം പേർ എഡിറ്റോറിയൽ രംഗത്തും മാനേജ്മെന്റ്

ദേശാഭിമാനിയിൽ സുർജിത്തും മറ്റ് സഖാക്കളും

രംഗത്തും ഉണ്ടായി. ഇ എം എസിന്റെ മക്കളായ ഇ എം രാധ, ശശി, ഗിരിജ എന്നിവരും ഇ കെ നായനാരുടെ മകൾ സുധയും മാനേജ്മെന്റിൽ പ്രവർത്തിച്ചു. കൊച്ചി മാനേജ്മെന്റിലുണ്ടായിരുന്ന വേണു, രാജീവ്, ബിനോയ്, ജലീൽ, കെ എസ് ഗിരിജ, അയ്യപ്പചന്ദ്രൻ എന്നിവർ മറ്റ് എഡിഷനുകളിലെ പ്രവർത്തനത്തിലും സഹായിച്ചു. പി വി പങ്കജാക്ഷൻ, ജയനാഥ്, പി കെ ഫൽഗുനൻ, ടോം പനയ്ക്കൽ, ഷിബു, ഐ വാസുദേവൻ, ടി കുഞ്ഞിരാമൻ, എൻ മധു, രാജീവ് വർമ്മ, ശ്രീകുമാർ, കെ ടി ശശി, ഷാജി, മോഹൻദാസ്, രവി വർമ്മ, ശ്രീകണ്ഠൻ, ജയകൃഷ്ണൻ, ഹാഷിം, അനീഷ്, സജീവ് പാഴൂർ, പ്രേമനാഥ്, ടി കെ നാരായണൻ എന്നിവർ *ദേശാഭിമാനി*യിൽ പ്രവർത്തിച്ചു.

ഐ വി ദാസ്

പാർട്ടി സംസ്ഥാന കമ്മിറ്റിയംഗമായിരുന്ന ഐ വി ദാസ് ദേശാഭിമാനി വാരികയുടെ പത്രാധിപരായി ഏറെനാൾ പ്രവർത്തിച്ചു. കേരള സാഹിത്യ അക്കാദമി സെക്രട്ടറി, ലൈബ്രറി കൗൺസിൽ സെക്രട്ടറി, പുരോഗമന കലാസാഹിത്യ സംഘം സംസ്ഥാന കമ്മിറ്റിയംഗം തുടങ്ങിയ സ്ഥാനങ്ങളിലും പ്രവർത്തിച്ച സ. ഐ വി ദാസ് നിരവധി ഗ്രന്ഥങ്ങളുടെ രചയിതാവ് കൂടിയാണ്.

ഞാൻ *ദേശാഭിമാനി* ജനറൽ മാനേജരായി പ്രവർത്തിക്കുമ്പോഴാണ് സ. സൈമൺ ബ്രിട്ടോയെയും അദ്ദേഹത്തിന്റെ ഭാര്യ സീന ഭാസ്കറിനെയും കൂടുതൽ പരിചയപ്പെടാൻ കഴിഞ്ഞത്. എറണാകുളം ലോ കോളേജിൽ വിദ്യാർത്ഥി സംഘടനാ രംഗത്ത് സജീവമായിരുന്നു സൈമൺ ബ്രിട്ടോ. എസ് എഫ് ഐയുടെ സംസ്ഥാന വൈസ് പ്രസിഡന്റായി സഖാവ് പ്രവർത്തിച്ചു. ആ സമയത്ത് എസ് എഫ് ഐയുടെ സംസ്ഥാന പ്രസിഡന്റ് സി പി ജോണും സെക്രട്ടറി സുരേഷ് കുറുപ്പും ആയിരുന്നു. എറണാകുളം മഹാരാജാസ് കോളേജിൽ ഉണ്ടായ ഒരു സംഘർഷവുമായി ബന്ധപ്പെട്ട് 1983 ഒക്ടോബർ 14 ന് യൂത്ത് കോൺഗ്രസും മറ്റു ഗുണ്ടകളും ചേർന്ന് സൈമൺ ബ്രിട്ടോയെ കൊലപ്പെടുത്താൻ ശ്രമിച്ചു. തലനാരിഴയുടെ വ്യത്യാസത്തിലാണ് സഖാവ് മരണത്തിൽനിന്നും രക്ഷപ്പെട്ടത്. അന്ന് നട്ടെല്ലിനേറ്റ ഗുരുതരമായ പരിക്ക് കാരണം എഴുന്നേറ്റിരിക്കാൻ പോലും കഴിയാത്ത സ്ഥിതിയായി. തുടർച്ചയായി അലോപ്പതി -ആയുർവ്വേദ ചികിത്സകൊണ്ട് ആരോഗ്യ സ്ഥിതി ഏറെ മെച്ചപ്പെട്ടുവെങ്കിലും പരസഹായമില്ലാതെ നടക്കാൻ കഴിയാത്ത സ്ഥിതിയാണ് അവസാന കാലം വരെ ഉണ്ടായിരുന്നത്. ശാരീരികമായ അവശതയുണ്ടായിട്ടും കേരളമാകെ സഞ്ചരിച്ചു. അദ്ദേഹം എഴുതിയ *അഗ്രഗാമി* എന്ന നോവൽ അബുദാബി ശക്തി അവാർഡിന് അർഹമായി.

ലൈലയോടൊപ്പം

വിദ്യാർത്ഥി യുവജന രംഗത്ത് പ്രവർത്തിച്ചിരുന്ന സ.സീന ഭാസ്കർ സഖാവിന്റെ പ്രയാസങ്ങൾ തിരിച്ചറിഞ്ഞുകൊണ്ടുതന്നെ വിവാഹത്തിന് തയ്യാറായി. 1993 ഒക്ടോബറിൽ വിവാഹം നടന്നു. കൊച്ചി *ദേശാഭിമാനി*യിൽ ഞാൻ ഉണ്ടായിരുന്നപ്പോൾ പലപ്പോഴും ഞാനും ലൈലയും സഖാവിന്റെ വീട്ടിൽ പോകാറുണ്ടായിരുന്നു. അവരുടെ പ്രയാസങ്ങൾ കണ്ടറിഞ്ഞ് സീനയെ *ദേശാഭിമാനി*യിൽ നിയമിക്കാൻ പാർട്ടി എറണാകുളം ജില്ലാ സെക്രട്ടറി മുഖേന ഞാനും മുൻകൈയെടുത്തു. ബ്രിട്ടോയെ സഹായിക്കാനുള്ള സീനയുടെ തീരുമാനം മനുഷ്യസ്നേഹത്തിന്റെ ഭാഗമാണ്.

പതിനാല് വർഷം ഞാൻ *ദേശാഭിമാനി*യുടെ ജനറൽ മാനേജരായി പ്രവർത്തിച്ചു. അത് രാഷ്ട്രീയ ജീവിതത്തിൽ വലിയ അനുഭവമാണ്. നീണ്ട കാലത്തെ പ്രവർത്തനത്തിന്റെ ഭാഗമായി അന്നുണ്ടായിരുന്ന ജീവനക്കാരുടെ പേരെടുത്ത് വിളിക്കാനുള്ള പരിചയം എനിക്ക് സിദ്ധിച്ചു. കേരളത്തിന്റെ സാമൂഹിക സാംസ്കാരിക മേഖലകളിൽ നല്ല സ്വാധീനം ചെലുത്താൻ *ദേശാഭിമാനി*ക്ക് കഴിഞ്ഞിട്ടുണ്ട്. തിരഞ്ഞെടുപ്പ് സന്ദർഭങ്ങളിൽ പ്രത്യേക ഡസ്ക് രൂപീകരിച്ച് പ്രവർത്തിച്ചു. ഇന്ന് *ദേശാഭിമാനി* കൂടുതൽ വളർച്ചയിലേക്കെത്തി. മിക്ക ജില്ലകളിലും പ്രത്യേക എഡിഷനുകൾ ആയി. ഇടുക്കി, വയനാട്, കാസർഗോഡ്, പത്തനംതിട്ട ഒഴികെ എല്ലാ ജില്ലകളിലും എഡിഷനുകൾ നിലവിൽ വന്നു. രാജ്യതലസ്ഥാനമായ ഡൽഹിയിൽ പ്രത്യേക ഓഫീസ് സംവിധാനം ഉണ്ട്. വിദേശരാജ്യങ്ങളിൽ, പ്രത്യേകിച്ച് ഗൾഫ് നാടുകളിൽ *ദേശാഭിമാനി*യുടെ

ബ്യൂറോകളും ലേഖകന്മാരും പ്രവർത്തിക്കുന്നുണ്ട്. ഇടക്കാലത്ത് *ദേശാഭിമാനി*ക്ക് ചെന്നൈയിലും കൊൽക്കത്തയിലും മുംബൈയിലും ഓഫീസുകൾ പ്രവർത്തിച്ചിരുന്നു. ആ നിലയിൽ ഇപ്പോൾ പ്രവർത്തിക്കുന്നില്ലെങ്കിലും വാർത്തകൾ ശേഖരിക്കാനുള്ള സംവിധാനം ഉണ്ട്. മറ്റു പത്രങ്ങളെപ്പോലെ എല്ലാ വാർത്തകളും കൈകാര്യം ചെയ്യുന്ന വാർത്താ പത്രമായി *ദേശാഭിമാനി* മാറി. എന്നാൽ തൊഴിലാളി വർഗ്ഗത്തിന്റെ ശബ്ദം എന്ന നിലയിൽ *ദേശാഭിമാനി*ക്ക് രാഷ്ട്രീയമുണ്ട്. അതൊഴിവാക്കിയാൽ *ദേശാഭിമാനി*ക്ക് നിലനില്ക്കാൻ കഴിയില്ല. പഴയകാലഘട്ടത്തിൽനിന്നും വ്യത്യസ്തമായി ആധുനിക കാലത്ത് വലിയ മാറ്റങ്ങൾ വന്നിട്ടുണ്ട്. മുമ്പ് കടലാസും പേനയും നിർബ്ബന്ധമായും ഉപയോഗിച്ചിരുന്നെങ്കിലും ഇന്നതിന്റെ ആവശ്യമില്ല. ആധുനികവല്ക്കരണം *ദേശാഭിമാനി*യിലും നടപ്പിലാക്കിയിട്ടുണ്ട്. ഇതൊഴിവാക്കിയാൽ മറ്റു പത്രങ്ങളുമായി മത്സരിക്കുമ്പോൾ *ദേശാഭിമാനി* പിന്തള്ളപ്പെട്ടുപോകും.

മാനേജ്മെന്റ് രംഗത്തും പത്രരംഗത്തും വൈവിദ്ധ്യവത്ക്കരണം നടപ്പിലാക്കിയത് ഈ കാലത്തായിരുന്നു. പത്രത്തിന്റെ ഗുണനിലവാരം മെച്ചപ്പെടുത്തുവാനായി മാനേജ്മെന്റ് രംഗത്ത് കാര്യക്ഷമതയും വേഗതയും വർദ്ധിപ്പിക്കാൻ ഇതിന്റെ ഭാഗമായി സാധിച്ചു. ബൂർഷ്വാ മാധ്യമങ്ങളും ഇതര രാഷ്ട്രീയപാർട്ടി നേതാക്കളും ഇതിനെ പ്രശംസിച്ചിട്ടുണ്ട്. സംസ്ഥാന സ്കൂൾ കലോത്സവം കൊച്ചിയിൽ നടന്നപ്പോൾ തത്സമയം നടന്നുകൊണ്ടിരുന്ന പരിപാടികൾ പോലും ഉൾപ്പെടുത്തിക്കൊണ്ട് പ്രത്യേക പതിപ്പ് പരിപാടികൾ കണ്ടുകൊണ്ടിരുന്നവരിലേക്ക് എത്തിക്കാൻ സാധിച്ചു. ഉദ്ഘാടകനായി എത്തിയ അന്നത്തെ മുഖ്യമന്ത്രി എ കെ ആന്റണി കൈയിൽ കിട്ടിയ പത്രം ഉയർത്തി എന്നെയും ദേശാഭിമാനി പ്രവർത്തകരെയും അഭിനന്ദിച്ചത് ഇപ്പോഴും ഓർക്കുന്നു.

മുത്തങ്ങ: പ്രതിഷേധം

രണ്ടായിരത്തിമൂന്ന് ഫെബ്രുവരി 19. സംസ്ഥാനത്ത് യു ഡി എഫ് ഭരണം. വയനാട് ജില്ലയിലെ മുത്തങ്ങയിൽ ആദിവാസി സമരത്തിനു നേരെ പൊലീസ് നടത്തിയ വെടിവെയ്പിൽ ജോഗി എന്ന ആദിവാസി കൊല്ലപ്പെട്ടു. മുത്തങ്ങയിൽ സർക്കാർ ഭൂമിയിൽ ആദിവാസികൾ കുടിൽ കെട്ടി സമരം ചെയ്യുകയായിരുന്നു. സി കെ ജാനുവും ഗീതാനന്ദനുമൊക്കെയായിരുന്നു സമരത്തിന് നേതൃത്വം നല്കിയത്. ആദിവാസികളെ ഒഴിപ്പിക്കാനായിരുന്നു ആദ്യം മുതലേ സർക്കാർ ശ്രമിച്ചുകൊണ്ടിരുന്നത്. സർക്കാർ ശക്തമായിത്തന്നെ സമരത്തെ നേരിട്ടു. പൊലീസ് ആദിവാസി കുടിലുകൾ തീയിട്ടു നശിപ്പിക്കുകയും ആദിവാസികൾക്ക് നേരെ ഭീകരമായ മർദ്ദ

മുത്തങ്ങ പ്രതിഷേധ സമരത്തിൽ പൊലീസ് മർദ്ദനത്തിൽ പരിക്കേറ്റതിനെ തുടർന്ന് സഖാക്കൾ ആശുപത്രിയിലേക്ക് കൊണ്ടുപോകുന്നു

മുത്തങ്ങ പ്രതിഷേധ സമരത്തിൽ പൊലീസ് നടത്തിയ ലാത്തിച്ചാർജിന്റെ ഫോട്ടോ പ്രദർശനം വീക്ഷിക്കുന്നു

നം അഴിച്ചുവിടുകയും ചെയ്തു. ചെറുത്തുനിന്ന സമരക്കാർക്ക് നേരെ പൊലീസ് നടത്തിയ വെടിവെപ്പിലാണ് ജോഗി എന്ന ആദിവാസി യുവാവ് കൊല്ലപ്പെട്ടത്.

മുത്തങ്ങ സംഭവത്തിൽ ജുഡീഷ്യൽ അന്വേഷണം ആവശ്യപ്പെട്ട് സി പി ഐ (എം)ന്റെ നേതൃത്വത്തിൽ സംസ്ഥാനത്താകെ ജില്ലാ പൊലീസ് ഓഫീസിലേക്ക് മാർച്ച് നടത്താൻ തീരുമാനിച്ചു. കണ്ണൂർ എസ് പി ഓഫീസ് മാർച്ച് ഉദ്ഘാടനം ചെയ്യേണ്ടത് ഞാനായിരുന്നു. കണ്ണൂർ ടൗണിൽനിന്നും ആയിരക്കണക്കിന് ആളുകൾ പങ്കെടുത്ത മാർച്ച് എസ് പി ഓഫീസിനെ ലക്ഷ്യമാക്കി നീങ്ങി. എന്നാൽ മാർച്ചിനു നേരെ ശക്തമായ ബലപ്രയോഗം നടത്താനാണ് പൊലീസ് തീരുമാനിച്ചിരുന്നത്. മാർച്ച് എസ് പി ഓഫീസിന്റെ മുമ്പിലെത്തി. യോഗം തുടങ്ങുന്നതിനു മുമ്പ് തന്നെ പൊലീസിന്റെ ഭാഗത്തുനിന്നും പ്രകോപനം ഉണ്ടായി. സഖാക്കൾ ശക്തമായി മുദ്രാവാക്യം വിളിച്ചു. എസ് പി ഓഫീസിനകത്തുനിന്നും പൊലീസ് ഗ്രനേഡുകൾ സമരക്കാർക്ക് നേരെ വലിച്ചെറിഞ്ഞു. തുടർന്ന് ഭീകരമായ ലാത്തിച്ചാർജും ആരംഭിച്ചു. നിരവധി സഖാക്കൾക്ക് പരിക്ക് പറ്റി. എന്നോടൊപ്പം എം വി ഗോവിന്ദൻ മാസ്റ്റർ, കരിവെള്ളൂർ നാരായണൻ, ജയിംസ് മാത്യു, പനോളി വത്സലൻ, എം സുരേന്ദ്രൻ, കെ പി സഹദേവൻ തുടങ്ങി നിരവധി സഖാക്കൾക്ക് മർദ്ദനമേറ്റു. സംഭവമറിഞ്ഞ് ടൗണിന്റെ പല ഭാഗത്തും ജനങ്ങൾ പൊലീസുമായി ഏറ്റുമുട്ടി. ക്രൂരമായ പൊലീസ് മർദ്ദനമേറ്റ ഞാനും ഗോവിന്ദൻ മാസ്റ്ററും നിലത്തു വീണു. ഞങ്ങളെ രക്ഷിക്കാൻ ശ്രമിച്ച സഖാക്കളെയും പൊലീസ് അതി

ക്രൂരമായി മർദ്ദിച്ചു. എന്റെ വലതുകൈ പൊലീസ് അടിച്ചു തകർത്തു. ഇത് രണ്ടാം തവണയാണ് പൊലീസ് അക്രമത്തിൽ കൈക്ക് ഗുരുതരമായി പരിക്കേല്ക്കുന്നത്. 1974 ലെ പള്ളിക്കര സമരത്തിലും പൊലീസ് വലതുകൈയാണ് അടിച്ചുതകർത്തത്. വീണുകിടന്ന ഞങ്ങൾക്ക് ബോധം പോയി എന്നുറപ്പായതിന് ശേഷമാണ് പൊലീസ് മർദ്ദനം അവസാനിച്ചത്. പരിക്കേറ്റ സഖാക്കളെ എ കെ ജി ആശുപത്രിയിലെത്തിച്ചു. കൈക്കേറ്റ പരിക്ക് ഗുരുതരമായതിനാൽ എന്നെ രണ്ടു ദിവസം കഴിഞ്ഞ് തിരുവനന്തപുരം എസ് എ ടി ആശുപത്രിയിൽ പ്രവേശിപ്പിച്ചു. വിവരമറിഞ്ഞ് നൂറുകണക്കിനാളുകൾ ആശുപത്രിയിലെത്തി. ഇതേ ദിവസം കേരളത്തിന്റെ പല ജില്ലകളിലും സമരക്കാർക്കെതിരെ ക്രൂരമായ മർദ്ദനം നടന്നു. പാലക്കാട്ട് മുൻ മന്ത്രി ടി ശിവദാസമേനോന് ക്രൂരമായ പൊലീസ് മർദ്ദനമാണ് ഏല്ക്കേണ്ടി വന്നത്. സംസ്ഥാനത്താകെ വ്യാപകമായ പ്രതിഷേധമുയർന്നതോടെ ജുഡീഷ്യൽ അന്വേഷണത്തിന് സർക്കാർ ഉത്തരവിട്ടു. അന്നത്തെ പാർട്ടി സംസ്ഥാന സെക്രട്ടറി പിണറായി വിജയൻ എ കെ ജി ആശുപത്രിയിലെത്തി പരിക്കേറ്റവരെ സന്ദർശിച്ചു. ആശുപത്രിയിൽ പ്രവേശിപ്പിക്കപ്പെട്ട മുഴുവൻ പേരെയും പ്രതി ചേർത്തുകൊണ്ട് പൊലീസ് കേസെടുത്തു. സംസ്ഥാനത്തിന്റെ പല ഭാഗങ്ങളിലും നടന്ന പൊലീസ് അക്രമങ്ങളിൽ പരിക്കുപറ്റിയവരെയും പാർട്ടി സെക്രട്ടറി സന്ദർശിച്ചു.

എ കെ ജി ആശുപത്രി

സി പി ഐ (എം) മുൻകൈയെടുത്ത് ആരംഭിച്ച സഹകരണ സ്ഥാപനമാണ് കണ്ണൂർ എ കെ ജി ആശുപത്രി. കണ്ണൂരിലെ ഏറ്റവും പ്രധാനപ്പെട്ട ആശുപത്രിയാണിത്. സഹകരണ മേഖലയിലെ അഭിമാനകരമായ സ്ഥാപനം. പാർട്ടിയിൽനിന്നും എം വി രാഘവൻ വിട്ടുപോയതിനെത്തുടർന്ന് ആശുപത്രി സംബന്ധിച്ച് തർക്കങ്ങളും പ്രശ്നങ്ങളുമുണ്ടായി. എം വി രാഘവൻ യു ഡി എഫിന്റെ ഭാഗമായതോടെ അതൊരു രാഷ്ട്രീയ പ്രശ്നമായി മാറി. എ കെ ജി ആശുപത്രിയുടെ ഭരണസമിതിയിലേക്ക് നടന്ന തിരഞ്ഞെടുപ്പിൽ ഇതു പ്രതിഫലിച്ചു. യു ഡി എഫ് ഭരണകാലമായതിനാൽ പൊലീസിനെ ഉപയോഗിച്ച് തിരഞ്ഞെടുപ്പ് അട്ടിമറിക്കാനുള്ള ശ്രമം നടന്നു. കർശനമായ പൊലീസ് പരിശോധനയ്ക്ക് ശേഷമാണ് വോട്ടർമാരെ ബൂത്തിലേക്ക് കടത്തിവിട്ടത്. പാർട്ടി നേതാക്കളായ സുശീല ഗോപാലൻ, പിണറായി വിജയൻ, കോടിയേരി ബാലകൃഷ്ണൻ, ഇ പി ജയരാജൻ തുടങ്ങിയവരെല്ലാം തിരഞ്ഞെടുപ്പിന് എത്തിയിരുന്നു. മറുഭാഗത്ത് വൻ പൊലീസ് സന്നാഹവും എം വി രാഘവൻ, കെ സുധാകരൻ തുടങ്ങിയവരും. പൊലീസിനെ ഉപയോഗിച്ച് തിരഞ്ഞെടുപ്പ് അട്ടിമറിക്കാനുള്ള ശ്രമം തുടക്കത്തിലേ ആരംഭിച്ചു. പോളിങ് ബൂത്തിലെത്തിയ വോട്ടർമാർക്ക് വോട്ട് നിഷേധിക്കുന്ന സന്ദർഭങ്ങൾ പോലുമുണ്ടായി. ബൂത്തിനകത്തുണ്ടായിരുന്ന സുശീല ഗോപാലൻ, ഇ പി ജയരാജൻ, കോടിയേരി ബാലകൃഷ്ണൻ, കെ പി സഹദേവൻ, പുഞ്ചയിൽ നാണു തുടങ്ങിയ സഖാക്കൾ ഇത് ചോദ്യം ചെയ്തുകൊണ്ട് ബൂത്തിനകത്തുതന്നെ കുത്തിയിരുന്നു. പോളിങ് ബൂത്തിൽ പ്രശ്നമായി. ഏറെ നേരത്തേക്ക് പോളിങ് നിർത്തിവച്ചു. ഇതേസമയം ഞാനും ലൈലയും മറ്റു സഖാക്കളോടൊപ്പം പോളിങ് ബൂത്ത് പ്രവർത്തിക്കുന്ന സ്

കൂളിന്റെ ഗേറ്റിന് മുന്നിൽ കുത്തിയിരുന്ന് സമരമാരംഭിച്ചു. ഞങ്ങളെല്ലാം തിരഞ്ഞെടുപ്പിലെ വോട്ടർമാർ ആയിരുന്നു. ഒരു ഘട്ടത്തിൽ വോട്ടുചെയ്യാനായി ക്യൂവിലുണ്ടായിരുന്ന വോട്ടർമ്മാരെ പൊലീസിനെ ഉപയോഗിച്ച് നീക്കി. തുടർന്ന് സംഘർഷഭരിതമായ രംഗം അരങ്ങേറി. ഞങ്ങളെ അറസ്റ്റു ചെയ്ത് പൊലീസ് സ്റ്റേഷനിൽ കൊണ്ടുപോയി. പൊലീസിന്റെ ക്രൂരമായ മർദ്ദനത്തിൽ സ. കെ പി സഹദേവന് ഗുരുതരമായി പരിക്കേൽക്കുകയും ഷർട്ട് വലിച്ചുകീറുകയും ചെയ്തു. ഇതിനെ മറ്റ് സഖാക്കൾ തടഞ്ഞു. യഥാർത്ഥ വോട്ടർമ്മാരെ വോട്ട് ചെയ്യാൻ അനുവദിക്കാതെ സംസ്ഥാന ഭരണത്തിന്റെ ബലത്തിൽ ആശുപത്രി പിടിച്ചടക്കുകയായിരുന്നു അന്ന് യു ഡി എഫ് ചെയ്തത്. എന്നാൽ പിന്നീട് നടന്ന തിരഞ്ഞെടുപ്പിൽ സി പി ഐ (എം) നേതൃത്വത്തിലുള്ള ഭരണസമിതി തന്നെ അധികാരത്തിൽ വന്നു.

ഭാഗം 4

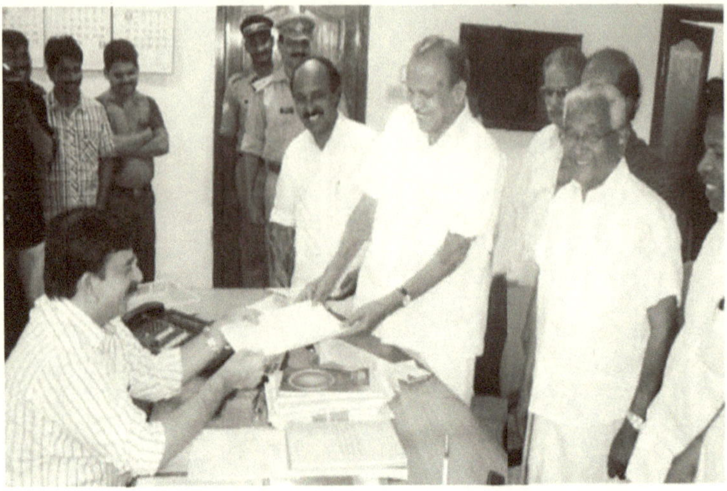

പാർലമെന്റ് തിരഞ്ഞെടുപ്പിൽ നോമിനേഷൻ സമർപ്പിക്കുന്നു
കെ കുഞ്ഞിരാമൻ, ഇ ചന്ദ്രശേഖരൻ തുടങ്ങിയവർ സമീപം

പാർലമെന്റ് അനുഭവങ്ങൾ

ദേശാഭിമാനിയിൽ ജനറൽ മാനേജരായി പ്രവർത്തിച്ചുകൊണ്ടിരിക്കുമ്പോഴാണ് 2004 ലെ പാർലമെന്റ് തിരഞ്ഞെടുപ്പ് ആസന്നമായത്. തിരഞ്ഞെടുപ്പിൽ മത്സരിക്കേണ്ടി വരുമെന്ന് പാർട്ടി സംസ്ഥാന സെക്രട്ടറി സ. പിണറായി എന്നോട് സൂചിപ്പിച്ചു. അന്ന് ഞാനും ലൈലയും മോളും തിരുവനന്തപുരത്ത് എ കെ ജി ഫ്ളാറ്റിലായിരുന്നു താമസം. സ. സുശീല ഗോപാലൻ മരിച്ചിട്ട് അധികമായിട്ടില്ല. ലൈല അന്ന് എ കെ ജി സെന്ററിലെ ലൈബ്രറിയിൽ പ്രവർത്തിച്ചിരുന്നു. അമ്മ മരിച്ച സമയത്തെ ഒറ്റപ്പെടലിൽ നിന്ന് ലൈലയ്ക്കുള്ള വലിയ ആശ്വാസമായിരുന്നു പാർട്ടിയുടെ നിർദ്ദേശപ്രകാരമുള്ള ലൈബ്രറിയിലെ ജോലി. പാർട്ടി നേതാക്കളുമായുള്ള ഇടപെടലോടെ ലൈലയുടെ ഏകാന്തത ഒരു പരിധിവരെ പരിഹരിക്കാൻ കഴിഞ്ഞിരുന്നു. ഇതിന്റെ അടിസ്ഥാനത്തിൽ മത്സരിക്കാൻ താല്പര്യമില്ലെന്ന് പാർട്ടി സെക്രട്ടറിയെ ഞാൻ അറിയിച്ചു. എന്നാൽ പാർട്ടിയുടെ തീരുമാനത്തിന് വഴങ്ങിയാണ് പാർലമെന്റ് തിരഞ്ഞെടുപ്പിൽ മത്സരിക്കാനിറങ്ങിയത്.. കൽക്കത്തയിൽ കേന്ദ്ര കമ്മിറ്റി യോഗം നടക്കുന്ന സമയത്തായിരുന്നു സഖാക്കൾ പിണറായി വിജയൻ, എം എ ബേബി, കോടിയേരി ബാലകൃഷ്ണൻ എന്നിവർ ഈ തീരുമാനം അറിയിച്ചത്. അങ്ങനെ നീണ്ട കാലത്തിന് ശേഷം കാസർഗോഡ് വീണ്ടും എന്റെ പ്രവർത്തനകേന്ദ്രമായി.

അന്ന് കേരളത്തിൽ എൽ ഡി എഫിന് വളരെ അനുകൂലമായ സാഹചര്യമാണുണ്ടായത്. ഇരുപതിൽ പത്തൊമ്പത് സീറ്റും നേടാൻ കഴിഞ്ഞു. കാസർഗോഡ് മണ്ഡലത്തിൽനിന്നും ഒരു ലക്ഷത്തിയെട്ടായിരത്തിയിരുന്നൂറ്റമ്പത്താറ് വോട്ടിന്റെ ഭൂരിപക്ഷത്തിൽ ഞാൻ വിജയിച്ചു. കേരളത്തിൽ അങ്ങോളമിങ്ങോളം എൽ ഡി എഫ് തരംഗം അലയടിച്ചു.

ദേശീയ തലത്തിൽ ഒന്നാം യു പി എ സർക്കാർ നിലവിൽ വന്നത് ഈ സന്ദർഭത്തിലാണ്. മൻമോഹൻ സിങ്ങായിരുന്നു പ്രധാനമന്ത്രി. ഇടതുപക്ഷത്തിന് നല്ല സ്വാധീനം പാർലമെന്റിൽ ഉണ്ടായിരുന്നു. കേരളം, ബംഗാൾ, ത്രിപുര, തമിഴ്നാട്, ആന്ധ്രാപ്രദേശ് തുടങ്ങിയ സംസ്ഥാനങ്ങളിൽ നിന്നായി 61 മെമ്പർമാരാണ് ഇടതുപക്ഷത്തിന് ലോക്സഭയിൽ ഉണ്ടായിരുന്നത്. രാജ്യസഭയിലും നല്ല സ്വാധീനം. അന്ന് ബി ജെ പിയാണ് മുഖ്യ പ്രതിപക്ഷം. എൽ കെ അദ്വാനി ആയിരുന്നു പ്രതിപക്ഷ നേതാവ്. വളരെ ശക്തമായ ചർച്ചകളും വാഗ്വാദങ്ങളും നടന്ന പാർലമെന്റായിരുന്നു അന്നത്തേത്.

ഒന്നാം യു പി എ കാലം

യു പി എ സഖ്യത്തിന് പിന്തുണ നല്കുന്നതുമായി ബന്ധപ്പെട്ട് പാർട്ടിയിൽ വലിയ ചർച്ചകൾ നടന്നു. ബി ജെ പിയെ ഭരണത്തിൽ നിന്നും ഒഴിവാക്കാൻ സി പി ഐ (എം) എടുത്ത അടവുപരമായ സമീപനമായിരുന്നു അത്. പാർട്ടി കേന്ദ്രക്കമ്മിറ്റി എടുത്ത തീരുമാനത്തിന് പിന്നീട് പാർട്ടി കോൺഗ്രസ് അംഗീകാരം നല്കി. അന്ന് സർക്കാറിൽ സി പി ഐ (എം) ചേരണമെന്ന ശക്തമായ സമ്മർദ്ദം യു പി എയിൽ നിന്നുണ്ടായി. എന്നാൽ സർക്കാറിൽ ചേരാതെ പുറമെ നിന്ന് പിന്തുണ നല്കാനാണ് പാർട്ടി തീരുമാനിച്ചത്. അങ്ങനെയാണ് ലോക്സഭയിൽ സി പി ഐ (എം) നേതാവായ സോമനാഥ് ചാറ്റർജി സ്പീക്കറായത്. യു പി എയും പ്രതിപക്ഷത്തുള്ള ബി ജെ പിയും പല വിഷയങ്ങളിലും യോജിപ്പിലെത്താറുണ്ടായിരുന്നു. ഇതിനെ പാർലമെന്റിൽ ശക്തമായി എതിർത്തിരുന്നത് ഇടതുപക്ഷം മാത്രമാണ്. ബാങ്കിങ് ഭേദഗതി നിയമം, ഇൻഷുറൻസ് ഭേദഗതി നിയമം, പൊതുമേഖലാ സ്ഥാപനങ്ങളുടെ സ്വകാര്യവല്ക്കരണം തുടങ്ങിയ വിഷയങ്ങളിൽ പാർലമെന്റിൽ ഇടതുപക്ഷത്തിന്റെ ശക്തമായ സാന്നിദ്ധ്യം ഉണ്ടായതിനാലാണ് അവർക്ക് നിയമം കൊണ്ടുവരാൻ കഴിയാതിരുന്നത്.

തൊഴിലുറപ്പ് പദ്ധതി, വനാവകാശം, വിവരാവകാശം തുടങ്ങിയ നിയമങ്ങൾ യാഥാർത്ഥ്യമായത് നമ്മുടെ ഇടപെടലിലൂടെയാണ്. സർക്കാരിനെ പിന്തുണയ്ക്കുമ്പോൾപോലും പല ബജറ്റ് നിർദ്ദേശങ്ങളേയും നമുക്ക് എതിർക്കേണ്ടിവന്നു. നമ്മുടെ സമ്മർദ്ദത്തിന്റെ ഫലമായി പലതും പിൻവലിക്കാൻ യു പി എ സർക്കാർ നിർബ്ബന്ധിതമായി. സി പി ഐ (എം)ന്റെ പാർലമെന്ററി പാർട്ടി നേതാവ് ബംഗാളിൽ നിന്നുള്ള സ. ബസുദേവാചാര്യ ആയിരുന്നു. അഖിലേന്ത്യ കിസാൻ സഭാ നേതാവായ ഹനൻമുള്ള ബംഗാളിൽനിന്നും തുടർച്ചയായി പാർലമെന്റിലെത്തി. ഞാൻ ആദ്യമായാണ് പാർലമെന്റിൽ എത്തുന്നത്. കേരളത്തിന്റെ ശക്തമായ പ്രാതിനിദ്ധ്യം കണക്കിലെടുത്ത് ലോക്സഭയിലെ ഡെപ്യൂട്ടി ലീഡറായി പാർട്ടി എന്നെ തീരുമാനിച്ചു. ആദ്യത്തെ തവണ സബോർഡിനേറ്റ്

ലെജിസ്ലേച്ചറിന്റെ ചെയർമാനായും പ്രവർത്തിക്കാനുള്ള അവസരം എനിക്കുണ്ടായി. അതോടൊപ്പം ഐ ടി, സിവിൽ ഏവിയേഷൻ, ടൂറിസം സ്റ്റാന്റിങ് കമ്മിറ്റികളിലും പ്രവർത്തിച്ചു.

ലോക്സഭാ നടപടിക്രമങ്ങളിൽ അഗാധമായ അറിവുള്ള ആളായിരുന്നു സോമനാഥ് ചാറ്റർജി. ബംഗാളിലെ പ്രസിദ്ധനായ അഭിഭാഷകനായിരുന്നു അദ്ദേഹം. സഭാ നടത്തിപ്പിൽ കർശനമായ സമീപനമായിരുന്നു അദ്ദേഹത്തിന്റേത്. മന്ത്രിമാർ ചിലപ്പോൾ കൃത്യസമയത്ത് സഭയിൽ എത്തിയില്ലെങ്കിൽ അദ്ദേഹം ശാസിക്കും. അന്നത്തെ ലോക്സഭയിൽ യു പി എയിലും എൻ ഡി എയിലും ഇടതുപക്ഷത്തും പരിചയ സമ്പന്നരായ ഒട്ടേറെ നേതാക്കളുടെ സാന്നിദ്ധ്യം ഉണ്ടായിരുന്നു. അതുകൊണ്ടുതന്നെ ചർച്ചയും ഇടപെടലും സജീവമായിരുന്നു. സർക്കാറിന് നേതൃത്വം നല്കിയത് യു പി എ ചെയർപേഴ്സൺ സോണിയ ഗാന്ധി ആയിരുന്നു. മൻമോഹൻസിങ്, പ്രണബ് മുഖർജി, പി ചിദംബരം, അർജ്ജുൻ സിങ്, ലാലുപ്രസാദ് യാദവ്, കമൽനാഥ്, മണിശങ്കർ അയ്യർ, ശരദ് പവാർ, എ കെ ആന്റണി, പ്രഫുൽ പട്ടേൽ, രാംവിലാസ് പാസ്വാൻ, ഇ അഹമ്മദ് തുടങ്ങിയ പ്രമുഖർ ആയിരുന്നു മന്ത്രിമാർ. പ്രതിപക്ഷത്താകട്ടെ, എൽ കെ അദ്വാനി, സുഷമ സ്വരാജ്, വെങ്കയ്യ നായിഡു, മുരളീ മനോഹർ ജോഷി, ജോർജ്ജ് ഫെർണാണ്ടസ്, മമതാ ബാനർജി, യോഗി ആദിത്യനാഥ്, നിതീഷ് കുമാർ, മുഫ്തി മുഹമ്മദ് സെയ്ത്, മായാവതി, മുലായം സിങ് യാദവ് തുടങ്ങിയ പ്രമുഖരും ഉണ്ടായിരുന്നു. ബംഗാളിൽനിന്നും കേരളത്തിൽനിന്നുമുള്ള പ്രമുഖ സി പി ഐ (എം) നേതാക്കൾ ഇടതുപക്ഷത്തിന്റെ ശക്തമായ സാന്നിദ്ധ്യമായി. കേരളത്തിൽനിന്നുമുള്ള എം പി മാരിൽ വർക്കല രാധാകൃഷ്ണന്റെ പേര് പ്രത്യേകം പറയേണ്ടതാണ്. ബില്ലിന്റെ ചർച്ചയിലൊക്കെ അദ്ദേഹം സഭയിൽ നിറഞ്ഞു നിന്നു. തുടർച്ചയായി പാനൽ ഓഫ് ചെയർമാൻ എന്ന നിലയിലും അദ്ദേഹം പ്രവർത്തിച്ചു. ചിലപ്പോഴൊക്കെ സ്പീക്കറുമായി നിയമപ്രശ്നങ്ങളിൽ ഏറ്റുമുട്ടി. കേരളത്തിൽനിന്നുള്ള എം പി മാരിൽ രണ്ടുപേർ സ്ത്രീകൾ ആയിരുന്നു. പി സതീദേവിയും സി എസ് സുജാതയും. രണ്ടുപേരും നല്ല പ്രവർത്തനം കാഴ്ചവച്ചു. ഞാൻ സഭയിൽ പ്രസംഗിക്കുമ്പോഴൊക്കെ ഇവർ രണ്ടുപേരും അടുത്തുണ്ടാവും. എന്തെങ്കിലും വിട്ടുപോയാൽ അപ്പോൾത്തന്നെ അവർ ചൂണ്ടിക്കാട്ടും. സി പി ഐയിലെ പി കെ വാസുദേവൻ നായരുടെ സാന്നിദ്ധ്യം എടുത്തു പറയേണ്ടതാണ്. ലോക്സഭയിൽ ലേബർ ആന്റ് എംപ്ലോയ്മെന്റ് സ്റ്റാന്റിങ് കമ്മിറ്റിയുടെ ചെയർമാനായിരുന്നു അദ്ദേഹം. പി കെ വി പാർലമെന്റിൽ അവതരിപ്പിച്ച സബ്കമ്മിറ്റി റിപ്പോർട്ട് തൊഴിലാളികളുടെ ആവശ്യം ഉയർപ്പിക്കുന്നതാണ്. 2004 ൽ തിരുവനന്തപുരത്തുനിന്ന് വിജയിച്ച് എം പിയായ പി കെ വി 2005 ജൂലൈയിൽ അന്തരിക്കുകയും പിന്നീട് പന്ന്യൻ രവീന്ദ്രൻ എം പിയാവുകയും ചെയ്തു. നേരത്തെതന്നെ ലോക്സഭയിലുണ്ടായിരുന്നവരാണ് സുരേഷ് കുറുപ്പും എൻ എൻ കൃഷ്ണദാസും

എ സമ്പത്തും വർക്കല രാധാകൃഷ്ണനുമൊക്കെ. ലോക്സഭയിൽ മലയാളത്തിൽ പ്രസംഗിച്ചിരുന്ന ലോനപ്പൻ നമ്പാടന്റെ തമാശകൾ ലോബിയിലും പത്രക്കാർക്കിടയിലും ചർച്ചയാകാറുണ്ട്. എം പി വീരേന്ദ്രകുമാർ, ടി കെ ഹംസ, എസ് അജയകുമാർ, സി കെ ചന്ദ്രപ്പൻ, ഡോ. സെബാസ്റ്റ്യൻ പോൾ, ഡോ. കെ എസ് മനോജ്, പി രാജേന്ദ്രൻ, ചെങ്ങറ സുരേന്ദ്രൻ, എ പി അബ്ദുള്ളക്കുട്ടി, ഫ്രാൻസിസ് ജോർജ്, പി സി തോമസ് തുടങ്ങിയവരായിരുന്നു മറ്റുള്ള അംഗങ്ങൾ. യു ഡി എഫിലെ ഏക അംഗമായ ഇ അഹമ്മദ് മന്ത്രിയായി. ഒന്നാം യു പി എ സർക്കാറിന്റെ കാലത്ത് തൃണമൂൽ കോൺഗ്രസിന് രണ്ട് അംഗങ്ങൾ മാത്രമേ ഉണ്ടായിരുന്നുള്ളൂ. ഇതുകൂടാതെ പല സംസ്ഥാനങ്ങളിലെയും സ്വതന്ത്രരായ ചില അംഗങ്ങളും പാർലമെന്റിൽ ഉണ്ടായിരുന്നു.

യു പി എ സർക്കാരിന്റെ കാലത്ത് ലോക്സഭാ ചർച്ചകളിൽ റെയിൽവേയുമായി ബന്ധപ്പെട്ട കാര്യങ്ങളിൽ എല്ലായ്പ്പോഴും പങ്കെടുക്കുന്നത് സ. ബസുദേവാചാര്യ ആണ്. അദ്ദേഹം റെയിൽവേ തൊഴിലാളികളുടെ നേതാവുകൂടിയാണ്. ആ ഘട്ടങ്ങളിൽ ബജറ്റ് ഉൾപ്പെടെയുള്ള വിഷയങ്ങളിൽ പങ്കെടുക്കുന്നത് ബംഗാളിൽനിന്നുള്ള പ്രൊഫ: രൂപ് ചന്ദ് പാൽ ആയിരുന്നു. അദ്ദേഹം സാമ്പത്തിക വിദഗ്ദ്ധൻ കൂടിയാണ്. ലോക്സഭയിൽ സി പി ഐയുടെ പ്രധാന പ്രാസംഗികനായിരുന്നു ഗുരുദാസ് ഗുപ്ത. പുതിയ അംഗങ്ങൾ എന്ന നിലയിൽ ഞങ്ങൾക്ക് പ്രസംഗത്തിന് രണ്ടാമത്തെ അവസരമാണ് ലഭിച്ചിരുന്നത്. അന്ന് ഡി എം കെ ഭരണപക്ഷത്തും എ ഐ ഡി എം കെ പ്രതിപക്ഷത്തും ആയിരുന്നു. പലപ്പോഴും പാർലമെന്റിൽ ഇവർ തമ്മിലുള്ള ഏറ്റുമുട്ടൽ പതിവായിരുന്നു. തർക്കമുണ്ടാകുന്ന ചില വിഷയങ്ങളിൽ ഒരേ പാർട്ടിയിൽ ഉള്ളവർ തന്നെ വ്യത്യസ്ത നിലപാടുകൾ സ്വീകരിച്ച സംഭവവും ഉണ്ടാകാറുണ്ട്. മുല്ലപ്പെരിയാർ വിഷയത്തിൽ കേരളത്തിലെ എല്ലാ എം പിമാരും ഒരേ ഭാഗത്ത് നില്ക്കുമ്പോൾ തമിഴ്നാട്ടിൽനിന്നുള്ള സി പി ഐ (എം), സി പി ഐ എം പിമാർക്ക് അത് വിഷമം ഉണ്ടാക്കി. റെയിൽവേയുടെ പാലക്കാട് ഡിവിഷന്റെ കാര്യത്തിലും ഇതുതന്നെ സംഭവിച്ചു. ഒരു ഘട്ടത്തിൽ കൊൽക്കത്ത പോർട്ടിനെ അവഗണിക്കുന്നതുമായി ബന്ധപ്പെട്ട് ബംഗാളിലെ സഖാക്കൾ ശക്തമായി പ്രതിഷേധിക്കുകയും ട്രഷറി ബഞ്ചിലേക്ക് കയറുകയും ചെയ്തു. ഈ വിഷയം പാർട്ടി കേന്ദ്രകമ്മിറ്റി ചർച്ച ചെയ്യുകയും ചില സഖാക്കളെ താക്കീതുചെയ്യുകയും ഉണ്ടായി. പൊതുബജറ്റ് പോലെ പാർലമെന്റ് ചർച്ച ചെയ്യുന്നതാണ് റെയിൽവേ ബജറ്റ്. പൊതുബജറ്റിന് സമാനമായി രണ്ടും മൂന്നും ദിവസത്തെ ചർച്ച റെയിൽവെ ബജറ്റിലും ഉണ്ടാകും. എം പിമാർക്ക് തങ്ങളുടെ സംസ്ഥാനത്തെയും മണ്ഡലത്തിലെയും പ്രശ്നങ്ങൾ അവതരിപ്പിക്കാനുള്ള സമയമാണിത്. ചർച്ചകൾക്ക് ശേഷമുള്ള മറുപടി സമയത്ത് സഭ പ്രക്ഷുബ്ധമാകാറുണ്ട്. തങ്ങളുടെ സംസ്ഥാനങ്ങൾക്ക് അർഹിക്കുന്ന പ്രാധാന്യം കിട്ടിയില്ലെന്ന് പറഞ്ഞാണ് പ്രതിഷേധം ഉയരുന്നത്. റെയിൽവേ മന്ത്രിമാ

രുടെ സംസ്ഥാനങ്ങളിലേക്ക് കൂടുതൽ പദ്ധതികൾ കൊണ്ടുപോകുന്നു വെന്ന ആരോപണം ഉയരും. പിന്നീട് നടക്കുന്ന മറുപടി പ്രസംഗത്തിലാണ് കൂടുതൽ കാര്യങ്ങൾ പരിഗണിക്കുന്നത്.

വിശ്വാസപ്രമേയം

പതിനാലാം ലോക്സഭയുടെ അവസാനവർഷം, 2008 ൽ ഇന്ത്യൻ പാർലമെന്റിന്റെ ചരിത്രത്തിൽ ശ്രദ്ധേയമായ ചർച്ച നടന്നു. ഇടതുപക്ഷ പാർട്ടികൾ യു പി എ സർക്കാരിനു നല്കിയ പിന്തുണ പിൻവലിക്കുന്നതു സംബന്ധിച്ച് അതീവ പ്രാധാന്യമുള്ള രാഷ്ട്രീയ തീരുമാനമാണ് ഈയവസരത്തിൽ കൈക്കൊണ്ടത്. പൊതുമിനിമം പരിപാടിയുടെ അടിസ്ഥാനത്തിലാണ് ഇടതുപാർട്ടികൾ യു പി എ സർക്കാരിന് പിന്തുണ നല്കിയിരുന്നത്. അതിൽനിന്നും വ്യതിചലിച്ച് ആണവക്കരാർ പ്രശ്നത്തിൽ സർക്കാരുമായി വിയോജിപ്പ് രേഖപ്പെടുത്തേണ്ടിവന്നു. ഇടതുപാർട്ടികളുമായി ആലോചിക്കാതെയാണ് യു പി എ സർക്കാർ ആണവക്കരാറുമായി മുന്നോട്ടുപോയത്. ഇന്ത്യയുടെ താൽപര്യങ്ങൾക്ക് വിരുദ്ധമായി ഇത്തരം കരാറുണ്ടാക്കുന്നതിനെയാണ് ഇടതുപക്ഷം എതിർത്തത്. സർക്കാറിന് പിന്തുണ നല്കുന്ന ഇടതുപക്ഷവുമായി ചർച്ച ചെയ്യാൻ യു പി എ നേതൃത്വം തയ്യാറായില്ല. പാർട്ടി കേന്ദ്രകമ്മിറ്റി ചേർന്ന് സർക്കാരിനുള്ള പിന്തുണ പിൻവലിക്കാൻ തീരുമാനിച്ചു. മറ്റു ഇടതു പാർട്ടികളുമായി ഇക്കാര്യം കൂടിയാലോചിച്ചു. പ്രതിപക്ഷത്തുനിന്നും അവിശ്വാസം വരുന്നതിന് മുമ്പ് വിശ്വാസപ്രമേയം അവതരിപ്പിക്കാനാണ് സർക്കാർ ശ്രമിച്ചത്. 2008 ജൂലൈ 21 ന് ഒറ്റ വരിയിലുള്ള വിശ്വാസപ്രമേയം പ്രധാനമന്ത്രി മൻമോഹൻ സിങ് ലോക്സഭയിൽ അവതരിപ്പിച്ചു. രണ്ടു ദിവസമാണ് ഇതു സംബന്ധിച്ച ചർച്ച സഭയിൽ നടന്നത്. നാടകീയമായ നിരവധി സംഭവങ്ങൾക്ക് ഇത് വഴിതെളിച്ചു. വിശ്വാസ പ്രമേയം പരാജയപ്പെടുമെന്നായിരുന്നു പൊതുസ്ഥിതി.

2008 ജൂലൈ 21, 22 തീയതികളിൽ നടന്ന ലോക്സഭാ സമ്മേളനം നമ്മുടെ പാർലമെന്റ് ചരിത്രത്തിൽ പ്രാധാന്യമർഹിക്കുന്ന സംഭവമാണ്. ഇടതുപാർട്ടികൾ യു പി എ സർക്കാരിനുള്ള പിന്തുണ പിൻവലിച്ചതിനെ തുടർന്നാണ് പാർലമെന്റ് സമ്മേളനം വിളിച്ചുചേർത്തത്. വിശ്വാസപ്രമേയം ചർച്ചചെയ്യലാണ് പ്രധാനപ്പെട്ട അജണ്ട. പാർലമെന്റിന്റെ ഇരുസഭകളെയും അഭിസംബോധന ചെയ്തുകൊണ്ട് രാഷ്ട്രപതി നടത്തുന്ന പ്രസംഗം സർക്കാരിന്റെ നയപ്രഖ്യാപനമാണ്. 2004 ൽ രാഷ്ട്രപതി നടത്തിയ നയപ്രഖ്യാപനത്തിൽ ആണവക്കരാർ സംബന്ധിച്ച യാതൊരു പരാമർശവും ഉണ്ടായിരുന്നില്ല. കോൺഗ്രസിന് ആഗ്രഹമില്ലാത്തതുകൊണ്ടല്ല, ഇടതുപക്ഷത്തിന്റെ ശക്തമായ എതിർപ്പുണ്ടാകുമെന്നുറപ്പുള്ളതുകൊണ്ടായിരുന്നു കോൺഗ്രസ് അതിന് തയ്യാറാകാതിരുന്നത്.

ഇടതുപക്ഷ പാർട്ടികളോട് ആലോചിച്ചില്ലെന്ന് മാത്രമല്ല, പാർലമെന്റിൽ കൂടി ചർച്ച ചെയ്യാതെ കരാറിൽ ഒപ്പിടാനാണ് സർക്കാർ ശ്രമി

ച്ചത്. ഇടതുപാർട്ടികളുടെ സമ്മർദ്ദത്തിന്റെ ഫലമായിട്ടാണ് പാർലമെന്റിൽ ആണവക്കരാർ ചർച്ച ചെയ്തത്. അന്നാകട്ടെ ഭൂരിപക്ഷം എം പിമാരും ഇതിനെ എതിർക്കുകയാണുണ്ടായത്. എന്നിട്ടും കരാറുമായി മുന്നോട്ടു പോകാനാണ് സർക്കാർ തീരുമാനിച്ചത്. ഇത് യു പി എ സർക്കാരിന്റെ അമേരിക്കൻ പക്ഷപാത സമീപനത്തിന്റെ ഏറ്റവും വലിയ നടപടികളിലൊന്നാണ്. ഈ സാഹചര്യത്തിലാണ് ഇടതുപക്ഷ പാർട്ടികൾ സർക്കാരിനുള്ള പിന്തുണ പിൻവലിച്ചതും വിശ്വാസ പ്രമേയത്തിന് കളമൊരുങ്ങിയതും.

സംഘർഷഭരിതമായ അന്തരീക്ഷമാണ് സമ്മേളനം നടക്കുമ്പോൾ ഡൽഹിയിൽ നിലനിന്നിരുന്നത്. വിശ്വാസപ്രമേയം വിജയിപ്പിക്കുവാൻ ഏതു ഹീന നടപടികളും കൈക്കൊള്ളുകയായിരുന്നു കോൺഗ്രസ് ചെയ്തത്. അധികാര ദുർവ്വിനിയോഗം, പണത്തിന്റെ ആധിപത്യം, ഭീഷണിപ്പെടുത്തൽ തുടങ്ങിയ എല്ലാവിധ ജനാധിപത്യവിരുദ്ധ സമീപനങ്ങളും കോൺഗ്രസ് സ്വീകരിച്ചിരുന്നു. ജൂലൈ 19 ന് മുമ്പ് വിശ്വാസ പ്രമേയത്തിനെതിരെ കൂടുതൽ കക്ഷികൾ രംഗത്തുണ്ടായിരുന്നു. രണ്ട് ദിവസങ്ങളിലായി നടന്ന വിശ്വാസ പ്രമേയ ചർച്ചയിൽ എല്ലാ പാർട്ടികളുടേയും പ്രമുഖ നേതാക്കൾ പങ്കെടുത്തു. കോൺഗ്രസിൽനിന്നും പ്രണബ് മുഖർജി, കപിൽ സിബൽ, പ്രഫുൽ പട്ടേൽ, ആർ ജെ ഡിയിൽനിന്നും ലാലു പ്രസാദ് യാദവ്, ബി ജെ പിയിൽനിന്നും എൽ കെ അദ്വാനി, സി പി ഐ (എം)നെ പ്രതിനിധീകരിച്ച് മുഹമ്മദ് സലീം, ബസുദേവാചാര്യ എന്നിവരും ഞാനും പ്രസംഗിച്ചു. സി പി ഐയിൽനിന്നും ഗുരുദാസ് ഗുപ്ത, ബി എസ് പിയുടെ ബ്രിജേഷ് പാഠക്, എസ് പിയുടെ മോഹൻ സിങ് തുടങ്ങിയവരും പ്രസംഗിച്ചു.

ചർച്ചയുടെ രണ്ടാം ദിവസം ഉച്ചയ്ക്ക് ശേഷം ഒട്ടേറെ നാടകീയ

പാർലമെന്റ് പ്രതിഷേധം

സംഭവങ്ങൾക്ക് സഭ സാക്ഷ്യം വഹിച്ചു. ചർച്ച നടക്കുന്നതിനിടയിൽ ബി എസ് പിയുടെ ഉപനേതാവ് ബ്രിജേഷ് പഠക് രോഷാകുലനായി പൊട്ടിത്തെറിച്ചുകൊണ്ടായിരുന്നു സഭയിൽ സംസാരിക്കാൻ തുടങ്ങിയത്. കോൺഗ്രസിന്റെ വികൃതമുഖം ഇന്ത്യൻ പാർലമെന്റിൽ ബ്രിജേഷിന്റെ വാക്കുകളിലൂടെ തെളിഞ്ഞു. തലേ ദിവസം രാത്രി സി ബി ഐ ഉദ്യോഗസ്ഥർ അദ്ദേഹത്തിന്റെ വീട്ടിലെത്തി വിശ്വാസ പ്രമേയത്തിന് അനുകൂലമായി വോട്ടുചെയ്യാൻ ആവശ്യപ്പെട്ടു. അതിന് തയ്യാറായില്ലെങ്കിൽ മായാവതിക്കെതിരായി കേസ് ചാർജ്ജ് ചെയ്യുമെന്ന് പറഞ്ഞ് ചാർജ് ഷീറ്റ് കാണിച്ചു. ഇത് സഭയിൽ ബഹളത്തിനിടയാക്കി. അന്വേഷിച്ച് നടപടി സ്വീകരിക്കുമെന്ന് ഉറപ്പ് നല്കിയ ശേഷമാണ് സഭാനടപടികൾ തുടർന്നത്. രാജ്യത്തെയാകെ ഞെട്ടിക്കുകയും നാണം കെടുത്തുകയും ചെയ്ത സംഭവങ്ങൾ തുടർന്നും സഭയിൽ അരങ്ങേറി. രണ്ടു ബി ജെ പി അംഗങ്ങൾ വലിയൊരു ബാഗുമായി സഭയിൽ എത്തി. തങ്ങളെ സ്വാധീനിക്കാൻ എസ് പി നേതാവ് അമർ സിങ് ദൂതന്മാർ മുഖേന രണ്ട് കോടി രൂപ തന്നുവെന്ന് പറയുകയും പ്രസംഗത്തിനിടെ അത് ഉയർത്തിക്കാണിക്കുകയും ചെയ്തു. ഈ സംഭവം നടക്കുമ്പോൾ ഡെപ്യൂട്ടി സ്പീക്കറായിരുന്നു ചെയറിൽ. സംഭവം കണ്ട് അന്ധാളിച്ച ഡെപ്യൂട്ടി സ്പീക്കർ സഭ പിരിച്ചുവിടാതെ ചേമ്പറിലേക്ക് പോവുകയാണുണ്ടായത്. അംഗങ്ങൾ വാക്കേറ്റവും കൈയാങ്കളിയുമായി നടുത്തളത്തിലിറങ്ങി. പിന്നീട് സഭ താൽക്കാലികമായി പിരിഞ്ഞു. ഇതിനിടെ മാർഷലും മറ്റ് സുരക്ഷാ ഉദ്യോഗസ്ഥരും എത്തി പണം കസ്റ്റഡിയിലെടുത്തു. സമ്മേളനം തുടരാൻ കഴിയാത്ത സന്ദർഭത്തിൽ സ്പീക്കർ കക്ഷി നേതാക്കളുടെ യോഗം വിളിച്ചു. ഇനി ആരും സംസാരിക്കേണ്ടതില്ലെന്നും വോട്ടെടുപ്പ് നടത്തിയാൽ മാത്രം മതിയെന്നും കക്ഷി നേതാക്കളുടെ യോഗം തീരുമാനിച്ചു. എന്നാൽ സഭ വീണ്ടും സമ്മേളിച്ചതോടെ സ്പീക്കർ ഭരണപക്ഷത്തെ അനുകൂലിക്കുന്ന ചെറിയ കക്ഷികളുടെ നേതാക്കളെ പ്രസംഗിക്കുന്നതിനു വേണ്ടി ക്ഷണിച്ചത് വീണ്ടും ബഹളത്തിനിടയാക്കി. ഇടതുപക്ഷ പാർട്ടികളും പ്രതിപക്ഷവും സ്പീക്കറുടെ നടപടിയെ ശക്തമായി വിമർശിച്ചു. തുടർന്ന് പ്രധാനമന്ത്രി മറുപടി പ്രസംഗത്തിന് തയ്യാറായെങ്കിലും ബഹളത്തിനിടയിൽ അദ്ദേഹത്തിന്റെ പ്രസംഗം ആർക്കും കേൾക്കാൻ സാധിച്ചില്ല.

പാർലമെന്റിനെ നോക്കുകുത്തിയാക്കി ആണവക്കരാർ ഒപ്പിട്ട നടപടിയെ ഇടതുപക്ഷ പാർട്ടികൾ ശക്തിയായി വിമർശിച്ചു. അമേരിക്കൻ സാമ്രാജ്യത്വത്തിന് രാജ്യത്തെ അടിയറവയ്ക്കുന്ന നീചമായ നടപടിക്കെതിരെ കടുത്ത ഭാഷയിലാണ് എതിർപ്പുള്ള മിക്ക അംഗങ്ങളും സംസാരിച്ചത്. നേരത്തെ ആണവക്കരാറിനെ എതിർത്ത സമാജ്‌വാദി പാർട്ടി അവസരവാദപരമായ സമീപനം സ്വീകരിച്ചതിനെ പരിഹാസത്തോടെയാണ് സഭയിൽ തുറന്നു കാട്ടിയത്. വ്യത്യസ്ത കാരണങ്ങൾ ഉന്നയിച്ചുകൊണ്ടാണെങ്കിലും പ്രതിപക്ഷ നേതാവ് അദ്വാനിയും ഭരണകക്ഷിയെ കടു

ത്ത ഭാഷയിൽ വിമർശിച്ചു. വോട്ടെടുപ്പിൽ കേഡർ പാർട്ടി എന്നറിയപ്പെടുന്ന ബി ജെ പിയുടെ പല എം പിമാരെയും കോൺഗ്രസ് വിലയ്ക്കെടുത്തു. ചിലർ വിട്ടുനിന്നു. എസ് പിയുടേയും ബി എസ് പിയുടേയും എം പിമാരിൽ ചിലർ രണ്ട് ചേരികളിലായി കാലുമാറി വോട്ട് ചെയ്യുന്ന സംഭവം കാണാൻ സാധിച്ചു.

ആകെ 543 അംഗങ്ങളാണ് സഭയിൽ ഹാജരായത്. ഇതിൽ സ്പീക്കർ വോട്ട് ചെയ്തില്ല. കോടതി വിധി കാരണം പി സി തോമസും വോട്ടു ചെയ്തില്ല. 531 പേരാണ് ആകെ വോട്ട് ചെയ്തത്. ഭരണ പക്ഷത്തിന് 275 വോട്ടും പ്രതിപക്ഷ–ഇടതുപക്ഷ പാർട്ടികൾക്ക് 256 വോട്ടും ലഭിച്ചു. 10 പേർ വോട്ടെടുപ്പിൽ നിന്നും വിട്ടുനിന്നു. വിശ്വാസ പ്രമേയം 19 വോട്ടുകൾക്ക് വിജയിച്ചു. ഇടതുപക്ഷ പാർട്ടികളിൽ നിന്നു മാത്രമാണ് കൂറുമാറി വോട്ട് ചെയ്യാതിരുന്നത്. ബി ജെ പി, ടി ഡി പി, ജെ ഡി (എസ്), ബിജു ജനതാദൾ തുടങ്ങിയ പാർട്ടികളിൽ നിന്നൊക്കെ എം പിമാർ കൂറുമാറി വോട്ടുചെയ്തു. ഇതിന്റെ ഭാഗമായിട്ടാണ് വിശ്വാസ പ്രമേയം പാസായത്.

ഇതേത്തുടർന്ന് മറ്റൊരു രാഷ്ട്രീയ വിഷയംകൂടി പാർട്ടിക്ക് ചർച്ച ചെയ്യേണ്ടി വന്നു. ഇടതുപക്ഷത്തോട് ആലോചിക്കാതെ സർക്കാർ പ്രവർത്തിക്കുന്ന സാഹചര്യത്തിൽ സി പി ഐ (എം) നേതാവുകൂടിയായ സോമനാഥ് ചാറ്റർജി സ്പീക്കർ സ്ഥാനം ഒഴിയണമെന്ന് പാർട്ടി തീരുമാനിച്ചു. എന്നാൽ അദ്ദേഹം അതിനു തയ്യാറായില്ല. ഈ സാഹചര്യത്തിൽ കടുത്ത നടപടിയിലേക്ക് പാർട്ടിക്ക് നീങ്ങേണ്ടി വന്നു. പാർട്ടി തീരുമാനം ലംഘിക്കുകയും സർക്കാർ അനുകൂല നിലപാടെടുക്കുകയും ചെയ്ത സോമനാഥ് ചാറ്റർജിക്കെതിരെ പാർട്ടിക്ക് ശക്തമായ അച്ചടക്ക നടപടി സ്വീകരിക്കേണ്ടിവന്നു.

രണ്ടാം യു പി എ കാലം

ഒന്നാം യു പി എ സർക്കാരിന് നല്കിയിരുന്ന പിന്തുണ ആണവക്കരാർ പ്രശ്നവുമായി ബന്ധപ്പെട്ട് പിൻവലിച്ചത് ശരിയായ തീരുമാനം തന്നെയായിരുന്നു. ഇതു പിന്നീട് പാർട്ടി കോൺഗ്രസും ശരിവച്ചു. എന്നാൽ പൊതുതിരഞ്ഞെടുപ്പിന് തൊട്ടുമുമ്പെടുത്ത ഈ തീരുമാനം സാധാരണ ജനങ്ങളെ ഇതേ നിലയിൽ ബോദ്ധ്യപ്പെടുത്താൻ നമുക്ക് കഴിഞ്ഞില്ല. ആണവക്കരാർ പ്രശ്നം നയപരമായി രാജ്യത്തെ ബാധിക്കുന്ന ഒന്നാണെങ്കിലും ജനങ്ങളുടെ ദൈനംദിന ജീവിത പ്രശ്നവുമായി അതിനെ കൂട്ടിയോജിപ്പിച്ച് പ്രചരണ രംഗത്ത് ബോദ്ധ്യപ്പെടുത്തുന്നതിന് നമുക്ക് പരിമിതിയുണ്ടായിരുന്നു. ഈ വിഷയം പിന്നീട് ചേർന്ന പാർട്ടി കോൺഗ്രസ് ചർച്ച ചെയ്തു. നമ്മൾ ചെലുത്തിയ ശക്തമായ സമ്മർദ്ദത്തിന്റെ ഫലമായിട്ടാണ് മഹാത്മാഗാന്ധി തൊഴിലുറപ്പ് പദ്ധതി, വനാവകാശം, വിവരാവകാശം, പൊതുമേഖല സ്ഥാപനങ്ങളുടെ സംരക്ഷണം എന്നീ നിയമങ്ങൾ സർക്കാർ കൈക്കൊണ്ടത്. 2009 ലെ തിര

ഞ്ഞെടുപ്പിൽ ഇതൊക്കെ സ്വന്തം നേട്ടമായി പ്രചരിപ്പിക്കാൻ യു പി എയ്ക്ക് കഴിഞ്ഞു. കേരളത്തിൽ യു ഡി എഫ് അന്ന് ഇന്നത്തേക്കാൾ കെട്ടുറപ്പുള്ളതായിരുന്നു. ദേശീയ രാഷ്ട്രീയത്തിലെ ഈ രാഷ്ട്രീയ കാരണം കൂടിയായപ്പോൾ പൊതുവിൽ കേരളത്തിൽ യു ഡി എഫിന് അനുകൂലമായ സാഹചര്യം ഉണ്ടായി. ഇതൊക്കെ കേരളത്തിൽ യു ഡി എഫിന് അനുകൂലമായി.

രണ്ടായിരത്തിനാലിലെ തിരഞ്ഞെടുപ്പിൽ ലോക്സഭയിലേക്ക് ഇടതുപക്ഷത്തിന് കേരളത്തിൽ വലിയ മുന്നേറ്റമുണ്ടായെങ്കിലും 2009 ൽ നാല് സി പി ഐ (എം) സ്ഥാനാർത്ഥികൾ മാത്രമേ ഇടതുപക്ഷത്തു നിന്നും വിജയിച്ചുള്ളൂ. കാസർഗോഡ്, പാലക്കാട്, ആലത്തൂർ, ആറ്റിങ്ങൽ എന്നീ മണ്ഡലങ്ങൾ ഇടതുപക്ഷത്തോടൊപ്പം നിന്നു. എം ബി രാജേഷ്, പി കെ ബിജു, എ സമ്പത്ത് എന്നിവരോടൊപ്പം ഞാനും ലോക്സഭയിലെത്തി. ഈ തിരഞ്ഞെടുപ്പിൽ ജോസ് കെ മാണി, ശശി തരൂർ, കെ സി വേണുഗോപാൽ തുടങ്ങിയവർ യു ഡി എഫിൽ നിന്നും ലോക്സഭയിലെത്തി. 2014 ൽ നില അല്പം മെച്ചപ്പെടുത്താൻ ഇടതുപക്ഷത്തിന് കഴിഞ്ഞു. പി കെ ശ്രീമതി ടീച്ചർ (കണ്ണൂർ), എം ബി രാജേഷ് (പാലക്കാട്), പി കെ ബിജു (ആലത്തൂർ), എ സമ്പത്ത് (ആറ്റിങ്ങൽ), സി എൻ ജയദേവൻ (തൃശ്ശൂർ), ഇന്നസെന്റ് (ചാലക്കുടി), ജോയ്സ് ജോർജ് (ഇടുക്കി) എന്നിവരോടൊപ്പം കാസർഗോഡ് നിന്നും മൂന്നാം വിജയവുമായി ഞാനും ഇടതുപക്ഷത്തുനിന്നും വിജയിച്ചു. ഇടതുപക്ഷത്തോടൊപ്പം ഉണ്ടായിരുന്ന ആർ എസ് പി മുന്നണി വിട്ട് യു ഡി എഫിൽ ചേരുകയും കൊല്ലം മണ്ഡലത്തിൽനിന്നും എൻ കെ പ്രേമചന്ദ്രൻ വിജയിക്കുകയും ചെയ്തു.

ഈ സന്ദർഭത്തിൽ രാജ്യസഭയിലും കേരളം, പശ്ചിമബംഗാൾ,

കേരളത്തിൽനിന്നുള്ള എം പി മാർക്കൊപ്പം

ഡൽഹിയിൽ നടന്ന ഇ അഹമ്മദ് അനുസ്മരണം

ത്രിപുര എന്നീ സംസ്ഥാനങ്ങളിൽനിന്ന് ഇടതു പക്ഷത്തിന് നല്ല പ്രാതിനിദ്ധ്യം ഉണ്ടായി. പാർട്ടി ജനറൽ സെക്രട്ടറി സീതാറാം യെച്ചൂരി, എം എ ബേബി, എസ് രാമചന്ദ്രൻ പിള്ള, ബൃന്ദ കാരാട്ട് തുടങ്ങിയ പ്രമുഖ നേതാക്കൾ രാജ്യസഭയിലുണ്ടായി. മുൻ കാലങ്ങളിൽ പാർട്ടി ജനറൽ സെക്രട്ടറിയായിരുന്ന ഹർകിഷൻ സിങ് സുർജിത്ത്, സുന്ദരയ്യ, സമർ മുഖർജി തുടങ്ങിയ സഖാക്കളും രാജ്യസഭാംഗങ്ങൾ ആയിരുന്നു. എ കെ ജിയോടൊപ്പം ഉണ്ടായിരുന്ന ജ്യോതിർമയി ബാനർജിയുടെ സാന്നിദ്ധ്യം പ്രത്യേകം ശ്രദ്ധിക്കപ്പെട്ടു. പി രാജീവ്, പി ആർ രാജൻ, എ വി ജയരാഘവൻ, കെ ചന്ദ്രൻ പിള്ള, കെ എൻ ബാലഗോപാൽ, ടി എൻ സീമ, സി പി നാരായണൻ, കെ കെ രാഗേഷ് തുടങ്ങിയവർ ഞാൻ ലോക്സഭാംഗമായിരുന്നപ്പോൾ രാജ്യസഭയിൽ അംഗങ്ങളായിരുന്നു. കെ കരുണാകരൻ, എ കെ ആന്റണി, എം പി വീരേന്ദ്രകുമാർ, പി വി അബ്ദുൾ വഹാബ് തുടങ്ങിയവരും രാജ്യസഭാംഗങ്ങളായിരുന്നു. കേരളത്തിൽ നിന്നും എ കെ ആന്റണി, കെ വി തോമസ്, വയലാർ രവി, കെ സി വേണുഗോപാൽ, ഇ അഹമ്മദ് തുടങ്ങിയവർ ഇക്കാലത്ത് മന്ത്രിമാരായി.

രണ്ടാം യു പി എ സർക്കാറിനെ ശക്തമായി എതിർത്തുകൊണ്ട് പ്രതിപക്ഷത്ത് നാം നിലകൊണ്ടു. ഇടതുപക്ഷത്തിന്റെ അംഗബലം പാർലമെന്റിൽ കുറഞ്ഞതിന്റെ ഗുണം ഭരണപക്ഷത്തിന് ഉണ്ടായി. ആഗോളവല്ക്കരണ സാമ്പത്തിക നയം ശക്തമായി നടപ്പിലാക്കാനുള്ള പദ്ധതികളുമായി അവർ മുന്നോട്ടുപോയി. ഒന്നാം യു പി എ സർക്കാരിന്റെ കാലത്ത് പൊതുമേഖലയെ സംരക്ഷിക്കുന്നതായിരുന്നു നയമെങ്കിൽ രണ്ടാം യു പി എ സർക്കാരിന്റെ കാലത്ത് പൊതുമേഖലയെ വിറ്റുതുലയ്ക്കുക എന്നതായിരുന്നു കോൺഗ്രസിന്റെ സമീപനം. ബജറ്റ് കമ്മി നികത്തുന്നതിന് വേണ്ടി പൊതുമേഖലാ സ്ഥാപനങ്ങളുടെ 49 ശതമാനം

പാർലമെന്റ് പ്രതിഷേധം

ഓഹരികൾ ആദ്യഘട്ടത്തിൽ വില്ക്കാൻ തീരുമാനിച്ചു. ഒന്നാം യു പി എ സർക്കാരിന്റെ കാലത്ത് ഇടതുപക്ഷ സമ്മർദ്ദംമൂലം അവർക്ക് മാറ്റി വെക്കേണ്ടിവന്ന ഉദാരവല്ക്കരണനയങ്ങൾ 2009–14 കാലത്ത് പ്രതിപക്ഷത്തുള്ള ബി ജെ പിയുടെ സഹകരണത്തോടെ നടപ്പിലാക്കാൻ കോൺഗ്രസിന് കഴിഞ്ഞു. അതുകൊണ്ടുതന്നെ ഇക്കാലത്ത് പാർലമെന്റിനകത്തും പുറത്തും ശക്തമായ പ്രക്ഷോഭങ്ങൾ നമുക്ക് നടത്തേണ്ടിവന്നു. സർക്കാരിനെതിരെ ഒന്നിനു പിന്നാലെ ഒന്നായി അഴിമതിക്കേസുകൾ പാർലമെന്റിൽ ഉയർന്നുവന്നു. ഐ ടി മന്ത്രി എ രാജ നടത്തിയ റ്റു ജി സ്പെക്ട്രം അഴിമതി കേസിൽ ഒരു മാസം പാർലമെന്റ് സ്തംഭിച്ചു. തുടർന്ന് രാജയെ മാറ്റാനും അന്വേഷണം നടത്താനും സർക്കാരിന് വഴങ്ങേണ്ടി വന്നു. സുപ്രീം കോടതി ശക്തമായി കേസിൽ ഇടപെട്ടു. കൂട്ടിലടച്ച തത്തയെന്ന് സി ബി ഐയെ സുപ്രീം കോടതി വിശേഷിപ്പിച്ചത് ഈ കേസിലാണ്. പ്രധാനമന്ത്രിയുടെ ഓഫീസ് സംശയത്തിന്റെ നിഴലിലായ കല്ക്കരി കുംഭകോണവും ഇക്കാലത്ത് ഉയർന്നു. ഇതിന്റെ ഭാഗമായി ബന്ധപ്പെട്ട മന്ത്രിക്ക് രാജിവയ്ക്കേണ്ടി വന്നു.

മുംബൈയിലെ തീവ്രവാദി ആക്രമണം ഉണ്ടായതും ഇക്കാലത്താണ്. താജ് ഉൾപ്പെടെ നിരവധി ഹോട്ടലുകൾക്ക് നേരെ പാക്ക് തീവ്രവാദി ആക്രമണം നടന്നു. വിദേശികളടക്കം നിരവധിപേർ ഈ ആക്രമണത്തിൽ കൊല്ലപ്പെട്ടു. പാർലമെന്റ് അംഗമായ സ. എൻ എൻ കൃഷ്ണദാസ് ഉൾപ്പെടെ നിരവധി സഖാക്കൾ ഈ സമയത്ത് ഹോട്ടലിനകത്ത് ഉണ്ടായിരുന്നു. പാർലമെന്റിൽ ഇത് വലിയ ചർച്ചയായി. ആഭ്യന്തര മന്ത്രി ശിവരാജ് പാട്ടീലിന് സ്ഥാനം ഒഴിയേണ്ടി വന്നു. ഈ സമയത്താണ് രാജ്യത്തിന്റെ സുരക്ഷയുമായി ബന്ധപ്പെട്ട് എൻ ഐ എ ആക്ട് പാർലമെന്റിൽ പാസായത്. ധനകാര്യമന്ത്രിയായിരുന്ന പി ചിദംബരം ആഭ്യന്തരമന്ത്രിയുടെ ചുമതലകൂടി ഏറ്റെടുത്ത് എൻ ഐ എ സംബന്ധിച്ച ബില്ല് പാർലമെന്റിൽ അവതരിപ്പിച്ചു. ആ നിയമത്തിലെ പോരായ്മകൾ പലരും ചൂണ്ടിക്കാട്ടി. എന്നാൽ രാജ്യം വലിയ വിപത്തിനെ നേരി

ടുമ്പോൾ മറ്റു ചർച്ചകൾ ഒഴിവാക്കാനാണ് ലോക്സഭ തീരുമാനിച്ചത്. ഇതിൽ ഭരണപക്ഷവും പ്രതിപക്ഷവും യോജിച്ചാണ് തീരുമാനമെടുത്തത്.

ഇക്കാലത്ത് പാർലമെന്റിൽ ഉണ്ടായ വലിയൊരു തർക്കമാണ് ആന്ധ്രാപ്രദേശിന്റെ വിഭജനവുമായി ബന്ധപ്പെട്ടുണ്ടായത്. ആന്ധ്രയിൽത്തന്നെ വ്യത്യസ്തമായ രണ്ടഭിപ്രായം നിലനിന്നിരുന്നു. പാർലമെന്റ് നടപടികൾ സ്തംഭിപ്പിക്കുന്ന വിധത്തിലായിരുന്നു രണ്ടു പക്ഷത്തിന്റെയും പ്രവർത്തനം. ചിലപ്പോൾ ഇത് കൈയാങ്കളിയിൽവരെ എത്തിയിട്ടുണ്ട്. ഒരു ദിവസം രണ്ടു വിഭാഗങ്ങളും സഭയുടെ നടുത്തളത്തിലിറങ്ങി മുദ്രാവാക്യം വിളിച്ചു. ഇതിനിടയിൽ ചില എം പിമാർ പെപ്പർ സ്പ്രേ പ്രയോഗിച്ചു. സഭയിൽ പല എം പിമാർക്കും ശ്വാസംമുട്ടൽ ഉണ്ടായി. അടിയന്തിരമായി ഡോക്ടർമാർ എത്തി. സഭ പിരിയുന്നതായി സ്പീക്കർ അറിയിച്ചു.

പാർലമെന്റിൽ തൃണമൂൽ കോൺഗ്രസുമായും ഇടതുപക്ഷവുമായും പലപ്പോഴും തർക്കങ്ങൾ ഉയർന്നുവരാറുണ്ട്. പതിനഞ്ചാം ലോക്സഭയിൽ തൃണമൂൽ കോൺഗ്രസിന് പശ്ചിമബംഗാളിൽ വലിയ മുന്നേറ്റമുണ്ടായി. സി പി ഐ (എം)ന്റെ സീറ്റുകൾ വലിയ തോതിൽ നഷ്ടമായി. തൃണമൂൽ കോൺഗ്രസ് - സി പി ഐ (എം). അംഗങ്ങൾ പലപ്പോഴും പാർലമെന്റിൽ വലിയ വാഗ്വാദങ്ങളിൽ ഏർപ്പെടാറുണ്ടായിരുന്നു.

കേരളത്തിലെ റെയിൽവേ പ്രശ്നം, കാർഷിക പ്രശ്നം, ഭക്ഷ്യപ്രശ്നം, കേന്ദ്ര വിഹിതം, ആരോഗ്യ രംഗത്തെ പുതിയ സ്ഥാപനങ്ങൾ തുടങ്ങിയ വിഷയങ്ങൾ അവതരിപ്പിക്കാനും മന്ത്രിമാരെ കാണാനും കേര

പാർലമെന്റ് സബോർഡിനേറ്റ് ലജിസ്ലേഷൻ സ്റ്റാന്റിങ് കമ്മിറ്റി യോഗത്തിൽ

ളത്തിലെ എം പിമാർ ഒരുമിച്ചുനിന്നു. ബംഗാളിലെ ശാരദ ചിട്ടി തട്ടിപ്പ്, മദ്ധ്യപ്രദേശിലെ വ്യാപം കുംഭകോണ തട്ടിപ്പ്, മുംബൈ ഫ്ളാറ്റ് നിർമ്മാണത്തട്ടിപ്പ് തുടങ്ങി നിരവധി വിഷയങ്ങൾ പ്രതിപക്ഷം പാർലമെന്റിൽ ശക്തമായി ഉയർത്തിക്കാട്ടി. ലോക്സഭയിൽ പഴയകാല നേതാവുകൂടിയായ പ്രണബ് മുഖർജി വിവിധ വകുപ്പുകൾ കൈകാര്യം ചെയ്തിരുന്നു. പ്രധാനമന്ത്രി മൻമോഹൻസിങ് ആയിരുന്നെങ്കിലും സഭയിൽ പലപ്പോഴും തിളങ്ങിയത് പ്രണബ് മുഖർജി ആയിരുന്നു. സഭയിലെ തലമുതിർന്ന നേതാവ് എന്ന നിലയിൽ ഭരണ-പ്രതിപക്ഷ അംഗങ്ങൾ അദ്ദേഹത്തെ ബഹുമാനിച്ചു. ചില സന്ദർഭങ്ങളിൽ അദ്ദേഹം രോഷപ്പെട്ട് സംസാരിച്ചെന്നിരിക്കും. എന്നാൽ കുറെ കഴിഞ്ഞാൽ അദ്ദേഹം മയത്തിൽ സംസാരിക്കുകയും ആളുകളോട് കുശലം പറയുകയും ചെയ്യാറുണ്ടായിരുന്നു.

പതിനാറാം ലോക്സഭയിലേക്ക് തിരഞ്ഞെടുപ്പ് നടന്നപ്പോൾ ഇടതുപക്ഷത്തിന്റെ പ്രാതിനിദ്ധ്യം സഭയിൽ വല്ലാതെ കുറഞ്ഞു. കേരളത്തിൽ നിന്നും എട്ട് സീറ്റിലാണ് ഇടതുമുന്നണി വിജയിച്ചത്. സംസ്ഥാന നിയമസഭയിലേക്കും ലോക്സഭയിലേക്കും തിരഞ്ഞെടുപ്പ് നടക്കുമ്പോൾ വ്യത്യസ്ത ഫലങ്ങളാണ് പലപ്പോഴും ഉണ്ടാകുന്നത്. ദേശീയ രാഷ്ട്രീയത്തിലും സംസ്ഥാന രാഷ്ട്രീയത്തിലും പ്രധാനപ്പെട്ട വിഷയങ്ങൾ തന്നെയാണ് കേരളത്തിൽ ചർച്ചയാവുന്നത്. ഇതോടൊപ്പം ജനസംഖ്യയിൽ 43 ശതമാനം വരുന്ന മതന്യൂനപക്ഷങ്ങൾ സ്വീകരിക്കുന്ന സമീപനങ്ങളും പലപ്പോഴും കേരളത്തിൽ നിർണ്ണായകമാണ്. കേന്ദ്രത്തിൽ ബി ജെ പിയെ ഒഴിവാക്കണമെന്ന മനോഭാവവും ഇതിൽ പ്രധാനമാണ്. പ്രധാനപ്പെട്ട രാഷ്ട്രീയ പാർട്ടികളിലും മുന്നണികളിലും ഉണ്ടാവുന്ന ചേരിതിരിവുകളും വളരെ നിർണ്ണായകമാണ്.

ലോക്സഭയിലെ പതിനഞ്ച് വർഷത്തെ പ്രവർത്തനങ്ങൾക്കിടയിൽ സംസ്ഥാനത്തെയും ദേശീയ തലത്തിലെയും നിരവധി വിഷയങ്ങളിൽ ഇടപെടാൻ കഴിഞ്ഞു. പാർലമെന്റ് അംഗങ്ങൾക്ക് ലഭിക്കുന്ന പ്രധാനപ്പെട്ട അവകാശമാണ് രാവിലെയുള്ള ചോദ്യോത്തരവേള. അടിയന്തിര വിഷയങ്ങൾ ഉന്നയിക്കുന്ന സന്ദർഭമാണ് ശൂന്യവേള. ഇതു കൂടാതെ അംഗങ്ങൾക്ക് പാർലമെന്റിൽ വിഷയം ഉന്നയിക്കാൻ അവസരം നല്കുന്നതാണ് റൂൾ 377. പ്രസിഡന്റിന്റെ നയപ്രഖ്യാപനം, പൊതു ബജറ്റ്, റെയിൽവേ ബജറ്റ്, വിവിധ വകുപ്പുകളിലേക്കുള്ള ചർച്ചകൾ ഇവയ്ക്കൊക്കെ കക്ഷി അടിസ്ഥാനത്തിലാണ് സമയം അനുവദിക്കുന്നത്. ഓരോ പാർട്ടിയുടേയും സീറ്റിന്റെ അടിസ്ഥാനത്തിൽ ചർച്ചയ്ക്ക് സമയം നല്കും. അടിയന്തര പ്രമേയങ്ങൾ പലപ്പോഴും സർക്കാർ നിരാകരിക്കുകയാണ് പതിവ്. എന്നാൽ റൂൾ 382 അനുസരിച്ച് ചർച്ചയാവാം. പക്ഷേ, വോട്ടെടുപ്പ് ഉണ്ടാവില്ല. പിന്നീട് സർക്കാർ അവതരിപ്പിക്കുന്ന ബില്ലുകളും അതിനുള്ള ചർച്ചയുമാണ്. വെള്ളിയാഴ്ച ഉച്ചയ്ക്ക് ശേഷം അംഗങ്ങൾ

ക്ക് സ്വകാര്യ ബില്ലുകളും പ്രമേയങ്ങളും അവതരിപ്പിക്കാനുള്ള സമയമാണ്. ലോക്സഭയിൽ ഇരുപത്തിയേഴ് സ്റ്റാന്റിങ് കമ്മിറ്റികൾ ഉണ്ട്. റൂൾ ഓഫ് പ്രൊസീജ്യർ അനുസരിച്ച് പ്രധാനപ്പെട്ട ബില്ലുകൾ പാർലമെന്റ് സ്റ്റാന്റിങ് കമ്മിറ്റികൾ ചർച്ച ചെയ്യേണ്ടതാണ്. ഓരോ ആഴ്ചയിലെയും കാര്യപരിപാടികൾ അംഗീകരിക്കുന്നത് പാർലമെന്റിന്റെ കാര്യോപദേശക സമിതി (ബിസിനസ് അഡ്വൈസറി കമ്മിറ്റി) ആണ്. സ്പീക്കറാണ് അതിന് നേതൃത്വം നല്കുന്നത്. എല്ലാ പാർട്ടികളിലും ഉൾപ്പെട്ട അംഗങ്ങൾ ഈ സമിതിയിലുണ്ട്. പാർലമെന്റിന്റെ അവകാശ ലംഘനം നടത്തിയ കേസിൽ അവരെ നേരിട്ടു വിളിച്ച് വിചാരണ ചെയ്യാനും അധികാരമുണ്ട്. കോടതിയുമായി ബന്ധപ്പെട്ട് ജഡ്ജിമാർക്കെതിരെ ശക്തമായ വിമർശനം ഉണ്ടാകാറുണ്ട്. ജഡ്ജിമാരെ ഇംപീച്ച് ചെയ്യാനും പാർലമെന്റിന് അധികാരമുണ്ട്. വളരെ അപൂർവ്വമായി മാത്രമേ ഇത്തരം സാഹചര്യം ഉണ്ടാകാറുള്ളു. പതിനാറാം ലോക്സഭയുടെ കാലത്ത് കൊൽക്കത്ത ഹൈക്കോടതിയിലെ ജഡ്ജിയെ പ്രമേയത്തിലൂടെ ഇംപീച്ച് ചെയ്യാൻ രാജ്യസഭ തീരുമാനിച്ചു. സി പി ഐ (എം) നേതാവ് സീതാറാം യെച്ചൂരി ആയിരുന്നു പ്രമേയം അവതരിപ്പിച്ചത്. അദ്ദേഹത്തിന്റെ രാജ്യസഭയിലെ പ്രസംഗം ശ്രദ്ധേയമായിരുന്നു. സാധാരണ രാജ്യസഭ പാസാക്കിയാൽ അത് ലോക്സഭയിൽ വരും. പാർലമെന്റിന്റെ നടപടിക്രമങ്ങൾ പൂർത്തിയാകുന്നതിന് മുമ്പേ പ്രസ്തുത ജഡ്ജി രാജിവച്ചു.

വിവിധ മതങ്ങളും ജനങ്ങളും ഭാഷയുമൊക്കെയുള്ള രാജ്യമാണ് ഇന്ത്യ. അതിന്റെ പരിച്ഛേദമാണ് ഇന്ത്യൻ പാർലമെന്റ്. വിവിധ ഭാഷ, വേഷം തുടങ്ങിയവ ഇന്ത്യൻ പാർലമെന്റിന്റെ പ്രത്യേകതയാണ്. ജനാധിപത്യത്തിന്റെ ശ്രീകോവിൽ എന്നാണ് ഇന്ത്യൻ പാർലമെന്റിനെ വിശേഷിപ്പിക്കുന്നത്. പാർലമെന്ററി സമിതിയുടെ റിപ്പോർട്ട്, സി എ ജി റിപ്പോർട്ട് തുടങ്ങിയവ പാർലമെന്റിൽ അവതരിപ്പിച്ച ശേഷമേ പുറത്തുവിടാവൂ. നിർഭാഗ്യവശാൽ ഇന്ന് അതിന്റെ പവിത്രമായ പാരമ്പര്യം നഷ്ടമായിരിക്കുന്നു. ഭരിക്കുന്ന പാർട്ടിക്ക് വ്യക്തമായ ഭൂരിപക്ഷം ഉണ്ടെങ്കിൽ എന്തും ചെയ്യാമെന്ന സ്ഥിതി സംജാതമായിരിക്കുന്നു. ഇത് ജനാധിപത്യ പ്രക്രിയയ്ക്ക് ഭീഷണിയാണ്.

വിഷമഴപെയ്ത ഭൂമിയിൽ പ്രതിരോധവും സാന്ത്വനവും

പതിനഞ്ച് വർഷത്തെ പാർലമെന്റ് ജീവിതത്തിനിടയിൽ കേരളത്തിലെ മിക്ക പ്രശ്നങ്ങളും വിവിധ തലങ്ങളിൽ ഞാൻ പാർലമെന്റിൽ അവതരിപ്പിച്ചിട്ടുണ്ട്. പലപ്പോഴും ബജറ്റ് പ്രസംഗത്തിലാണ് ഇതിന് അവസരമുണ്ടായത്. റെയിൽവേ രംഗത്തെ മിക്ക വിഷയങ്ങളും ഇക്കാലത്ത് അവതരിപ്പിച്ചു. കാർഷിക പ്രശ്നം, കേന്ദ്ര-സംസ്ഥാന വിഷയം, ഐ ഐ ടി, എയിംസ്, കേന്ദ്ര സർവ്വകലാശാല, പ്രവാസി മലയാളി പ്രശ്നം,

പരമ്പരാഗത തൊഴിൽ മേഖല തുടങ്ങിയ പല വിഷയങ്ങളും പല സന്ദർഭത്തിലായി ഉന്നയിച്ചു.

വിഷമഴപെയ്ത് ഒരു നാടിന്റെ ജീവനും പ്രകൃതിയും വിറങ്ങലിച്ചു നില്ക്കുന്ന കാഴ്ചയാണ് എൻഡോസൾഫാൻ ഉപയോഗിക്കുന്ന കാസർഗോഡൻ ഗ്രാമങ്ങളിൽ കണ്ടത്. അശാസ്ത്രീയമായ രീതിയിൽ രണ്ടരപ്പതിറ്റാണ്ടുകാലം എൻഡോസൾഫാന്റെ ഉപയോഗം നീണ്ടുനിന്നതിന്റെ ബാക്കിപത്രങ്ങളാണ് ജീവച്ഛവമായി മാറിയ ജനങ്ങൾ. കുട്ടികൾ ഉൾപ്പെടെ നിരവധിപേർ രോഗികളായി. സ്കൂളിലും കോളേജിലുമൊക്കെ പഠനം നടത്തേണ്ടവർ വീടുകളിലെ ഇടുങ്ങിയ മുറിക്കുള്ളിൽനിന്നും പുറത്തിറങ്ങാൻ കഴിയാതെ ജീവിതം തള്ളിനീക്കുന്നു. കാസർഗോഡ് ജില്ലയിലെ 20 വില്ലേജുകളിലായി സ്ഥിതിചെയ്യുന്ന പ്ലാന്റേഷൻ കോർപറേഷന്റെ കശുമാവിൻ തോട്ടങ്ങളിൽ 1978 മുതലാണ് തേയില കൊതുകുകളെ തുരത്താനായി എൻഡോസൾഫാൻ എന്ന മാരക വിഷം ഹെലിക്കോപ്റ്റർ ഉപയോഗിച്ച് തളിക്കാൻ തുടങ്ങിയത്. അതിമാരകമായ ഓർഗാനോ ക്ലോറിൻ കീടനാശിനി ഗണത്തിൽ പെടുന്നതാണ് എൻഡോസൾഫാൻ എന്നാണ് ഗവേഷണ റിപ്പോർട്ടുകൾ വ്യക്തമാക്കിയിട്ടുള്ളത്.

2001 മുതൽ വിവിധങ്ങളായ ആരോഗ്യപ്രശ്നങ്ങൾ പ്ലാന്റേഷൻ മേഖലയിലെ ജീവജാലങ്ങളിൽ കണ്ടുതുടങ്ങിയിരുന്നു. സമാനതകളില്ലാത്ത ദുരന്തത്തിന്റെ തുടക്കമായിരുന്നു അത്. 2001 മുതൽ ഡോ. വൈ എസ് മോഹൻകുമാർ, ശ്രീപഡ്രെ തുടങ്ങി നിരവധി സാമൂഹ്യ-പരിസ്ഥിതി പ്രവർത്തകരും വിദഗ്ദ്ധരും സന്നദ്ധസംഘടനകളുമെല്ലാം ചേർന്ന്

എന്റോസൾഫാൻ ദുരിത ബാധിതനെ മുഖ്യമന്ത്രി പിണറായി വിജയൻ ആശ്വസിപ്പിക്കുന്നു. എം വി ഗോവിന്ദൻ മാസ്റ്റർ സമീപം

വിഷയം പൊതുസമൂഹത്തിന്റെ മുന്നിലെത്തിച്ചു. പതിനാലാം ലോക്സഭയുടെ കാലത്ത് 2004 മുതൽ ഈ വിഷയം ഞാൻ പാർലമെന്റിൽ ഉന്നയിക്കുകയും ദുരന്തബാധിത സമൂഹത്തിന്റെ ദൈന്യത ഇന്ത്യൻ ജനാധിപത്യത്തിന്റെ പരമോന്നതവേദിയുടെ സജീവശ്രദ്ധയിൽ കൊണ്ടുവരികയും ചെയ്തു. മനുഷ്യനിർമ്മിത ദുരിതം നിരാശ്രയരായ ജനതയുടെ മേൽ അടിച്ചേൽപ്പിക്കപ്പെട്ടതിന്റെ ആഘാതം നമ്മൾ കണ്ടു. സാമൂഹ്യമായ പിന്മാറ്റവും ഒറ്റപ്പെടലും ഇല്ലാതാക്കി, ദുരിതബാധിത സമൂഹത്തിന്റെ പുനരധിവാസവും ചികിത്സയും ജൈവപുനരുജ്ജീവനവും നഷ്ടപരിഹാരവുമെല്ലാം സമഗ്രമായി നടപ്പിലാക്കാൻ കഴിഞ്ഞു. ദുരിതബാധിതർക്കനുകൂലമായി ഭരണകൂടവും കോടതിയും തദ്ദേശസ്വയംഭരണ സ്ഥാപനങ്ങളും മനുഷ്യാവകാശകമ്മീഷനുകളും അന്വേഷണക്കമ്മീഷനുകളുമെല്ലാം എത്തിച്ചേർന്നതിനുപിന്നിൽ വലിയ സമരചരിത്രവും നടപടികളും ഉണ്ടായിട്ടുണ്ട്.

2004 ജൂലൈ ഏഴിനാണ് കാസർഗോഡ് ജില്ലയിലെ പ്ലാന്റേഷൻ കോർപ്പറേഷൻ കശുവണ്ടി തോട്ടം മേഖലകളിലെ അസ്വാഭാവിക മരണങ്ങളും രോഗങ്ങളും ചൂണ്ടിക്കാണിച്ച് രേഖാമൂലം പാർലമെന്റിൽ ഗവൺമെന്റിന്റെ ശ്രദ്ധ ക്ഷണിച്ചത്. എൻഡോസൾഫാൻ എന്ന മാരക കീടനാശിനിയുടെ വായുമാർഗ്ഗേനയുള്ള അനിയന്ത്രിതമായ ഉപയോഗം ഇവിടത്തെ ജീവജാലങ്ങളുടെ അതിജീവനത്തിനു ഭീഷണി സൃഷ്ടിക്കുന്നുണ്ടെന്നും പലരും ഹൃദയ-ശ്വാസകോശ രോഗങ്ങൾ ഉൾപ്പെടെയുള്ള മാരകരോഗങ്ങൾക്കും ജനിതക രോഗങ്ങൾക്കും അടിപ്പെട്ടിരുന്നതായും ഞാൻ ചൂണ്ടിക്കാട്ടി. ജില്ലയിലെ പാരിസ്ഥിതിക തകർച്ച വ്യക്തമാക്കിക്കൊണ്ടും മനുഷ്യരും ജീവജാലങ്ങളും അനുഭവിക്കുന്ന ദുരിതം സംബന്ധിച്ചും 2005 ആഗസ്ത് 23 ന് വീണ്ടും പാർലമെന്റിൽ വിഷയം ഉന്നയിച്ചു. വരുംവരായ്കകൾ മനസ്സിലാക്കാതെ 25 വർഷമായി കാസർഗോഡൻ ഗ്രാമങ്ങളിൽ എൻഡോസൾഫാൻ അനിയന്ത്രിതമായി ഉപയോഗിക്കുകയാണെന്ന് ഞാൻ പാർലമെന്റിൽ പറഞ്ഞു. എൻഡോസൾഫാൻ സൃഷ്ടിച്ച ദുരിതങ്ങളെക്കുറിച്ച് പാർലമെന്റിൽ വിശദീകരിക്കാൻ എനിക്ക് സാധിച്ചു. ഇതിനിടെ വിഷയത്തെക്കുറിച്ച് പഠിക്കാൻ നിയോഗിച്ച ഇന്ത്യൻ കൗൺസിൽ ഓഫ് അഗ്രിക്കൾച്ചർ റിസേർച്ചിന്റെ സംഘം കേരളത്തിലെത്തുകയും എൻഡോസൾഫാന് അനുകൂലമായ റിപ്പോർട്ട് തയ്യാറാക്കുകയും ചെയ്തു. എന്നാൽ പ്രശ്നത്തിന്റെ രൂക്ഷത മനസ്സിലാക്കിയ കേരള സർക്കാർ എൻഡോസൾഫാൻ വിഷയത്തെക്കുറിച്ച് പഠിക്കാൻ ഡോ. അച്യുതൻ കമ്മിറ്റി, ശിവരാമൻ കമ്മീഷൻ എന്നിങ്ങനെയുള്ള അന്വേഷണ സമിതികളെ നിയോഗിച്ചു. ഇവർ വിദഗ്ദ്ധരുടെ സഹായത്തോടെ ദുരിതമേഖലയിലെ മണ്ണ്, ജലം, ജീവജാലങ്ങൾ, മനുഷ്യരക്തം, മുലപ്പാൽ മുതലായവ പരിശോധിച്ചു. എൻഡോസൾഫാൻ ഉപയോഗമാണ് ജില്ലയിലെ പാരിസ്ഥിതിക-ആരോഗ്യ പ്രശ്നങ്ങൾക്ക് കാരണമെന്ന നിഗമനത്തിലാണ് രണ്ടു സമിതികളും എത്തിയത്. എൻഡോസൾ

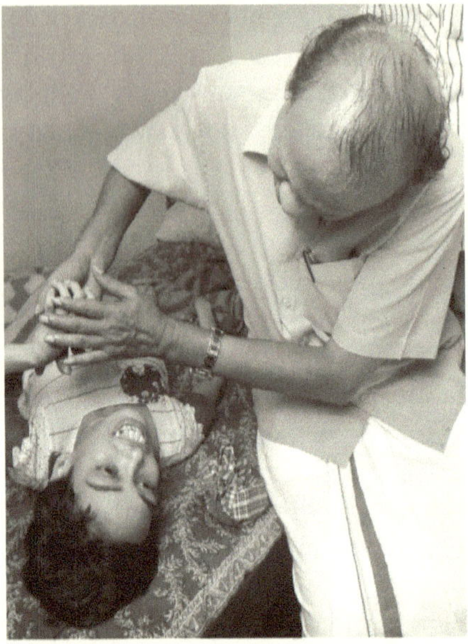
എന്റോസൾഫാൻ ദുരിതബാധിതനോടൊപ്പം

ഫാൻ നിരോധിക്കണമെന്ന ശുപാർശ അവർ കേന്ദ്രസർക്കാരിന് സമർപ്പിച്ചു. പക്ഷേ, വൈരുദ്ധ്യമെന്നു പറയട്ടെ, ഡോ. ദുബെ ചെയർമാനായ എട്ടംഗ സമിതിയെ ഇതിനെക്കുറിച്ച് അന്വേഷിക്കാൻ കേന്ദ്രസർക്കാർ നിയോഗിച്ചു. കേന്ദ്ര കൃഷിമന്ത്രാലയത്തിലെ കാർഷിക വിദഗ്ദ്ധനായിരുന്നു ഡോ. ദുബെ. അദ്ദേഹം കാസർഗോഡ് സി പി സി ആർ ഐയിൽ ഡയറക്ടറായിരുന്ന കാലത്താണ് കശുവണ്ടിത്തോട്ടങ്ങളിൽ എൻഡോസൾഫാൻ ഉപയോഗിക്കാൻ നിർദ്ദേശം നല്കിയത് എന്ന വസ്തുത പ്രത്യേകം കൂട്ടിവായിക്കപ്പെടേണ്ടതാണ്. ദുബെ കമ്മിറ്റി ജില്ലയിലെ ജനപ്രതിനിധികളെയോ തദ്ദേശസ്വയംഭരണ സ്ഥാപനങ്ങളെയോ ദുരിതബാധിതരെയോ നേരിൽ ക്കാണാനോ ചർച്ച ചെയ്യാനോ കൂട്ടാക്കിയില്ല. എന്നിട്ടും കമ്മിറ്റിയിലെ അഞ്ചുപേർ എൻഡോസൾഫാന് എതിരെ റിപ്പോർട്ട് നല്കി. കമ്മീഷൻ അംഗങ്ങളായ എൻഡോസൾഫാൻ പ്രതിനിധികളും ചെയർമാനായ ഡോ. ദുബെയും എൻഡോസൾഫാൻ കമ്പനിക്ക് അനുകൂലമായി വാദിച്ചു. ഇക്കാര്യങ്ങളെല്ലാം ഞാൻ പാർലമെന്റിൽ അവതരിപ്പിച്ചു. ഇ പത്മാവതി പ്രസിഡന്റായ ജില്ലാ പഞ്ചായത്ത് ഭരണസമിതി (2000–05) ഈ വിഷയത്തിൽ ക്രിയാത്മകമായ ഇടപെടലുകൾ നടത്തി. കളക്ട്രേറ്റിലേക്ക് നടത്തിയ ജനകീയ മാർച്ചും പ്രതിപക്ഷ നേതാവായ വി എസ് അച്യുതാനന്ദന്റെ പിന്തുണയുമെല്ലാം വിഷമഴക്കെതിരെയുള്ള ആദ്യകാല പ്രക്ഷോഭങ്ങൾക്ക് ശക്തി പകർന്നു. ഈ സമരങ്ങളുടേയും പ്രതിഷേധങ്ങളുടെയും വികാരം പാർലമെന്റിൽ അവതരിപ്പിക്കാനും ചർച്ചയാക്കാനും എനിക്ക് സാധിച്ചു. കേരള ഹൈക്കോടതി എൻഡോസൾഫാൻ താൽക്കാലികമായി നിരോധിച്ചതും ഈ വിഷയത്തിൽ കേന്ദ്രസർക്കാറിന്റെ അഭിപ്രായം ഹൈക്കോടതി ആവശ്യപ്പെട്ടതും ഞാൻ പാർലമെന്റിൽ അവതരിപ്പിച്ചു. ഈ സാഹചര്യത്തിൽ രാജ്യത്താകെ എൻഡോസൾഫാൻ നിരോധിക്കണമെന്നും മരിച്ചവരുടെ ആശ്രിതർക്ക് ധനസഹായവും രോഗികൾക്ക് മികച്ച ചികിത്സാ സൗകര്യവും തൊഴിലും നല്കാൻ കേന്ദ്ര സർക്കാർ അടിയന്തര കർമ്മ പദ്ധതി തയ്യാറാക്കണമെന്നും ഞാൻ ആ

വശ്യപ്പെട്ടു. സംസാരിക്കാൻ കഴിയാത്ത, കാഴ്ചശക്തിയില്ലാത്ത, മുട്ടിലിഴയാൻ പോലും കഴിയാത്ത കുട്ടികൾ ഉൾപ്പെടെയുള്ള ആയിരക്കണക്കിനാളുകളുടെ ദൈന്യതയും ക്യാൻസർ പോലുള്ള രോഗങ്ങളുടെ ക്രമാതീതമായ വർദ്ധനവും സർക്കാരിന്റെ ശ്രദ്ധയിൽപ്പെടുത്തി.

പാർലമെന്റിൽ ഈ വിഷയം വളരെ വൈകാരികമായി അവതരിപ്പിച്ചു. സുമിത്ര മഹാജനായിരുന്നു അന്ന് ചെയറിൽ ഉണ്ടായത്. അന്നത്തെ സംഭവം ഞാൻ ഇന്നും ഓർമ്മിക്കുന്നു.

“താങ്കളെന്തിനാണ് ഇത്ര വികാരപരമായി വിഷയം അവതരിപ്പിക്കുന്നത്?” സുമിത്ര മഹാജൻ ചോദിച്ചു.

“താങ്കൾ ഒരമ്മയാണ്. എൻഡോസൾഫാൻ തുടർച്ചയായി പ്രയോഗിച്ചതിന്റെ ഫലമായി കണ്ണു കാണാത്ത, ചെവി കേൾക്കാത്ത, ക്യാൻസർ ബാധിച്ച കുട്ടികളുടെ മുഖമാണ് എന്റെ മുമ്പിലുള്ളത്. കോർപ്പറേറ്റുകൾക്ക് വേണ്ടിയാണ് ഇത് ചെയ്തത്.” ഞാൻ എന്റെ നിലപാട് വ്യക്തമാക്കി.

ഞാൻ സബോർഡിനേറ്റ് ലെജിസ്ലേറ്റീവ് കമ്മിറ്റി ചെയർമാനായിരിക്കെയാണ് എൻഡോസൾഫാൻ വിഷയം ആ കമ്മിറ്റിയുടെ പരിഗണനയ്ക്ക് വന്നത്. അസുലഭമായി കൈവന്ന അവസരമായിരുന്നു അത്. എൻഡോസൾഫാൻ വിഷയം ഞാൻ അവതരിപ്പിച്ചപ്പോൾ എല്ലാ എം പിമാരും അനുകൂലിക്കുകയും ചെയ്തു. സബോർഡിനേറ്റ് ലെജിസ്ലേഷൻ സമിതിയുടെ ചെയർമാൻ എന്ന നിലയ്ക്ക് ഞാൻ നബാർഡ് ചെയർമാൻ പ്രകാശ് ബക്ഷിയെ കണ്ടു. കിടക്കപ്പായിൽ കിടക്കുന്ന കുട്ടികളും കണ്ണീർ വാർക്കുന്ന അമ്മമാരുമായിരുന്നു എന്റെ മുന്നിൽ. അവരുടെ ചികിത്സ, പരിചരണം, വീട്, കുടിവെള്ളം, പുനരധിവാസം തുടങ്ങിയവ നമ്മുടെ ഉത്തരവാദിത്വമാണെന്ന നിലപാടിലായിരുന്നു ഞാൻ. മികച്ച സൗകര്യ

എന്റോസൾഫാൻ പാക്കേജ് ഉദ്ഘാടനം. കെ കുഞ്ഞിരാമൻ (ഉദുമ) തുടങ്ങിയവർ സമീപം

ങ്ങളോടുകൂടിയ ഭിന്നശേഷി സൗഹൃദ ബഡ്സ് സ്കൂളുകൾ, രോഗീ സൗഹൃദ ആശുപത്രികൾ, ശുദ്ധജലപദ്ധതികൾ തുടങ്ങിയവ ഒരുക്കാൻ നബാർഡിന്റെ പദ്ധതിയിലൂടെ സാധിക്കുമെന്ന് ഞാൻ പ്രതീക്ഷിച്ചു. നബാർഡിന്റെ social obligation പട്ടികയിൽപ്പെടുത്തി കാസർഗോഡിന് പ്രത്യേക പാക്കേജ് എന്ന തീരുമാനവുമായാണ് അന്ന് കമ്മിറ്റി അവ സാനിച്ചത്. ഇതിന്റെ ഗുണം ഏറ്റവും കൂടുതൽ കിട്ടിയത് കാസർഗോട്ടെ പാവപ്പെട്ട ജനങ്ങൾക്കാണ്. സംസ്ഥാന സർക്കാർ ചെയ്തുകൊണ്ടിരി ക്കുന്ന ആരോഗ്യക്ഷേമ പ്രവർത്തനങ്ങൾക്ക് പുറമെ ഇരുന്നൂറ്റി മുപ്പതു കോടിയുടെ വികസനം നടപ്പിലാക്കാനും സാധിച്ചു. ഈ മേഖലയിലെ സ്കൂളുകൾ, ബഡ്സ് സ്കൂളുകൾ, അംഗൻവാടികൾ, ആശുപത്രികൾ, കുടിവെള്ളം തുടങ്ങി നിരവധി പദ്ധതികൾ ഇതിലുണ്ടായിരുന്നു. ഈ പദ്ധതി കാസർഗോഡ് ജില്ലയിൽ ആദ്യം അവതരിപ്പിച്ചപ്പോൾ പല പ ഞ്ചായത്ത് പ്രസിഡന്റുമാർക്കും വേണ്ടത്ര വിശ്വാസം ഉണ്ടായില്ല. പിന്നീ ടാണ് അവർക്കും ഇത് ബോദ്ധ്യപ്പെട്ടത്. പദ്ധതി വിജയിപ്പിക്കാൻ ഏറെ ശ്രമിച്ച ജില്ലാ കളക്ടർ വി എൻ ജിതേന്ദ്രൻ, സബ് കളക്ടർ ബാലകിരൺ എന്നിവരുടെ ആത്മാർത്ഥ സേവനത്തെക്കുറിച്ച് സൂചിപ്പിക്കാതിരിക്കാ നാവില്ല. ജില്ലയിലെ മഹാഭൂരിപക്ഷം ആശുപത്രികൾക്കും വിദ്യാലയ ങ്ങൾക്കും ഇതിന്റെ ഭാഗമായി മികച്ച പശ്ചാത്തല സൗകര്യം ഉണ്ടായി. എന്റെ ജീവിതത്തിലെ ഏറ്റവും സുപ്രധാന ദിനങ്ങളായിരുന്നു എൻഡോ സൾഫാൻ രോഗികൾക്ക് വേണ്ടി പ്രവർത്തിക്കാൻ കഴിഞ്ഞ ദിവസങ്ങൾ.

മറാഠി സംവരണം

2004 ൽ പാർലമെന്റിലേക്ക് മത്സരിക്കുമ്പോൾത്തന്നെ എന്റെ ശ്രദ്ധ യിലേക്ക് വന്ന അതീവ വൈകാരികവും സാമൂഹികവുമായ പ്രശ്നമാ യിരുന്നു മറാഠി സംവരണം. കാസർഗോഡ് ജില്ലയിലെ ഗോത്രവിഭാഗമായ മറാഠികളെ 2002 ൽ ഗോത്ര ലിസ്റ്റിൽനിന്നും ഒഴിവാക്കി. ദശാബ്ദങ്ങളായി അനുഭവിച്ചുവന്ന അവകാശങ്ങളെ കവർന്നെടുക്കുകയും ജീവിതം തന്നെ നിഷേധിക്കുകയും ചെയ്യുന്ന തീരുമാനമാണ് സർക്കാരെടുത്തത്.

നൂറ്റാണ്ടുകൾക്ക് മുമ്പ് കർണ്ണാടകയുടെ പല പ്രദേശങ്ങളിലേക്കും കേരളത്തിലെ കാസർഗോഡ് ജില്ലയിലേക്കും മറാഠി ജനതയുടെ കുടി യേറ്റം ആരംഭിച്ചു. ഛത്രപതി ശിവജിയുടെ ദക്ഷിണേന്ത്യൻ പടയോട്ട ത്തിന്റെ ഭാഗമായി പലരും സൈന്യത്തെ അനുധാവനം ചെയ്ത് പലയി ടങ്ങളിലായി എത്തിച്ചേർന്നതാണ്. തഞ്ചാവൂർ ആക്രമണത്തിന് ശേഷം മറാഠ സൈന്യം തിരിച്ചുപോയെങ്കിലും കൂടെ വന്ന പലരും കർണ്ണാടക ത്തിന്റെ വിവിധ ഭാഗങ്ങളിലും കാസർഗോഡുമായി അധിവാസമുറപ്പിച്ചു. ഇങ്ങനെ പല കാലഘട്ടങ്ങളിലായി കർണാടകത്തിലേക്കും കേരളത്തി ലേക്കും കുടിയേറിയ മറാഠികളിൽ ബ്രാഹ്മണരും പിന്നോക്ക വിഭാഗ ക്കാരും ആദിവാസികളുമുണ്ടായിരുന്നു. മഹാരാഷ്ട്രയിലെ സത്താറ, രത്ന ഗിരി ജില്ലകളിൽ നിന്നാണ് ഏറ്റവുമധികം കുടിയേറ്റമുണ്ടായത്. കുടി

പാർലമെന്റിൽ സംസാരിക്കുന്നു.
എം ബി രാജേഷ്, പി കെ ബിജു എന്നിവർ സമീപം.

യേറിയവരിൽ പ്രബലവിഭാഗം ആദിവാസികളായിരുന്നു. 2001 ലെ സെൻസസ് പ്രകാരം കാസർഗോഡ് ജില്ലയിലെ മറാഠി ജനസംഖ്യ 27824 ആണ്. ജില്ലയിലെ എൻമകജെ, കാറഡുക്ക, ദേലമ്പാടി, പനത്തടി, കള്ളാർ, ബദിയടുക്ക, കുമ്പടാജെ, ബെള്ളൂർ, കുറ്റിക്കോൽ തുടങ്ങിയ പ്രദേശങ്ങളിലാണ് മറാഠികൾ താമസിക്കുന്നത്.

മറാഠിയാണ് മാതൃഭാഷ. സവിശേഷമായ ജീവിതരീതികളാണ് മറാഠി ആദിവാസികളുടേത്. മറാഠി നായ്ക്, കുമരി മറാഠി, കുടുംബി എന്നീ മൂന്ന് വിഭാഗങ്ങളാണ് ഇവർക്കിടയിലുള്ളത്. ഇവർ പൊതുവെ മറാഠികൾ എന്നറിയപ്പെടുന്നു. നഗരപ്രദേശങ്ങളിൽ നിന്നകന്ന് മലമ്പ്രദേശങ്ങളിൽ നദീതീരങ്ങളിലാണ് പൊതുവെ ഇവർ അധിവസിച്ചുവരുന്നത്. പുനംകൃഷിചെയ്തുവന്ന ഈ വിഭാഗത്തിന്റെ സാമൂഹിക സ്ഥിതി ഇന്ന് ഏറെ മാറിയിട്ടുണ്ട്. 1909 ൽ പ്രസിദ്ധീകരിച്ച എഡ്ഗാർ തഴ്സ്റ്റൈന്റെ ഏഴ് വാല്യങ്ങളുള്ള *Caste and Tribes of Southern India* എന്ന ഗ്രന്ഥത്തിൽ മറാഠികളെക്കുറിച്ച് വിശദമായ പരാമർശമുണ്ട്.

കർണ്ണാടകയിലും കേരളത്തിലും മറാഠികൾ ട്രൈബൽ വിഭാഗമായിട്ടാണ് പരിഗണിക്കപ്പെടുന്നത്. എന്നാൽ 2002 ൽ കേരളത്തിലെ മറാഠികളെ പട്ടികവർഗ്ഗ വിഭാഗത്തിൽനിന്നും മാറ്റി. കർണ്ണാടകയിലെ മറാഠികൾ പട്ടികവർഗ്ഗത്തിൽ തുടരുമ്പോൾത്തന്നെയാണ് കേരളത്തിൽ ട്രൈബൽ വിഭാഗത്തിൽനിന്നും മറാഠികളെ ഒഴിവാക്കിയത്. ട്രൈബൽ വിഭാഗത്തിൽ നിന്നും ഒഴിവാക്കുന്നതിന് മുമ്പ് ആദിവാസി വിഭാഗങ്ങൾക്ക് ലഭിക്കുന്ന

എല്ലാ ആനുകൂല്യങ്ങളും മറാഠികൾക്ക് ലഭിച്ചിരുന്നു. വിദ്യാർത്ഥികൾക്ക് സ്റ്റൈപ്പെന്റും ഗ്രാന്റും ലഭിച്ചു. പഠനത്തിലും സർക്കാർ ജോലിയിലും സംവരണം ലഭിച്ചു. സാമൂഹികവും സാമ്പത്തികവുമായ ആനുകൂല്യങ്ങൾ മറാഠി വിഭാഗത്തിന്റെ ജീവിതസാഹചര്യങ്ങളിൽ പുരോഗമനപരമായ ഒട്ടേറെ മാറ്റമുണ്ടാക്കി. നല്ല വിദ്യാഭ്യാസവും പി എസ് സി വഴിയുള്ള ജോലിയും നേടാൻ മറാഠി വിഭാഗത്തിലെ പലർക്കും കഴിഞ്ഞത് സംവരണം കൊണ്ടായിരുന്നു. മൗലികമായ ഈ അവകാശമാണ് 2002 ലെ ഭരണഘടനാഭേദഗതിയിലൂടെ കേരളത്തിലെ മറാഠികൾക്ക് നിഷേധിക്കപ്പെട്ടത്. കേരളത്തിലെ മറാഠികളുടെ കർണ്ണാടകയിലെ ബന്ധുക്കൾക്ക് സംവരണത്തിന്റെ ആനുകൂല്യം ലഭിക്കുന്നത് പ്രശ്നത്തിന്റെ ഗൗരവം വർദ്ധിപ്പിച്ചു. കേരളത്തിലെ മറാഠികളെ പട്ടികവർഗ്ഗത്തിൽ നിന്നും ഒഴിവാക്കുന്നതിനെതിരെ 2002 ൽ ലോക്സഭയിൽ എതിർത്ത് ഒരു അംഗം മാത്രമാണ്. അന്നത്തെ നമ്മുടെ എം പി ടി ഗോവിന്ദൻ കേരളത്തിലെ മറാഠികളെ പട്ടികവർഗ്ഗ ലിസ്റ്റിൽ നിന്നും ഒഴിവാക്കുന്നതിനെതിരെ ശക്തമായി പ്രതികരിച്ചു. ഈ വിഷയം പിന്നീട് സി പി ഐ (എം) ഏറ്റെടുത്തു. പാർട്ടി യോഗങ്ങളിലും കർഷകത്തൊഴിലാളി സമ്മേളനങ്ങളിലും മറാഠി സംവരണവിഷയം ഗൗരവമായ ചർച്ചയായി. പത്രങ്ങളിൽ വാർത്തയായി. മറാഠി സമുദായത്തിനിടയിൽ സ. പനത്തടി നാരായണന്റെ നേതൃത്വത്തിൽ മറാഠി സംരക്ഷണ സമിതി നിലവിൽ വന്നു. ലോക്സഭയിൽ ഞാൻ ആദ്യമായി മത്സരിച്ച 2004 ൽ പ്രധാന തിരഞ്ഞെടുപ്പ് വിഷയമായി ഇതു മാറി. തിരഞ്ഞെടുപ്പ് കാലത്ത് എനിക്ക് കിട്ടിയ പ്രധാന നിവേദനം മറാഠി വിഭാഗത്തിൽ നിന്നായിരുന്നു. മറാഠികളെ പട്ടികവർഗ്ഗ വിഭാഗത്തിൽ ഉൾപ്പെടുത്തണമെന്നതായിരുന്നു നിവേദനങ്ങളിൽ ആവശ്യപ്പെട്ടിരുന്നത്. ഞാൻ ഇക്കാര്യത്തിൽ ഗൗരവമായി ഇടപെട്ടു. പാർലമെന്റിൽ ഇക്കാര്യം ഉന്നയിച്ചു.

കാസർഗോഡ് ജില്ലയിലെ മറാഠി വിഭാഗം 1956 മുതൽ പട്ടികവർഗ്ഗത്തിൽ ഉൾപ്പെടുകയും പട്ടികവർഗ്ഗ വിഭാഗത്തിന് ലഭ്യമാകുന്ന എല്ലാ ആനുകൂല്യങ്ങളും അനുഭവിച്ചുവരികയുമായിരുന്നു. കൃത്യമായ വിലയിരുത്തലോ പരിശോധനയോ ഇല്ലാതെയാണ് മറാഠികളുടെ സംവരണം ഇല്ലാതാക്കിയത്. സവിശേഷ സംസ്കാരമുള്ള പ്രാചീന ഗോത്രവിഭാഗമാണ് മറാഠികൾ. ഇന്നും ഗോത്രസ്വഭാവം പ്രകടിപ്പിക്കുന്നു. ഒറ്റപ്പെട്ടു ജീവിക്കുന്ന മറാഠികൾക്ക് മറ്റു സമുദായങ്ങളുമായി വലിയ ബന്ധമില്ല. 2004 ജൂൺ ഒമ്പതിന് ലോക്സഭയിൽ മറാഠികൾക്ക് സംവരണം നല്കണമെന്ന് ഞാൻ ആവശ്യപ്പെട്ടു. മറാഠികളെ പട്ടികവർഗ്ഗത്തിൽ ഉൾപ്പെടുത്തേണ്ടതിന്റെ ആവശ്യകത ഞാൻ അവതരിപ്പിച്ചു. എന്നാൽ ആദ്യഘട്ടത്തിൽ ഇക്കാര്യത്തിൽ ഒരു മറുപടിയും ലഭിച്ചില്ല. മറാഠികളെ പട്ടികവർഗ്ഗ ലിസ്റ്റിൽനിന്നും ഒഴിവാക്കിയ 2002 ലെ തീരുമാനം തിരുത്തുന്നത് അത്ര എളുപ്പമായിരുന്നില്ല. ഇക്കാര്യം പലതവണ പാർലമെന്റിൽ ഞാൻ ഉന്ന

യിച്ചു. കാസർഗോഡ് ജില്ലയും കർണ്ണാടകത്തിലെ ദക്ഷിണ കാനറ ജില്ല യും തൊട്ടുകിടക്കുന്ന പ്രദേശങ്ങളാണ്. ദക്ഷിണ കാനറയിലെ മറാഠി കൾക്ക് സംവണാനുകൂല്യം ലഭിക്കുകയും ഏതാനം കിലോമീറ്ററുകൾ മാത്രം വ്യത്യാസത്തിലുള്ള കേരളത്തിലെ മറാഠികൾക്ക് ആനുകൂല്യം നിഷേധിക്കപ്പെടുകയും ചെയ്യുന്നതിന്റെ വൈരുദ്ധ്യം ഞാൻ പാർല മെന്റിൽ ഉന്നയിച്ചു. ഇതിനുത്തരവാദി കേന്ദ്ര സർക്കാരാണെന്നും അത് പരിഹരിക്കണമെന്നും 2009 ഡിസംബർ 10 ന് ലോക്സഭയിൽ ഞാൻ ആവശ്യപ്പെട്ടു. കേരള നിയമസഭയും പട്ടികജാതി-പട്ടികവർഗ്ഗ കമ്മീഷനും മറാഠികളെ പട്ടികവർഗ്ഗ ലിസ്റ്റിൽ ഉൾപ്പെടുത്തണമെന്ന് അഭ്യർത്ഥിച്ചു. മറാഠി വിഭാഗത്തെ പട്ടികവർഗ്ഗ ലിസ്റ്റിൽ ഉൾപ്പെടുത്തണമെങ്കിൽ ഭരണ ഘടനാ ഭേദഗതി വേണം. 2010 നവംബർ 10 ന് ഇക്കാര്യം വീണ്ടും പാർ ലമെന്റിൽ ഉന്നയിച്ചു.

മറാഠികളെ എസ് ടി ലിസ്റ്റിൽ നിന്നും ഒഴിവാക്കിയതിനെക്കുറിച്ച് പഠിക്കാൻ കേന്ദ്രസർക്കാർ നിയോഗിച്ച ഉദ്യോഗസ്ഥ സംഘം കാസർഗോട്ടെത്തി. സംഘം മറാഠി വിഭാഗക്കാരായ ചിലരെ നേരിൽ ക്കണ്ടു. മറാഠികളെ പട്ടികവർഗ്ഗ ലിസ്റ്റിൽ ഉൾപ്പെടുത്തേണ്ടതില്ല എന്ന റിപ്പോർട്ടാണ് ഈ ഉദ്യോഗസ്ഥസംഘം സർക്കാരിന് നല്കിയത്. ഒരു ജനവിഭാഗത്തെ പട്ടികവർഗ്ഗത്തിലോ പട്ടികജാതിയിലോ ഉൾപ്പെടുത്താ നുള്ള നിയമമുണ്ടാക്കുമ്പോൾ അതിനെക്കുറിച്ച് ആധികാരികമായി പഠിച്ച് ശുപാർശ ചെയ്യാനുള്ള അധികാരം കേരളത്തിൽ കിർത്താഡ്സിനായി രുന്നു. മറാഠി സംവരണകാര്യത്തിൽ കിർത്താഡ്സ് നല്കിയതും നെഗ റ്റീവ് റിപ്പോർട്ടായിരുന്നു.

കെ കരുണാകരൻ മുഖ്യമന്ത്രിയായിരുന്നപ്പോൾ മറാഠികളെ പട്ടി കവർഗ്ഗത്തിൽ ഉൾപ്പെടുത്തണമെന്ന് ആവശ്യപ്പെട്ട് കേന്ദ്രത്തിന് നിവേദ നം നല്കിയിരുന്നെങ്കിലും മോണിറ്റർ ചെയ്യാനുള്ള സംവിധാനം ഉണ്ടാ യിരുന്നില്ല. ഈയൊരു സാഹചര്യത്തിൽ വീണ്ടും വിഷയം ഞാൻ ലോക്സഭയിൽ ഉന്നയിച്ചു. കേന്ദ്രസർക്കാർ സംസ്ഥാന സർക്കാരിനോട് ഇക്കാര്യത്തിൽ വീണ്ടും റിപ്പോർട്ട് തേടി. രജിസ്ട്രാർ ജനറൽ ഓഫ് ഇന്ത്യ യുടെ നേതൃത്വത്തിലുള്ള സമിതിയാണ് ഇത്തരം കാര്യങ്ങളിൽ തീരു മാനമെടുക്കുന്നത്. മറാഠികളെ പട്ടികവർഗ്ഗ വിഭാഗത്തിൽ ഉൾപ്പെടുത്ത ണമെന്ന് സംസ്ഥാന സർക്കാർ കേന്ദ്രത്തിന് റിപ്പോർട്ട് നല്കി. എന്തു കൊണ്ട് മറാഠികളെ പട്ടികവിഭാഗത്തിൽ നിന്ന് ഒഴിവാക്കി, എന്തുകൊ ണ്ട് ഇവരെ വീണ്ടും പട്ടികവർഗ്ഗ ലിസ്റ്റിൽ ഉൾപ്പെടുത്തണം തുടങ്ങിയവ യിൽ വ്യക്തമായ വിശദീകരണം സംസ്ഥാന സർക്കാർ നല്കിയില്ല. കാ സർഗോഡുനിന്നുമെത്തിയ സർവ്വകക്ഷി സംഘത്തോടൊപ്പം ബന്ധപ്പെട്ട വകുപ്പുമന്ത്രിയെ ഞാൻ കണ്ടു നിവേദനം നല്കി. നിവേദനം മാത്രം പോരെന്നും പ്രശ്നത്തിന്റെ ചരിത്രപരമായ വേര് മനസ്സിലാക്കി അതു വിശദീകരിച്ച് മറാഠികളെ എസ് ടി വിഭാഗത്തിൽ ഉൾപ്പെടുത്തേണ്ടതിന്റെ

ആവശ്യകത മന്ത്രിമാരിൽ നിന്ന് ഞാൻ മനസ്സിലാക്കി.

മറാഠികളെക്കുറിച്ചുള്ള ഗൗരവമായ പഠനത്തിന് ഇതു വഴിതെളിച്ചു. മറാഠികളെക്കുറിച്ച് പഠിച്ച കർണ്ണാടകക്കാരനായ ഡോ.ഭട്ടിന്റെ ഗവേഷണ പഠനം ഇതിനിടെ എന്റെ ശ്രദ്ധയിൽപ്പെട്ടു. അതിന്റെയടിസ്ഥാനത്തിൽ കുറെ രേഖകൾ ഉണ്ടാക്കി. ഇത്തരത്തിൽ പഠനം നടത്തിയ നരവംശ ശാസ്ത്രജ്ഞരുടെ റിപ്പോർട്ട് മറാഠികളുടെ സംവരണത്തിന് അനുകൂല മായിരുന്നു. വയനാട്ടിലെ ഡോ.ആശയുടെ റിപ്പോർട്ടും ഇതിന് സഹാ യകരമായി. ഇത്തരം റിപ്പോർട്ടുകളുടെ അടിസ്ഥാനത്തിൽ സംസ്ഥാ നത്തെ വകുപ്പ് മന്ത്രി എ കെ ബാലനെ കാണുകയും കൃത്യമായ രേഖ കൾ സമർപ്പിക്കുകയും ചെയ്തു. സംസ്ഥാന മന്ത്രിസഭയിൽ മറാഠി സംവ രണ വിഷയം ചർച്ചചെയ്യപ്പെട്ടു. മന്ത്രിസഭ അത് അംഗീകരിച്ച് രേഖയാ യി കേന്ദ്രസർക്കാരിന് കൈമാറി. സംസ്ഥാന സർക്കാരിന്റെ റിപ്പോർട്ടി ന്റെ പകർപ്പുമായി ഞാൻ കേന്ദ്ര പട്ടിക വർഗ്ഗ വകുപ്പ് മന്ത്രിയേയും ന്യൂ നപക്ഷക്ഷേമ വകുപ്പ് മന്ത്രിയെയും നേരിൽക്കണ്ട് കാര്യങ്ങൾ ബോദ്ധ്യ പ്പെടുത്തി. മുമ്പ് പട്ടികവർഗ്ഗത്തിനും പട്ടികജാതിക്കും ഒരു കമ്മീഷണ റേറ്റ് മാത്രമേ ഉണ്ടായിരുന്നുള്ളൂ. 2010–11 ൽ ഇത് രണ്ടാക്കി മാറ്റി. അർദ്ധ ജുഡീഷ്യൽ അധികാരമാണ് കമ്മീഷന്. ഉത്തരാഖണ്ഡ് സ്വദേശിയായി രുന്നു കമ്മീഷണർ. അദ്ദേഹത്തേയും നേരിൽക്കണ്ട് പ്രശ്നത്തിന്റെ ഗൗര വം ബോദ്ധ്യപ്പെടുത്തി. പട്ടികവർഗ്ഗവുമായി ബന്ധപ്പെട്ട എല്ലാ ഏജൻ സികളും പ്രശ്നം വീണ്ടു പഠിച്ചു. കിർത്താഡ്സ്, എസ് ടി, എസ് സി വ കുപ്പുമൊക്കെ തെളിവെടുത്തു. ഈ റിപ്പോർട്ടുകളെല്ലാം കമ്മീഷണറേ റ്റിൽ സമർപ്പിച്ചു. റിപ്പോർട്ടുകൾ കമ്മീഷണറേറ്റ് അംഗീകരിച്ചു.

കമ്മീഷണറേറ്റ് അംഗീകരിച്ച റിപ്പോർട്ട് പട്ടികവർഗ്ഗ വകുപ്പ് മന്ത്രിക്കും ന്യൂനപക്ഷവകുപ്പ് മന്ത്രിക്കും നല്കി. പാർലമെന്റിൽ നിയമ ഭേദഗതി വേണം. അതത്ര എളുപ്പമുള്ള കാര്യമല്ല. നിയമഭേദഗതി അവ തരിപ്പിക്കുമ്പോൾ അത് ആദ്യം മന്ത്രിമാരുടെ സബ്കമ്മിറ്റി ചർച്ചചെ യ്യണം. മന്ത്രിസഭാ ഉപസമിതി അംഗീകരിച്ചാൽ അത് ക്യാബിനറ്റിൽ വരണം. ക്യാബിനറ്റ് അംഗീകരിച്ചാൽ ബന്ധപ്പെട്ട മന്ത്രി ബില്ലിന്റെ രൂപ ത്തിൽ ഭേദഗതി പാർലമെന്റിൽ അവതരിപ്പിക്കും. പാർലമെന്റിൽ പാസാ ക്കണം. ഉപസമിതിയും ക്യാബിനറ്റും വലിയ തടസ്സങ്ങളില്ലാതെ മറാഠി സംവരണം അംഗീകരിച്ചു. വകുപ്പ് മന്ത്രി ഇത് ബില്ലായി പാർലമെന്റിൽ അവതരിപ്പിച്ചു. സഭയിൽ ചർച്ചയ്ക്ക് വന്നപ്പോൾ ഇക്കാര്യത്തിൽ ഞാൻ മാത്രമാണ് സംസാരിച്ചത്. മൂന്നിൽ രണ്ട് ഭൂരിപക്ഷത്തോടെ ഭേദഗതി പാർലമെന്റ് അംഗീകരിച്ചു. പാർലമെന്റ് പാസാക്കിയ നിയമഭേദഗതി ഗസറ്റ് നോട്ടിഫിക്കേഷനിലൂടെ പുറത്തുവന്നു. നോട്ടിഫിക്കേഷൻ വന്ന പ്പോൾ ചില വിഭാഗം തടസ്സവാദം ഉന്നയിച്ച് ഹൈക്കോടതിയിൽ കേസു കൊടുത്തു. അതോടെ മറുപക്ഷം ശക്തമായി രംഗത്തെത്തി. കേരളം യു ഡി എഫ് സർക്കാരാണ് ഭരിക്കുന്നത്. മുഖ്യമന്ത്രി ഉമ്മൻചാണ്ടിയാണ്. മുന്നണിയിലെ ആഭ്യന്തര പ്രശ്നം കാരണം നിയമം നടപ്പിലാക്കുന്ന

തിൽ സർക്കാർ കാലതാമസം വരുത്തി. അന്നത്തെ പട്ടികവർഗ്ഗ ക്ഷേമ വകുപ്പു മന്ത്രിയായിരുന്ന പി കെ ജയലക്ഷ്മി പോലും നിയമത്തിന് എതിരായിരുന്നു. പാർലമെന്റ് പാസാക്കിയ നിയമം സംസ്ഥാന സർക്കാരുകൾ നടപ്പിലാക്കേണ്ടതാണ്. അത് ഭരണഘടനാപരമായ ഉത്തരവാദിത്വമാണ്.

യു ഡി എഫ് സർക്കാർ നിയമം നടപ്പിലാക്കാതെ വെച്ചപ്പോൾ ഞാൻ ശക്തമായി പ്രതിഷേധിച്ചുകൊണ്ട് പ്രസ്താവനയിറക്കി. മുഖ്യമന്ത്രിയെ നേരിട്ടുകണ്ട് സംസാരിച്ചു. ഇതിന്റെയെല്ലാം ഭാഗമായി, അല്പം കാലതാമസം ഉണ്ടായെങ്കിലും നിയമം നടപ്പിലാക്കാൻ സർക്കാർ തയ്യാറായി. മറാഠികൾ പട്ടികവർഗ്ഗവിഭാഗത്തിൽ വീണ്ടും ഉൾപ്പെട്ടു. പാർലമെന്റിനകത്തും പുറത്തും നടത്തിയ ദൈർഘ്യമേറിയ ഈ പ്രവർത്തനം വലിയ ചാരിതാർത്ഥ്യമുളവാക്കുന്നതാണ്. മറാഠി സംരക്ഷണ സമിതി (രണ്ടു വിഭാഗങ്ങളും) എനിക്ക് വലിയ സ്വീകരണം നല്കി. 2002 മുതൽ 2013 വരെ അർഹമായ ആനുകൂല്യം നഷ്ടമായ ജനവിഭാഗത്തിന് അത് നേടിക്കൊടുക്കാൻ കഴിഞ്ഞുവെന്നത് അഭിമാനത്തോടെയും സന്തോഷത്തോടെയുമാണ് ഓർമ്മിക്കുന്നത്. ഇന്ത്യൻ പാർലമെന്റിന്റെ ചരിത്രത്തിൽ ആദ്യമായാണ് ഒരു അംഗത്തിന്റെ ഇടപെടലിന്റെ ഭാഗമായി ഇത്തരമൊരു ഭരണഘടനാ ഭേദഗതി പാർലമെന്റ് പാസാക്കുന്നത്. അപൂർവ്വമായ ഒരു നിയമനിർമ്മാണത്തിന് രാജ്യം സാക്ഷിയായി.

തുളുഭാഷ

കാസർഗോഡിനെ സപ്തഭാഷാ സംഗമഭൂമി എന്നാണ് വിശേഷിപ്പിക്കുന്നത്. ഇത്രയധികം ഭാഷകൾ ചെറിയ പ്രദേശത്തിനകത്ത് സംസാരിക്കുന്നത് കാസർഗോഡല്ലാതെ മറ്റൊരിടത്തുമുണ്ടാകില്ല. മലയാളം, കന്നഡ, തുളു, ബ്യാരി, മറാഠി, കൊങ്കിണി, ഹിന്ദുസ്ഥാനി എന്നീ ഭാഷകൾക്ക് പുറമെ കുടകിനോട് ചേർന്ന് താമസിക്കുന്നവർ കൂർഗ്ഗി ഭാഷയും സംസാരിക്കുന്നു. ഓരോ ഭാഷയ്ക്കും അവാന്തര വിഭാഗങ്ങളുണ്ട്. മഞ്ചേശ്വരം മുതൽ തൃക്കരിപ്പൂർ വരെയുള്ള കാസർഗോഡ് ജില്ലയിൽ സംസാരിക്കുന്ന മലയാളം ഒന്നല്ല. മഞ്ചേശ്വരത്തും ഉദുമയിലും കാസർഗോഡും പിലിക്കോടും ഒരു മലയാളമല്ല. ഭാഷയുടെ വ്യത്യസ്തത ഇവിടെ കാണാം. ഇത് മലയാളത്തിന് മാത്രമല്ല, ഇവിടത്തെ എല്ലാ വ്യവഹാര ഭാഷകൾക്കും ബാധകമാണ്.

കാസർഗോട്ടെ പ്രധാന ഭാഷകളിലൊന്നാണ് തുളു. തുളുനാടിന്റെ ദേശഭാഷയാണ് തുളു. ഇവിടെ പുറത്തുനിന്നുമെത്തിയ ഭാഷാസമൂഹങ്ങൾ ആധിപത്യം സ്ഥാപിക്കുകയും തുളുഭാഷയുടെ പ്രാധാന്യം കുറയുകയും ചെയ്തു. മലയാളനാടിനും കന്നഡ നാടിനുമിടയിലാണ് തുളുനാട് സ്ഥിതിചെയ്യുന്നത്. കാസർഗോഡിന്റെ വിവിധ ഭാഗങ്ങളിൽ സ്ഥിതി ചെയ്യുന്ന ഇരുപത്തിമൂന്ന് സമൂഹങ്ങൾ തുളു സംസാരിക്കുന്നു. ഇവ

തുളു അക്കാദമി ഉദ്ഘാടനം. മുഖ്യമന്ത്രി വി എസ് അച്യുതാനന്ദൻ, കേന്ദ്രമന്ത്രി വീരപ്പമൊയ്‌ലി തുടങ്ങിയവർ

രുടെ മാതൃഭാഷ തുളുവാണ്. ഓരോ വിഭാഗവും സംസാരിക്കുന്നത് വ്യത്യസ്ത തുളുവാണ്. തുളു ബ്രാഹ്മണർ സംസാരിക്കുന്ന തുളുവല്ല മാവിലർ സംസാരിക്കുന്നത്. കൊറഗരുടെ തുളുവല്ല നല്കദയർ സംസാരിക്കുന്നത്. ഓരോ തൊഴിൽക്കൂട്ടത്തിനുമുള്ള സവിശേഷത അവരുടെ മാതൃഭാഷയിലും പ്രകടമാകും.

അതിസമ്പന്നമാണ് തുളുവിന്റെ പൈതൃകം. തുളുവിന് ലിപിയില്ല എന്നും അത് വെറും സംസാര ഭാഷ മാത്രമാണെന്നുമുള്ള വാദം പ്രബലമാണ്. ദക്ഷിണേന്ത്യൻ ഭാഷാ സമൂഹത്തിലെ ഏറ്റവും പ്രാചീനമായ ഭാഷയാണ് തുളു. ദ്രാവിഡ ഭാഷാഗോത്രത്തിൽ നിന്ന് ബി സി പത്താം നൂറ്റാണ്ടിനും ആറാം നൂറ്റാണ്ടിനുമിടയ്ക്ക് വേർപിരിഞ്ഞ തുളു സ്വതന്ത്രഭാഷയായി വളർന്നു. പ്രൗഢമായ സാഹിത്യപാരമ്പര്യം തുളുവിനുണ്ടായിരുന്നതായി കരുതപ്പെടുന്നു. ഇത്തരം കൃതികളൊന്നും സംരക്ഷിക്കപ്പെട്ടില്ല. ഇതിൽ ചില കൃതികൾ ഇരുപതാം നൂറ്റാണ്ടിന്റെ അവസാന ദശകങ്ങളിൽ ഭാഷാപണ്ഡിതർ കണ്ടെത്തി പ്രസിദ്ധീകരിച്ചതോടെ തുളുവിന് സാഹിത്യപാരമ്പര്യമില്ലെന്ന വരട്ടുവാദത്തിന്റെ പൊള്ളത്തരം വെളിവായി. തുളുവിലെ നാടോടിസാഹിത്യത്തിലെ പാട്ടുകൾ, പ്രത്യേകിച്ച് പാഡ്ദണകൾ വളരെ പ്രധാനമാണ്. തുളുത്തെയ്യങ്ങളുടെ തോറ്റം പാട്ടുകളും കൃഷിപ്പാട്ടുകളും തുളുവിൽ പാഡ്ദണയാണ്. പി വി പുണിഞ്ചിത്തായയെപ്പോലുള്ള ഭാഷാ പ്രേമികളുടെ തീവ്രമായ അന്വേഷണത്തിന്റെ ഫലമായി *തുളുഭാഗവതം, തുളുമഹാഭാരതം, കാവേരി മാഹാത്മ്യം, ദേവീ*

മാഹാത്മ്യം എന്നിവ കണ്ടെത്തി. ഇരുപതാം നൂറ്റാണ്ടിന്റെ മൂന്നാം ദശകത്തിൽ പണിയാടി ശ്രീനിവാസ് ഉപാദ്ധ്യായ എന്ന ഭാഷാസ്നേഹിയുടെ നേതൃത്വത്തിൽ തുളുവമഹാസഭ എന്ന സംഘടന രൂപീകരിക്കുകയുണ്ടായി. *തുളു സാഹിത്യമാല* എന്ന പ്രസിദ്ധീകരണശാലയും അദ്ദേഹം സ്ഥാപിച്ചിരുന്നു. 1970 കളോടെ തുളുകൂട്ട എന്ന സംഘടനയും *തുളുക്കൂട്ട* എന്ന മാസികയും രൂപം കൊണ്ടു. ഈ സംഘടനകളുടെ ആഭിമുഖ്യത്തിൽ തുളുനാടക മത്സരങ്ങൾ നടത്തി. വിശ്വ തുളു സമ്മേളനങ്ങളും സംഘടിപ്പിച്ചു.

തുളുനാടിന്റെ മാതൃഭാഷയാണ് തുളുവെങ്കിലും പല ഭരണാധികാരികളും തുളുവിന് വേണ്ട പ്രോത്സാഹനം നല്കാൻ തയ്യാറായില്ല. ഔദ്യോഗിക ഭാഷയായി കന്നഡ മാറുകയും ചെയ്തു. സ്വന്തമായി ലിപിയും മഹത്തായ സാഹിത്യകൃതികളും ഉണ്ടെന്ന തിരിച്ചറിവ് തുളുഭാഷയുടെ പുനരുജ്ജീവനത്തിന് വലിയ കരുത്തേകിക്കൊണ്ടിരിക്കുന്നു.

ഈ പശ്ചാത്തലത്തിലാണ് തുളു ഭാഷാ പ്രശ്നം എന്റെ മുന്നിലെത്തുന്നത്. 2006 ലെ സംസ്ഥാന നിയമസഭ തിരഞ്ഞെടുപ്പ് സമയത്ത് തുളു ഭാഷാ പ്രശ്നം പ്രധാനപ്പെട്ട പ്രചാരണ വിഷയമായിരുന്നു. 2010 ൽ ബദിയടുക്കയിൽ നടന്ന തുളു മഹാസമ്മേളനത്തിൽ പാർലമെന്റംഗം എന്ന നിലയിൽ എന്നെയും ക്ഷണിച്ചിരുന്നു. മുമ്പ് പാർലമെന്റ് അംഗങ്ങളായിരുന്ന എം രാമണ്ണറൈ, ഐ രാമറൈ എന്നിവരും മഞ്ചേശ്വരം എം എൽ എ ആയ സി എച്ച് കുഞ്ഞമ്പുവും വേദിയിലുണ്ടായിരുന്നു. പലരും തുളുവിലാണ് സംസാരിച്ചത്. തുളു ഭാഷയെ സംബന്ധിച്ച പല ആവശ്യങ്ങളും സമ്മേളനത്തിൽ ഉയർന്നുവന്നു. അതിൽ പ്രധാനമായി ഉണ്ടായത് രണ്ട് ആവശ്യങ്ങളാണ്. തുളു ഭാഷയെ ഭരണഘടനയുടെ എട്ടാം ഷെഡ്യൂളിൽ ഉൾപ്പെടുത്തുക, കാസർഗോഡ് ആസ്ഥാനമായി തുളു അക്കാദമി സ്ഥാപിക്കുക.

തുളു അക്കാദമി സ്ഥാപിക്കുന്നതിനായി വി എസ് സർക്കാരിലെ ധനകാര്യമന്ത്രി ഡോ. ടി എം തോമസ് ഐസക്കിനെ കണ്ടു. അക്കൊല്ലത്തെ സംസ്ഥാന ബജറ്റിൽ തുളു അക്കാദമിക്ക് വേണ്ടി ഇരുപത്തിയഞ്ച് ലക്ഷം രൂപ അനുവദിച്ചു. കാസർഗോഡ് ജില്ലയിൽ തുളു അക്കാദമി സ്ഥാപിക്കുമെന്നും ബജറ്റിൽ പ്രഖ്യാപിച്ചു. വൻ ജനാവലിയുടെ സാന്നിദ്ധ്യത്തിൽ തുളു അക്കാദമിയുടെ ഉദ്ഘാടനം നടന്നു. കാസർഗോട്ടെ തുളു സംസാരിക്കുന്ന ജനതയ്ക്കുള്ള എൽ ഡി എഫ് സർക്കാരിന്റെ സമ്മാനമായിരുന്നു തുളു അക്കാദമി.

തുളു ഭാഷയെ ഭരണഘടനയുടെ എട്ടാം ഷെഡ്യൂളിൽ ഉൾപ്പെടുത്തുക എന്ന ആവശ്യം ഞാൻ വളരെ ഗൗരവത്തിലെടുത്തു. തുളു ഭാഷയെക്കുറിച്ചും അത് സംസാരിക്കുന്ന ജനങ്ങളെക്കുറിച്ചും വിശദമായി പഠിച്ചു. അതുവഴി തുളുവിന്റെ പ്രധാന്യം മനസ്സിലാക്കാൻ എനിക്ക് സാധിച്ചു. അടുത്ത പാർലമെന്റ് സമ്മേളനത്തിൽ തുളുഭാഷാ വിഷയം അവതരിപ്പിച്ചു.

മംഗലാപുരം തുളു സംഘം നല്കിയ സ്വീകരണത്തിൽ പ്രസംഗിക്കുന്നു

രണ്ടായിരത്തിലധികം വർഷം പഴക്കമുള്ള ഭാഷയാണ് തുളു. കേരളത്തിലും കർണ്ണാടകത്തിലുമായി അമ്പത് ലക്ഷത്തോളം ആളുകളുടെ മാതൃഭാഷ. തുളുവിന്റെ ചരിത്രപരവും സാഹിത്യപരവുമായ പ്രത്യേകതകൾ വിവരിച്ചുകൊണ്ട് തുളു ഭാഷയെ ഭരണഘടനയുടെ എട്ടാം ഷെഡ്യൂളിൽ ഉൾപ്പെടുത്തണമെന്ന് ഞാൻ പാർലമെന്റിൽ ആവശ്യപ്പെട്ടു. ഇങ്ങനെയൊരു കാര്യം ലോക്സഭയിൽ ആദ്യമായി ആവശ്യപ്പെട്ടത് ഞാനാണ്. മംഗലാപുരത്തേയും ബാംഗ്ലൂരിലേയുമൊക്കെ പത്രങ്ങൾ പാർലമെന്റിലെ എന്റെ പ്രസംഗം വലിയ പ്രാധാന്യമുള്ള വാർത്തയാക്കി. പ്രമുഖരായ പലരും എന്നെ വിളിച്ച് അഭിനന്ദിച്ചു. മംഗലാപുരം തുളു സംഘം എനിക്ക് ഗംഭീരമായ സ്വീകരണം തന്നു. (മംഗലാപുരം എം പിയായ നളീൻകുമാർ കട്ടീലിനെ ആ സ്വീകരണപരിപാടിയിലേക്ക് ക്ഷണിച്ചതേ ഇല്ല.) കാസർഗോഡും ഇത് വലിയ ചർച്ചയായി.

നടപടിക്രമം (Modalities) തീരുമാനിക്കാൻ കേന്ദ്രസർക്കാർ പ്രത്യേക കമ്മിറ്റിയെ നിയോഗിച്ചു. മന്ത്രിമാരുൾക്കൊള്ളുന്ന കമ്മിറ്റിയായിരുന്നു അത്. വിഷയത്തിൽ പ്രഗത്ഭരുടെ സഹായം തേടാൻ തീരുമാനിച്ചു. തുളുവിനോടൊപ്പം 290 ട്രൈബൽ ഭാഷകൾ കമ്മിറ്റിയുടെ മുന്നിൽ വന്നു. അതിൽ പ്രധാനം തുളുവായിരുന്നു. കമ്മിറ്റി ഇത് അംഗീകരിച്ച് കേന്ദ്രസർക്കാരിന് സമർപ്പിച്ചു. ഇത് ഭരണഘടനയുടെ ഭാഗമാകണമെങ്കിൽ നേരത്തെ മറാഠി പ്രശ്നം വിശദമാക്കുമ്പോൾ പരാമർശിച്ചതുപോലുള്ള നടപടിക്രമങ്ങളിലൂടെ കടന്നുപോകണം. എന്തുകൊണ്ട് തുളുവിനെ എട്ടാം ഷെഡ്യൂളിൽ ഉൾപ്പെടുത്തണം, എന്ത് ന്യായീകരണങ്ങളാണ് ഇതിനുള്ളത് തുടങ്ങിയ കാര്യങ്ങൾ വിശദമായി പ്രതിപാദിച്ചുകൊണ്ട് മന്ത്രിമാരെക്കണ്ട് നിവേദനം നല്കി.

ഭരണഘടനയുടെ എട്ടാം ഷെഡ്യൂളിൽ ഉൾപ്പെട്ടാൽ തുളുഭാഷയ്ക്ക് ഭരണഘടനയുടെ പരിരക്ഷ കിട്ടും. സ്കൂളിൽ തുളു പഠനഭാഷയാകും. ഭാഷാന്യൂനപക്ഷത്തിനുള്ള സംവരണ ആനുകൂല്യം ലഭിക്കും. തുളുഭാഷയുടെ പുനരുജ്ജീവനത്തിന് വഴിയൊരുക്കും. അതുവഴി തുളു സംസ്കാരത്തെ വീണ്ടെടുക്കാൻ കഴിയും.

ഏകാദ്ധ്യാപക വിദ്യാലയങ്ങൾ

പഠനത്തിന് വേണ്ടത്ര സൗകര്യമില്ലാത്ത പ്രദേശങ്ങളിലാണ് ഏകാദ്ധ്യാപക വിദ്യാലയങ്ങൾ ആരംഭിച്ചത്. ഭൂമിശാസ്ത്രപരമായി ഒറ്റപ്പെട്ട പ്രദേശങ്ങളിലാണ് ഇത്തരം വിദ്യാലയങ്ങൾ പ്രവർത്തിക്കുന്നത്. ഒന്നു മുതൽ നാലു വരെ ക്ലാസുകളാണ് ഏകാദ്ധ്യാപക വിദ്യാലങ്ങളിൽ ഉള്ളത്. പേര് സൂചിപ്പിക്കുന്നതുപോലെ ഒരു അദ്ധ്യാപകനാണ് എല്ലാ ക്ലാസിലെയും എല്ലാ വിഷയങ്ങളും പഠിപ്പിക്കുന്നത്. എന്നാൽ ചുരുങ്ങിയ വേതനം മാത്രമാണ് ഇവിടെ പഠിപ്പിക്കുന്ന അദ്ധ്യാപകർക്ക് ലഭിക്കുന്നത്. സംസ്ഥാനത്താകെ 270 ഏകാദ്ധ്യാപക വിദ്യാലയങ്ങൾ പ്രവർത്തിക്കുന്നു. 344 ജീവനക്കാരാണ് ജോലിചെയ്യുന്നത്. കാസർഗോഡ് ജില്ലയിൽ 52 വിദ്യാലയങ്ങളും 71 ജീവനക്കാരുമാണുള്ളത്. നല്ല വിദ്യാഭ്യാസ യോഗ്യതയുള്ളവരാണ് ജീവനക്കാർ. പനത്തടി പഞ്ചായത്തിലെ പാറക്കടവ് തുടങ്ങിയ ഏകാദ്ധ്യാപക വിദ്യാലയങ്ങൾക്ക് എം പി ഫണ്ടിൽനിന്നും തുക അനുവദിച്ചിരുന്നു.

പൊതുവിദ്യാഭ്യാസ മേഖലയിൽ ഉണ്ടായ ശക്തമായ മുന്നേറ്റത്തിന്റെ ഫലമായി ഏകാദ്ധ്യാപക വിദ്യാലയങ്ങളിൽ കുട്ടികൾ കുറഞ്ഞു. പല ഏകാദ്ധ്യാപക വിദ്യാലയങ്ങളും അടച്ചുപൂട്ടൽ ഭീഷണിയിലാണ്. 20–25 വർഷം ഏകാദ്ധ്യാപക വിദ്യാലയത്തിൽ ജോലി ചെയ്ത ജിവനക്കാർക്ക് തൊഴിൽ നഷ്ടപ്പെടുന്ന അവസ്ഥയുണ്ടായി. ഇവരിൽ പലർക്കും പി എസ് സി മുഖേന ജോലിക്ക് അപേക്ഷിക്കാൻ പോലും സാധിക്കില്ല. ഈ സാഹചര്യത്തിലാണ് ഏകാദ്ധ്യാപക വിദ്യാലയങ്ങളിലെ ജീവനക്കാർ എന്നെ വന്നു കണ്ടത്. വിവിധ ആവശ്യങ്ങളുമായി പലതവണ സർക്കാരുകളെ സമീപിച്ചിരുന്നുവെങ്കിലും നടപടികൾ ഒന്നുമുണ്ടായില്ല. നിരാഹാരം ഉൾപ്പെടെയുള്ള വിവിധ സമരപരിപാടികൾ നടത്തി. മന്ത്രിമാരുമായി സംസാരിച്ചു. 2016–21 കാലത്തെ സംസ്ഥാന വിദ്യാഭ്യാസ വകുപ്പ് മന്ത്രിയായ സി രവീന്ദ്രനാഥുമായി നടത്തിയ ചർച്ചകൾ ഏറെ ഫലപ്രദമായിരുന്നു. സംസ്ഥാനസർക്കാർ പൊതുവിൽ അംഗീകരിച്ച നയത്തിന്റെ അടിസ്ഥാനത്തിൽ പത്തുവർഷം സർവ്വീസുള്ളവരെ സ്ഥിരപ്പെടുത്താനും പത്തു വർഷം പൂർത്തിയാകാത്തവരെ അടച്ചുപൂട്ടാത്ത സ്കൂളിലേക്ക് മാറ്റാനും തീരുമാനമായി. എന്നാൽ ഈ സമയത്താണ് തിരഞ്ഞെടുപ്പ് പ്രഖ്യാപിച്ചത്. ഇതിനിടെ ഒരു സർക്കാർ ഉത്തരവ് പുറത്തുവന്നു. ഉദ്യോഗസ്ഥർ പുറത്തിറക്കിയ ഉത്തരവിൽ പൂട്ടുന്ന ഏകാദ്ധ്യാപക വിദ്യാലയത്തിലെ ജീവനക്കാരെ പുതിയ സ്കെയിലിൽ മാറ്റി നിയ

മിക്കണം എന്നാണ് എഴുതിയിരുന്നത്. മന്ത്രിയുമായി ഉണ്ടാക്കിയ ധാരണയ്ക്ക് വിരുദ്ധമായി പുറത്തിറങ്ങിയ ഉത്തരവ് വിവാദമായി. പുതിയ സർക്കാർ അധികാരത്തിൽ വന്നപ്പോൾ പൊതുവിദ്യാഭ്യാസ മന്ത്രി വി ശിവൻകുട്ടിയുമായും പൊതുവിദ്യാഭ്യാസസെക്രട്ടറിയുമായും പൊതുവിദ്യാഭ്യാസ ഡയറക്ടറുമായും ഇക്കാര്യങ്ങൾ സംസാരിച്ചു. ഈ ചർച്ചയുടെ ഭാഗമായി പത്തു വർഷം സർവ്വീസുള്ളവർക്ക് ഓഫീസ് അറ്റന്റന്റ് സ്കെയിൽ നല്കാനും പത്തു വർഷം പൂർത്തിയാകാത്തവരെ അടച്ചുപൂട്ടാത്ത വിദ്യാലയങ്ങളിൽ നിയമിക്കാനും ധാരണയായി. ഇത്തരത്തിൽ നിയമിക്കുമ്പോൾ സ്വന്തം ജില്ലയിൽ ഒഴിവില്ലെങ്കിൽ മറ്റു ജില്ലയിൽ നിയമിക്കാനും തീരുമാനമായി.

ഏകാദ്ധ്യാപക വിദ്യാലയത്തിലെ ജീവനക്കാർ നിരവധി വർഷങ്ങളിലായി സമരത്തിലായിരുന്നു. പാർലമെന്റ് അംഗമായിരിക്കുമ്പോഴും അതിന് ശേഷവും ഏകാദ്ധ്യാപക വിദ്യാലയത്തിലെ ജീവനക്കാരുടെ പ്രശ്നം പരിഹരിക്കാനായി ഇടപെട്ടു. ഈ രംഗത്തെ യൂണിയൻ പ്രതിനിധികളായ മണിമോഹൻ (ഉദുമ), ജോർജ് (വയനാട്), ഷാന്റി (എളേരി), അനിൽ (കാസർഗോഡ്), ജെയ്നി (കോഴിക്കോട്) എന്നിവരാണ് പലപ്പോഴും മന്ത്രിമാരുമായും ഉദ്യോഗസ്ഥരുമായുമുള്ള ചർച്ചയിൽ പങ്കെടുക്കാറുള്ളത്. പലപ്പോഴും പലരും പ്രശ്നങ്ങൾ പരിഹരിക്കാമെന്ന പേരിൽ സാമ്പത്തിക പിരിവ് നടത്തുകയും ഇവരെ ചൂഷണം ചെയ്യുകയുമു

ഏകാദ്ധ്യാപക വിദ്യാലയങ്ങളിലെ ജീവനക്കാരെ
സ്ഥിരപ്പെടുത്തിക്കൊണ്ടുള്ള സർക്കാർ ഉത്തരവ് വന്നതിനു ശേഷം
എം ജി എൽ സി പ്രവർത്തകരോടൊപ്പം

ണ്ടായി. സമ്പത്തികമായി ഏറെ പിന്നോക്കം നില്ക്കുന്നതും അർപ്പണ ബോധമുള്ളവരുമായ ഇവരുടെ പ്രശ്നങ്ങൾ പരിഹരിക്കാൻ മുൻകൈ യെടുക്കാൻ കഴിഞ്ഞതിൽ എനിക്ക് ഏറെ സന്തോഷമുണ്ട്.

ഞാൻ പാർലമെന്റിൽ ഉണ്ടായ സമയത്ത് കാസർഗോഡ് ജില്ലയി ലുണ്ടായ മറ്റൊരു പ്രശ്നമാണ് അടയ്ക്ക കർഷകരുടേത്. മറ്റു രാജ്യങ്ങ ളിൽ നിന്ന് ഗുണനിലവാരം കുറഞ്ഞ അടയ്ക്ക വിവിധ തുറമുഖങ്ങൾ വഴി ഇന്ത്യയിലേക്കെത്തുന്നത് നമ്മുടെ കർഷകരുടെ നടുവൊടിച്ചു. ഇക്കാ ര്യത്തിൽ പരിഹാരം കാണുന്നതിനായി അടയ്ക്ക കൃഷി ചെയ്യുന്ന സം സ്ഥാനങ്ങളിലെ എം പിമാരുടെ ഒരു യോഗം ഞാൻ വിളിച്ചു ചേർത്തു. തുടർന്ന് ഈ വിഷയം ഞാൻ പാർലമെന്റിൽ ഉന്നയിച്ചു. അങ്ങനെ വിവിധ തുറമുഖങ്ങൾ വഴി യഥേഷ്ടം അടയ്ക്ക ഇറക്കുമതി ചെയ്യുന്ന സ്ഥിതി അവസാനിപ്പിക്കാനും ഒരു തുറമുഖത്തിലൂടെ മാത്രം ഇറക്കുമതി ചെ യ്യാനും തീരുമാനമായി. അതോടൊപ്പം ഇറക്കുമതി തീരുവ വർദ്ധിപ്പി ക്കാനും തീരുമാനമായി. കാസർഗോഡ് ജില്ലയിലെയും ഇന്ത്യയിലെ മറ്റു പ്രദേശങ്ങളിലെയും വലിയ വിഭാഗം കൃഷിക്കാരുടെ പ്രശ്നം ഏറ്റെടുത്ത് പാർലമെന്റിന്റെയും ബന്ധപ്പെട്ട മന്ത്രിമാരുടെയും ശ്രദ്ധയിൽ കൊണ്ടു വരാൻ കഴിഞ്ഞു.

വിവിധ വിഷയങ്ങൾ

സംസ്ഥാനത്തെ വിവിധ ജനകീയ പ്രശ്നങ്ങൾ പലപ്പോഴായി പാർ ലമെന്റിൽ അവതരിപ്പിക്കാൻ എനിക്ക് സാധിച്ചിട്ടുണ്ട്. കേരളത്തിന് പ്രത്യേക സാമ്പത്തിക സഹായം വേണമെന്ന സംസ്ഥാന സർക്കാരി ന്റെ ആവശ്യം ഇവിടെനിന്നുള്ള എം പിമാർ പാർലമെന്റിൽ അവതരി പ്പിച്ചു. സംസ്ഥാനത്തെ ഗുരുതരമായി ബാധിച്ച 2018 ലെ പ്രളയസമയത്ത് കേരളത്തിന് കേന്ദ്ര സഹായം വേണമെന്ന ആവശ്യം പാർലമെന്റിൽ അവതരിപ്പിച്ചു. നിപ്പ, ഓഖി തുടങ്ങിയ ദുരന്തങ്ങൾ കേരളത്തെ ബാധി ച്ചപ്പോഴും പാർലമെന്റിൽ ശക്തമായി ഇടപെടാൻ കഴിഞ്ഞു. കേരളത്തി ലെ മുഴുവൻ എം പിമാരേയും യോജിപ്പിച്ച് പ്രധാനമന്ത്രിയേയും മറ്റു മന്ത്രിമാരേയും കണ്ട് നിവേദനങ്ങൾ നല്കി.

ശ്രദ്ധേയമായ മറ്റൊരു വിഷയം റെയിൽവേയുമായി ബന്ധപ്പെട്ട താണ്. പാലക്കാട് ഡിവിഷൻ വെട്ടിമുറിക്കുന്നതിനെതിരെ ശക്തമായ സമരമാണ് പാർലമെന്റിനകത്തും പുറത്തും നടത്തിയത്. റെയിൽവേ മന്ത്രിയായിരുന്ന ലാലുപ്രസാദ് യാദവ് കേരളത്തിലെയും തമിഴ്നാട്ടി ലെയും എം പിമാരുടെ യോഗം വിളിച്ചുചേർത്ത് പ്രശ്നം പരിഹരിക്കാൻ ശ്രമിച്ചു. അന്ന് രാജ്യസഭയിലെ സി പി ഐ (എം) നേതാവായ സ. സീ താറാം യെച്ചൂരിയും ആ യോഗത്തിൽ പങ്കെടുത്തിരുന്നു. തമിഴ്നാട്ടിൽ നിന്നുള്ള കേന്ദ്രമന്ത്രി ബാലുവും പങ്കെടുത്തു. യോഗത്തിൽ ചൂടേറിയ വാദപ്രതിവാദങ്ങൾ നടന്നു. അന്നത്തെ യു പി എ സർക്കാരിന് ഡി എം കെ പിന്തുണ നല്കിയിരുന്നു. ഡി എം കെയുടെ പിന്തുണ ഉറപ്പുവരു

കാസർകോട് എച്ച് എ എൽ ഉദ്ഘാടനവേദിയിൽ. പ്രതിരോധമന്ത്രി എ കെ ആന്റണി, എളമരം കരീം തുടങ്ങിയവരോടൊപ്പം

ത്താൻ വേണ്ടി അവരുടെ സമ്മർദ്ദത്തിന് കേന്ദ്രസർക്കാർ വഴങ്ങി. എങ്കിലും ഈ ചർച്ചയുടെ അനന്തരഫലമായിട്ടാണ് കാഞ്ഞങ്ങാട്-പാണത്തൂർ-കാണിയൂർ റെയിൽപ്പാത റെയിൽവേ അംഗീകരിച്ചത്. അതോടൊപ്പം കേരളത്തിന് ചില പുതിയ ട്രെയിനുകളും സർവ്വേകളും ലഭിച്ചു. രാഷ്ട്രീയ കാരണങ്ങൾകൊണ്ടുതന്നെ പാലക്കാട് ഡിവിഷൻ വെട്ടിമുറിക്കുന്നതിൽനിന്നും പിന്മാറാൻ കേന്ദ്രസർക്കാറിന് സാധിച്ചില്ല.

കാഞ്ഞങ്ങാട്-പാണത്തൂർ-കാണിയൂർ പാത എന്റെ സ്വപ്ന പദ്ധതിയാണ്. വടക്കേ മലബാറിന്റെ വികസനത്തിന് വലിയ മുന്നേറ്റമുണ്ടാക്കാൻ ഈ റെയിൽപ്പാതയ്ക്ക് കഴിയും. തുടർച്ചയായി റെയിൽവേ ബോർഡിലും സോണൽ കമ്മിറ്റിയിലും സമ്മർദ്ദം ചെലുത്തിയതിന്റെ ഫലമായി കാഞ്ഞങ്ങാട്-പാണത്തൂർ പാതയുടെ സർവ്വേ പൂർത്തിയായി. ഞാൻ തന്നെ ഉദ്യോഗസ്ഥരോടും മറ്റു ജനപ്രതിനിധികളോടുമൊപ്പം സർവ്വേക്ക് ആവശ്യമായ സഹായങ്ങൾ ചെയ്തു. കേരളത്തിൽ റെയിൽവേ നടത്തിയ ഒട്ടേറെ സർവ്വേകളിൽ ഇത് മാത്രമാണ് ലാഭകരമായി വിലയിരുത്തപ്പെട്ടത്. സി എസ് റേഷ്യോ 3.4 ആണ്. ആദ്യം ഇതിന്റെ എസ്റ്റിമേറ്റ് 800 കോടി രൂപ ആയിരുന്നു. എന്നാൽ പിന്നീടിത് 1300 കോടിയായി. രണ്ട് സംസ്ഥാനങ്ങളിലുമായി 83 കിലോമീറ്ററാണ് ദൈർഘ്യം. കേന്ദ്ര സർക്കാറിന്റെ നിയമമനുസരിച്ച് മുമ്പ് ബാദ്ധ്യതകൾ പൂർണ്ണമായും സംസ്ഥാന സർക്കാരുകൾ ആയിരുന്നു ഏറ്റെടുക്കേണ്ടിയിരുന്നത്. മിക്ക സംസ്ഥാനങ്ങളും ഇതിന് തയ്യാറാകാത്തതുകൊണ്ട് പദ്ധതികൾ വൈകുന്നത് സാധാരണമായിരുന്നു. പിന്നീട് ഇതിൽ മാറ്റം വരുത്തി. അമ്പത് ശതമാ

നം കേന്ദ്രവും അമ്പത് ശതമാനം സംസ്ഥാനവും വഹിക്കണം എന്ന രീതിയാക്കി. യു ഡി എഫ് ഭരണകാലത്ത് ഇതിന് ബജറ്റിൽ പണം അനുവദിച്ചില്ല. എൽ ഡി എഫ് സർക്കാർ വന്നപ്പോൾ പ്രാഥമിക ആവശ്യത്തിനായി 20 കോടി നീക്കിവച്ചു. എന്നാൽ പാണത്തൂർ-കാണിയൂർ ഭാഗം കർണ്ണാടകത്തിൽ ആയതിനാൽ അവിടെ നിന്ന് ആവശ്യമായ സഹായം ഉണ്ടായില്ല. ഇതിൽ ശ്രദ്ധചെലുത്തണമെന്നാവശ്യപ്പെട്ട് കർണ്ണാടക സർക്കാരിന് നിവേദനങ്ങൾ നല്കി. കാഞ്ഞങ്ങാട്-കാണിയൂർ പാത യാഥാർത്ഥ്യമാക്കാനായി രണ്ടു കമ്മിറ്റികൾ രൂപീകരിച്ചു. കാഞ്ഞങ്ങാട് കമ്മിറ്റിയുടെ ചെയർമാൻ ഞാനും കൺവീനർ അന്നത്തെ കാഞ്ഞങ്ങാട് ബ്ലോക്ക് പഞ്ചായത്ത് പ്രസിഡന്റ് ബേബി ബാലകൃഷ്ണനും ആയിരുന്നു. പരപ്പ ബ്ലോക്ക് രൂപീകരിച്ചതിനെതുടർന്ന് കമ്മിറ്റിയുടെ ഘടനയിൽ മാറ്റം വരുത്തി. പനത്തടിയിൽ ചേർന്ന യോഗത്തിൽ ഞാൻ ചെയർമാനായും കാഞ്ഞങ്ങാട് മുനിസിപ്പൽ ചെയർമാൻ വി വി രമേശൻ കൺവീനറുമായുള്ള കമ്മിറ്റി നിലവിൽ വന്നു. ഇതോടൊപ്പം അഡ്വ. പി അപ്പുക്കുട്ടന്റെ നേതൃത്വത്തിലുള്ള കാഞ്ഞങ്ങാട് വികസന സമിതിയും ഇതിനായി പ്രവർത്തിച്ചു. വടക്കേമലബാറിന്റെ, പ്രത്യേകിച്ച് കാസർഗോഡ് ജില്ലയുടെ വികസനത്തിന് ആക്കം കൂട്ടുന്നതായിരിക്കും ഈ പാത. ഈ പാത യാഥാർത്ഥ്യമാകാൻ ഇനിയും ഏറെ പരിശ്രമിക്കേണ്ടിയിരിക്കുന്നു.

യു പി എ – എൻ ഡി എ സർക്കാരുകളുടെ കാലഘട്ടത്തിൽ വിദേശ രാജ്യങ്ങളിൽ ജോലിചെയ്യുന്ന നഴ്സുമാരെ ഇന്ത്യയിലേക്ക് കൂട്ടത്തോടെ തിരിച്ചയക്കുന്ന ഗുരുതരമായ സ്ഥിതി ഉണ്ടായിരുന്നു. ഗൾഫ് രാജ്യങ്ങളിലെ യുദ്ധകാല സംഭവങ്ങളാണ് ഇതിന് മുഖ്യകാരണമായിരുന്നത്. കുവൈറ്റ്, സൗദി അറേബ്യ, ഇറാഖ് തുടങ്ങിയ രാജ്യങ്ങളിലെ മലയാളി ആരോഗ്യപ്രവർത്തകർ പ്രത്യേകിച്ച് നഴ്സുമാർ വലിയ ആശങ്കയോടെ

എ സമ്പത്ത്, കെ കെ രാഗേഷ്, ജോയിസ് ജോർജ്, സി പി നാരായണൻ തുടങ്ങിയവരോടൊപ്പം

യാണ് കഴിഞ്ഞത്. യുദ്ധകാല പരിതസ്ഥിതിയിൽ അവരെ കൊണ്ടുവരിക എന്നത് പ്രയാസമുള്ള കാര്യമാണ്. ഈ വിഷയം കേരള എം പിമാർ പാർലമെന്റിൽ ശക്തമായി ഉന്നയിച്ചു. കേന്ദ്രമന്ത്രിമാർ വിദേശത്ത് പോകാൻ നിർബ്ബന്ധിതരായി. ഇക്കാര്യത്തിൽ കേന്ദ്രമന്ത്രി സുഷമ സ്വരാജ് വളരെ സഹായകരമായ നിലപാടാണ് സ്വീകരിച്ചത്. യു പി എ സർക്കാറിന്റെ കാലത്ത് ഇ അഹമ്മദ്, വയലാർ രവി തുടങ്ങിയ മന്ത്രിമാരും പ്രവാസിനഴ്സുമാർക്ക് അനുകൂലമായ നിലപാടാണ് സ്വീകരിച്ചത്.

പാർലമെന്റിൽ ഞാനുന്നയിച്ച മറ്റൊരു കാര്യം ശ്രീലങ്കയിൽ വർഷങ്ങളായി ജയിലിൽ കഴിയുന്ന ഇന്ത്യക്കാരുടെ പ്രശ്നമാണ്. ബന്ധപ്പെട്ട മന്ത്രിമാരെക്കണ്ടു കാര്യത്തിന്റെ ഗൗരവം ബോദ്ധ്യപ്പെടുത്തി. കേരളത്തിൽനിന്നുള്ള ഒമ്പത് പേരെ ശ്രീലങ്കൻ ജയിലിൽനിന്നും മോചിപ്പിക്കാൻ കഴിഞ്ഞു. മഞ്ചേശ്വരത്തുകാരനായ ഇസ്മയിൽ 29 വർഷമായി ശ്രീലങ്കയിൽ ജയിലിൽ കഴിയുകയായിരുന്നു. കോഴിക്കോട്, മലപ്പുറം ജില്ലയിൽ നിന്നുള്ളവരാണ് മറ്റുള്ളവർ. നിരവധി നിവേദനങ്ങൾ ഇവരും ഇവരുടെ ബന്ധുക്കളും മുമ്പുതന്നെ നല്കിയിരുന്നു. എന്നാൽ തുടർനടപടികളുടെ അഭാവം കാരണം അവരുടെ മോചനം എങ്ങുമെത്തിയിരുന്നില്ല. കേരള സർക്കാരിന്റെയും കേന്ദ്ര സർക്കാരിന്റെയും ശ്രീലങ്കൻ സർക്കാരിന്റെയും സംയുക്ത ഇടപെടലിലൂടെ മാത്രമേ ഇവരുടെ മോചനം സാദ്ധ്യമാകുകയുള്ളു. ഇന്ത്യയും ശ്രീലങ്കയും സാർക്ക് ഉടമ്പടിയിൽ ഒപ്പിട്ട രാജ്യങ്ങളാണ്. അതുകൊണ്ടാണ് ഈ പ്രശ്നത്തിന് പരിഹാരം കാണാൻ കഴിഞ്ഞത്. തുടർച്ചയായ ഇടപെടലുകൾ നടത്താൻ ഞാൻ പ്രത്യേകം ശ്രദ്ധിച്ചു. അങ്ങനെ നടത്തിയ ഇടപെടലുകൾ അവരുടെ മോചനം സാദ്ധ്യമാക്കി.

ഇടതും വലതും - നിലപാടുകളിലെ വ്യതിരിക്തത

പാർലമെന്റിൽ ചില സന്ദർഭങ്ങളിൽ ശക്തമായ രാഷ്ട്രീയ ചർച്ച

ഡൽഹിയിൽ നടന്ന പ്രതിഷേധ സമരത്തിൽ

കൾ നടക്കാറുണ്ട്. യു പി എയുടെ കാലത്തായാലും എൻ ഡി എയുടെ കാലത്തായാലും ഈ മുന്നണികളുടേതിൽ നിന്നും വ്യത്യസ്തമായ സമീപനമാണ് ഇടതുപക്ഷം സ്വീകരിച്ചത്. യു പി എയുടെ കാലത്ത് പ്രധാന പ്രതിപക്ഷം ബി ജെ പി ആയിരുന്നു. ഇടതുപക്ഷ പാർട്ടികൾ യു പി എയ്ക്ക് പുറമെ നിന്ന് പിന്തുണ നല്കുകയാണ് ചെയ്തത്. എന്നാൽ നയപരമായ പലപ്രശ്നങ്ങളിലും യു പി എയോട് കടുത്ത വിയോജിപ്പാണ് ഇടതുപക്ഷത്തിനുണ്ടായത്. ആഗോളവല്ക്കരണ-ഉദാരവല്ക്കരണ നയം, പൊതുമേഖലാ ഓഹരി വില്പന, റെയിൽവേ, ബാങ്കിങ്-ഇൻഷുറൻസ് മേഖലയിലെ സ്വകാര്യവല്ക്കരണം തുടങ്ങിയവയെ കടുത്ത ഭാഷയിൽ ഇടതുപക്ഷം എതിർത്തു. യു പി എ സർക്കാരിനെ പിന്തുണക്കുമ്പോൾത്തന്നെ പ്രതിപക്ഷത്തുള്ള ബി ജെ പിയെക്കാൾ ശക്തമായി സർക്കാരിനെ വിമർശിച്ചതും ഇടതുപക്ഷമാണ്. ചിലപ്പോൾ സർക്കാരിനെതിരെ വോട്ടു ചെയ്യാനും ഇടതുപക്ഷം തയ്യാറായി. അത്തരം സാഹചര്യത്തിൽ യു പി എ സർക്കാരിന് അവരുടെ പല വലതുപക്ഷ നയങ്ങളും നടപ്പിലാക്കാൻ കഴിഞ്ഞിട്ടില്ല.

എൻ ഡി എ സർക്കാർ അധികാരത്തിൽ വന്നപ്പോഴും സാമ്പത്തിക നയങ്ങളിൽ ഇരു മുന്നണികളും തമ്മിൽ യോജിപ്പ് തുടർന്നു. ആ സമയത്തും ഇത്തരം നയങ്ങൾക്കെതിരെയുള്ള എതിർപ്പ് ഇടതുപക്ഷ പാർട്ടികൾ ശക്തമായി ഉന്നയിച്ചു. ഇതോടൊപ്പം എൻ ഡി എ സർക്കാരിന്റെ കാലത്ത് വർഗ്ഗീയവല്ക്കരണം ശക്തമായി. ആർ എസ് എസിന്റെയും ബി ജെ പിയുടേയും നേതാക്കൾ പാർലമെന്റിനകത്തും പുറത്തും വർഗ്ഗീയ പ്രസ്താവനകളും പ്രവർത്തനങ്ങളും നടത്തി. ഇടതുപക്ഷ പാർട്ടികൾ അംഗസംഖ്യയിൽ കുറവാണെങ്കിലും ഇവർക്കെതിരെ ശക്തമായിത്തന്നെ ചെറുത്തുനിന്നു. ഒരു ഘട്ടത്തിൽ കേരളത്തിൽ നടന്ന ചില രാഷ്ട്രീയ സംഘർഷങ്ങളുമായി ബന്ധപ്പെടുത്തി സി പി ഐ (എം)നെതിരെയും കേരള മുഖ്യമന്ത്രി പിണറായി വിജയനെതിരെയും കടുത്ത ഭാഷയിൽ ആർ എസ് എസ് പ്രതികരിച്ചു. ഇതിനെ ചോദ്യം ചെയ്തുകൊണ്ട് പാർലമെന്റിൽ ഞാൻ സംസാരിച്ചു. സഭ പലപ്പോഴും ഇക്കാര്യത്തിൽ ബഹളത്തിൽ മുങ്ങി. രണ്ടു പ്രാവശ്യം സഭ നിർത്തിവയ്ക്കേണ്ടി വന്നു.

"മുഖ്യമന്ത്രി പിണറായി വിജയൻ ഒരു ദിവസംകൊണ്ട് രാഷ്ട്രീയ രംഗത്ത് വന്നതല്ല. ഒട്ടേറെ പ്രക്ഷോഭസമരങ്ങളിലൂടെ ഉയർന്നുവന്ന സഖാവാണ്. ഭീകരമായ മർദ്ദനങ്ങളും ജയിൽവാസവും പിണറായിക്ക് നേരിടേണ്ടിവന്നിട്ടുണ്ട്. അടിയന്തരാവസ്ഥക്കാലത്ത് ക്രൂരമായ മർദ്ദനത്തിന് അദ്ദേഹം ഇരയായിട്ടുണ്ട്."

ഈ പരാമർശങ്ങളോടെയാണ് ഞാൻ ആർ എസ് എസിന്റെ വാദങ്ങളെ നേരിട്ടത്. ബി ജെ പിയുടെ മഹാഭൂരിപക്ഷത്തിനിടയിൽ, സ്പീക്കർ തടഞ്ഞിട്ടും നമ്മുടെ സമീപനം ഉയർത്തിപ്പിടിക്കാൻ കഴിഞ്ഞുവെന്നതിൽ എനിക്ക് അഭിമാനമുണ്ട്.

പാർലമെന്റിൽ പലപ്പോഴും ഉയർന്നുവന്ന അഴിമതി ആരോപണ

ങ്ങളിൽ-യു പി എ സർക്കാരിന്റെ കാലത്തുള്ള 2ജി സ്പെക്ട്രം അഴിമതി, കൽക്കരി കുംഭകോണം, മദ്ധ്യപ്രദേശിലെ വ്യാപം അഴിമതി തുടങ്ങിയവ- ഇടതു പാർട്ടികൾ ശരിയായ നിലപാട് സ്വീകരിച്ചു. രണ്ടു കക്ഷികൾക്കുമെതിരായ കടുത്ത വിമർശനം ഉന്നയിക്കാൻ ഇടതുപക്ഷത്തിന് കഴിഞ്ഞു.

പാർലമെന്റിൽ നടന്ന നിയമ നിർമ്മാണ ചർച്ചകളിൽ ഏറ്റവും ശ്രദ്ധേയമായത് മഹാത്മാഗാന്ധി ഗ്രാമീണ തൊഴിലുറപ്പ് പദ്ധതിയുമായി ബന്ധപ്പെട്ടതാണ്. ഒന്നാം യു പി എ സർക്കാരിനെ ഇടതുപക്ഷം പിന്തുണച്ചത് പൊതുമിനിമം പരിപാടിയുടെ അടിസ്ഥാനത്തിലാണ്. അതിന്റെ ഭാഗമായാണ് തൊഴിലുറപ്പ് പദ്ധതി നിലവിൽ വന്നത്. ഒരാഴ്ചയോളം തൊഴിലുറപ്പ് നിയമവുമായി ബന്ധപ്പെട്ട ചർച്ച പാർലമെന്റിൽ നടന്നു. പലപ്പോഴും രാത്രി പതിനൊന്നു മണിവരെ ചർച്ച നീണ്ടു നിന്നു. സി പി ഐ (എം) അംഗങ്ങളാണ് ഈ നിയമത്തിൽ ഏറ്റവുമധികം ഭേദഗതികൾ നിർദ്ദേശിച്ചത്. പാർലമെന്റിൽ വന്ന കരടു നിയമത്തിൽ മിനിമം വേതനം ഉള്ളതിനാൽ ഇടത്തട്ടുകാരന്റെ തൊഴിലിടങ്ങളിൽ ചികിത്സാ സൗകര്യം ഉണ്ടായിരുന്നില്ല. ഇടതുപക്ഷം നടത്തിയ ശക്തമായ ഇടപെടലിന്റെ ഭാഗമായാണ് ഇന്നത്തെ നിയമം പാസായത്.

മറ്റൊരു സുപ്രധാന നിയമമാണ് വിവരാവകാശ നിയമം. പൗരന് വിവരങ്ങൾ അറിയാനുള്ള അവകാശം ഉറപ്പുവരുത്തുകയെന്നതാണ് വിവരാവകാശത്തിന്റെ കാതൽ. ഇതുപോലെ പ്രധാനപ്പെട്ട മറ്റൊന്നാണ് വനാവകാശനിയമം. യഥാർത്ഥത്തിൽ ഈ മൂന്ന് നിയമങ്ങളും ഇടതുപക്ഷത്തിന്റെ സമ്മർദ്ദഫലമായിട്ടാണ് ഒന്നാം യു പി എ സർക്കാർ നടപ്പിലാക്കിയത്.

എല്ലാ രാഷ്ട്രീയ പാർട്ടികളും വനിതാ സംവരണത്തിന് അനുകൂലമെന്ന് പറയുന്നുണ്ടെങ്കിലും പാർലമെന്റിൽ അത്ര യോജിപ്പ് ഉണ്ടായില്ല. ഇക്കാര്യത്തിൽ യു പി എ സർക്കാരും എൻ ഡി എ സർക്കാരും കുറ്റകരമായ അനാസ്ഥയാണ് കാണിച്ചത്. ഒന്നാം യു പി എ സർക്കാരിന്റെ കാലത്ത് രാജ്യസഭയിൽ ഈ നിയമം പാസാക്കി. അതും വലിയ പ്രതിഷേധത്തിനിടയാക്കി. എന്നാൽ ലോക്സഭയിൽ നിയമം കൊണ്ടുവരാൻ സർക്കാർ തയ്യാറായില്ല. പിന്നീട് വന്ന എൻ ഡി എ സർക്കാർ വനിതാ സംവരണ നിയമം കൊണ്ടുവരുമെന്ന് പറഞ്ഞിരുന്നെങ്കിലും അവരും അതിൽ നിന്ന് പിന്മാറി. ഇടതു പാർട്ടികൾ മാത്രമാണ് ഈ നിയമത്തിനായി തുടർച്ചയായി പാർലമെന്റിൽ ശബ്ദമുയർത്തിയത്.

പാർലമെന്റിൽ വികാരപരമായി ചർച്ചചെയ്ത വിഷയമായിരുന്നു ജമ്മുകാശ്മീരുമായി ബന്ധപ്പെട്ടത്. ഭരണഘടനയുടെ 370-ാം വകുപ്പനുസരിച്ചുള്ള പ്രത്യേക പദവി ജമ്മുകാശ്മീരിനുണ്ട്. ജമ്മുകാശ്മീരിന്റെ പ്രത്യേക പദവി എടുത്തുകളയണമെന്ന് പലപ്പോഴും ബി ജെ പി ആവശ്യപ്പെട്ടിട്ടുണ്ട്. പ്രതിപക്ഷത്തായിരുന്നപ്പോൾ ബി ജെ പി ഇതേ ആവശ്യം ഉന്നയിച്ചിരുന്നെങ്കിലും യു പി എയും ഇടതുപക്ഷവും ഇതിനെ

എതിർത്തു. പാക്കിസ്ഥാനിൽ നിന്നുള്ള ഭീകരവാദികളുടെ നുഴഞ്ഞുകയറ്റം പലപ്പോഴും ചർച്ചാവിഷയമായി. വിഭജന കാലത്ത് തങ്ങൾ ഇന്ത്യയോടൊപ്പമാണ്, മതരാഷ്ട്രമായ പാക്കിസ്ഥാനോടൊപ്പമല്ല എന്നു പ്രഖ്യാപിച്ചവരാണ് ജമ്മുകാശ്മീരിലെ ജനത. അവരെ വിശ്വാസത്തിലെടുത്ത് ദേശീയധാരയിൽ കൊണ്ടുവരുന്നതിൽ യു പി എ സർക്കാർ പരാജയപ്പെട്ടു. വികസനം, ക്രമസമാധാനം, ജനങ്ങളുടെ ദൈനംദിന ജീവിത പ്രശ്നങ്ങൾ എന്നിവയെക്കാൾ കോൺഗ്രസും പ്രാദേശിക പാർട്ടികളും ചിന്തിച്ചത് തങ്ങൾക്കെങ്ങിനെ അധികാരത്തിൽ വരാൻ കഴിയുമെന്നതായിരുന്നു. ബി ജെ പി ഇന്ത്യയിൽ അധികാരത്തിൽ വന്നപ്പോഴാകട്ടെ 370-ാം വകുപ്പ് എടുത്തുകളഞ്ഞ് ജമ്മുകാശ്മീർ എന്ന സംസ്ഥാനത്തെ ഇല്ലാതാക്കി. ഇത് ജമ്മുകാശ്മീരിലെ ജനങ്ങളോട് കാണിക്കുന്ന കടുത്ത വഞ്ചനയാണ്.

പാർലമെന്റിൽ ചർച്ച ചെയ്യപ്പെട്ട മറ്റൊരു പ്രധാനപ്പെട്ട വിഷയമാണ് ന്യൂനപക്ഷങ്ങളുടെ അവകാശങ്ങൾ സംരക്ഷിക്കുന്ന സച്ചാർ കമ്മീഷൻ റിപ്പോർട്ട്. ഗവൺമെന്റ് നിയമിച്ച കമ്മീഷനായിരുന്നു അത്. വിദ്യാഭ്യാസം, തൊഴിൽ തുടങ്ങി പല മേഖലകളിലും ന്യൂനപക്ഷ വിഭാഗങ്ങൾക്ക് അർഹമായ പരിഗണന ലഭിച്ചുവോയെന്ന് പരിശോധിക്കപ്പെട്ടു. പല സംസ്ഥാനങ്ങളിലും ന്യൂനപക്ഷത്തിന്റെ സ്ഥിതി പട്ടികജാതി-പട്ടികവർഗ്ഗ വിഭാഗങ്ങളേക്കാൾ മോശമായിരുന്നുവെന്ന കണക്കുകളായിരുന്നു കമ്മീഷൻ റിപ്പോർട്ടിൽ. സച്ചാർ കമ്മീഷൻ റിപ്പോർട്ട് പാർലമെന്റ് വിശദമായി ചർച്ച ചെയ്തു. എന്നാൽ പ്രതിപക്ഷത്തുള്ള ബി ജെ പി സച്ചാർകമ്മീഷൻ റിപ്പോർട്ടിനെ നഖശിഖാന്തം എതിർത്തു. ഇടതുപക്ഷ പാർട്ടികളുടെ പിന്തുണയോടെ റിപ്പോർട്ട് പാർലമെന്റ് അംഗീകരിച്ചു. പട്ടികജാ

കേരളത്തിന്റെ ആവശ്യങ്ങളുമായി കേന്ദ്ര ധനകാര്യമന്ത്രി അരുൺ ജെയ്റ്റ്ലിയെ കാണുന്നു

തി-പട്ടികവർഗ്ഗ വിഭാഗത്തിനുള്ള പ്രത്യേക കമ്മീഷൻ രൂപീകരിക്കാനുള്ള തീരുമാനവും ഈ ഘട്ടത്തിൽ പാർലമെന്റ് അംഗീകരിച്ചു. എസ് സി-എസ് ടി വിഭാഗവുമായി ബന്ധപ്പെട്ട ഏതു വിഷയവും ചർച്ച ചെയ്യുമ്പോഴും പാർലമെന്റിന്റെ മുന്നിൽ രണ്ട് പിന്തുണ ആവശ്യമാണ്. ഇത് ഭരണഘടന അനുശാസിക്കുന്ന തത്ത്വമാണ്. പലപ്പോഴും ഇത്തരം നിയമ നിർമ്മാണങ്ങൾ ഭരണഘടനാ ഭേദഗതി എന്ന നിലയിലാണ് വരുന്നത്.

പാർലമെന്റ് അംഗമെന്ന നിലയിൽ ചില വിഷയങ്ങളിൽ മറ്റു സംസ്ഥാനങ്ങൾ സന്ദർശിക്കേണ്ടി വന്നിട്ടുണ്ട്. കർണ്ണാടകയിലെ മംഗലാപുരത്ത് ഒരേ ദിവസം തന്നെ നിരവധി ക്രിസ്ത്യൻ പള്ളികൾ ആക്രമിക്കപ്പെട്ടത് രാജ്യത്തെയാകമാനം ഞെട്ടിച്ച സംഭവമാണ്. കേരളത്തിനോട് ചേർന്ന് കിടക്കുന്ന പ്രദേശം എന്ന നിലയിൽ ഞാൻ ഉൾപ്പെടെ ചില എം പിമാരും എം എൽ എമാരും ഈ പ്രദേശങ്ങൾ സന്ദർശിക്കുകയും ബന്ധപ്പെട്ടവർക്ക് നിവേദനങ്ങൾ നല്കുകയും ചെയ്തു. സുരേഷ് കുറുപ്പ്, എം ബി രാജേഷ്, പി കെ ബിജു, പി കെ ശ്രീമതി ടീച്ചർ തുടങ്ങിയ എം പി മാരും എം എൽ എ മാരായ കെ കുഞ്ഞിരാമൻ, എം രാജഗോപാലൻ എന്നിവരും കെ പി സതീഷ്ചന്ദ്രൻ, സി എച്ച് കുഞ്ഞമ്പു, കെ ആർ ജയാനന്ദ തുടങ്ങിയവരുമായിരുന്നു സംഘത്തിൽ ഉണ്ടായിരുന്നത്. മംഗലാപുരത്ത് ആർ എസ് എസുകാർ ന്യൂനപക്ഷങ്ങൾക്ക് നേരെ നടത്തിയ അക്രമങ്ങളിൽ മരണപ്പെട്ടവരുടെ വീട് സന്ദർശിച്ചു. നബിദിനാഘോഷത്തിനിടെ ന്യൂനപക്ഷങ്ങൾക്ക് നേരെ പൊലീസ് നടത്തിയ അതിക്രമത്തിൽ ഒരു കുടുംബത്തിലെ മൂന്ന് പേർ കൊല്ലപ്പെട്ടപ്പോൾ പാർട്ടി പ്രതിനിധിസംഘം ഈ സ്ഥലം സന്ദർശിച്ചു. എന്റെ നേതൃത്വത്തിൽ കെ കെ രാഗേഷ് എം പി, എം രാജഗോപാലൻ എം എൽ എ, സി എച്ച് കുഞ്ഞമ്പു എന്നിവരായിരുന്നു സംഘത്തിലുണ്ടായിരുന്നത്. വരൾച്ചയെത്തുടർന്ന് ഭീകരമായ സ്ഥിതിഗതികളുണ്ടായ ആന്ധ്രപ്രദേശിലെ വിവിധ സ്ഥലങ്ങളും സന്ദർശിച്ചു. മണിപ്പാൽ മെഡിക്കൽ കോളേജിൽ മെഡിക്കൽ വിദ്യാർത്ഥിനി അക്രമിക്കപ്പെട്ട സംഭവത്തിൽ മെഡിക്കൽ കോളേജ് സന്ദർശിച്ച് അധികൃതരെ കണ്ട് നടപടിയെടുക്കണമെന്നാവശ്യപ്പെട്ടു.

റെയിൽവേ

പാർലമെന്റിൽ റെയിൽവേയുമായി ബന്ധപ്പെട്ട കാര്യങ്ങൾ പലപ്പോഴും ചർച്ചയ്ക്കിടയിൽ അവതരിപ്പിക്കാൻ റെയിൽവേയുടെ സ്റ്റാന്റിങ് കമ്മിറ്റി അംഗമെന്ന നിലയിലും കൺസൾട്ടിങ് കമ്മിറ്റി അംഗമെന്ന നിലയിലും കൂടുതൽ ശ്രദ്ധിക്കാൻ കഴിഞ്ഞു. സംസ്ഥാനത്തെ റെയിൽവേയുമായി ബന്ധപ്പെട്ട് ശ്രദ്ധേയമായ വികസനങ്ങൾ ഉണ്ടായി. കേരളത്തിലെ റെയിൽവേ വികസനത്തിൽ ബന്ധപ്പെടുമ്പോൾ അധികൃതർ ചൂണ്ടിക്കാട്ടുന്ന കാര്യം ആവശ്യത്തിനുള്ള സ്ഥലം ലഭിക്കുന്നില്ലെന്നതാണ്. ഇതിൽ വസ്തുതയുണ്ട്. കൊച്ചിയിൽനിന്നും തെക്കോട്ടുള്ള റെയിൽപ്പാത ഇരട്ടിപ്പിക്കുന്നതിന് സ്ഥല ലഭ്യതക്കുറവ് തടസ്സമായി. കൂട്ടായി ന

ടത്തിയ പരിശ്രമത്തിന്റെ ഫലമായി രാജധാനി എക്സ്പ്രസ്, സമ്പർക്ക ക്രാന്തി എക്സ്പ്രസ്, തുരന്തോ എക്സ്പ്രസ്, അന്തർ സംസ്ഥാന തീവണ്ടി സർവ്വീസുകൾ തുടങ്ങിയവ ആരംഭിച്ചു. തുടർച്ചയായി നടത്തിയ പരിശ്രമങ്ങൾക്കൊടുവിൽ കാഞ്ഞങ്ങാട്-പാണത്തൂർ-കാണിയൂർ റെയിൽപ്പാതയുടെ സർവ്വേ റെയിൽവേ ബോർഡ് അംഗീകരിച്ചു. കാഞ്ഞങ്ങാട് മുതൽ പാണത്തൂർ വരെ ടെൻഡർ നടപടി ഉൾപ്പെടെ പൂർത്തിയായി. തുടർ കാര്യങ്ങൾക്കായി ഇനിയും പരിശ്രമങ്ങൾ നടത്തേണ്ടതുണ്ട്. ഇക്കാലത്താണ് ഏറ്റവും കൂടുതൽ റെയിൽവേ മേൽപ്പാലങ്ങൾ റെയിൽവേ ബജറ്റിൽ ഉൾക്കൊള്ളിക്കാൻ കഴിഞ്ഞത്. പഴയങ്ങാടി, പയ്യന്നൂർ, നീലേശ്വരം, ചെറുവത്തൂർ, പടന്നക്കാട് മേൽപ്പാലങ്ങൾ ഈ കാലത്താണ് യാഥാർത്ഥ്യമായത്. ഏറെ ചർച്ച ചെയ്യപ്പെട്ട ഒന്നായിരുന്നു ദേശീയപാതയിൽ പള്ളിക്കരയിലുള്ള റെയിൽവേ ഓവർബ്രിഡ്ജ്. സാങ്കേതിക കുരുക്കിൽപ്പെട്ട് പലകാരണങ്ങൾ കൊണ്ടും അത് നീണ്ടുപോയി. രണ്ടു വരിപ്പാതയുള്ള സമയത്ത് ആദ്യം ടെൻഡർ ചെയ്തെങ്കിലും ആരും ഏറ്റെടുത്തില്ല. നാലുവരിപ്പാതയുടെ നടപടികളാരംഭിച്ചപ്പോൾ റെയിൽവേ ബോർഡ് നയങ്ങളിൽ ചില മാറ്റം വരുത്തി. മുമ്പ് ഓവർബ്രിഡ്ജ് നിർമ്മാണത്തിന്റെ ചെലവ് പൂർണ്ണമായും റെയിൽവേ തന്നെയായിരുന്നു വഹിച്ചിരുന്നത്. പിന്നീട് സംസ്ഥാന സർക്കാർ അമ്പത് ശതമാനം തുക വഹിക്കണമെന്ന നിബന്ധന വന്നു. അന്നത്തെ സംസ്ഥാന സർക്കാർ ഇതിന് ആദ്യം തയ്യാറായില്ല. ഇതിന്റെയൊക്കെ ഭാഗമായി പള്ളിക്കരയിലെ മേൽപ്പാലത്തിന്റെ നിർമ്മാണം നീണ്ടുപോയി. യാത്രക്കാരുടെ പ്രയാസങ്ങൾ മുതലെടുത്ത് ചില നിക്ഷിപ്ത താല്പര്യക്കാർ എനിക്കെതിരെ അടിസ്ഥാനരഹിതമായ വിമർശനങ്ങൾ ഉന്നയിച്ചു. എനിക്ക് പള്ളിക്കരയിൽ 26 ഏക്കർ സ്ഥലം ഉണ്ടെന്നും അത് നഷ്ടപ്പെടുന്നതിനാലാണ് മേൽപ്പാലം നിർമ്മിക്കാത്തതെന്നും ചിലർ ആരോപിച്ചു. 15 സെന്റ് സ്ഥലം ഒഴിച്ച് ബാക്കി സ്ഥലമൊക്കെ ആരോപണമുന്നയിക്കുന്നവർക്ക് എടുക്കാം എന്നാണ് ഞാനന്ന് പരസ്യമായി പറഞ്ഞത്.

റെയിൽവേയുടെയും ദേശീയപാത അതോറിറ്റിയുടെയും മെല്ലെപ്പോക്ക് നിരവധി പ്രതിബന്ധങ്ങൾ സൃഷ്ടിച്ചു. തുടർന്ന് ശക്തമായ ബഹുജന പ്രക്ഷോഭത്തിന് നേതൃത്വം കൊടുക്കാൻ ഞാൻ തീരുമാനിച്ചു. പള്ളിക്കരയിൽ സത്യഗ്രഹം ആരംഭിച്ചു. നാല് ദിവസം പിന്നിട്ടപ്പോഴേക്കും അതൊരു ജനകീയ സമരമായി മാറി. ആയിരക്കണക്കിന് ആളുകൾ സമരപ്പന്തലിലേക്ക് ഒഴുകിയെത്തി. സമരത്തിൽനിന്നും യു ഡി എഫ് വിട്ടു നിന്നെങ്കിലും യു ഡി എഫ് നേതാക്കളും പ്രവർത്തകരും സമരപ്പന്തലിലെത്തി. നാല് ദിവസം കഴിഞ്ഞപ്പോൾ മുഖ്യമന്ത്രി വിളിച്ചു ചേർത്ത യോഗത്തിൽ റെയിൽവേയുടെയും ദേശീയപാതാ അതോറിറ്റിയുടെയും ഉദ്യോഗസ്ഥർ പങ്കെടുത്തു. ദേശീയപാത വികസനത്തിന്റെ ഭാഗമായിട്ടാണ് പാലം വരേണ്ടതെങ്കിലും അതുവരെ കാത്തുനില്ക്കാതെ സ്റ്റാന്റ് എലോൺ പ്രോജക്ട് ആയി ഫാസ്റ്റ് ട്രാക്കിൽ പദ്ധതി ഏറ്റെടുക്കാൻ തീരു

നീലേശ്വരം പള്ളിക്കര റെയിൽവേ മേൽപ്പാല നിർമ്മാണം വിലയിരുത്തുന്നു

മാനിച്ചു. ആദ്യം 68 കോടിയുടെ എസ്റ്റിമേറ്റായിരുന്നെങ്കിൽ 83 കോടിയുടെ വിപുലമായ പദ്ധതിയായി മാറ്റി. ഇപ്പോൾ ആറ് വരിപ്പാതയായി കേരളത്തിലെ ഏറ്റവും വലിയ മേൽപ്പാലമായി പള്ളിക്കര മേൽപ്പാലം മാറും. വളരെ വിപുലമായ പരിപാടിയായാണ് ഇതിന്റെ തറക്കല്ലിടൽ കർമ്മം നടന്നത്. കേന്ദ്രമന്ത്രി നിതിൻ ഗഡ്ഗരിയും മുഖ്യമന്ത്രി പിണറായി വിജയനും ചേർന്നാണ് തറക്കല്ലിടൽ നിർവ്വഹിച്ചത്. നേരത്തെ ഇതുമായി ബന്ധപ്പെട്ട് നിരവധി കേന്ദ്രമന്ത്രിമാരെ ഞാൻ നേരിട്ട് കണ്ടിരുന്നു. ഇതിന്റെ ഫലമായാണ് പ്രത്യേക സ്കീമായി പള്ളിക്കര മേൽപ്പാലം അംഗീകരിച്ചത്. സംസ്ഥാന സർക്കാരും അർഹമായ പിന്തുണ നല്കി. പദ്ധതി വൈകിയപ്പോൾ വസ്തുതകൾ അറിയാതെ നമ്മുടെ പാർട്ടി സഖാക്കൾ പോലും എനിക്കെതിരെ വിമർശനം ഉന്നയിച്ചിരുന്നു.

വർഷങ്ങളായി കാസർഗോട്ടുകാർ ആവശ്യപ്പെടുന്നതാണ് രാജധാനി എക്സ്പ്രസിന് ജില്ലാ ആസ്ഥാനത്ത് സ്റ്റോപ്പ് അനുവദിക്കുക എന്നത്. ഇക്കാര്യത്തിൽ തുടർച്ചയായി ഇടപെട്ടതിന്റെ ഫലമായി രാജധാനി എക്സ്പ്രസിനും തുരന്തോ എക്സ്പ്രസിനും സമ്പർക്കക്രാന്തി എക്സ്പ്രസിനും കാസർഗോഡ് സ്റ്റോപ്പ് അനുവദിച്ചു. പയ്യന്നൂർ, ചെറുവത്തൂർ, നീലേശ്വരം, കാഞ്ഞങ്ങാട്, ബേക്കൽ ഫോർട്ട് സ്റ്റേഷനുകളിലും വിവിധ ട്രെയിനുകൾക്ക് പുതിയതായി സ്റ്റോപ്പ് അനുവദിക്കപ്പെട്ടു. എം പി ഫണ്ട് ഉപയോഗിച്ച് മിക്കവാറും എല്ലാ സ്റ്റേഷനുകളിലും യാത്രക്കാർക്ക് ഇരി

ക്കാനുള്ള സൗകര്യമൊരുക്കി. പയ്യന്നൂർ, ചെറുവത്തൂർ, കാഞ്ഞങ്ങാട്, കാസർഗോഡ് സ്റ്റേഷനുകളിൽ പുതിയ വെയ്റ്റിങ് റൂം, പാർക്കിങ് സൗകര്യങ്ങൾ എന്നിവ ഏർപ്പെടുത്തി. മിക്ക സ്റ്റേഷനുകളിലും മേൽപ്പാലങ്ങൾ (ഫുട് ഓവർബ്രിഡ്ജ്) ഇല്ലാത്തത് യാത്രക്കാർക്ക് ഏറെ പ്രയാസമുണ്ടാക്കിയിരുന്നു. റെയിൽവേയുടെ സഹായത്തോടെയും എം പി ഫണ്ട് ഉപയോഗിച്ചും മിക്ക സ്റ്റേഷനുകളിലും മേൽപ്പാലം നിർമ്മിക്കാൻ സാധിച്ചു. പയ്യന്നൂർ, ചെറുവത്തൂർ, നീലേശ്വരം സ്റ്റേഷനുകളിൽ രണ്ടാം മേൽപ്പാലം നിർമ്മിച്ചതും ഇക്കാലത്താണ്. തൃക്കരിപ്പൂർ, ഏഴിമല, കണ്ണപുരം, സ്റ്റേഷനുകൾക്ക് പുതിയ കെട്ടിടം നിർമ്മിച്ചു.

റെയിൽവേയുമായി ബന്ധപ്പെട്ട കാര്യങ്ങൾ ചർച്ച ചെയ്യാനുള്ള സംവിധാനമാണ് സോണൽ കമ്മിറ്റിയും ഡിവിഷണൽ കമ്മിറ്റിയും. ചെന്നൈ കേന്ദ്രമാക്കിയാണ് സോണൽ കമ്മിറ്റിയുടെ പ്രവർത്തനം. ഡിവിഷണൽ കമ്മിറ്റിയുടെ കേന്ദ്രം പാലക്കാടാണ്. അതാത് കമ്മിറ്റികളുടെ പരിധിയിലുള്ള എം പിമാരാണ് ആ കമ്മിറ്റികളിൽ പങ്കെടുക്കേണ്ടത്. റെയിൽവേയുമായി ബന്ധപ്പെട്ട നിരവധി കാര്യങ്ങൾ ഈ കമ്മിറ്റികളിൽ ചർച്ച ചെയ്യാനും റെയിൽവേ ബോർഡിന് സമർപ്പിക്കാനും ഇക്കാലത്ത് എനിക്ക് കഴിഞ്ഞു. പൊതുബജറ്റ് പോലെ തന്നെ പ്രധാനപ്പെട്ട ഒന്നാണ് റെയിൽവേ ബജറ്റ്. റെയിൽവേ ബജറ്റ് ചർച്ചയിൽ പാർലമെന്റ് അംഗങ്ങൾക്ക് അവരവരുടെ മണ്ഡലത്തിലെയും സംസ്ഥാനത്തെയും പ്രശ്നങ്ങൾ അവതരിപ്പിക്കാൻ സാധിക്കും. റെയിൽവേ ബജറ്റ് ചർച്ച പലപ്പോഴും രാത്രി വൈകുംവരെ നീളാറുണ്ട്. എന്നാൽ എൻ ഡി എ സർക്കാർ റെയിൽവേ ബജറ്റ് തന്നെ ഒഴിവാക്കി. പൊതുബജറ്റിന്റെ ഭാഗമായുള്ള ചർച്ചയിൽ റെയിൽവേ കൂടി ചർച്ചചെയ്യണം. എന്നാൽ ഇതിന് വേണ്ടത്ര പ്രാധാന്യമോ സമയമോ ലഭിക്കുന്നില്ല. ഇന്ത്യയിലെ ഏറ്റവും വലിയ പൊതുമേഖലാ സ്ഥാപനം. ലക്ഷക്കണക്കിന് തൊഴിലാളികളും ഉദ്യോഗസ്ഥരുമുള്ള സ്ഥാപനം. പക്ഷേ, അതിന്റെ പാളങ്ങൾ ഇപ്പോൾ സ്വകാര്യമേഖലയിലേക്ക് തുറന്നുവച്ചിരിക്കുന്നു.

പാർലമെന്റിൽ കക്ഷിഭേദമന്യേയാണ് അംഗങ്ങൾ ചർച്ചയിൽ പങ്കെടുക്കുന്നത്. പലപ്പോഴും ഈ ചർച്ചകൾ മണ്ഡലത്തിന്റെയും സംസ്ഥാനത്തിന്റെയും മാത്രം പ്രശ്നങ്ങൾ പറയുന്നുവെന്ന വിമർശനം ഉയരാറുണ്ട്. ഞാൻ പാർലമെന്റ് അംഗമായിരുന്നപ്പോൾ പലപ്പോഴും റെയിൽവേയുമായി ബന്ധപ്പെട്ട വിഷയങ്ങൾ പാർലമെന്റിൽ ഉന്നയിച്ചിട്ടുണ്ട്. എന്നാൽ പശ്ചിമബംഗാളിൽ നിന്നുള്ള സ. ബസുദേവാചാര്യ പാർലമെന്റംഗം എന്നതിനൊപ്പം റെയിൽവെ തൊഴിലാളികളുടെ നേതാവുകൂടിയായിരുന്നു. അതുകൊണ്ടുതന്നെ റെയിൽവേ തൊഴിലാളികളെ ബാധിക്കുന്ന പ്രശ്നങ്ങൾ കൂടുതലും ശക്തമായി അവതരിപ്പിച്ചത് അദ്ദേഹമാണ്. റെയിൽവേ അപകടങ്ങളെക്കുറിച്ചും ഗൗരവതരമായ ചർച്ചകൾ നടക്കും. അതിൽ വകുപ്പ് മന്ത്രിയുടെ പ്രസ്താവന ഉണ്ടാകും. റെയിൽവേയുടെ അന്വേഷണവും നടക്കും. എന്നാൽ ഈ അന്വേഷണ റിപ്പോർട്ട് വളരെ വൈകി

യാവും പാർലമെന്റിൽ എത്തുക. അതുകൊണ്ട് തന്നെ ഒരു നടപടിയും ഉണ്ടാകാറില്ല.

കാർഷിക പ്രശ്നങ്ങൾ

കേരളത്തിലെ കൃഷിക്കാരുടെ പ്രശ്നങ്ങൾ പാർലമെന്റിൽ പലപ്പോഴും ചർച്ചയ്ക്കിടയിൽ ഉന്നയിക്കാറുണ്ട്. അതിൽ പ്രധാനപ്പെട്ടതാണ് കുട്ടനാട്ടിലെ കൃഷിക്കാരുടെ പ്രശ്നങ്ങളും പ്രത്യേക പാക്കേജും. നാളികേര കൃഷിക്കാരുടെ സംരക്ഷണത്തിന് വേണ്ടിയുള്ള പ്രത്യേക പ്രമേയവും ഇക്കാലത്ത് അവതരിപ്പിച്ചിട്ടുണ്ട്. മറ്റൊരു വിഷയമാണ് വിലത്തകർച്ചമൂലം കഷ്ടതയനുഭവിക്കുന്ന വടക്കേമലബാറിലെ അടയ്ക്ക കൃഷിക്കാരുടെ പ്രശ്നം. ഇതും പ്രത്യേകമായി പാർലമെന്റിൽ അവതരിപ്പിച്ച് കർഷകരുടെ പ്രശ്നങ്ങൾ പരിഹരിക്കാൻ കഴിഞ്ഞു. പലപ്പോഴും ചർച്ച ചെയ്ത മറ്റൊരു വിഷയമാണ് റബ്ബറിന്റെ വിലത്തകർച്ച. ആഭ്യന്തര വിപണിയിൽ റബ്ബറിന്റെ വില വളരെ കുറയുമ്പോഴും ടയറിന്റെയും അനുബന്ധ ഉല്പന്നങ്ങളുടെയും വില ക്രമാതീതമായി വർദ്ധിക്കുന്നുവെന്ന സ്ഥിതി ഈ രംഗത്തുണ്ട്. വിദേശത്തുനിന്നും ഗുണനിലവാരം കുറഞ്ഞ റബ്ബർ ഇറക്കുമതി ചെയ്യാനാണ് വ്യവസായികൾക്ക് താല്പര്യം. ആഭ്യന്തര റബ്ബറിന്റെ വിലത്തകർച്ചയ്ക്ക് അത് കാരണമായി. ഇതിനെത്തുടർന്നാണ് റബ്ബറിന് താങ്ങുവില നിശ്ചയിക്കണമെന്ന ആവശ്യം ഉയർന്നുവന്നത്. റബ്ബർ ബോർഡിന്റെ കാര്യക്ഷമതയില്ലായ്മയും പലപ്പോഴും ചർച്ച ചെയ്യപ്പെട്ടു.

പരമ്പരാഗത മേഖല

കേരളത്തിന്റെ സമ്പദ്വ്യവസ്ഥയിൽ പരമ്പരാഗത വ്യവസായമേഖലയ്ക്ക് പ്രബലവും പ്രധാനവുമായ പങ്കുണ്ട്. കയർ, കശുവണ്ടി, കൈത്തറി, ബീഡി, കരകൗശലം തുടങ്ങിയവ പരമ്പരാഗത മേഖലയിൽ ഉൾപ്പെടുന്നു. പല കാരണങ്ങളാൽ പരമ്പരാഗത വ്യവസായ മേഖല തകർച്ച നേരിടുന്നു. സാങ്കേതിക വിദ്യയുടെയും ആധുനികവല്ക്കരണത്തിന്റെയും പ്രശ്നങ്ങൾ ഈ രംഗത്തുണ്ട്. പ്രവർത്തന മൂലധനം ഇല്ലാത്തതിനാൽ പല വ്യവസായങ്ങളും അടച്ചുപൂട്ടുന്ന സ്ഥിതിയായി. പരമ്പരാഗത മേഖലയ്ക്ക് ആവശ്യമായ കേന്ദ്രസഹായം ലഭിക്കുന്നില്ലെന്ന ആരോപണം പലപ്പോഴും എം പിമാർ ഉന്നയിച്ചു. ആരോഗ്യപരമായ കാരണങ്ങളുമായി ബന്ധപ്പെട്ട് പുകയിലയ്ക്ക് എക്സൈസ് ഡ്യൂട്ടി വർദ്ധിപ്പിച്ചതിന്റെ ഫലമായി കേരളത്തിൽ ബീഡിമേഖല തകർച്ചയിലായി. അതുകൊണ്ട് ദിനേശ് ബീഡി പോലുള്ള കമ്പനികൾ വൈവിദ്ധ്യവല്ക്കരണത്തിന്റെ മേഖലയിലേക്ക് തിരിഞ്ഞു. കൈത്തറി മേഖലയാണ് തിരിച്ചടി നേരിട്ട മറ്റൊരു രംഗം. കൈത്തറിക്കും ഖാദിക്കും സബ്സിഡി ഏർപ്പെടുത്തിയെങ്കിലും പ്രതിസന്ധി തുടരുന്നു. കേരള സർക്കാർ നല്കുന്ന സഹാ

കാസർകോട് സി പി സി ആർ ഐ കിസാൻ മേള ഉദ്ഘാടനം.

യമുള്ളതിനാലാണ് ഈ മേഖല പിടിച്ചു നില്ക്കുന്നത്. കയർ, കൈത്തറി മേഖലയിലെ സംഘടിതവ്യവസായവല്ക്കരണം ഈ മേഖലയിലെ പ്രതിസന്ധി വർദ്ധിപ്പിക്കുകയാണ്. ആലപ്പുഴ, കൊല്ലം, തിരുവനന്തപുരം ജില്ലകളിലാണ് കയർ രംഗത്ത് കൂടുതൽ തൊഴിലാളികൾ ഉള്ളത്. വടക്കൻ ജില്ലകളിലാണ് ബീഡിത്തൊഴിലാളികൾ ഏറെയുള്ളത്. കേന്ദ്ര സർക്കാറിന്റെ സ്വകാര്യവല്ക്കരണവും വൻകിടക്കാർക്ക് വൻ സാമ്പത്തികസഹായവും നല്കുമ്പോൾ ശ്രദ്ധിക്കപ്പെടാതെ പോകുന്നതാണ് പരമ്പരാഗത തൊഴിൽ മേഖലയും തൊഴിലാളികളും. തൊഴിലാളികളുടെ ജീവിതപ്രശ്നങ്ങൾ ഗൗരവമായി കാണുന്നില്ല. ശമ്പളം തുച്ഛം. തൊഴിലാളികളിൽ മഹാഭൂരിപക്ഷവും സ്ത്രീകളാണ്. കേരളത്തിൽ ബീഡിത്തൊഴിലാളികൾക്ക് മിനിമം കൂലി നിലവിലുണ്ടെങ്കിലും ദേശീയതലത്തിൽ ഇത് നടപ്പിലാക്കിയിട്ടില്ല. സ്വകാര്യമുതലാളിമാരുടെ കടുത്ത ചൂഷണമാണ് ഈ രംഗത്തുള്ളത്. ബീഡിത്തൊഴിലാളികളെ സംബന്ധിച്ച് പ്രത്യേക പ്രമേയം പാർലമെന്റിൽ അവതരിപ്പിച്ചു. നിരവധി എം പിമാർ ചർച്ചയിൽ പങ്കെടുത്തു. ബീഡിത്തൊഴിലാളികളുടെ പ്രശ്നങ്ങൾ സംബന്ധിച്ച് സ. എ കെ ജി പാർലമെന്റിൽ ഒരു ബില്ല് അവതരിപ്പിച്ചിരുന്നു. കേന്ദ്രസർക്കാർ അഭ്യർത്ഥനയെത്തുടർന്ന് എ കെ ജി അത് പിൻവലിക്കുകയും സർക്കാർ തന്നെ നിയമം കൊണ്ടുവരികയും ചെയ്തു. അങ്ങനെയാണ് ബീഡിത്തൊഴിലാളികൾക്കായി നിയമം ഉണ്ടായത്. ഇന്നത്തെ സാഹചര്യത്തിൽ ആ നിയമത്തിൽ കാലോചിതമായ ഭേദഗതികൾ കൊണ്ടുവരേണ്ടതുണ്ട്.

കേരളത്തിൽ തയ്യൽ തൊഴിലാളികൾക്ക് ഒരു നിയമമുണ്ട്. തമിഴ്നാട് ഉൾപ്പെടെയുള്ള ചില സംസ്ഥാനങ്ങളിൽ ഇത്തരം നിയമമുണ്ടെങ്കിലും ദേശീയ തലത്തിൽ നിയമം ഇല്ല. കേരളം അംഗീകരിച്ച മാതൃക

കേന്ദ്ര റയിൽവേ വകുപ്പുമന്ത്രി സുരേഷ് പ്രഭുവിന് നിവേദനം നല്കുന്നു

യിൽ ദേശീയ തലത്തിലും നിയമമുണ്ടാക്കാൻ പാർലമെന്റിൽ സ്വകാര്യ ബില്ലവതരിപ്പിച്ചു. സർക്കാർ അത് പരിഗണിക്കാമെന്ന് പറഞ്ഞു മാറ്റിവയ്ക്കുകയാണുണ്ടായത്.

പാർലമെന്റിൽ വെള്ളിയാഴ്ച ചോദ്യോത്തര വേള കഴിഞ്ഞാൽ എംപിമാരുടെ സ്വകാര്യ ബില്ലും പ്രമേയവുമാണ് ചർച്ചയ്ക്കെടുക്കുന്നത്. അംഗങ്ങൾ നല്കുന്ന സ്വകാര്യ ബില്ലും പ്രമേയങ്ങളുമൊക്കെ നറുക്കെടുപ്പിലൂടെയാണ് ലിസ്റ്റിൽ ഉൾപ്പെടുത്താറുള്ളത്. ഞാൻ എം പിയായിരുന്ന കാലഘട്ടത്തിൽ ഇരുപതോളം സ്വകാര്യ ബില്ലുകൾ എന്റെ പേരിൽ ലിസ്റ്റിൽ ഇടം നേടി. എന്നാൽ ചുരുക്കം ബില്ല് മാത്രമാണ് ചർച്ച ചെയ്ത് പൂർത്തിയാക്കിയത്. വെള്ളിയാഴ്ച ഉച്ചയ്ക്ക് ശേഷം പാർലമെന്റിൽ വളരെ കുറച്ച് അംഗങ്ങൾ മാത്രമേ ഹാജരാകാറുള്ളു. ആവശ്യമായ കോറം തികയാത്തതിനാൽ സഭ നിർത്തിവയ്ക്കുകപോലും ഉണ്ടാകാറുണ്ട്.

കേന്ദ്ര സർവ്വകലാശാല

ഒന്നാം യു പി എ സർക്കാരിന്റെ കാലഘട്ടത്തിലായിരുന്നു സെൻട്രൽ യൂണിവേഴ്സിറ്റി നിയമം പാർലമെന്റിൽ അവതരിപ്പിച്ചത്. പുതിയ 14 സെൻട്രൽ യൂണിവേഴ്സിറ്റികളുമായി ബന്ധപ്പെട്ടതായിരുന്നു നിയമം. വളരെ ചൂടേറിയ ചർച്ചയാണ് ഈ നിയമനിർമ്മാണം സംബന്ധിച്ച് പാർലമെന്റിലുണ്ടായത്. പ്രത്യേകിച്ച് തിരഞ്ഞെടുക്കപ്പെട്ട സിൻഡിക്കേറ്റോ സെനറ്റോ ഇല്ല. ഉന്നത വിദ്യാഭ്യാസ രംഗത്ത് സ്വയംഭരണാവകാശമാണ് യൂണിവേഴ്സിറ്റിക്ക്. സംവരണം ഉൾപ്പെടെയുള്ള വിഷയങ്ങളിൽ ചർച്ച

നടന്നു. ബില്ലിന്റെ ചർച്ചയിൽ കേരളത്തിൽനിന്നും ഞാനും വർക്കല രാധാകൃഷ്ണനുമാണ് പങ്കെടുത്തത്. 14 യൂണിവേഴ്സിറ്റികളിൽ ഒന്ന് കേരളത്തിൽ വേണമെന്ന് ഞങ്ങൾ ആവശ്യപ്പെട്ടു. അത് അംഗീകരിച്ചു. എന്നാൽ കേരളത്തിന് ലഭിച്ച സർവ്വകലാശാല എവിടെ വേണമെന്നതിനെക്കുറിച്ച് വലിയ ചർച്ച ഉയർന്നു. സ. വി എസ് മുഖ്യമന്ത്രിയായ ഇടതുപക്ഷ സർക്കാരാണ് അന്ന് കേരളം ഭരിക്കുന്നത്. സി പി ഐ (എം) വലിയ സമ്മർദ്ദം ചെലുത്തിയതിന്റെ ഭാഗമായിട്ടാണ് സെൻട്രൽ യൂണിവേഴ്സിറ്റി കാസർഗോഡ് ലഭിച്ചത്. സാധാരണ നിലയിൽ ഇത്തരം സ്ഥാപനങ്ങൾ തെക്കൻ കേരളത്തിനാണ് ലഭിക്കാറുള്ളത്. അതിൽനിന്ന് വ്യത്യസ്തമായ തീരുമാനം സെൻട്രൽ യൂണിവേഴ്സിറ്റിയുടെ കാര്യത്തിൽ ഉണ്ടായി. സെൻട്രൽ യൂണിവേഴ്സിറ്റിയിൽ കേരളത്തിൽനിന്നുള്ള വിദ്യാർത്ഥികൾ മാത്രമല്ല, രാജ്യത്തിന്റെ വിവിധ ഭാഗങ്ങളിൽനിന്നുള്ള വിദ്യാർത്ഥികൾ പഠിക്കുന്നുണ്ട് എന്നത് ഈ സ്ഥാപനത്തിന്റെ പ്രാധാന്യം വർദ്ധിപ്പിക്കുന്നു. രാഷ്ട്രപതി പ്രണബ് മുഖർജി, ഉപരാഷ്ട്രപതി വെങ്കയ്യ നായിഡു തുടങ്ങിയ പ്രമുഖർ പെരിയയിലെ കേന്ദ്ര സർവ്വകലാശാലയിൽ അതിഥികളായെത്തിയിട്ടുണ്ട്.

കേന്ദ്ര സർവ്വകലാശാലയുമായി ബന്ധപ്പെട്ട് ആദ്യം അംഗീകരിച്ച നിയമത്തിൽ പ്രൊഫഷണൽ കോഴ്സുകൾക്കും അനുവാദമുണ്ടായിരുന്നു. മെഡിക്കൽ, എഞ്ചിനീയറിങ്, നിയമ കോഴ്സുകൾ ആരംഭിക്കാം. ഇതിന്റെയടിസ്ഥാനത്തിൽ പെരിയയിൽ മെഡിക്കൽ കോളേജ് വേണമെന്ന ആവശ്യം ഉയർന്നു. എന്നാൽ അത് തെക്കൻ ജില്ലയിലേക്ക് കൊണ്ടുപോകാനുള്ള ശ്രമം ഉണ്ടായി. ഞാൻ ചെയർമാനായി സർവ്വകക്ഷി കമ്മിറ്റി രൂപീകരിച്ച് മെഡിക്കൽ കോളേജ് പെരിയയിൽ സ്ഥാപിക്കാനാവശ്യമായ ശ്രമം ആരംഭിച്ചു. തെക്കൻ കേരളത്തിലേക്ക് മെഡിക്കൽ കോളേജ് കൊണ്ടുപോകാനുള്ള ഉദ്യോഗസ്ഥ ലോബിയുടെ ശ്രമത്തെ ഇതുവഴി പരാജയപ്പെടുത്താൻ കഴിഞ്ഞു. എന്നാൽ എൻ ഡി എ സർക്കാരിന്റെ കാലത്ത് സെൻട്രൽ യൂണിവേഴ്സിറ്റി നിയമത്തിൽ നയപരമായ മാറ്റം വരുത്തുകയും പ്രൊഫഷണൽ കോഴ്സുകൾ ഒഴിവാക്കുകയും ചെയ്തു. അങ്ങനെയാണ് സെൻട്രൽ യൂണിവേഴ്സിറ്റിയുടെ ഭാഗമായുള്ള മെഡിക്കൽ കോളേജ് തുടങ്ങാൻ സാധിക്കാതിരുന്നത്.

കേന്ദ്രീയ വിദ്യാലയങ്ങൾ

2004 ൽ ഞാൻ ലോക്സഭാംഗമായി തിരഞ്ഞെടുക്കപ്പെടുന്ന സമയത്ത് കാസർഗോഡ് പാർലമെന്റ് മണ്ഡലത്തിൽ നാല് കേന്ദ്രീയ വിദ്യാലയങ്ങളായിരുന്നു ഉണ്ടായിരുന്നത്. 2019 ആകുമ്പോഴേക്കും മണ്ഡലത്തിൽ കേന്ദ്രീയ വിദ്യാലയങ്ങളുടെ എണ്ണം എട്ടായി വർദ്ധിച്ചു. എല്ലാ കേന്ദ്രീയ വിദ്യാലയങ്ങൾക്കും ഇക്കാലത്ത് മികച്ച ഭൗതിക സാഹചര്യങ്ങൾ ഉണ്ടായി. പയ്യന്നൂർ, കാഞ്ഞങ്ങാട്, കാസർഗോഡ് കേന്ദ്രീയ വിദ്യാലയ

ങ്ങൾക്ക് എം പി ഫണ്ടിൽ നിന്നും തുക അനുവദിച്ചു. കേന്ദ്രസർക്കാരിന്റെ കീഴിലുള്ള പെരിയയിലെ നവോദയ വിദ്യാലയത്തിൽ ശുദ്ധജല പദ്ധതിക്കും കമ്പ്യൂട്ടർ പദ്ധതിക്കും എം പി ഫണ്ടിൽ നിന്നും തുക നല്കി.

എം പിമാരുടെ പ്രാദേശിക വികസന നിധി (MPLADS)

മണ്ഡലത്തിലെ വികസനപ്രവർത്തനങ്ങൾക്കായി എം പിമാർക്ക് അനുവദിക്കുന്ന ഫണ്ടാണിത്. ആദ്യ ഘട്ടത്തിൽ എം പിക്ക് രണ്ടു കോടി രൂപ മാത്രമാണ് പ്രതിവർഷം ലഭിക്കാറുണ്ടായിരുന്നത്. ഒരു പാർലമെന്റ് മണ്ഡലത്തിൽ ഏഴ് നിയമസഭാ മണ്ഡലങ്ങൾ ഉണ്ട്. രണ്ടുകോടി രൂപയെന്നത് ഏഴ് നിയമസഭാ മണ്ഡലങ്ങളിൽ വിനിയോഗിക്കുന്നതിന് തീർത്തും അപര്യാപ്തമായിരുന്നു. എം പിഫണ്ടിലെ തുക പതിനാറാം ലോക്സഭയുടെ കാലത്ത് അഞ്ച് കോടിയായി വർദ്ധിപ്പിച്ചു. എന്നാൽ പോലും എം എൽ എ ഫണ്ടിനെ അപേക്ഷിച്ച് എം പി ഫണ്ട് വളരെ അപര്യാപ്തം തന്നെയാണ്. ഒരു എം എൽ എയ്ക്ക് ഒരു വർഷം ഏഴ് കോടി രൂപയാണ് വികസന പ്രവർത്തനങ്ങൾക്കായി ലഭിക്കുന്നത്. എം പി എൽ എ ഡി ഫണ്ട് വർദ്ധിപ്പിക്കണമെന്ന് പലപ്പോഴും ആവശ്യമുയർന്നെങ്കിലും അംഗീകരിച്ചില്ല. കേരളത്തിൽ മാത്രമാണ് ഇത് ഫലപ്രദമായി ഉപയോഗിക്കുന്നത്. മറ്റു പല സംസ്ഥാനങ്ങളിലും ഇത് ക്രമക്കേട് ഉണ്ടാക്കുന്നുവെന്ന് സി എ ജി തന്നെ ചൂണ്ടിക്കാട്ടിയിട്ടുണ്ട്. എന്നാൽ പ്രകൃതി ദുരന്തങ്ങൾ ഉണ്ടാകുമ്പോൾ കേന്ദ്രസർക്കാർ തന്നെ എം പി ഫണ്ടിൽനിന്നും പ്രത്യേകമായി തുക അനുവദിക്കാൻ നിർദ്ദേശിക്കാറുമുണ്ട്.

ആദ്യകാലത്ത് എം പി ഫണ്ടിൽ നിന്നും തുക അനുവദിക്കാൻ ഒട്ടേറെ നിബന്ധനകൾ പാലിക്കേണ്ടിയിരുന്നു. പിൽക്കാലത്ത് ഇതിൽ നിരവധി മാറ്റങ്ങൾ വരുത്തി. ഞാൻ എം പി ഫണ്ടിൽനിന്നും ഏറ്റവുമധികം തുക നല്കിയത് വിദ്യാലയങ്ങൾ, ആശുപത്രികൾ, ഗ്രന്ഥശാലകൾ എന്നീ മേഖലയിലാണ്. വിദ്യാലയങ്ങൾക്ക് ബസ്, കമ്പ്യൂട്ടർ, കെട്ടിടം, കളിസ്ഥലം തുടങ്ങിയവയ്ക്കാണ് ഫണ്ട് നല്കിയത്. എൻഡോസൾഫാൻ സ്കീമിൽ ഉൾപ്പെടുത്തി ആശുപത്രികളുടെ ഭൗതികസാഹചര്യങ്ങൾ വർദ്ധിപ്പിക്കാൻ കഴിഞ്ഞു. എന്നാൽ ഈ സ്കീം വരുന്നതിന് മുമ്പ് തന്നെ കാഞ്ഞങ്ങാട് ജില്ലാ ആശുപത്രി, ജില്ലാ ആയുർവ്വേദ ആശുപത്രി, കാസർഗോഡ് ജനറൽ ആശുപത്രി, മയ്യിൽ ആശുപത്രി, പറശ്ശിനിക്കടവ് ആശുപത്രി തുടങ്ങിയവയ്ക്ക് പ്രത്യേക ഫണ്ട് നല്കി. കേരളത്തിൽ ആദ്യമായിട്ടായിരിക്കും ശാസ്ത്രരംഗത്ത് പയ്യന്നൂരിനടുത്ത് വെള്ളൂരിലെ വാനനിരീക്ഷണ കേന്ദ്രത്തിന് തുക അനുവദിച്ചു. പാവപ്പെട്ടവരുടെ നിയമ പരിരക്ഷയ്ക്ക് വേണ്ടി പ്രവർത്തിക്കുന്ന ജില്ലാ ലീഗൽ സർവീസ് അതോറിറ്റി കെട്ടിടത്തിന് ഫണ്ട് അനുവദിച്ചു. പയ്യന്നൂർ കോളേജ്, എളേരിത്തട്ട് ഇ കെ നായനാർ മെമ്മോറിയൽ ഗവ. കോളേജ്, കാഞ്ഞങ്ങാട് നെഹ്

എം പി എൽ എ ഡി ഫണ്ടിൽ നിന്നും അനുവദിച്ച സ്കൂൾ ബസുകളിൽ ചിലത്

റു കോളേജ് തുടങ്ങിയ സ്ഥാപനങ്ങൾക്ക് ഓഡിറ്റോറിയം, ഓഡിറ്റോറിയം, കമ്പ്യൂട്ടർ ലാബ്, കോളേജ് ബസ് തുടങ്ങിയ കാര്യങ്ങൾക്ക് തുക അനുവദിച്ചു. ഗ്രാമീണ മേഖലയിൽ ഗതാഗത സൗകര്യം ഒരുക്കുന്നതിനുള്ള റോഡുകൾക്കും തുക അനുവദിച്ചു.

സംസ്ഥാനത്ത് എം പി ഫണ്ട് ചെലവഴിക്കുന്നതിൽ രണ്ടാം സ്ഥാനത്തായിരുന്നു കാസർഗോഡ് മണ്ഡലം. ഒന്നാം സ്ഥാനത്ത് ആറ്റിങ്ങൽ ആയിരുന്നു. എന്നാൽ 2018–19 കാലമായപ്പോഴേക്കും എം പി ഫണ്ടിന്റെ വിനിയോഗത്തിൽ ഒന്നാം സ്ഥാനത്ത് കാസർഗോഡ് മണ്ഡലമാണ്. കേരളത്തിലെ മറ്റു മണ്ഡലങ്ങളെ അപേക്ഷിച്ച് നിരവധി പരിമിതികൾ കാസർഗോഡ് മണ്ഡലത്തിനുണ്ട്. വിവിധ പദ്ധതികൾ നടപ്പിലാക്കാൻ ആവശ്യമായ ജീവനക്കാരുടെ അപര്യാപ്തതയാണ് പ്രധാന പ്രശ്നം. ഭാഷാപരമായ പ്രശ്നങ്ങളും ഉണ്ട്. ഈ പരിമിതികൾ മറികടന്ന് എം പി ഫണ്ടിലെ 99.5 ശതമാനം തുകയും വിനിയോഗിക്കാൻ കഴിഞ്ഞത് വളരെ പ്രാധാന്യമർഹിക്കുന്നതാണ്.

പ്രധാനമന്ത്രിയുടെ ദുരിതാശ്വാസ നിധി

എം പി ഫണ്ടിന് പുറമെ എം പിമാർക്ക് ഉപയോഗപ്പെടുത്താൻ കഴിയുന്ന ഒന്നാണ് പ്രധാനമന്ത്രിയുടെ ദുരിതാശ്വാസ നിധി. ചില നിബന്ധനകൾക്ക് വിധേയമായിട്ടാണ് ഈ ഫണ്ട് വിനിയോഗിക്കുന്നത്. സർക്കാർ അംഗീകരിച്ച ആശുപത്രിയിലായിരിക്കണം ചികിത്സ. വരുമാന സർട്ടിഫിക്കറ്റ് ഉൾപ്പെടെ ആവശ്യമായ രേഖകൾ ഹാജരാക്കണം. ഫണ്ട് അനുവദിച്ചുകഴിഞ്ഞാൽ ചികിത്സ നടത്തുന്ന ആശുപത്രിയിലേക്ക് നേരിട്ടാണ് തുക കൈമാറുന്നത്. പലപ്പോഴും നമ്മുടെ നാട്ടിലെ ആളുകൾ ഈ

നീലേശ്വരം പള്ളിക്കര പീപ്പിൾസ് റീഡിങ് റൂം കെട്ടിടത്തിന് തറക്കല്ലിടുന്നു. സമീപം പ്രൊഫ. പി കെ ജയരാജൻ തുടങ്ങിയവർ

നിബന്ധന അറിയാതെ ചികിത്സ തുടങ്ങിയ ശേഷമായിരിക്കും അപേക്ഷയുമായി വരുന്നത്. വളരെയേറെ അർഹതപ്പെട്ടതാണെങ്കിലും ഇക്കാരണത്താൽ പല അപേക്ഷകളും നിരസിക്കപ്പെടാറുണ്ട്. ഈ സ്ഥിതി മനസ്സിലാക്കി പാർട്ടി കമ്മിറ്റികളിലും മറ്റ് പ്രസിദ്ധീകരണങ്ങളിലും ഞാൻ ഇതിനെക്കുറിച്ചുള്ള വിവരങ്ങൾ നല്കിയിട്ടുണ്ട്. ക്യാൻസർ, വൃക്ക മാറ്റി വയ്ക്കൽ, ഹൃദയ ശസ്ത്രക്രിയ തുടങ്ങിയ രോഗങ്ങൾക്കാണ് ഈ പദ്ധതിയിൽ മുൻഗണന. കുട്ടികളുടേയും സ്ത്രീകളുടേയും അപേക്ഷകൾക്ക് പ്രത്യേക പരിഗണന നല്കാറുണ്ട്. അപേക്ഷകൾ പലപ്പോഴും ധാരാളം വൈകാറുണ്ടെങ്കിലും ഓരോ വർഷവും ഇതിനായി ബജറ്റിൽ നീക്കി വച്ച സംഖ്യ അടിസ്ഥാനമാക്കിയായിരിക്കും ഫണ്ട് അനുവദിക്കുന്നത്. ഓരോ എം പിക്കും ഒരു മാസം സമർപ്പിക്കാവുന്ന അപേക്ഷകൾക്ക് ക്രമീകരണം വരുത്തിയിട്ടുണ്ട്. പല പാവപ്പെട്ട കുടുംബങ്ങൾക്കും ഈ ഫണ്ട് ലഭ്യമാക്കാൻ എനിക്ക് സാധിച്ചിട്ടുണ്ട്. ഫണ്ട് കിട്ടിയാൽ ആ വിവരം പലരും സന്തോഷത്തോടെ വിളിച്ചറിയിക്കാറുണ്ട്. ഈ കാലഘട്ടത്തിൽ അഞ്ച് കോടിയിലേറെ രൂപ ദുരിതാശ്വാസ ഫണ്ടിൽനിന്നും അനുവദിച്ചിട്ടുണ്ട്. ആരോഗ്യമന്ത്രാലയത്തിനും സമാനമായ സംവിധാനമുണ്ട്. പക്ഷേ, ഒരാൾക്ക് ഒരു തവണ ഒരു സ്കീമിൽ നിന്ന് മാത്രമേ ഫണ്ട് ലഭിക്കുകയുള്ളൂ.

പി എം ജി എസ് വൈ

കേന്ദ്രസർക്കാരിന്റെ പ്രത്യേക പദ്ധതിയാണിത്. ഗ്രാമീണമേഖലയിലെ യാത്രാ സൗകര്യം വികസിപ്പിക്കുന്നതിനുള്ള പദ്ധതി. സാധാരണ ഗതിയിൽ ഓരോ ജില്ലയ്ക്കും അനുവദിക്കുന്ന കിലോമീറ്റർ പരിമിതമാണ്. എന്നാൽ കേരളത്തിൽ ഏറ്റവുമധികം പി എം ജി എസ് വൈ ഫണ്ട് കാസർഗോഡ് ജില്ലയിൽ നേടിയെടുക്കാൻ കഴിഞ്ഞു. അതിനുള്ള പ്രധാന കാരണം എൻഡോസൾഫാൻ മേഖലയിൽ റോഡുകൾ സംബന്ധിച്ച പ്രത്യേക നിവേദനം അന്നത്തെ കേന്ദ്രമന്ത്രി ജയറാം രമേഷിന് നല്കിയതാണ്. പരിസ്ഥിതി, എൻഡോസൾഫാൻ വിഷയങ്ങളിൽ അദ്ദേഹത്തിന് പ്രത്യേക താല്പര്യം ഉണ്ടായതിനാൽ ഫണ്ട് ലഭിക്കാൻ ഏറെ സഹായകരമായി. അതിന്റെ ഭാഗമായി പി എം ജി എസ് വൈ റോഡുകൾ കാസർഗോഡ് ജില്ലയിൽ മികച്ച രീതിയിൽ നടപ്പിലാക്കാൻ സാധിച്ചു. ഇത്തരം റോഡുകളുടെ നിർമ്മാണത്തിന് ചിലയിടങ്ങളിൽ പ്രായോഗിക പ്രശ്നങ്ങൾ ഉണ്ടായി. പ്രധാനമായും ആവശ്യമായ സ്ഥലം വിട്ടുകൊടുക്കാൻ സ്ഥല ഉടമകൾ തയ്യാറായില്ലെന്നതാണ്. ചിലയിടങ്ങളിൽ കോടതി വ്യവഹാരത്തിലേക്ക് വരെയും എത്തി. ഇത് റോഡ് വികസനത്തിനെ ദോഷകരമായി ബാധിച്ചു. മറ്റു സംസ്ഥാനങ്ങളെ അപേക്ഷിച്ച് കേരളത്തിന് പി എം ജി എസ് വൈ റോഡുകൾ വേണ്ടത്ര കിട്ടിയിട്ടില്ലെന്ന് സൂചിപ്പിക്കാറുണ്ട്. സംസ്ഥാനത്തുനിന്നും ഇതു സംബ

പ്രധാനമന്ത്രി ഫസൽ ബീമാ യോജന ഉദ്ഘാടനം

ന്ധിച്ച കണക്കുകൾ കൃത്യമായി നല്കാത്തതുകൊണ്ടാണ് ഫണ്ട് ലഭിക്കാത്തതെന്ന് കേന്ദ്ര ഉദ്യോഗസ്ഥർ പറയാറുണ്ട്. ഗ്രാമീണ റോഡിന്റെ

പ്രധാനമന്ത്രി നരേന്ദ്രമോദിയോടൊപ്പം.
ഇന്നസെന്റ്, പി കെ ശ്രീമതി ടീച്ചർ എന്നിവർ സമീപം

വികസനത്തിനായുള്ള പദ്ധതിയാണെങ്കിലും പലപ്പോഴും ഇതിന്റെ നടത്തിപ്പിനാവശ്യമായ ഉദ്യോഗസ്ഥരെ ലഭിക്കാത്തത് പദ്ധതിയുടെ നടത്തിപ്പിനെ ദോഷകരമായി ബാധിക്കുന്നുണ്ട്.

എം പിമാർക്ക് ആദ്യഘട്ടത്തിൽ പ്രത്യേകം ഓഫീസോ സ്റ്റാഫോ ഉണ്ടായിരുന്നില്ല. അവസാന ഘട്ടമായപ്പോഴേക്കും ഡെപ്യൂട്ടേഷനിൽ ഒരാളെയും മണ്ഡലത്തിൽ സഹായിക്കാനായി ഒരാളെയും നിയമിക്കാൻ അനുവാദം കിട്ടി. പഞ്ചായത്ത് വകുപ്പിൽ ജോലി ചെയ്തിരുന്ന ചെറുവത്തൂരിലെ കെ വി രാജീവ്കുമാറിനെ ഡെപ്യൂട്ടേഷനിൽ എം പിയുടെ ഓഫീസിൽ നിയമിക്കാൻ ഗവൺമെന്റ് അനുവദിച്ചു. എം പി ഫണ്ട് വിനിയോഗത്തിലും മണ്ഡലത്തിലെ വിഷയങ്ങളിലുമൊക്കെ രാജീവ്കുമാറിന്റെ സഹായം ശ്രദ്ധേയമായി. മണ്ഡലത്തിലെ വികസന കാര്യങ്ങളും പൊതുപ്രാധാന്യമുള്ള പദ്ധതികളും നടത്തുന്നതിൽ ഭാവനാപൂർണ്ണമായ പ്രവർത്തനമാണ് രാജീവിന്റേത്. ഓഫീസ് കൃത്യമായി നടത്തുന്നതിലും പദ്ധതി നിർവ്വഹണത്തിൽ മാറി മാറി വരുന്ന കാര്യങ്ങൾ ശ്രദ്ധയിൽക്കൊണ്ടുവരുന്നതിനും രാജീവൻ ഏറെ ശ്രദ്ധിച്ചു. പി ബി മനോജനും രാജീവ്കുമാറും ഒത്തൊരുമിച്ച് നടത്തിയ പ്രവർത്തനങ്ങൾ എനിക്കേറെ സഹായകരമായി അനുഭവപ്പെട്ടു. ഈയവസരത്തിൽ സഹായിച്ച മറ്റുചിലർ സി പി സി ആർ ഐയിലെ ഡോ. സി തമ്പാൻ, കാർഷിക കോളേജിലെ ഡോ. ഗോവിന്ദൻ, ഡോ. കെ എം ശ്രീകുമാർ, ജനപ്രതിനിധികളായ ഡോ. വി പി പി മുസ്തഫ, ബേബി ബാലകൃഷ്ണൻ എന്നിവരാണ്. പാർട്ടികമ്മിറ്റികൾക്ക് പുറമെ പാർലമെന്റിൽ ഉന്നയിക്കേണ്ടുന്ന പ്രധാന വിഷയങ്ങളെക്കുറിച്ച് ഇവരുടെ സഹായം ഉണ്ടായി.

പാർലമെന്ററി പാർട്ടി ഓഫീസ്

രാജ്യസഭ, ലോക്സഭാ അംഗങ്ങളെ സഹായിക്കുന്നതിനാണ് പാർലമെന്ററി പാർട്ടി ഓഫീസ് പ്രവർത്തിച്ചിരുന്നത്. വി പി ഹൗസിലാണ് ഈ ഓഫീസ് പ്രവർത്തിച്ചത്. പാർലമെന്റിൽ വരുന്ന വിഷയങ്ങളെ സംബന്ധിച്ച് ആവശ്യമായ വിവരങ്ങൾ തയ്യാറാക്കി നല്കുകയെന്നത് ഈ ഓഫീസിന്റെ ചുമതലയാണ്. 2004 ൽ 61 എം പിമാരുള്ള സമയത്ത് നമ്മുടെ പാർലമെന്ററി പാർട്ടി ഓഫീസിന്റെ പ്രവർത്തനം സജീവമായിരുന്നു. അന്ന് ഓഫീസ് സെക്രട്ടറിയായി പ്രവർത്തിച്ചിരുന്നത് ബംഗാളിൽ നിന്നുള്ള സുഭാഷ് റായ് ആയിരുന്നു. ബംഗാളിൽ നിന്നുതന്നെയുള്ള ദിവാംഗർ ഓഫീസ് പ്രവർത്തനത്തിനായി നിയോഗിക്കപ്പെട്ടിരുന്നു. പിന്നീട് കേരളത്തിൽ നിന്നുള്ള തോമസും സിന്ധുവും പ്രധാന ചുമതലക്കാരായി. എന്നാൽ നമ്മുടെ അംഗസംഖ്യ വളരെ കുറഞ്ഞപ്പോൾ അത് ഈ ഓഫീസിന്റെ പ്രവർത്തനത്തിലും പ്രതിഫലിച്ചു. *ദേശാഭിമാനി* ഡൽഹി ബ്യൂറോയിലെ ഉല്ലാസ് എന്റെ പ്രവർത്തനത്തിൽ ഏറെ സഹായിച്ചു. ഞാൻ സബോർഡിനേറ്റ് ലെജിസ്ലേറ്റീവ് കമ്മിറ്റി ചെയർമാനായിരുന്നപ്പോൾ സഹായിച്ചവരാണ് രമേഷും റാവുത്തരും. പാർട്ടി പോളിറ്റ് ബ്യൂറോ അംഗങ്ങളായ എസ് രാമചന്ദ്രൻ പിള്ളയും എം എ ബേബിയും രാജ്യസഭാംഗങ്ങളായിരുന്നപ്പോൾ താമസിച്ചിരുന്നത് വി പി ഹൗസിൽ തന്നെയായിരുന്നു. പല കാര്യങ്ങളിലും ഇവരുടെ സഹായം മറ്റു എം പിമാർക്ക് ലഭിച്ചു. പാർലമെന്ററി പാർട്ടി ഓഫീസിന്റെ പ്രവർത്തനങ്ങൾ ഏകോപിപ്പിക്കുന്നതിന് പാർട്ടി ചുമതലപ്പെടുത്തിയത് പോളിറ്റ് ബ്യൂറോ അംഗം നീലോല്പൽ ബസുവിനെയിരുന്നു. എന്നാൽ രണ്ടു സഭകളുടേയും അംഗങ്ങളുടെ സംയുക്ത യോഗങ്ങളിൽ സ. സീതാറാം യെച്ചൂരി പങ്കെടുക്കാറുണ്ടായിരുന്നു.

പാർലമെന്റ് ഓഫീസിലെ സഖാക്കൾക്കൊപ്പം. ഇന്നസെന്റ്, എ സമ്പത്ത്, പി കെ ബിജു തുടങ്ങിയവർ സമീപം

പാർലമെന്റ് സമ്മേളനത്തിന്റെ മുന്നോടിയായുള്ള സർവ്വകക്ഷിയോഗത്തിൽ സീതാറാം യെച്ചൂരി, മുഹമ്മദ് സലീം എന്നിവരോടൊപ്പം

*ദേശാഭിമാനി*യുടെ ഡൽഹി ബ്യൂറോ പ്രവർത്തിക്കുന്നതും വി പി ഹൗസിലാണ്. പ്രധാനപ്പെട്ട പത്രപ്രവർത്തകർ തന്നെയാണ് ഇവിടെ ആദ്യകാലം മുതൽ ഉള്ളത്. നരിക്കുട്ടി മോഹനൻ എ കെ ജിയുടെ സെക്രട്ടറി ആയിരിക്കുമ്പോൾത്തന്നെ *ദേശാഭിമാനി* ചുമതലക്കാരനായിരുന്നു. പ്രഭാവർമ്മ, ജി ശക്തിധരൻ, ജോൺ ബ്രിട്ടാസ്, വി ബി പരമേശ്വരൻ, പി പി അബൂബക്കർ, ജയ്ൻ, ഗോപാലകൃഷ്ണൻ തുടങ്ങിയവർ ഡൽഹി ബ്യൂറോയിൽ പ്രവർത്തിച്ചു. ഇപ്പോൾ ഷാജൻ, അഖിൽ, പ്രശാന്ത് തുടങ്ങിയവർ പ്രവർത്തിക്കുന്നു. വാസുദേവൻ വർഷങ്ങളായി ഡൽഹി ബ്യൂറോയിൽ ഫോട്ടോഗ്രാഫറാണ്.

വിദേശ നാടുകളിൽ

പാർലമെന്റ് ഡെലിഗേഷന്റെ ഭാഗമായി പാർട്ടി കേന്ദ്രത്തിൽനിന്ന് നിർദ്ദേശിച്ചതു പ്രകാരമാണ് പലപ്പോഴും വിദേശയാത്രകൾക്ക് അവസരം ലഭിച്ചത്. ലോക്സഭയിലെ സി പി ഐ (എം) പാർലമെന്ററി പാർട്ടി നേതാവ് എന്ന നിലയിൽ അതിനുള്ള പരിഗണന ലഭിച്ചു. പാർലമെന്ററി കാര്യ മന്ത്രാലയത്തിന്റെ ഭാഗമായി മന്ത്രി പ്രിയരഞ്ജൻ ദാസ് മുൻഷി യുടെ നേതൃത്വത്തിൽ ലോക്സഭയിലെ എല്ലാ പാർട്ടി പ്രതിനിധികളു ടേയും വിപുലമായ സംഘം വിദേശത്തുപോയി. ബ്രിട്ടൻ, സ്പെയിൻ, പോർച്ചുഗൽ തുടങ്ങിയ രാജ്യങ്ങളിലായിരുന്നു പ്രധാനമായും സന്ദർശി ച്ചത്. അവിടങ്ങളിലെ സർക്കാർ പ്രതിനിധികളുമായും രാഷ്ട്രീയ പാർട്ടി നേതാക്കൻമാരുമായും ഈ സന്ദർശനങ്ങളിൽ ആശയവിനിമയം നട ത്താൻ കഴിഞ്ഞു. സ്പെയിനിലും പോർച്ചുഗലിലും പോയപ്പോൾ അവി ടത്തെ സർക്കാർ പ്രതിനിധികളുമായി ചർച്ച നടത്തി. സ്പെയിനിൽ പ്രധാ നമായും പാർലമെന്റ് നടപടിക്രമത്തെക്കുറിച്ചാണ് ചർച്ച നടന്നത്. പല പ്പോഴും നമ്മുടെ രാജ്യം, പ്രത്യേകിച്ച് കേരളം എല്ലാ രംഗത്തും മുൻപ ന്തിയിലാണെന്ന രീതിയിലാണ് ഞങ്ങൾ സംസാരിച്ചത്. ഭരണസ്ഥാപന ങ്ങളിലെ സ്ത്രീ പ്രാതിനിദ്ധ്യമായിരുന്നു പ്രധാനപ്പെട്ട ചർച്ചാ വിഷയം. കേരളത്തിൽ അന്ന് തദ്ദേശ സ്ഥാപനങ്ങളിൽ സ്ത്രീകൾക്ക് 33 ശതമാ നം സംവരണം ഏർപ്പെടുത്തിയതുകൊണ്ടും ജനറൽ സീറ്റിൽ പോലും സ്ത്രീകൾ മത്സരിക്കുന്നതുകൊണ്ടും അല്പം തലയുയർത്തിക്കൊണ്ടുത ന്നെ സ്ത്രീ പ്രാതിനിദ്ധ്യത്തിൽ നമ്മൾ ഏറെ മുന്നിലാണെന്ന് സ്ഥാപി ക്കുവാൻ ഞങ്ങൾ ശ്രമിച്ചു. ഞങ്ങളുടെ സംസാരം അവിടത്തെ പാർല മെന്റ് നേതാക്കൾ വളരെ ശാന്തമായി കേട്ടുകൊണ്ടിരുന്നു. ഒടുവിലവർ ഒരു ചോദ്യം ചോദിച്ചു. തീർത്തും ലളിതമായ ഒരു ചോദ്യം. 'നിങ്ങളുടെ രാജ്യത്തെ പാർലമെന്റ് അംഗങ്ങളുടെയും മന്ത്രിമാരുടെയും എണ്ണത്തിൽ

ആകെ എത്ര ശതമാനമാണ് സ്ത്രീകൾ ഉള്ളത്' വടി കൊടുത്ത് അടി വാങ്ങിയ അവസ്ഥയിലായി ഞങ്ങളുടെ അനുഭവം. നമ്മുടെ പാർലമെന്റിൽ ആറോ ഏഴോ ശതമാനം മാത്രമാണ് സ്തീ പ്രാതിനിദ്ധ്യം. മന്തിസഭയിലാകട്ടെ അഞ്ച് ശതമാനം പോലും സ്ത്രീകൾ ഇല്ല. ചർച്ചയ്ക്ക് ശേഷം ഞങ്ങൾ സ്പെയിൻ പാർലമെന്റ് സമ്മേളനം നടക്കുന്ന ഹാളിലേക്ക് പോയി. അവിടെയെത്തിയ ഞങ്ങൾ അമ്പരന്നുപോയി. എംപിമാരിൽ പകുതിയിലേറെയും സ്ത്രീകളാണ്. കൂട്ടുകക്ഷി സർക്കാരാണ് സ്പെയിനിൽ. കമ്യൂണിസ്റ്റ് പാർട്ടിയുടേയും ലേബർ പാർട്ടിയുടേയും സർക്കാർ. കൂട്ടുകക്ഷി സർക്കാർ രൂപീകരിക്കുമ്പോൾ ഉണ്ടാക്കിയ ധാരണ പാർലമെന്റിൽ അമ്പത് ശതമാനം സ്ത്രീകളായിരിക്കണം എന്നതാണ്. മന്ത്രിസഭയിലും അങ്ങനെ തന്നെ. ഞങ്ങളോട് സംസാരിച്ചതിൽ ഏറെപ്പേരും പാർട്ടിയെ പ്രതിനിധീകരിച്ച് നേതാക്കളായ സ്ത്രീകളാണ്. സ്പെയിൻ, പോർച്ചുഗൽ തുടങ്ങിയ മുതലാളിത്ത രാജ്യങ്ങൾ പോലും സ്ത്രീ സംവരണം പാർലമെന്റിൽ നടപ്പിലാക്കുമ്പോൾ സ്വാതന്ത്ര്യം ലഭിച്ച് ഏഴു ദശകങ്ങൾ കഴിഞ്ഞിട്ടും ഇത് സംബന്ധിച്ച് നിയമം കൊണ്ടുവരാൻ ഇന്ത്യക്ക് കഴിഞ്ഞിട്ടില്ല. വനിതാ സംവരണത്തിന് വേണ്ടി ഇടതുപക്ഷ പാർട്ടികൾ ശക്തമായി ഇടപെടുന്നുണ്ടെങ്കിലും കോൺഗ്രസും ബി ജെ പിയും ഇക്കാര്യത്തിൽ ആത്മാർത്ഥമായി സഹകരിക്കുന്നില്ല. കച്ചവടത്തിനായി വന്ന് ഇന്ത്യയെ അടക്കിഭരിച്ച വിദേശികളിൽ ആദ്യമെത്തിയത് പോർച്ചുഗീസുകാരായിരുന്നല്ലോ. പോർച്ചുഗലിലെ പാർലമെന്റ് മന്ദിരം സന്ദർശിച്ചു. പഴയകാലത്തിന്റെ അടയാളങ്ങൾ അവിടെ ആലേഖനം ചെയ്തിരിക്കുന്നു. ഇതോടൊപ്പം ചരിത്രപ്രസിദ്ധമായ പോർച്ചുഗലിലെ പുരാവസ്തു മ്യൂസിയവും സന്ദർശിച്ചു. നിരവധി കരകൗശല വസ്തുക്കൾ വില്ക്കുന്ന സ്ഥലത്തെത്തി. അത്തരം ഷോപ്പുകളിൽ മലയാളികളായ പെൺകുട്ടികൾ നിരവധിയായിരുന്നു. വർഷങ്ങളായി അവർ അവിടെത്തന്നെ താമസിച്ചുവരികയാണ്.

ഇന്ത്യയെ ഏറെക്കാലം അടക്കിഭരിച്ച ബ്രിട്ടനിൽ എത്തിയപ്പോൾ പലതും കാണാനുള്ള അവസരം ലഭിച്ചു. ഞങ്ങളുടെ പ്രതിനിധി സംഘത്തെ വരവേല്ക്കാനായി വന്ന ബ്രിട്ടീഷ് സംഘാംഗങ്ങളിലൊരാൾ മലയാളിയായിരുന്നു. കാസർഗോഡ് ജില്ലയിലെ തൃക്കരിപ്പൂർ സ്വദേശിയായ ഗോവിന്ദൻ. പാർലമെന്റിലെ കാന്റീനിൽനിന്നും ചായ കുടിച്ചുകൊണ്ടിരിക്കുമ്പോൾ ബ്രിട്ടീഷ് പാർലമെന്റ് അംഗങ്ങൾ വന്നു. ഇന്ത്യയിൽ നിന്നും വന്ന പ്രതിനിധി സംഘത്തെ കാണാനും പരിചയപ്പെടാനുമാണ് അവർ വന്നത്. ബ്രിട്ടീഷ് പാർലമെന്റ് മന്ദിരത്തിന്റെ സന്ദർശകർക്കുള്ള പ്രത്യേക ഗ്യാലറിയിൽനിന്നും പാർലമെന്റ് നടപടിക്രമങ്ങൾ വീക്ഷിച്ചു. ബ്രിട്ടീഷ് പാർലമെന്റ് `ഹൗസ് ഓഫ് കോമൺസ്' എന്നാണ് അറിയപ്പെടുന്നത്. എനിക്ക് രസകരമായി തോന്നിയത് പാർലമെന്റിലെ ഇരിപ്പിടങ്ങളുടെ സംവിധാനമാണ്. നമ്മുടെ നിയമസഭാ മന്ദിരവും അതിനുള്ളിലെ സൗകര്യങ്ങളും വളരെ മെച്ചപ്പെട്ടതാണ്. കേരള നിയമസഭയിൽ അംഗങ്ങളു

ടെ ഇരിപ്പിടത്തിന് പോലും വലിയ സൗകര്യമുണ്ട്. വച്ചെഴുതാനുള്ള മേശ, ഇരിക്കാനുള്ള കസേര, അതോടനുബന്ധിച്ചുള്ള മറ്റു സൗകര്യങ്ങൾ എന്നിവയൊക്കെ മികച്ച രീതിയിലാണ്. എന്നാൽ ബ്രിട്ടീഷ് പാർലമെന്റിൽ അംഗങ്ങൾ അടുത്തടുത്തിരിക്കുന്ന സ്ഥിതിയാണ്. യഥാർത്ഥത്തിൽ ഹൗസ് ഓഫ് കോമൺസ് എന്നതിന്റെ പൊരുൾ തന്നെയാവും ഇത്. നമ്മൾ ആർഭാടത്തിൽ മുന്നിലാണെങ്കിലും ആധുനിക സൗകര്യങ്ങൾ ഉപയോഗിക്കുന്നതിൽ വളരെ പിന്നിലാണ്. ബ്രിട്ടൻ ഉൾപ്പെടെ പല രാജ്യങ്ങളിലും പാർലമെന്റിൽ അച്ചടിച്ച രേഖകൾ പൂർണ്ണമായും ഒഴിവാക്കിയിട്ട് വർഷങ്ങളായി. എല്ലാം ഡിജിറ്റൽ സംവിധാനത്തിലാണ് അവിടങ്ങളിലൊക്കെ സ്വീകരിക്കുന്നത്. നമ്മുടെ നിയമസഭകളും പാർലമെന്റും സമ്മേളിക്കുമ്പോൾ ടൺ കണക്കിന് പേപ്പറുകളാണ് ഉപയോഗിക്കുന്നത്. എന്നാൽ ബജറ്റ് പോലും പൂർണ്ണമായി കമ്പ്യൂട്ടറിൽ ഫീഡ് ചെയ്യുന്ന രീതിയാണ് പല വിദേശരാജ്യങ്ങളിലും നിലവിലുള്ളത്. അവിടങ്ങളിൽ ഓരോ അംഗത്തിനും ഇരിപ്പിടത്തിൽത്തന്നെ കമ്പ്യൂട്ടർ ഉപയോഗിക്കാനുള്ള സംവിധാനമുണ്ട്. അതുകൊണ്ട് അംഗങ്ങൾ പാർലമെന്റിൽ വരുമ്പോൾ ഒരുതരത്തിലുമുള്ള പേപ്പറും കൊണ്ടുവരേണ്ടതില്ല. നല്ല വിദ്യാഭ്യാസത്തോടൊപ്പം ഡിജിറ്റൽ സംവിധാനത്തിന്റെ ഉപയോഗത്തിലും പ്രാഗത്ഭ്യം നേടിയവരാണ് പാർലമെന്റംഗങ്ങൾ. അടുത്ത കാലത്താണ് നമ്മുടെ പാർലമെന്റിൽ ഭാഗികമായെങ്കിലും ചോദ്യങ്ങളും സബ്മിഷനുകളും ഉന്നയിക്കുന്നതിന് ഓൺലൈൻ സംവിധാനം നിലവിൽ വന്നത്. എന്നാൽ ബജറ്റും അതുമായുള്ള ചർച്ചകളും സ്റ്റാന്റിങ് കമ്മിറ്റി പ്രവർത്തനവും ഇപ്പോഴും പഴയനിലയിലാണ്. നമ്മുടെ പാർലമെന്റ് അംഗങ്ങൾക്കും അവരുടെ സെക്രട്ടറിമാർക്കും പ്രത്യേക പരിശീലനം നല്കേണ്ടിവരും. ഇത്തരം രാജ്യങ്ങളിലെ സ്ഥിതി മനസ്സിലാക്കുമ്പോഴാണ് ആധുനിക ശാസ്ത്രസാങ്കേതിക വിദ്യ ഉപയോഗിക്കുന്നതിൽ നാം വളരെ പിന്നിലാണെന്ന് തിരിച്ചറിയുന്നത്.

സി പി ഐ (എം) കേന്ദ്രക്കമ്മിറ്റി തീരുമാനത്തിന്റെ ഭാഗമായി ഏഴ് അംഗങ്ങളുള്ള പ്രതിനിധി സംഘം ചൈന സന്ദർശിച്ചു. ബംഗാളിൽനിന്നും ത്രിപുരയിൽ നിന്നുമുള്ള അഞ്ച് പേരും തമിഴ്നാട്ടിൽനിന്ന് സ. ടി കെ രംഗരാജനും പിന്നെ ഞാനും. ഞാനായിരുന്നു സംഘത്തിന്റെ നേതാവ്. ചൈനീസ് കമ്യൂണിസ്റ്റ് പാർട്ടി നേതാക്കളുമായി വിവിധ വിഷയങ്ങൾ ചർച്ച ചെയ്യാൻ ഞങ്ങൾക്ക് സാധിച്ചു. ഇംഗ്ലീഷ് ഭാഷയും ചൈനീസ് ഭാഷയും അറിയുന്ന നിരവധി ചെറുപ്പക്കാർ അവിടെ ഉണ്ടായിരുന്നതിനാൽ ഭാഷപരമായ യാതൊരു ബുദ്ധിമുട്ടും ഉണ്ടായില്ല. ചർച്ചയിൽ എംബസിയിലെ ഒരു വനിതാ സഖാവുണ്ടായിരുന്നു. വിദ്യാഭ്യാസ–സാംസ്കാരിക വിഷയങ്ങളെക്കുറിച്ചായിരുന്നു ചർച്ച. പലപ്പോഴും ഞങ്ങൾ കൂട്ടായി ആലോചിച്ചിട്ടാണ് മറുപടി പറഞ്ഞത്. ചൈനയിലെ ട്രേഡ് യൂണിയൻ മേഖലയെക്കുറിച്ച് പ്രത്യേക ചർച്ച നടന്നു. ട്രേഡ് യൂണിയൻ സ്വാതന്ത്ര്യം ചൈനയിലുണ്ട്. എന്നാൽ തൊഴിൽ നിർത്തിവയ്ക്കാൻ

പറ്റില്ല. ചൈനയുടെ നിർമ്മാണമാണ് പ്രധാനം. ചൈനീസ് കമ്യൂണിസ്റ്റ് പാർട്ടിയിലേക്ക് വലിയ സാമ്പത്തിക ശേഷിയുള്ളവർ അംഗങ്ങളാകുന്നതിനെക്കുറിച്ച് ഞങ്ങൾ ചോദിച്ചു. ചൈന വലിയ രാജ്യമാണ്. ഇവരെയൊക്കെ ഉൾക്കൊള്ളാൻ കഴിയണം. എന്നാൽ നയപരമായ വിഷയത്തിൽ ഒരു മാറ്റവും വരുത്തില്ല. അവരുടെ നിലപാട് ശക്തമായിത്തന്നെ വിശദീകരിച്ചു. എല്ലാ മേഖലകളിലും വലിയ രീതിയിൽ ഉല്പാദന വർദ്ധനവ് ചൈന ലക്ഷ്യമിടുന്നു. ഓരോ വർഷവും സർവ്വകലാശാലകളിൽനിന്നും പതിനായിരക്കണക്കിന് വിദ്യാർത്ഥികളാണ് പുറത്തിറങ്ങുന്നത്. അവരുടെ ജോലി വലിയ പ്രശ്നമാണ്. ചൈന കാർഷിക മേഖലയ്ക്ക് വലിയ പ്രാധാന്യം നല്കുന്നു. അതോടൊപ്പം അമേരിക്ക ഏർപ്പെടുത്തുന്ന നിയന്ത്രണങ്ങളും ഉപരോധങ്ങളും വലിയ പ്രശ്നങ്ങൾ സൃഷ്ടിക്കുന്നു. കായിക രംഗത്തും ശാസ്ത്ര രംഗത്തും ചൈന മുന്നിലാണ്. വളരെ ചെറുപ്പത്തിൽ തന്നെ കുട്ടികൾക്ക് കായികപരിശീലനം നല്കുന്നുണ്ട്.

ചൈനയിലെ പ്രധാനപ്പെട്ട ചില സ്കൂളുകൾ ഞങ്ങൾ സന്ദർശിച്ചു. എട്ടായിരത്തോളം കുട്ടികൾ പഠിക്കുന്ന സ്കൂളുകൾ വരെയുണ്ട്. രണ്ടായിരം കുട്ടികൾക്ക് ഒരേസമയം ഇരുന്ന് ഭക്ഷണം കഴിക്കാൻ സൗകര്യമുള്ള വിദ്യാലയങ്ങളുണ്ട്. മെച്ചപ്പെട്ട കളിസ്ഥലവും പതിനഞ്ചായിരം പുസ്തകങ്ങൾ വരെയുള്ള വിശാലമായ ലൈബ്രറി തുടങ്ങിയവയും വിദ്യാലയത്തിലുണ്ട്. സ്കൂൾ ലൈബ്രറികളിൽ ചൈനീസ് ഭാഷയിലുള്ള പുസ്തകങ്ങൾ കൂടാതെ ഇതര ഭാഷാ പുസ്തകങ്ങളും ലഭ്യമാണ്. ഞങ്ങൾ ഒരു ക്ലാസ് മുറിയിലേക്ക് പോയി. ഇന്ത്യയിൽനിന്ന് വന്നവരാണെന്നറിഞ്ഞപ്പോൾ കുട്ടികൾക്ക് സന്തോഷമായി. കുട്ടികളിൽ പലരും പാട്ടുപാടി. ഞങ്ങളോടും പാട്ടുപാടാൻ കുട്ടികൾ ആവശ്യപ്പെട്ടു. ബംഗാളിൽനിന്നുള്ള സഖാക്കളിൽ ചിലർ നന്നായി പാടുന്നവരായിരുന്നു. അവർ ബംഗാളിയിലേയും ഹിന്ദിയിലേയും ചില പാട്ടുകൾ പാടിയപ്പോൾ കുട്ടികൾക്ക് ഏറെ സന്തോഷമായി. പിന്നീട് ഞങ്ങൾ ചൈനയിലെ ഗ്രാമപ്രദേശങ്ങളിലേക്ക് പോയി. ചൈനയിലെ കൃഷി സമ്പ്രദായം മനസ്സിലാക്കാൻ കഴിഞ്ഞു. ഗ്രാമീണർ ഒന്നിച്ച് കൃഷി സ്ഥലത്ത് കൃഷിയിൽ വ്യാപൃതരായിരുന്നു. വ്യത്യസ്ത കാർഷിക ഉല്പന്നങ്ങൾ ഉല്പാദിപ്പിക്കാൻ കഴിയുന്നു. കൃഷിക്കാവശ്യമായ ജലം, വൈദ്യുതി തുടങ്ങിയവ സർക്കാർ നല്കുന്നു. ചൈനീസ് സവിശേഷതകളുള്ള സോഷ്യലിസ്റ്റ് സമ്പദ് വ്യവസ്ഥയാണ് വളർന്നുവരുന്നത്. കാർഷിക ഉല്പന്നങ്ങൾ മാർക്കറ്റിൽനിന്നും നേരിട്ട് വാങ്ങാനുള്ള സ്വാതന്ത്ര്യം ജനങ്ങൾക്കുണ്ട്. ജോലി കൃത്യനിഷ്ഠയോടെയും ആത്മാർത്ഥതയോടെയും ചെയ്യുന്നവരാണ് ചൈനയിലെ ഗ്രാമീണ കർഷകർ. സർക്കാരിന്റെ പ്രധാന ലക്ഷ്യം കാർഷികോല്പാദനം വർദ്ധിപ്പിക്കുകയെന്നതാണ്. ലോകത്തിലെ ഏറ്റവും വലിയ ജനസംഖ്യയുള്ള രാജ്യമാണ് ചൈന. ഭക്ഷ്യോല്പന്നങ്ങളുടെ ഉല്പാദനത്തിൽ സ്വയം പര്യാപ്തതയാണ് ചൈന ലക്ഷ്യമിടുന്നത്.

ചൈനയിലെത്തുന്ന വിനോദസഞ്ചാരികളെ ഏറെ ആകർഷിക്കുന്നത് വന്മതിലാണ് (Great wall). ചൈനയിലെത്തുന്നവർ വന്മതിൽ കാണാതെ തിരിച്ചുപോകുന്നത് വലിയ നഷ്ടമാണ്. അതുകൊണ്ട് തന്നെ ഞങ്ങൾ ഗൈഡുകളുടെ സഹായത്തോടെ വന്മതിലിന്റെ ഏറ്റവും ഉയർന്ന ഭാഗം വരെ പോയി. ഒരു നിശ്ചിത സ്ഥലം വരെ മാത്രമേ വാഹനത്തിൽ പോകാൻ കഴിയൂ. തുടർന്നുള്ള പ്രദേശം ഞങ്ങൾ നടന്നുകയറി. ഡ്രൈവർമാർ അവരുടെ വിശ്രമകേന്ദ്രങ്ങളിൽ തങ്ങി. അവിടങ്ങളിലൊക്കെ നല്ല സൗകര്യങ്ങൾ ഉണ്ട്. വിനോദസഞ്ചാരികൾക്ക് വിവിധ സാധനങ്ങൾ വാങ്ങാനുള്ള സൗകര്യങ്ങളും ഇവിടെയുണ്ട്. വിമർശനങ്ങൾ പലതുണ്ടെങ്കിലും ലോകത്തിലെ ഏറ്റവും വലിയ സോഷ്യലിസ്റ്റ് രാജ്യമാണ് ചൈന. ചൈനയുടെ പ്രധാന ശത്രു അമേരിക്കയാണ്. ആഭ്യന്തര രംഗത്ത് ഇടക്കാലത്ത് ടിയാനൻമെൻ സ്ക്വയർ സംഭവം ഉൾപ്പെടെ ചില വിഷയങ്ങളുണ്ടായത് ചൈനയ്ക്കെതിരെ ഉപയോഗിക്കാൻ അമേരിക്കയ്ക്ക് സാധിച്ചു. ചർച്ചയ്ക്കിടയിൽ ഉന്നയിച്ച ചില കാര്യങ്ങൾ ചൈന, ക്യൂബ, വിയറ്റ്നാം, റഷ്യ തുടങ്ങിയ രാജ്യങ്ങൾ ഒന്നിച്ച് നില്ക്കേണ്ടതിനെക്കുറിച്ചായിരുന്നു. മുമ്പ് സോവിയറ്റ് യൂണിയൻ നേതൃപരമായ പങ്ക് വഹിച്ചത് ഞങ്ങൾ സംസാരിച്ചു. ഇക്കാലത്ത് ആ നേതൃത്വം ചൈന ഏറ്റെടുക്കേണ്ടതിനെക്കുറിച്ചും ഞങ്ങൾ ഉന്നയിച്ചു. അപ്പോൾ അവർ വ്യക്തമാക്കി. 'സോഷ്യലിസം തന്നെയാണ് ഞങ്ങളുടെ മുദ്രാവാക്യം. ലക്ഷ്യവും അതുതന്നെ. അതുകൊണ്ട് തന്നെ സ്വന്തം രാജ്യത്തെ ജനങ്ങൾക്കാവശ്യമായ സേവനം ചെയ്യുകയാണ് പ്രധാനം. അതോടൊപ്പം സാമ്രാജ്യത്വത്തിനെതിരായ ശക്തമായ സമരം വേണം.' ചർച്ചയ്ക്കിടയിൽ ഒരു കാര്യം അവർ സൂചിപ്പിച്ചു. നിർമ്മാണ മേഖലയിൽ ചൈന വളരെയധികം മുന്നിലാണ്. പല രാജ്യങ്ങളിലും അത്തരം പ്രവർത്തനങ്ങൾ ചൈനീസ് കമ്പനികൾ ഏറ്റെടുക്കുന്നുമുണ്ട്. എന്നാൽ ഇന്ത്യയിൽ പല ചൈനീസ് കമ്പനികളേയും അത്ര കാര്യമായി സ്വീകരിക്കുന്നില്ല. അവർ ചൂണ്ടിക്കാണിച്ചത് വിഴിഞ്ഞം തുറമുഖത്തിന്റെ ആഗോള ടെണ്ടറിൽ ചൈനീസ് കമ്പനി ഉണ്ടായിരുന്നു. നല്ല പ്രവൃത്തി പരിചയമുള്ള സ്ഥാപനമായിരുന്നു അത്. എന്നാൽ അവസാന റൗണ്ടിൽ രാജ്യ താല്പര്യത്തിന്റെ പേരു പറഞ്ഞ് ചൈനീസ് കമ്പനിയെ ഒഴിവാക്കി. അദാനി ഗ്രൂപ്പിന് തുറമുഖം ലഭിച്ചു. ഇത്തരം വിഷയങ്ങൾ ഇന്ത്യാ ഗവൺമെന്റിന്റെ ശ്രദ്ധയിൽപ്പെടുത്താൻ അവർ ആവശ്യപ്പെട്ടു.

സമയനിഷ്ഠയുടെ കാര്യത്തിൽ യാതൊരു വിധത്തിലുമുള്ള വിട്ടുവീഴ്ചകൾക്കും ചൈനക്കാർ തയ്യാറല്ല. നമ്മൾ 10 മണിക്കുള്ള യോഗത്തിന് അര മണിക്കൂറോ ഒരു മണിക്കൂറോ വൈകിയാണല്ലോ എത്തുക. എന്നാൽ ചൈനക്കാർ പറഞ്ഞ സമയത്തിൽ ഒരു മിനിറ്റുപോലും വൈകില്ല. ചർച്ചയ്ക്ക് പോകാനോ വിവിധ സ്ഥലങ്ങൾ സന്ദർശിക്കാനോ തീരുമാനിച്ചാൽ ഞങ്ങളോടൊപ്പമുള്ള സഖാക്കൾ കൃത്യസമയത്ത് തയ്യാറാകും. ചിലപ്പോൾ ഞങ്ങൾ അഞ്ചോ പത്തോ മിനിറ്റ് വൈകും. അത്

അവർക്ക് തീരെ ഇഷ്ടപ്പെടാറില്ല. അതവർ സൂചിപ്പിക്കുകയും ചെയ്തിട്ടുണ്ട്. ഇന്ത്യയിലെ പാർട്ടി കോൺഗ്രസിൽ ചൈനീസ് പ്രതിനിധികൾ പങ്കെടുക്കാറുണ്ട്. ചൈനയിൽനിന്നും പരിചയപ്പെട്ട ചില സഖാക്കളെ പാർട്ടി കോൺഗ്രസിൽ വരുമ്പോൾ അവരെ തിരിച്ചറിയാൻ യാതൊരു പ്രയാസവും ഉണ്ടാകാറില്ല. എല്ലാ മേഖലയിലും വലിയ മാറ്റമാണ് ചൈനയിൽ ഉണ്ടാകുന്നത്. പൊതു ഗതാഗതത്തെ പ്രോത്സാഹിപ്പിക്കുന്നവരാണ്. ഏറ്റവുമധികം സൈക്കിൾ ഉപയോഗിക്കുന്ന രാജ്യമാണ് ചൈന. അത് ആരോഗ്യത്തിനു കൂടി നല്ലതാണെന്ന് അവർ കരുതുന്നു.

ഏഴ് ദിവസത്തെ ചൈനീസ് സന്ദർശനത്തിന്റെ ഭാഗമായി ഞങ്ങളുടെ പ്രതിനിധിസംഘം നിരവധി സ്ഥലങ്ങൾ സന്ദർശിച്ചു. ചൈനീസ് സഖാക്കൾ ആലിംഗനം ചെയ്തുകൊണ്ടാണ് ഞങ്ങളെ സ്വാഗതം ചെയ്തത്. ഹ്രസ്വ സന്ദർശനമായിരുന്നെങ്കിലും മഹത്തായ ഒരു രാജ്യത്തിന്റെ നന്മ തിരിച്ചറിയുന്ന വൈകാരികമായ അനുഭവമാണ് മനസ്സിൽ നിറഞ്ഞത്.

പാർട്ടി ജനറൽ സെക്രട്ടറി ഹർകിഷൻ സിംഗ് സുർജിത്തിന്റെ നേതൃത്വത്തിലുള്ള വിയറ്റ്നാം പ്രതിനിധി സംഘത്തിൽ പങ്കെടുക്കാൻ കഴിഞ്ഞത് വലിയ അനുഭവമായിരുന്നു. പാർട്ടി നേതാക്കൾ, ജനപ്രതിനിധികൾ, യുവജന നേതാക്കൾ, മറ്റു പ്രധാന വ്യക്തികളും ചേർന്നതാണ് പ്രതിനിധി സംഘം. പാർട്ടി പി ബി അംഗം എം എ ബേബി, മഹാരാഷ്ട്രയിലെ ട്രേഡ് യൂണിയൻ നേതാവ് പി ആർ കൃഷ്ണൻ, എൻ കെ പ്രേമചന്ദ്രൻ എം പി, കർഷക സംഘം നേതാവായ പാച്ചേനി കുഞ്ഞിരാമൻ, മുതിർന്ന മാധ്യമ പ്രവർത്തകൻ എൻ റാം തുടങ്ങിയവർ അടങ്ങിയ വലി

സുർജിത്ത്, എം എ ബേബി തുടങ്ങിയവരോടൊപ്പം

യ പ്രതിനിധി സംഘമായിരുന്നു. സാമ്രാജ്യത്വ വിരുദ്ധ പോരാട്ടങ്ങളുടെ മുൻപന്തിയിൽ നമ്മുടെ പാർട്ടി സഖാക്കൾക്കും മറ്റും ആവേശം നല്കിയ രാജ്യമെന്ന നിലയിൽ വിയറ്റ്നാം കാണുന്നതിനും കാര്യങ്ങൾ പഠിക്കുന്നതിനും ഏറെ ആവേശമുണ്ടായിരുന്നു. തുടർച്ചയായ അമേരിക്കൻ ബോംബാക്രമണവും നയപരമായ എതിർപ്പും കാരണം വലിയ പ്രതിസന്ധിയെ അവഗണിച്ചുകൊണ്ടാണ് വിയറ്റ്നാം ഉയർന്നു വന്നത്. ചെറിയ വിമാനത്താവളമാണ് വിയറ്റ്നാമിലുള്ളത്. പ്രധാനപ്പെട്ട രംഗം കാർഷിക മേഖലയാണ്. അടുത്ത കാലത്ത് സംയുക്ത മേഖലയിൽ ധാരാളം പുതിയ വ്യവസായശാലകൾ ആരംഭിച്ചു. വിയറ്റ്നാമിന് ഐക്യദാർഢ്യം പ്രഖ്യാപിക്കുന്ന സമ്മേളനവേദികൂടിയായിരുന്നു ഞങ്ങൾ പങ്കെടുത്ത പരിപാടികൾ. പാർട്ടി ജനറൽ സെക്രട്ടറിയെന്ന നിലയിൽ സ. സുർജിത്ത് തന്നെയായിരുന്നു പ്രധാന ശ്രദ്ധാകേന്ദ്രം. ഐക്യദാർഢ്യസമ്മേളനത്തിൽ വിവിധ രാജ്യങ്ങളിൽനിന്നുള്ള നേതാക്കളും സഖാക്കളും പങ്കെടുത്തു. ഓരോ രാജ്യത്തിന്റെയും സവിശേഷത വിശദീകരിച്ചുകൊണ്ടാണ് വിയറ്റ്നാമിന് പിന്തുണ പ്രഖ്യാപിച്ചുകൊണ്ട് പ്രതിനിധികൾ സംസാരിച്ചത്.

ഓരോ രാജ്യത്തെയും പ്രതിനിധികൾ അതാത് രാജ്യത്തിന്റെ സവിശേഷതകൾ ഉൾക്കൊള്ളുന്ന ശില്പങ്ങൾ വിയറ്റ്നാം നേതാക്കൾക്ക് നല്കി. കേരളത്തിന്റെ സവിശേഷത ഉൾക്കൊള്ളുന്ന ശില്പങ്ങൾ കൊണ്ടുവരണമെന്ന് സുർജിത്ത് പറഞ്ഞിരുന്നു. കഥകളി, തെയ്യം, ആന, മോഹിനിയാട്ടം തുടങ്ങിയ നിരവധി ശില്പങ്ങൾ കൊണ്ടുപോയിരുന്നു. സ.സുർജിത്ത് തന്നെയാണ് വിയറ്റ്നാം നേതാക്കൾക്ക് ശില്പങ്ങൾ കൈമാറിയത്. അമേരിക്കൻ ആക്രമണങ്ങളുടെ ഭാഗമായി തകർക്കപ്പെട്ട വിയറ്റ്നാമിന്റെ സമ്പദ്‌വ്യവസ്ഥ പുനർനിർമ്മിക്കാനുള്ള ശ്രമത്തിലാണ് വിയറ്റ്നാം ജനത. അപ്പോഴും സാമ്രാജ്യത്വ വിരുദ്ധ പോരാട്ടത്തിന്റെ കരുത്തും ശക്തിയും അവരുടെ വാക്കുകളിലും കണ്ണുകളിലും നിറഞ്ഞു.

വിയറ്റ്നാം പാർലമെന്റ് മന്ദിരവും ഹോചിമിന്റെ സ്മാരകവും ഉൾപ്പെടെയുള്ള സ്ഥലങ്ങൾ സന്ദർശിക്കാൻ കഴിഞ്ഞു. ഹോചിമിൻ താമസിച്ചിരുന്ന വീട് ഇപ്പോഴും അതേപോലെ സംരക്ഷിക്കുന്നുണ്ട്. വളരെ ലളിതമായ വീടാണത് എന്നു പ്രത്യേകം പറയേണ്ടിയിരിക്കുന്നു. അദ്ദേഹം ഉപയോഗിച്ചിരുന്ന മുറിയും കട്ടിലും കസേരയും മേശയുമൊക്കെ ലാളിത്യത്തിന്റെ പര്യായമാണ്. വിയറ്റ്നാമിന്റെ രാഷ്ട്രപിതാവാണ് ഹോചിമിൻ. ഹോ അങ്കിൾ എന്നാണ് അദ്ദേഹത്തെ വിയറ്റ്നാം ജനത സംബോധന ചെയ്യുന്നത്. വിയറ്റ്നാം ജനതയെ ദേശാഭിമാന ബോധം ഉയർത്തിപ്പിടിച്ചുകൊണ്ട് അമേരിക്കക്കെതിരെ അണിനിരത്തുകയും വിട്ടുവീഴ്ചയില്ലാത്ത പോരാട്ടത്തിന് നേതൃത്വം നല്കുകയും ചെയ്ത മഹാനായ പോരാളിയാണ് ഹോചിമിൻ. ആയിരക്കണക്കിനാളുകളാണ് ഹോചിമിന്റെ വീടും ഗ്രാമവുമൊക്കെ സന്ദർശിക്കാൻ എത്തുന്നത്. വിയറ്റ്നാം കമ്യൂണിസ്റ്റ് പാർട്ടി നേതാക്കൾ ഇന്ത്യയിൽ വന്നപ്പോൾ ഹൃദ്യമായ സ്വീകരണമാണ് നമ്മുടെ പാർട്ടി നല്കിയത്. കേരളത്തിൽ നല്കിയ

സ്വീകരണമാകട്ടെ, ഏറെ വൈകാരികമായിരുന്നു.

ഈ സന്ദർശന വേളയിൽ പാർട്ടി ജനറൽ സെക്രട്ടറി സുർജിത്തിന്റെ ലളിതമായ ജീവിത ശൈലി നേരിട്ടു മനസ്സിലാക്കാൻ സാധിച്ചു. രാജ്യസഭാംഗം, അഖിലേന്ത്യാ കിസാൻ സഭാ പ്രസിഡന്റ്, പാർട്ടി ജനറൽ സെക്രട്ടറി തുടങ്ങിയ നിലകളിൽ ഏവരും ആദരിക്കുന്നതായിരുന്നു സുർജിത്തിന്റെ വ്യക്തിത്വം. വിവിധ വിദേശ രാജ്യങ്ങളിലെ കമ്യൂണിസ്റ്റ് പാർട്ടികളുമായി ബന്ധപ്പെടുന്ന പ്രധാന നേതാവ് സുർജിത്ത് തന്നെയാണ്. വിയറ്റ്നാമിലേക്കുള്ള യാത്രയ്ക്കിടെ രാവിലെ എയർപോർട്ടിൽ കുറെ നേരം ചെലവഴിച്ചു. സുർജിത്തിന് ഡിപ്ലോമാറ്റിക് പാസ്പോർട്ട് ഉള്ളതിനാൽ പ്രത്യേക സൗകര്യങ്ങൾ ഏർപ്പെടുത്തിയിരുന്നു. എന്നാൽ അദ്ദേഹം ഞങ്ങളോടൊപ്പം സാധാരണ യാത്രക്കാർ ഇരിക്കുന്ന ലോഞ്ചിലാണ് ചെലവഴിച്ചത്. ഞാൻ *ദേശാഭിമാനി* ജനറൽ മാനേജരായിരുന്നപ്പോൾ പത്രങ്ങളുമായി ബന്ധപ്പെട്ട നിരവധി കാര്യങ്ങൾ അദ്ദേഹം സംസാരിക്കുമായിരുന്നു. അദ്ദേഹത്തിന്റ നേതൃത്വത്തിൽ പഞ്ചാബിൽ ഒരു പത്രം തുടങ്ങിയിരുന്നു. ആവശ്യത്തിന് ന്യൂസ്പ്രിന്റ് ലഭിക്കാത്തത് വലിയ പ്രശ്നമായിരുന്നു. പലപ്പോഴും *ദേശാഭിമാനി*യുമായി ബന്ധപ്പെട്ടാണ് ന്യൂ

എം എ ബേബി, മുരളി, പേരൂർക്കട സദാശിവൻ എന്നിവരോടൊപ്പം

സ്പ്രിന്റ് ലഭ്യമാക്കിയിരുന്നത്. മാനേജ്മെന്റ് സംബന്ധിച്ച കാര്യങ്ങൾ പരിശീലിപ്പിക്കാനായി *ദേശാഭിമാനി*യിലെ ഒരു സഖാവിനെ പഞ്ചാബിലേക്കയച്ചു. പഞ്ചാബിൽനിന്നുള്ള രണ്ടു സഖാക്കൾ *ദേശാഭിമാനി*യിൽ മൂന്ന് മാസത്തോളം പരിശീലനം നേടി. എ കെ ജിയോടും സുശീല ഗോപാലനോടും നല്ല അടുപ്പമായിരുന്നു സുർജിത്തിന്. അതുകൊണ്ടുതന്നെ മകളോടെന്നപോലൊരു സ്നേഹവാത്സല്യം അദ്ദേഹത്തിന് ലൈലയോടും ഉണ്ടായി.

പാർട്ടിയിൽ സുർജിത്ത്, സീതാറാം യെച്ചൂരി എന്നിവരാണ് പലപ്പോഴും വിദേശരാജ്യങ്ങളിൽ സന്ദർശനം നടത്താറുള്ളത്. ഇവർ കഴിഞ്ഞാൽ ഏറ്റവുമധികം വിദേശയാത്രകൾ നടത്തിയത് എം എ ബേബിയാണ്. വിമോചന പോരാട്ടങ്ങൾക്ക് ഐക്യദാർഢ്യം പ്രഖ്യാപിച്ചുകൊണ്ടുള്ള പ്രസ്ഥാനം പ്രത്യേകിച്ച് ക്യൂബ, വിയറ്റ്നാം തുടങ്ങിയ രാജ്യങ്ങളുമായി ബന്ധപ്പെട്ട് പ്രവർത്തിക്കാൻ തുടങ്ങിയപ്പോൾ അതിൽ സജീവസാന്നിദ്ധ്യമായിരുന്നു സ. എം എ ബേബി. അതുകൊണ്ട് ഇത്തരം ഡെലിഗേഷന് പോകുമ്പോഴും വിദേശരാജ്യങ്ങളിലെ സഖാക്കൾ ഇന്ത്യയിൽ വരുമ്പോഴും സ. എം എ ബേബി തന്നെയാണ് മുൻനിരയിലുണ്ടാവുന്നത്. ഇതിന്റെ ഭാഗമായി രാജ്യത്തിനകത്തും പുറത്തും വിപുലമായ സുഹൃദ്വലയം അദ്ദേഹത്തിനുണ്ട്.

ബംഗ്ലാദേശിന്റെ സ്വാതന്ത്ര്യദിനാഘോഷത്തിൽ പങ്കെടുക്കാൻ പാർട്ടി പ്രത്യേക പ്രതിനിധി സംഘത്തെ അയച്ചിരുന്നു. പല രാജ്യങ്ങളിൽ നിന്നുള്ള കമ്യൂണിസ്റ്റ് പാർട്ടി നേതാക്കളും ട്രേഡ് യൂണിയൻ നേതാക്കളും ഈ സമ്മേളനത്തിൽ പങ്കെടുത്തു. ഇന്ത്യയിൽനിന്നും എം പിമാർ എന്ന നിലയിൽ ഞാനും ത്രിപുരയിൽ നിന്നുള്ള കഹൻദാസും സംഘത്തിലുണ്ടായിരുന്നു. പശ്ചിമ ബംഗാളിൽ നിന്നാണ് ഒട്ടേറെ സഖാക്കൾ പങ്കെടുത്തത്. അതിൽ സി പി ഐ (എം), സി പി ഐ, ആർ എസ് പി, ഫോർവേഡ് ബ്ലോക്ക് തുടങ്ങിയ പാർട്ടികളുടെ നേതാക്കൾ ഉണ്ടായിരുന്നു. പല രാജ്യങ്ങളിൽനിന്നും സർക്കാരുകളെ പ്രതിനിധീകരിച്ചുകൊണ്ട് നേതാക്കൾ എത്തിയിരുന്നു. മൂന്ന് ദിവസത്തെ പരിപാടിയാണ് ഉണ്ടായത്.

സ്വാതന്ത്ര്യദിനാഘോഷത്തെ തുടർന്ന് വിവിധ സൈനിക വിഭാഗങ്ങളുടെ പരേഡും കലാപരിപാടികളും ശ്രദ്ധേയമായി. പ്രധാനമന്ത്രി ഷേക്ക് ഹസീനയും മറ്റു മന്ത്രിമാരും ചടങ്ങിൽ പങ്കെടുത്തു. പിന്നീട് ഓരോ രാജ്യങ്ങളിൽ നിന്നും ക്ഷണിക്കപ്പെട്ട് വന്നവർക്കുള്ള ഉപഹാര സമർപ്പണമായിരുന്നു. ഞാനും കഹൻദാസും ഉൾപ്പെടെയുള്ള എല്ലാ പാർട്ടി പ്രതിനിധികൾക്കും ഉപഹാരം ലഭിച്ചു. പാർലമെന്റ് അംഗം എന്ന നിലയിൽ മാത്രമല്ല, എ കെ ജിയുടെ മരുമകൻ എന്നതുകൂടി ആ ഡെലിഗേഷനിൽ എന്നെ ഉൾപ്പെടുത്താൻ കാരണമായി.

പാകിസ്ഥാൻ-ബംഗ്ലാദേശ് യുദ്ധകാലത്ത് പാർലമെന്റിലെ പ്രതിപക്ഷ ഗ്രൂപ്പിന്റെ നേതാവ് സ. എ കെ ജി ആയിരുന്നു. ബംഗ്ലാദേശിന്

സീതാറാം യെച്ചൂരിയോടൊപ്പം

പിന്തുണ പ്രഖ്യാപിച്ചുകൊണ്ട് പ്രധാനമന്ത്രി ഇന്ദിരാഗാന്ധി പാർല മെന്റിൽ പ്രമേയം അവതരിപ്പിച്ചു. ആ പ്രമേയത്തെ പിന്തുണച്ചുകൊണ്ട് എ കെ ജി പാർലമെന്റിൽ നടത്തിയ പ്രസംഗം ശ്രദ്ധേയമായിരുന്നു. “ഇത് രണ്ട് രാഷ്ട്രങ്ങൾ തമ്മിലുള്ള യുദ്ധമല്ല. പാകിസ്ഥാൻ സ്വന്തം രാ ജ്യത്തെ ജനതയോട് കാണിക്കുന്ന ക്രൂരതയാണ്. അതിനെതിരെയുള്ള പോരാട്ടമാണ് ഈ യുദ്ധം. നീതിക്ക് വേണ്ടി ഒരു ജനത നടത്തുന്ന ചെറു ത്തുനില്പ്. ഇന്ത്യ പൂർണ്ണമായും ബംഗ്ലാദേശിനെ സഹായിക്കണം.” ഹർ ഷാരവത്തോടുകൂടിയാണ് എ കെ ജിയുടെ പ്രസംഗത്തെ കക്ഷിരാഷ്ട്രീ യത്തിനതീതമായി സഭ സ്വീകരിച്ചത്. ഈ പ്രമേയത്തിന്റെ അടിസ്ഥാന ത്തിലാണ് ബംഗ്ലാദേശിനെ സഹായിക്കാൻ ഇന്ത്യൻ സേന തയ്യാറായത്. പാർട്ടി ജനറൽ സെക്രട്ടറി സ. സീതാറാം യെച്ചൂരി എ കെ ജിയുടെ ഈ പ്രസംഗം ശ്രദ്ധയിൽപ്പെടുത്തിക്കൊണ്ടാണ് എന്നോട് പ്രസംഗിക്കാൻ ആവശ്യപ്പെട്ടത്. ഈ ഭാഗം വായിച്ചുകൊണ്ടുതന്നെ ഞാൻ സംസാരിച്ചു. യുദ്ധകാല അനുഭവങ്ങൾ വൈകാരികമായി അവതരിപ്പിച്ചുകൊണ്ടാണ് സ. കഹൻദാസ് സംസാരിച്ചത്.

യുദ്ധകാലത്തെ സംഭവങ്ങൾ ചിത്രീകരിക്കുന്ന പ്രത്യേക പ്രദർശ നവും ആഘോഷത്തിന്റെ ഭാഗമായി ഉണ്ടായിരുന്നു. സന്ദർശകർക്ക് എല്ലാ യ്പ്പോഴും കാണാൻ കഴിയുന്ന ചില വീഡിയോ പ്രദർശനങ്ങളും ഏർ പ്പാടാക്കിയിരുന്നു.

ബംഗ്ലാദേശ് ഒരു മതേതര രാഷ്ട്രമാണ്. അടുത്ത കാലത്ത് അമേരി ക്കയുടെ പിന്തുണയോടെ മതമൗലിക ശക്തികൾ പ്രവർത്തനമാരംഭി ച്ചിരിക്കുന്നു. നിലവിലുള്ള സർക്കാരിനെ അട്ടിമറിക്കലാണ് അവരുടെ ലക്ഷ്യം. ഇതിനെതിരെ സഹോദര രാഷ്ട്രങ്ങളുടെ സഹകരണം പ്രധാ

നമന്ത്രി ഷേക്ക് ഹസീന അവരുടെ പ്രസംഗത്തിൽ ആവശ്യപ്പെട്ടു. ജന സംഖ്യയിൽ മഹാഭൂരിപക്ഷവും മുസ്ലീം ജനതയാണെങ്കിലും മത സൗഹാർദ്ദം കാത്തുസൂക്ഷിക്കുന്നതിലും മതേതരത്വം ശക്തിപ്പെടുത്തു ന്നതിലും ബംഗ്ലാദേശ് മുന്നിലാണ്. ബംഗ്ലാദേശിന് നമ്മുടെ പാർട്ടിയും ഇന്ത്യാ ഗവൺമെന്റും പിന്തുണ നല്കി. യാത്ര ചെയ്യാൻ പ്രയാസമായ തിനാൽ ലൈലയ്ക്ക് എന്നോടൊപ്പം വരാൻ കഴിഞ്ഞില്ല. എന്നാൽ മകൾ ദിയ എന്നോടൊപ്പം ബംഗ്ലാദേശിലേക്ക് വന്നു. യാത്രയിൽ കൂടെ ഉണ്ടാ യിരുന്ന യാസ് ദാനി എന്ന ബംഗ്ലാദേശ് ഉദ്യോഗസ്ഥൻ ദിയയെ ഏറെ സഹായിച്ചു.

കേരളത്തിലെ പാർട്ടികമ്മിറ്റിയുടെ തീരുമാനത്തെ തുടർന്ന് പല പ്പോഴും ഗൾഫ് നാടുകൾ സന്ദർശിക്കാൻ കഴിഞ്ഞു. ദുബായ്, ബഹ് റിൻ, ഷാർജ്ജ, അബുദാബി തുടങ്ങിയ രാജ്യങ്ങളിൽ പലപ്പോഴായി പോയിട്ടുണ്ട്. ഈ രാജ്യങ്ങളിലെ മലയാളി സാംസ്കാരിക സംഘടനക ളുടേയും പാർട്ടിയുടേയും പ്രവർത്തനങ്ങളുമായി ബന്ധപ്പെട്ടാണ് പോ കാറുള്ളത്. പാർട്ടിയുടെ പ്രധാനപ്പെട്ട നേതാക്കളും മന്ത്രിമാരുമുൾപ്പെ ടെയാണ് പലപ്പോഴും ഈ രാജ്യങ്ങളിൽ പോയിട്ടുള്ളത്.

ഗൾഫ് രാജ്യങ്ങളിൽ കേരളീയരായ തൊഴിലാളികളുടെ നിരവധി പ്രശ്നങ്ങൾ ഉണ്ടാകാറുണ്ട്. വിസ, യാത്ര, താമസം തുടങ്ങിയ വിവിധ പ്രശ്നങ്ങൾ പ്രവാസികൾ അനുഭവിക്കുന്നുണ്ട്. എം പി എന്ന നിലയിൽ അവിടത്തെ ഭരണാധികാരികളുമായി ബന്ധപ്പെടാനും ഗൾഫിലെ മല യാളികളുടെ പ്രശ്നങ്ങൾ പരിഹരിക്കാനും ശ്രമിച്ചിട്ടുണ്ട്. ഏറ്റവുമധികം മലയാളികൾ ജോലിചെയ്യുന്നത് ഗൾഫ് നാടുകളിലാണ്. നമ്മുടെ നാടി ന്റെ സമ്പദ്മേഖലയുടെ താങ്ങും തണലുമാണ് ഗൾഫ് മലയാളികളുടെ സംഭാവന. എൽ ഡി എഫ് സർക്കാർ രൂപീകരിച്ച നോർക്ക ഇന്ന് പ്രവാ സി മലയാളികൾക്ക് വലിയ ആശ്വാസമാണ്. തിരിച്ചുവരുന്ന മലയാളി കൾക്ക് സഹായം നല്കാനുള്ള പദ്ധതികളും അവർക്കുള്ള പ്രത്യേക പെൻഷൻ പദ്ധതിയും രൂപീകരിച്ചു.

ഗൾഫ് നാടുകളിൽ മലയാളികളുടെ വിവിധ സംഘടനകൾ പ്രവർ ത്തിക്കുന്നുണ്ട്. അബുദാബിയിൽ ശക്തി തീയറ്റേഴ്സ്, ബഹ്റിനിൽ പ്രതിഭ, ദുബായിയിൽ ദല, കുവൈറ്റിൽ കല, അൽ ഐനിൽ മലയാളി സമാജം, ഷാർജ്ജയിൽ മാസ്, റിയാദിൽ കേളി, ദമാമിൽ നവോദയ, ജിദ്ദ യിൽ നവോദയ, മസ്കറ്റിൽ കൈരളി തുടങ്ങി മലയാളികളുടെ നിവര ധി കൂട്ടായ്മകൾ ഉണ്ട്. രാഷ്ട്രീയ പ്രവർത്തന സ്വാതന്ത്ര്യമില്ലാത്തതി നാൽ കലാ സാംസ്കാരിക മേഖലകളിലാണ് ഇവയുടെ പ്രവർത്തനം. ഞാൻ *ദേശാഭിമാനി* ജനറൽ മാനേജർ ആയിരിക്കുമ്പോൾ പത്രപ്രചാര ണവുമായി ബന്ധപ്പെട്ടും പൊതു റിപ്പോർട്ടിങ്ങുമായി ബന്ധപ്പെട്ടും ഈ രാജ്യങ്ങളിലൊക്കെ സഞ്ചരിച്ചു.

ഗൾഫ് നാടുകളിലെ സാംസ്കാരിക സംഘടനകളുമായി ബന്ധ പ്പെട്ട് ചില മലയാളികളുടെ പേര് ഇവിടെ പരാമർശിക്കേണ്ടതുണ്ട്. ഖത്തർ

ജനസംസ്കൃതിക്ക് ആദ്യഘട്ടത്തിൽ നേതൃത്വം നല്കിയത് പാലക്കാട്ടെ മൂസ മാസ്റ്ററും എറണാകുളത്തെ സോമനുമാണ്. ദുബായ് സംഘടനകളുടെ കോർഡിനേറ്ററായി തിരുവനന്തപുരം സ്വദേശിയായ കൊച്ചു കൃഷ്ണൻ, ജനാർദ്ദനൻ, ബഹ്റിനിലെ ചന്ദ്രനും നാരായണനും, കുവൈറ്റിലെ സാം, ഷാർജയിലെ മാധവൻ പാടി, സൗദി റിയാദിലെ ഉണ്ണി, മസ്കറ്റിലെ ശങ്കരൻ, അബുദാബിയിലെ പപ്പൻ എന്ന പത്മനാഭൻ, രവി ഇടയത്ത്, അൽഐനിൽ സലാം, അബ്ദുൾ ഖാദർ, ദമാമിലെ ജോർജ്, ജിദ്ദയിലെ റൗഫ് തുടങ്ങിയവർ അതാത് രാജ്യങ്ങളിൽ സാംസ്കാരിക കൂട്ടായ്മകൾക്ക് നേതൃത്വം നല്കിയ മലയാളികളാണ്.

ഗൾഫ് യുദ്ധകാലഘട്ടത്തിൽ മലയാളികളായ ജീവനക്കാർക്ക് പ്രത്യേകിച്ച് നെഴ്സുമാർക്ക് നിരവധി പ്രശ്നങ്ങൾ നേരിടേണ്ടി വന്നിട്ടുണ്ട്. അവരെ സുരക്ഷിതരായി കൊണ്ടുവരാൻ കേരളത്തിലെ എംപിമാർ ഒരുമിച്ച് മന്ത്രിമാരെ കാണുകയും പാർലമെന്റിൽ വിഷയം അവതരിപ്പിക്കുകയും പരിഹാരം കാണുകയും ചെയ്തിട്ടുണ്ട്.

വിദേശയാത്രയ്ക്കിടയിൽ റഷ്യയിൽ ഒരു ദിവസം മാത്രമാണ് സന്ദർശിക്കാൻ സാധിച്ചത്. അതുകൊണ്ടുതന്നെ പലയിടത്തും എത്താൻ കഴിഞ്ഞില്ല. എന്നാൽ റഷ്യയിൽ പോകുമ്പോൾ കാണേണ്ട പ്രധാന നഗരം മോസ്കോ തന്നെയാണ്. കമ്യൂണിസ്റ്റുകാർ മോസ്കോയിലേക്ക് പോകൂ എന്നുപറഞ്ഞ് പരിഹസിക്കുന്നവർ കേരളത്തിലുണ്ടായിരുന്നു. അതുകൊണ്ട് മോസ്കോവിലെത്തിയപ്പോൾ അഭിമാനം തോന്നി. മോസ്കോയിൽ നല്ല തണുപ്പായിരുന്നു. റഷ്യയിൽ പോയാൽ കാണേണ്ടുന്ന മറ്റൊരു പ്രധാനസ്ഥലമാണ് ലെനിൻഗ്രാഡ്. ലെനിന്റെ ഭൗതികശരീരം കേടുകൂടാതെ എംബാം ചെയ്ത് സൂക്ഷിക്കുന്നു. ആയിരക്കണക്കിന് ആളുകൾ ദിവസേന ഇവിടേക്കെത്തുന്നു. സന്ദർശകർ വരിവരിയായി ലെനിൻ സ്മാരകത്തിൽ പുഷ്പാർച്ചന നടത്തുക എന്നതാണ് ആദ്യത്തെ ചടങ്ങ്. അതിനു ശേഷമാണ് ലെനിന്റെ ഭൗതിക ശരീരം സൂക്ഷിച്ച ഹാളിലേക്ക് പോകാൻ കഴിയുക. നിശ്ശബ്ദമായി മാത്രമേ അതിനകത്ത് കടക്കാൻ പാടുള്ളു. സാമ്രാജ്യത്വശക്തികൾ സോവിയറ്റ് യൂണിയനെ തകർത്ത പ്രശ്നങ്ങൾ ഉടലെടുത്ത സമയത്ത് ലെനിന്റെ പ്രതിമയടക്കം തകർക്കാൻ പ്രതിലോമശക്തികൾ തയ്യാറായി. എന്നാലിപ്പോഴും മഹത്തായ ഒക്ടോബർ വിപ്ലവത്തിന്റെ സ്മരണ നിലനിർത്തിക്കൊണ്ട് ആയിരങ്ങളാണ് ഇവിടെയെത്തുന്നത്. എ കെ ജിയും സുശീല ഗോപാലനും സോവിയറ്റ് യൂണിയൻ സന്ദർശിച്ചപ്പോഴത്തെ ഒരനുഭവം പറഞ്ഞിരുന്നു. ലൈലയുടെ ചികിത്സയ്ക്കാണ് അവർ പോയത്. ലെനിന്റെ ഭൗതിക ശരീരം കാണാൻ പോകുന്നതിന് മുമ്പ് ലൈലയോട് ശബ്ദമുണ്ടാക്കാൻ പാടില്ലെന്ന് പറഞ്ഞിരുന്നു. എന്നാൽ എ കെ ജിക്കും സുശീല ഗോപാലനുമൊപ്പം അകത്തു കയറിയ ലൈല 'ലെനിൻ അമ്മാവാ' എന്നുറക്കെ വിളിച്ചു. ആ ശബ്ദം ഹാളിലാകെ മുഴങ്ങി. എ കെ ജിയും സുശീല ഗോപാലനും ലൈലയോട് നിശ്ശബ്ദയായിരിക്കാൻ പറഞ്ഞു.

സഖാവ് സുശീല ഗോപാലന്റെ ചികിത്സാർത്ഥമാണ് അമേരിക്കയിൽ പോയത്. ക്യാൻസർ ബാധിച്ചതിനെത്തുടർന്ന് തിരുവനന്തപുരം ആർ സി സിയിലും എസ് യു ടി ആശുപത്രിയിലും ചികിത്സയിലായിരുന്നു. രോഗം ഭേദമായി സാധാരണ നിലയിലേക്ക് വന്നെങ്കിലും വിശ്രമമില്ലാത്ത രാഷ്ട്രീയ പ്രവർത്തനം കാരണം വീണ്ടും രോഗലക്ഷണങ്ങൾ പ്രത്യക്ഷപ്പെട്ടു. തുടർ ചികിത്സയ്ക്ക് വേണ്ടി അമേരിക്കയിലെ ജോൺ ഹോക്കിൻസ് ആശുപത്രിയിലേക്ക് പോകാനാണ് തീരുമാനിച്ചത്. റീജ്യണൽ ക്യാൻസർ സെന്ററിലെ ഡോ. കൃഷ്ണൻ നായർ, ഡോ. രാജൻ തുടങ്ങിയവരുടെ നിർദ്ദേശത്തെ തുടർന്നാണ് ഇങ്ങനെ തീരുമാനിച്ചത്. അമേരിക്കയിലെ ചികിത്സയോട് സുശീല ഗോപാലൻ ആദ്യം വിമുഖത കാണിച്ചു. പക്ഷേ, പാർട്ടിയുടെ നിർബ്ബന്ധത്തിന് വഴങ്ങിയാണ് അമേരിക്കയിൽ പോകാൻ തയ്യാറായത്. ആർ സി സിയിലെ ഡോ. രാജൻ, സ. സുശീല ഗോപാലന്റെ പേഴ്സണൽ അസിസ്റ്റന്റായി പ്രവർത്തിച്ചിരുന്ന എ ബാലകൃഷ്ണൻ എന്നിവരാണ് ഞങ്ങളോടൊപ്പം അമേരിക്കയിലേക്ക് വന്നത്. അമേരിക്കയിലെ മലയാളി സുഹൃത്തുക്കൾ എല്ലാവിധ സഹായങ്ങളും ചെയ്തുതന്നു. ആ ഘട്ടത്തിൽ അമേരിക്കയിലെ ഇന്ത്യൻ അംബാസിഡർ ഡോ. ടി പി ശ്രീനിവാസൻ ആയിരുന്നു. അദ്ദേഹം മലയാളിയാണ്. ആവശ്യമായ സഹായങ്ങൾ അദ്ദേഹവും ചെയ്തുതന്നു. ഡോ. അനിരുദ്ധൻ, ഡോ. എം എസ് പിള്ള, ഡോ. പി എൻ നായർ എന്നിവരുടെ നേതൃത്വത്തിലായിരുന്നു പരിശോധന. അമേരിക്കയിലെ വാഷിങ്ടൺ ഡി സി യിലാണ് ജോൺ ഹോക്കിൻസ് ഹോസ്പിറ്റൽ സ്ഥിതി ചെയ്യുന്നത്. ആശുപത്രിയിലും താമസസൗകര്യം ഒരുക്കുന്നതിലുമൊക്കെ ഇവരെല്ലാം ഏറെ സഹായിച്ചു. ഓണക്കാലത്താണ് ഞങ്ങൾ അമേരിക്കയിൽ പോയത്. അമേരിക്കൻ മലയാളികളുടെ സംഘടനയായ ഫൊക്കാനയുടെ ഓണാഘോഷത്തിൽ സ. സുശീല പങ്കെടുത്തു. രണ്ട് ദിവസം ആശുപത്രിയിൽ പരിശോധനയ്ക്കായി ചെലവഴിച്ചു. തിരുവനന്തപുരത്ത് നടത്തിയ ചികിത്സയെക്കുറിച്ച് ഡോ.രാജൻ വിശദമായി സംസാരിച്ചു. ചെറിയ മാറ്റങ്ങളോടുകൂടി ഇവിടുത്തെ ചികിത്സ തന്നെ തുടർന്നാൽ മതിയെന്ന് അമേരിക്കയിലെ ഡോക്ടർമാർ പറഞ്ഞു. ഞങ്ങൾ തിരുവനന്തപുരത്തുനിന്നും ബോംബെ, ദുബായ്, പാരീസ് വഴിയാണ് അമേരിക്കയിലേക്ക് പോയത്. തിരിച്ചു വന്നത് പാരീസ്, കുവൈറ്റ് വഴിയും.

അമേരിക്കയിൽ തങ്ങിയ നാല് ദിവസങ്ങളിലായി അവിടത്തെ ചില സ്ഥലങ്ങൾ സന്ദർശിക്കാൻ കഴിഞ്ഞു. അതിൽ പ്രധാനപ്പെട്ടതാണ് വൈറ്റ്ഹൗസ്. അമേരിക്കൻ പ്രസിഡന്റിന്റെ ആസ്ഥാനം കൂടിയാണ് വൈറ്റ് ഹൗസ്. അത് വലിയ കൊട്ടാരമൊന്നുമല്ല. അകത്ത് എല്ലാ സൗകര്യങ്ങളോടും കൂടിയ, പൂർണ്ണമായും വെള്ള നിറത്തിലുള്ള നല്ലൊരു കെട്ടിടം. പുറത്ത് വലിയ സെക്യൂരിറ്റിയൊന്നും പ്രത്യക്ഷത്തിൽ കാണാൻ കഴിയില്ല. എന്നാൽ വൈറ്റ് ഹൗസിന്റെ എല്ലാ ഭാഗത്തും സുരക്ഷാ ക്യാമറയുണ്ട്. ഏതു ഭാഗത്തുമുള്ള സംഭവങ്ങൾ സുരക്ഷാ ഉദ്യോഗസ്ഥർക്ക്

ക്യാമറയിലൂടെ കാണാൻ കഴിയും.

വാഷിങ്ടണിലെ മറ്റൊരു ശ്രദ്ധാകേന്ദ്രം ആർക്കിയോളജിക്കൽ മ്യൂസിയമാണ്. ശാസ്ത്രസാങ്കേതിക രംഗത്തെ മാറ്റങ്ങളുടെ വലിയ ക്യാൻവാസുകൂടിയാണത്. പ്രത്യേകിച്ച് പ്രതിരോധ രംഗത്ത് വന്നിട്ടുള്ള എല്ലാ മാറ്റങ്ങളും പ്രതിഫലിക്കുന്ന കണ്ടുപിടുത്തങ്ങളുടെ വിശദീകരണങ്ങളും പ്രദർശനങ്ങളും ഇവിടെ കാണാം. ലോകത്തിലെ മിക്ക രാജ്യങ്ങളിലേയും ഭാഷകളും അതുമായി ബന്ധപ്പെട്ട മറ്റ് വിശദീകരണങ്ങളും നല്കുന്ന റിസർച്ച് സെന്ററും ഇതിന്റെ ഭാഗമായിട്ടുണ്ട്. ഏകദേശം നാല് മണിക്കൂർ ചെലവഴിച്ചിട്ടും മ്യൂസിയം പൂർണ്ണമായി കാണാൻ കഴിഞ്ഞില്ല. അത്ര വിപുലമാണ് അതിന്റെ സംവിധാനം. പോൾ ടീമറിലെ പെൻഗ്വിൻ ഷോ ആണ് മറ്റൊരു വിസ്മയം. വൈവിദ്ധ്യമാർന്ന പക്ഷികൾ ഇവിടെയുണ്ട്. സംഗീതത്തിനനുസരിച്ച് നൃത്തം ചെയ്യുന്ന പക്ഷികൾ ഇവിടത്തെ ആകർഷണീയതയാണ്.

ഞങ്ങൾ തിരികെ വരുമ്പോൾ അംബാസിഡർ ഡോ. ശ്രീനിവാസൻ ഉൾപ്പെടെയുള്ളവർ വിമാനത്താവളംവരെ ഞങ്ങളെ അനുഗമിച്ചു. ഡോ. അനിരുദ്ധ്, ഡോ. പിള്ള എന്നിവരും സഹപ്രവർത്തകരും വളരെ സ്നേഹത്തോടെയാണ് വിമാനത്താവളത്തിൽ യാത്രയാക്കാനെത്തിയത്. ജോൺ ഹോക്കിൻസ് ഹോസ്പിറ്റലിൽ ഒരു സംഭവം ഉണ്ടായി. ആശുപ

ക്യൂബൻ അംബാസിഡർ, എം എ ബേബി എന്നിവർക്കൊപ്പം

്രതിയിലേക്കെത്തിയപ്പോൾ വീൽ ചെയർ ഞങ്ങൾ തന്നെയാണ് തള്ളി ക്കൊണ്ടിരുന്നത്. ഞങ്ങൾ മലയാളത്തിൽ സംസാരിക്കുന്നതു കേട്ട് ഒരു നഴ്സ് ഞങ്ങളുടെ അടുത്ത് വരികയും വീൽ ചെയർ അവർ തള്ളുകയും ചെയ്തു. ആ നഴ്സ് കോട്ടയത്തുകാരിയാണ്. പേര് ജാൻസി. മറ്റു ദേശ ങ്ങളിൽ എത്തുന്ന സമയത്ത് മലയാളികളെ കാണുമ്പോൾ ഉണ്ടാകുന്ന സന്തോഷം വലിയതാണ്.

ഭാഗം 5

അമ്മ

അമ്മയേയും അച്ഛനേയും ഞങ്ങളെല്ലാ മക്കളും സ്നേഹിക്കുകയും ബഹുമാനിക്കുകയും ചെയ്തിരുന്നു. മക്കളോട് അച്ഛനും അമ്മയ്ക്കും ഏറെ ഇഷ്ടവുമായിരുന്നു. എന്നാൽ അമ്മയ്ക്ക് ഒരു പ്രത്യേക വാത്സല്യം എന്നോടുണ്ടായിരുന്നു. ഇത് എന്റെ സഹോദരങ്ങൾ പലപ്പോഴും തമാശരൂപേണ പറയാറുമുണ്ട്. എന്റെ പൊതുപ്രവർത്തനത്തിന് വലിയ സഹായമായിരുന്നു അമ്മ. പ്രത്യേകമായി എനിക്ക് വരുമാനമൊന്നുമില്ല. അച്ഛനോട് ചോദിക്കാൻ കഴിയില്ല. ഞാൻ ജോലിക്ക് പോകണമെന്ന അഭിപ്രായക്കാരനായിരുന്നു അച്ഛൻ. ഞാൻ രാവിലെ വീട്ടിൽ നിന്നും ഇറങ്ങുമ്പോൾ യാത്രയ്ക്കും ഭക്ഷണത്തിനും വേണ്ട പണം അമ്മ കീശയിലിട്ടുതരും. അസുഖമായി അമ്മ ആശുപത്രിയിലാകുമ്പോഴൊക്കെ ഞാനാ

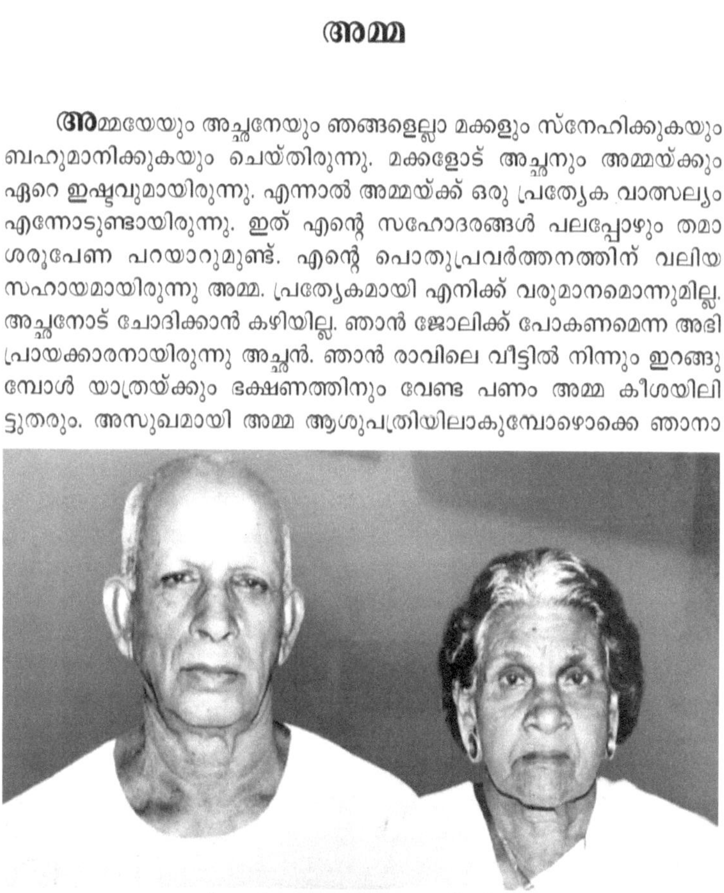

അച്ഛൻ എൻ കോരനും അമ്മ പി ചിരുതയും

യിരിക്കും കൂടെ. ഞാൻ *ദേശാഭിമാനി* ജനറൽ മാനേജരായ സമയത്ത്, കൊച്ചിയിലോ തിരുവനന്തപുരത്തോ ആണെങ്കിൽ പോലും അമ്മയ്ക്ക് സുഖമില്ലാതായാൽ എന്നെ വിളിക്കും. ഞാനെത്തിയാലേ അമ്മ ആശുപത്രിയിലേക്ക് പോകൂ. അച്ഛന് ഒട്ടേറെ നാട്ടുചികിത്സ അറിയാമായിരുന്നു. അതുകൊണ്ട് അച്ഛന്റെ മരുന്നും ചികിത്സയുമൊക്കെ അമ്മയുടെ ആരോഗ്യത്തിന് ഫലപ്രദമായിരുന്നു. അച്ഛന് മക്കളെല്ലാം നന്നായി പഠിക്കണം എന്നായിരുന്നു. അച്ഛനും അമ്മയ്ക്കും വലിയ വിദ്യാഭ്യാസം ഉണ്ടായിരുന്നില്ലല്ലോ. എന്നാൽ ഞങ്ങൾക്കെല്ലാം ഉയർന്ന വിദ്യാഭ്യാസം നേടാനായി. അച്ഛന് രോഗം വന്നാലും ഞാൻ തന്നെയാണ് കൂടെയുണ്ടാവുക. തിരുവനന്തപുരം മെഡിക്കൽ കോളേജിലും മണിപ്പാലിലും ഓപ്പറേഷൻ സമയത്ത് ഞാനായിരുന്നു കൂടെയുണ്ടായത്. അമ്മ ആശുപത്രിയിലായപ്പോൾ പലപ്പോഴും ബന്ധുക്കളൊക്കെ ആശുപത്രിയിലെത്തും. എന്നാലും ആശുപത്രിയിൽ ഞാൻ തന്നെ വേണമെന്ന് അമ്മയ്ക്ക് നിർബ്ബന്ധമായിരുന്നു. ഒരു ഘട്ടത്തിൽ അമ്മയേയും കൊണ്ട് കാഞ്ഞങ്ങാട്ടെ ആശുപത്രിയിൽ പോയിരുന്നു. സിറ്റി ഹോസ്പിറ്റലിലെ ഡോ.ശ്രീനാഥ് കുടുംബ ഡോക്ടറെപ്പോലെയാണ് ഇടപെട്ടത്. ഇപ്പോഴും ആ ബന്ധം തുടരുന്നു. ഒരിക്കൽ ആശുപത്രിയിലെ ചികിത്സയ്ക്ക് ശേഷം ഡിസ്ചാർജ്ജ് ചെയ്ത് നീലേശ്വരത്തെ വീട്ടിൽ കുറച്ചു ദിവസം വിശ്രമിക്കാൻ തീരുമാനിച്ചു. അമ്മയെ വീട്ടിലാക്കിയ ശേഷം ഞാൻ തിരുവനന്തപുരത്തേക്ക് പോയി. *ദേശാഭിമാനി* ജനറൽ മാനേജർ ആയിരുന്നപ്പോഴാണത്. പിറ്റേ ദിവസം മുഹമ്മയിലുണ്ടായിരുന്ന എനിക്ക് ഒരു ടെലിഫോൺ സന്ദേശം ലഭിച്ചു. അപ്രതീക്ഷിതമായ ആ വാർത്ത എന്നെ വല്ലാതെ ഞെട്ടിച്ചു. പൂർണ്ണ ആരോഗ്യവതിയായി ആശുപത്രിയിൽനിന്നും പള്ളിക്കരയിലെ എന്റെ വീട്ടിലെത്തിയ അമ്മ വേർപിരിഞ്ഞെന്ന വാർത്ത എനിക്ക് വിശ്വസിക്കാനായില്ല. അന്നുതന്നെ ഞാനും ലൈലയും നീലേശ്വരത്തെത്തി. അമ്മയുടെ മരണം അപ്രതീക്ഷിതവും താങ്ങാൻ കഴിയാത്ത ദു:ഖവുമായിരുന്നു.

ഞാൻ എം എൽ എ ആയിരിക്കുമ്പോൾ അമ്മയെ നിയമസഭ കാണാൻ കൊണ്ടുപോയിരുന്നു. വീട്ടിൽ വരുന്ന പാർട്ടി സഖാക്കൾക്ക് ഭക്ഷണം നല്കുന്നതിൽ അമ്മയ്ക്ക് ഏറെ സന്തോഷമായിരുന്നു. അന്നൊക്കെ പാർട്ടി നേതാക്കളിൽ മിക്കവരും വീട്ടിൽ വന്നിട്ടുണ്ട്. ടാഗോർ ക്ലബ്ബിന്റെ ഒരു പരിപാടിയിൽ പങ്കെടുക്കാനായി സഖാക്കൾ അഴീക്കോടൻ രാഘവനും വി വി കുഞ്ഞമ്പുവും വന്നു. പരിപാടിക്ക് ശേഷം ഭക്ഷണം വീട്ടിൽ നിന്നാണ്. അഴീക്കോടൻ അടുക്കള വരെ പോയി അമ്മയോടും കുടുംബാംഗങ്ങളോടും സംസാരിച്ചു. അമ്മയ്ക്ക് വളരെ സന്തോഷമായി. അതിന് ഒരാഴ്ചയ്ക്ക് ശേഷമാണ് തൃശൂരിൽ വച്ച് സ. അഴീക്കോടൻ അതിക്രൂരമായി കൊലചെയ്യപ്പെട്ടത്. ആ വാർത്ത കേട്ട് അമ്മ പൊട്ടിക്കരഞ്ഞു. ഏതാനും മണിക്കൂറുകൾ മാത്രമാണ് അഴീക്കോടൻ വീട്ടിൽ കഴിഞ്ഞതെങ്കിലും വീടുമായി ഉണ്ടാക്കിയ സൗഹൃദം അത്രയേറെ ആഴത്തിലുള്ളതായിരുന്നു. വീട്ടുകാര്യങ്ങളിൽ അച്ഛനായിരുന്നു പൂർണ്ണ നിയന്ത്രണമെങ്കിലും അമ്മയോട് ചോദിക്കാതെ ഒന്നും തീരുമാനിക്കാറില്ല. പല കാര്യങ്ങളിലും അമ്മയ്ക്ക് സ്വതന്ത്രമായ അഭിപ്രായമുണ്ടായിരുന്നു.

എ കെ ജി

എ കെ ജി

ചെറുപ്പം മുതൽ തന്നെ കേട്ട പേരാണ് എ കെ ജി എന്നത്. പാവങ്ങളുടെ പടത്തലവൻ. അമരാവതിയിൽ കുടിയിറക്കപ്പെട്ട പാവങ്ങളുടെ ശബ്ദം. കണ്ണൂരിൽനിന്നും മദ്രാസിലേക്ക് പട്ടിണി ജാഥ നടത്തിയ നേതാവ്. കോഫി ബോർഡിലും ബീഡി വ്യവസായത്തിലും നിരാലംബരായ

തൊഴിലാളികൾക്ക് ആശ്വാസം. കാസർഗോഡുമായി അദ്ദേഹത്തിന് ഊഷ്മള ബന്ധമാണല്ലോ. പാർലമെന്റിൽ അദ്ദേഹം ഉയർത്തിയ ശബ്ദം ചരിത്രരേഖയാണ്.

കാസർഗോഡ് ഗവ. കോളേജിൽ ഞാൻ ബിരുദവിദ്യാർത്ഥിയായിരുന്ന കാലം. എ കെ ജി അന്ന് കാസർഗോഡ് ലോക്സഭാ മണ്ഡലത്തെ പ്രതിനിധീകരിച്ച് എം പിയായിരുന്നു. ആ മഹാനായ നേതാവിനെ നേരിൽക്കാണാനും പരിചയപ്പെടാനും അതിയായ ആഗ്രഹമുണ്ടായിരുന്നു. മണ്ഡലത്തിലെ വിവിധ പരിപാടികൾ കഴിഞ്ഞാൽ എ കെ ജി കാസർഗോഡ് ടൗണിലുള്ള പഴയ പാർട്ടിയോഫീസിൽ എത്തും. കാസർഗോഡുള്ള വിദ്യാർത്ഥികൾക്ക് പിന്നീട് എ കെ ജിയുടെ കൂടെ വിവിധ വിഷയങ്ങളെക്കുറിച്ചുള്ള ചർച്ചയാണ്. പല ദിവസങ്ങളിലും മല്ലികാർജ്ജുന ക്ഷേത്രത്തിന് സമീപത്തായി പൊതുയോഗമൊക്കെ കഴിഞ്ഞിട്ടായിരിക്കും പാർട്ടി ഓഫീസിലെത്തുന്നത്. എ വി കുഞ്ഞമ്പു, സി കൃഷ്ണൻ നായർ, എം രാമണ്ണറൈ, പി രാഘവൻ, രാമയ്യ ഷെട്ടി തുടങ്ങിയ നേതാക്കൾ എ കെ ജിക്കൊപ്പം ഉണ്ടാകും. പാർലമെന്റുമായി ബന്ധപ്പെട്ട കാര്യങ്ങളും രാഷ്ട്രീയ വിഷയങ്ങളുമൊക്കെ എ കെ ജി വിശദമായി സംസാരിക്കും. വിദ്യാർത്ഥികളിൽനിന്നും നിരവധി ചോദ്യങ്ങൾ ഉയർന്നുവരും. ഇന്ത്യ-ചൈന തർക്കം നിലനിന്നിരുന്ന കാലമായതിനാൽ അതുമായി ബന്ധപ്പെട്ടും ഏറെ ചോദ്യങ്ങൾ ഉണ്ടാകും. എ കെ ജി എല്ലാത്തിനും കൃത്യമായ മറുപടി നല്കും. എ വി കുഞ്ഞമ്പു സമയത്തെക്കുറിച്ച് ഓർമ്മിപ്പിക്കും. അപ്പോഴേക്കും സമയം രാത്രി ഏറെയായിട്ടുണ്ടാവും.

ഒരിക്കൽ കാസർഗോഡ് കോളേജിലെ വിദ്യാർത്ഥികളെ സംബോധന ചെയ്തുകൊണ്ട് എ കെ ജി പ്രസംഗിച്ചു. കന്നഡ വിദ്യാർത്ഥികൾ കൂടിയുള്ള യോഗമായതിനാൽ അദ്ദേഹം ഇംഗ്ലീഷിലാണ് പ്രസംഗിച്ചത്. പ്രസംഗത്തിനിടയിൽ എ കെ ജി പറഞ്ഞ ഒരു കാര്യം ശ്രദ്ധേയമാണ്. “നിങ്ങളിൽ പലരേയും പോലെ ഞാൻ ഗ്രാജ്വേറ്റോ പോസ്റ്റ് ഗ്രാജ്വേറ്റോ അല്ല. ഞാൻ സംസാരിക്കുന്നത് നല്ല ഇംഗ്ലീഷിലുമായിരിക്കില്ല. വെറുമൊരു സാധാരണക്കാരന്റെ ഭാഷയിൽ മാത്രം. പക്ഷേ, നമ്മുടെ നാടിനെ ബാധിക്കുന്ന സത്യങ്ങൾ മാത്രമാണ് ഞാൻ പറയുന്നത്.”

ഞാൻ നീലേശ്വരം ലോക്കൽ കമ്മിറ്റി സെക്രട്ടറി ആയിരിക്കുമ്പോൾ പാർട്ടിക്കുള്ളിൽ ചില സംഘടനാ പ്രശ്നങ്ങൾ ഉണ്ടായി. അച്ചടക്കത്തിന്റെ ഭാഗമായി ചില സഖാക്കൾക്കെതിരെ സംഘടനാ നടപടി എടുക്കേണ്ടി വന്നു. അതിൽ ചില സഖാക്കൾ പാർട്ടിയിൽനിന്നും രാജിവെക്കുന്നുവെന്നു പറഞ്ഞ് നോട്ടീസടിച്ചു. മാധ്യമങ്ങളിൽ അത് വലിയ വാർത്തയായി. നീലേശ്വരത്തെ പ്രശ്നങ്ങൾ കണ്ണൂർ ജില്ലാ കമ്മിറ്റിയിലും ചർച്ചയായി. കണ്ണൂരിൽ മറ്റു ചില പരിപാടികൾക്കായി എത്തിയ എ കെ ജി നീലേശ്വരത്തെ പ്രശ്നം അറിഞ്ഞു. പ്രശ്നം ശ്രദ്ധയിൽപ്പെട്ടയുടനെ ‘ഞാൻ നീലേശ്വരത്തേക്ക് പോകാം’ എന്ന് എ കെ ജി പറഞ്ഞു. പി ബി അംഗമായ എ കെ ജി ഒരു സംഘടനാ പ്രശ്നം പരിഹരിക്കാൻ വരാമെന്ന് സമ്മ

തിച്ചപ്പോൾത്തന്നെ ആ പ്രശ്നം പരിഹരിക്കപ്പെടുമെന്ന് ഞാൻ വിശ്വസിച്ചു. എ കെ ജി നീലേശ്വരത്തെത്തി. രാജിവച്ച ഓരോ സഖാക്കളെയും നേരിൽക്കണ്ട് സംസാരിച്ചു. അവർക്ക് സംഭവിച്ച തെറ്റിനെക്കുറിച്ച് അവരെ ബോദ്ധ്യപ്പെടുത്തി. പിന്നീട് നീലേശ്വരം രാജാസ് സ്കൂളിൽ വച്ച് നടന്ന പാർട്ടി അംഗങ്ങളുടെ ജനറൽ ബോഡിയിലും എ കെ ജി പങ്കെടുത്തു. രാജിവച്ചവർക്കെതിരെയുള്ള അതിശക്തമായ വിമർശനം ജനറൽ ബോഡിയിൽ ഉയർന്നു. രാജിവച്ചവരോടും സംസാരിക്കാൻ എ കെ ജി ആവശ്യപ്പെട്ടു. തുടർന്ന് എ കെ ജി പ്രസംഗിച്ചു. തെറ്റുപറ്റിയത് ഉൾക്കൊള്ളാനും പാർട്ടിക്കൊപ്പം നില്ക്കാനും എ കെ ജി ആവശ്യപ്പെട്ടു. ആരും പാർട്ടിക്ക് അതീതരല്ല എന്ന് അദ്ദേഹം ഓർമ്മിപ്പിച്ചു. എ കെ ജി പറഞ്ഞ കാര്യങ്ങൾ അംഗീകരിച്ച് യോഗം പിരിഞ്ഞു.

ജനറൽബോഡിക്ക് ശേഷം നീലേശ്വരം റെയിൽവേ മൈതാനിയിൽ ചേർന്ന വലിയ പൊതുയോഗത്തിൽക്കൂടി പ്രസംഗിച്ച ശേഷമാണ് എ കെ ജി കണ്ണൂരിലേക്ക് തിരികെപ്പോയത്. പാർട്ടിക്കകത്തുണ്ടായിരുന്ന വലിയ പ്രശ്നങ്ങൾ വളരെപ്പെട്ടെന്ന് പരിഹരിക്കാൻ എ കെ ജി ഇടപെട്ടതുകൊണ്ട് സാധിച്ചു. രാജിവച്ച സഖാക്കൾക്കെതിരെയുള്ള നടപടി അവർ സ്വയം ഉൾക്കൊണ്ടു. യോജിച്ച് പ്രവർത്തിക്കാൻ എല്ലാവരും തയ്യാറായി. പാർട്ടിക്കകത്തെ ചെറുതും വലുതുമായ പ്രശ്നങ്ങളിൽ ഇടപെടാൻ കഴിയുന്നതിന്റെ മാതൃകയായിയുന്നു എ കെ ജിയുടെ സമീപനം. അന്ന് നടപടിക്ക് വിധേയരായ പലരും പിന്നീട് പാർട്ടിയുടെ ജില്ലാ തലത്തിലുള്ള നേതാക്കളായി മാറി എന്നത് ശ്രദ്ധേയമാണ്.

പള്ളിക്കര സമരം നടക്കുമ്പോൾ എ കെ ജി സുഖമില്ലാതെ ഡൽഹിയിലായിരുന്നു. വിവരമറിഞ്ഞയുടനെ അദ്ദേഹവും സുശീല ഗോപാലനും നീലേശ്വരത്തെത്തി. അന്ന് പള്ളിക്കരയിൽ നിന്നും നീലേശ്വരത്തേക്ക് പ്രകടനവും റെയിൽവേ മൈതാനത്തിൽ പൊതുയോഗവും നടത്തി. അന്ന് എന്റേത് മെലിഞ്ഞ ശരീരപ്രകൃതമായിരുന്നു. പ്രസംഗത്തിനിടയിൽ എ കെ ജി എന്നെക്കുറിച്ചും പറഞ്ഞു:

"ഇയാൾക്ക് വലിയ തടിയൊന്നുമില്ലെങ്കിലും തല്ലുകൊള്ളാൻ മിടുക്കനാണ്."

സമരത്തിൽ പങ്കെടുത്ത് തല്ലുകൊള്ളുന്നവരെ എ കെ ജിക്ക് വളരെ ഇഷ്ടമാണ്. അന്ന് കരുവാച്ചേരിയിലെ ഫാം ഗസ്റ്റ് ഹൗസിലായിരുന്നു ഭക്ഷണം തയ്യാറാക്കിയത്. ഭക്ഷണശേഷം സഖാക്കൾ കണ്ണൂരിലേക്ക് പോയി.

ഞാൻ പ്ലാന്റേഷൻ തൊഴിലാളിരംഗത്ത് പ്രവർത്തിക്കുമ്പോൾ നടന്ന വലിയൊരു സമരമായിരുന്നു പോപ്പുലർ എസ്റ്റേറ്റ് സമരം. നാല് വർഷം നീണ്ടുനിന്ന സമരം. സമരത്തെ എസ്റ്റേറ്റ് ഉടമ പൊലീസിനെ ഉപയോഗിച്ച് അടിച്ചമർത്താൻ ശ്രമിച്ചു. സമരത്തിന്റെ ഒരുഘട്ടത്തിൽ മാലോത്ത് വലിയൊരു പൊതുയോഗം നടത്തി. അതിൽ എ കെ ജിയും സുശീല ഗോപാലനും പങ്കെടുത്തു. എ കെ ജിയുടെ സാന്നിദ്ധ്യം തൊ

ഴിലാളികൾക്ക് ആവേശം പകർന്നു. അടിയന്തരാവസ്ഥയ്ക്ക് തൊട്ടുമുമ്പ് കാഞ്ഞങ്ങാട്, പള്ളിക്കര, നീലേശ്വരം തുടങ്ങിയ പ്രദേശങ്ങൾ എ കെ ജി സന്ദർശിച്ചു. അടിയന്തരാവസ്ഥക്കാലത്തും കോൺഗ്രസ്-പൊലീസ് അതിക്രമങ്ങൾ നടന്ന പല പ്രദേശങ്ങളും എ കെ ജി സന്ദർശിച്ചിരുന്നു.

ഞാൻ എരിയാ സെക്രട്ടറി ആയിരുന്നപ്പോൾ ബേക്കൽ പള്ളിക്കരയിൽ ഒരു സംഘർഷം നടന്നു. അവിടെ പാർട്ടി ജനറൽബോഡിയും പൊതുയോഗവും നടത്താൻ തീരുമാനിച്ചു. ജില്ലാ സെക്രട്ടറിയായ എം വി രാഘവനോടൊപ്പം എ കെ ജിയും സുശീല ഗോപാലനും എത്തി. അന്ന് കാഞ്ഞങ്ങാട്ട് ഗസ്റ്റ് ഹൗസ് ഉണ്ടായിരുന്നില്ല. അഡ്വ. കെ പുരുഷോത്തമന്റെ വീട്ടിലാണ് അവർ താമസിച്ചത്. ആദ്യം പാർട്ടി ജനറൽ ബോഡി യോഗവും അതിനു ശേഷം പൊതുയോഗവും എന്ന രീതിയിലാണ് പരിപാടി ആസൂത്രണം ചെയ്തത്. എ കെ ജിക്ക് ആരോഗ്യപ്രശ്നമുള്ളതിനാൽ ജനറൽബോഡിയിൽ പങ്കെടുക്കേണ്ടതില്ലെന്നും പൊതുയോഗത്തിൽ പങ്കെടുത്താൽ മതിയെന്നുമായിരുന്നു തീരുമാനം. എന്നാൽ ജനറൽബോഡി യോഗം ആരംഭിച്ച് അധികം വൈകാതെ എ കെ ജി യോഗത്തിലെത്തി. അതിനു ശേഷം പള്ളിക്കരയിൽ നടന്ന പൊതുയോഗത്തിലും എ കെ ജി പ്രസംഗിച്ചു. വളരെ വലിയ പൊതുയോഗമായിരുന്നു അവിടെ നടന്നത്. പ്രസംഗിക്കുന്നതിനിടയിൽ എ കെ ജിക്ക് ക്ഷീണം അനുഭവപ്പെട്ടു. പ്രസംഗം തടസ്സപ്പെട്ടു. പ്രസംഗം പൂർത്തിയാക്കാതെ എ കെ ജി മടങ്ങി. കാഞ്ഞങ്ങാട്ടുള്ള കെ പുരുഷോത്തമന്റെ വീട്ടിലെത്തി വിശ്രമിച്ച ശേഷം കണ്ണൂരിലേക്ക് പോയി.

എ കെ ജിയുടെ അവിസ്മരണീയമായ പാർലമെന്ററി പ്രവർത്തനം മനസ്സിലാക്കാനായി പാർലമെന്റിൽ അദ്ദേഹം നടത്തിയ പ്രസംഗങ്ങൾ ലൈബ്രറിയിൽ നിന്നും ശ്രദ്ധിച്ചു വായിച്ചു. 1952 ൽ നടത്തിയ ആദ്യത്തെ പ്രസംഗത്തിലെ ഭാഗം ഇങ്ങനെയായിരുന്നു.

"I may be speak in broken English. But not broken truths. You know I am not even a graduate."

ബംഗ്ലാദേശിൽ പാർട്ടി ഡെലിഗേഷന്റെ ഭാഗമായി ഞാൻ പോയപ്പോൾ പാകിസ്ഥാൻ - ബംഗ്ലാദേശ് യുദ്ധകാലത്ത് ബംഗ്ലാദേശിനെ അനുകൂലിച്ചുകൊണ്ട് ഇന്ത്യൻ പാർലമെന്റിൽ എ കെ ജി നടത്തിയ പ്രസംഗം വായിച്ചുകൊണ്ടാണ് ബംഗ്ലാദേശിൽ ഞാൻ സംസാരിച്ചുതുടങ്ങിയത്.

അടിയന്തരാവസ്ഥക്കാലത്ത് എ കെ ജി നടത്തിയ പ്രസംഗം പാർലമെന്റിനെ ഞെട്ടിച്ചതായിരുന്നു. സുഖമില്ലാത്തതുകൊണ്ട് സ്വന്തം സീറ്റിലിരുന്ന് പ്രസംഗിക്കാൻ സ്പീക്കർ അനുവദിച്ചു. രാജ്യത്ത് നടക്കുന്ന പൊലീസ് അതിക്രമങ്ങൾ ഓരോന്നായി അദ്ദേഹം പാർലമെന്റിൽ അവതരിപ്പിച്ചു.

"ഇന്ത്യയിൽ ഒരു പെൺഹിറ്റ്ലർ ജനിച്ചിരിക്കുന്നു. ഇതിനെ ജന

മുഹമ്മയിലെ എ കെ ജി സ്മൃതിമണ്ഡപത്തിൽ പാർട്ടി നേതാക്കളും കുടുംബാംഗങ്ങളും

ങ്ങൾ ചെറുത്തുതോല്പിക്കും". എ കെ ജിയുടെ ഈ പ്രസംഗം പിറ്റേ ദിവസം പത്രങ്ങളിൽ അച്ചടിച്ചുവന്നപ്പോൾ പത്രം തന്നെ കണ്ടുകെട്ടുമോയെന്ന് സംശയിച്ചു.

നാടെമ്പാടും ജനങ്ങൾക്ക് ആവേശമുണ്ടാക്കുന്ന പേരാണ് എ കെ ജി എന്നത്. ഏതു ഗ്രാമത്തിൽ പോയാലും അവിടെയുള്ള പഴയ സഖാക്കൾക്ക് എ കെ ജിയുമായി ബന്ധപ്പെട്ട എന്തെങ്കിലും അനുഭവങ്ങൾ പറയാനുണ്ടാവും. പാർട്ടിക്ക് താരതമ്യേന സ്വാധീനം കുറഞ്ഞ കാസർ ഗോഡും മഞ്ചേശ്വരത്തും പോലും ഇത് കാണാൻ സാധിക്കും. പൊതുയോഗത്തിൽ പ്രസംഗിക്കുമ്പോൾ ഏതെങ്കിലും സന്ദർഭത്തിൽ എ കെ ജിയെ പരാമർശിച്ചാൽ അവർ കൈയടിക്കും. പാർട്ടിക്ക് സ്വാധീനമില്ലാത്ത വീടുകളിൽ പോലും എ കെ ജിയുടെ ഫോട്ടോ കണ്ടിട്ടുണ്ട്. ശാരീരികമായ അവശതകൾ ഉള്ളപ്പോൾ പോലും വിശ്രമിക്കാതെ ജനങ്ങൾക്കു വേണ്ടി പ്രവർത്തിക്കാൻ അദ്ദേഹത്തിന് കഴിഞ്ഞു. 1977 മാർച്ച് 22 ന് അദ്ദേഹം നമ്മെ വിട്ടുപോയെങ്കിലും മായാത്ത ആവേശമായി അദ്ദേഹം ജീവിക്കുന്നു.

പെരളശ്ശേരിയിലെ വലിയ ജന്മി കുടുംബത്തിലാണ് എ കെ ജി ജനിച്ചത്. അച്ഛൻ രൈരു നമ്പ്യാർ. സ്വാതന്ത്ര്യ സമരത്തിലും ഗുരുവായൂർ സത്യഗ്രഹത്തിലുമൊക്കെ പങ്കെടുത്ത എ കെ ജി വളരെ ചെറുപ്പത്തിൽ പൊതുപ്രവർത്തന രംഗത്ത് സജീവമായിരുന്നു. അന്ന് കുടുംബത്തിന്റെ എല്ലാമെല്ലാമായിരുന്ന അച്ഛൻ ഇതിനെ ശക്തമായി എതിർത്തു. അതുകൊണ്ടുതന്നെ പലപ്പോഴും എ കെ ജിക്ക് വീട്ടിൽനിന്നും മാറി നില്ക്കേ

ണ്ടി വന്നിട്ടുണ്ട്. അമ്മ മാധവിയമ്മ. ലക്ഷ്മിക്കുട്ടിയമ്മയും രാഘവൻ നമ്പ്യാരും സഹോദരങ്ങളാണ്. രാഘവൻ നമ്പ്യാരുടെ മക്കളാണ് പത്മാവതിയും ലക്ഷ്മിയും വേണുവും അരുണും. *ദേശാഭിമാനി* ചീഫ് എഡിറ്ററും സി പി ഐ (എം) സംസ്ഥാന കമ്മിറ്റിയംഗവുമായ കെ മോഹനനാണ് പത്മാവതിയെ വിവാഹം ചെയ്തത്. കൊച്ചി മേയറായിരുന്ന കെ ബാലചന്ദ്രനാണ് ലക്ഷ്മിയെ വിവാഹം ചെയ്തത്. വേണു *ദേശാഭിമാനി*യിൽ പ്രവർത്തിക്കുന്നു. അരുൺ കൊച്ചിയിൽ വ്യവസായ സംരംഭകനാണ്. ബ്രിട്ടീഷുകാരുടെ കാലത്ത് എ കെ ജിക്കെതിരായ കേസിൽ ജാമ്യമെടുക്കാൻ വലിയ സംഖ്യ വേണം. പിനാങ്കുവിൽ ജോലി ചെയ്തിരുന്ന കെ സി ബാലൻ നമ്പ്യാർ, സി എം സി നമ്പ്യാർ, കെ രാമൻ എന്നിവരാണ് പണം നല്കിയത്. എ കെ ജിയുടെ ഏറ്റവും അടുത്ത സുഹൃത്തുക്കളിലൊരാളായിരുന്നു ചെറുമാവിലായിലെ കെ ദാമു.

അമ്മ, സഖാവ്

ഞാൻ നേതൃത്വം നല്കിയ സമരരംഗങ്ങളിൽ പലപ്പോഴും എ കെ ജി എത്തിയിട്ടുണ്ട്. ചിലപ്പോഴൊക്കെ ഒപ്പം സുശീല ഗോപാലനും ഉണ്ടായിരുന്നു. പ്ലാന്റേഷൻ സമരരംഗത്ത് പോപ്പുലർ എസ്റ്റേറ്റ് സമരത്തിലും എ കെ ജിക്കൊപ്പം സുശീല ഗോപാലൻ എത്തിയിരുന്നു. ലൈലയുടെ വിവാഹം സംബന്ധിച്ച പാർട്ടി നിർദ്ദേശമുണ്ടായപ്പോൾ സുശീല സഖാവ് കിളിയളത്തെ വീട്ടിൽ വന്നു. മുഹമ്മയിലെ സാമാന്യം ഭേദപ്പെട്ട സാഹചര്യങ്ങളിൽനിന്നും കിളിയളത്തെ വീട്ടിലെത്തുമ്പോൾ പരിമിതമായ സൗകര്യങ്ങൾ ലൈലയ്ക്ക് തൃപ്തികരമാകുമോ എന്ന സംശയം സുശീല ഗോപാലന് ഉണ്ടായിരുന്നു. എങ്കിലും വിവാഹത്തിന് സഖാവ് സമ്മതിച്ചു. വിവാഹം ആലപ്പുഴയിൽ വച്ച് വേണമെന്ന കാര്യത്തിൽ സുശീല സഖാവിന് നിർബ്ബന്ധമുണ്ടായിരുന്നു. പാർട്ടി സഖാക്കൾ എന്ന നിലയിൽ ഞാനും സുശീല സഖാവും പലപ്പോഴും ചർച്ചകൾ നടത്താറുണ്ടായിരുന്നു. രണ്ടു പേർക്കും പാർട്ടി ചുമതലകൾ ഉള്ളതുകൊണ്ട് ലൈലയുടെ കാര്യങ്ങൾ വേണ്ടത്ര ശ്രദ്ധിക്കാൻ കഴിയുന്നില്ലെന്ന തോന്നലും ഉണ്ടായിരുന്നു. പാർട്ടി പ്രവർത്തനത്തിലും ജനകീയ പ്രശ്നങ്ങളിലും ഇടപെടുക എന്നതിനായിരുന്നു സുശീല ഗോപാലന്റെ ജീവിതത്തിൽ മുൻഗണന.

അവിചാരിതമായാണ് അർബ്ബുദത്തിന്റെ ലക്ഷണങ്ങൾ കണ്ടുതുടങ്ങിയത്. സഖാവ് അലോപ്പതി ചികിത്സയോട് വലിയ താല്പര്യം കാണിച്ചില്ല. പാർട്ടി സഖാക്കൾ നിർബ്ബന്ധിച്ച ശേഷമാണ് ബ്രസ്റ്റ് ക്യാൻസറിനുള്ള ഓപ്പറേഷന് സമ്മതിച്ചത്. തിരുവനന്തപുരം റീജ്യണൽ ക്യാൻസർ സെന്ററിലെ ഡോക്ടർമ്മാരായ കൃഷ്ണൻ നായരും രാജനും പല തവണ വീട്ടിൽ വന്ന് ഓപ്പറേഷന് നിർബ്ബന്ധിച്ചിരുന്നു. കുടുംബ ഡോക്ടർ എന്ന നിലയിൽ ഡോ: രാജഗോപാലും ഇതേ കാര്യം പല തവണ

പറഞ്ഞു. അങ്ങനെയാണ് എസ് യു ടിയിൽ വച്ച് ഓപ്പറേഷൻ നടത്തിയത്. ഓപ്പറേഷന് ശേഷവും തുടർ ചികിത്സയോട് വൈമുഖ്യം കാണിച്ചിരുന്നു. ആയുർവേദ ചികിത്സയ്ക്കാണ് കൂടുതൽ പ്രാധാന്യം നല്കിയത്.

നാലഞ്ച് മാസങ്ങൾക്ക് ശേഷം കോഴിക്കോട് ഒരു പൊതുപരിപാടിയിൽ പങ്കെടുക്കവെ സഖാവിന് ശക്തമായ ശ്വാസം മുട്ടൽ അനുഭവപ്പെട്ടു. ഉടൻ കോഴിക്കോട് മെഡിക്കൽ കോളേജിൽ പ്രവേശിപ്പിച്ചു. പ്രാഥമിക ചികിത്സയ്ക്ക് ശേഷം തിരുവനന്തപുരം മെഡിക്കൽ കോളേജിലേക്ക് പോയി. അവിടെ നടന്ന പരിശോധനയിൽ ചെസ്റ്റിൽ ഫ്ളൂയിഡ് വർദ്ധിച്ചതായി കണ്ടെത്തി. സാധാരണയായി ചികിത്സിക്കുന്ന ആയുർവേദ വൈദ്യനെ ബന്ധപ്പെടാൻ ശ്രമിച്ചെങ്കിലും പ്രത്യേകിച്ച് മരുന്നൊന്നും നല്കാൻ വൈദ്യർ തയ്യാറായില്ല. ആർ സി സി യിലെ ഡോ. കൃഷ്ണൻ നായരും ഡോ. രാജനും ഉൾപ്പെടെയുള്ളവർ തിരുവനന്തപുരം മെഡിക്കൽ കോളേജ് സൂപ്രണ്ട് ഡോ.കേശവൻ നായരുമായി സംസാരിച്ചു. കൂടുതൽ പരിശോധനയ്ക്കും തുടർചികിത്സയ്ക്കുമായി വിദേശത്ത് പോകാൻ തീരുമാനിച്ചു. ഇക്കാര്യം പാർട്ടി ചർച്ച ചെയ്യുകയും സുശീല ഗോപാലനോട് വിദേശത്തു പോയി ചികിത്സ നേടാൻ നിർദ്ദേശിക്കുകയും ചെയ്തു. വിദേശത്ത് പോയി ചികിത്സ നടത്താനുള്ള നീക്കത്തോട് സ. സുശീല വിമുഖത കാട്ടിയിരുന്നെങ്കിലും പാർട്ടി നിർദ്ദേശത്തോടെ വിദേശത്ത് പോകാൻ അവർ തയ്യാറായി. അമേരിക്കയിലെ വാഷിങ്ടൺ ഡി സി യിലെ ജോൺ ഹോക്കിൻസ് ഹോസ്പിറ്റലിൽ ആണ് ചികിത്സയ്ക്ക് പോകേണ്ടിയിരുന്നത്. ഒരാഴ്ചകൊണ്ട് തന്നെ അമേരിക്കയിലേക്ക് പോകാൻ തയ്യാറായി. അവിടത്തെ വിദേശമലയാളികളുടെ സമ്മേളനത്തിൽ പങ്കെടുക്കാനും കേരളത്തിന് പ്രവാസിമലയാളികളുടെ മൂലധനം സംഭരിക്കാനുമുള്ള ചർച്ചകൾ മുമ്പ് നടന്നിരുന്നു. ചികിത്സയോടൊപ്പം ഈ ഉത്തരവാദിത്വം കൂടി സഖാവ് ഏറ്റെടുത്തു. അമേരിക്കയിലേക്കുള്ള യാത്രയിൽ ഡോ. രാജൻ ഞങ്ങളോടൊപ്പം വന്നു. സഖാവിന്റെ പേഴ്സണൽ അസിസ്റ്റന്റ് എ ബാലകൃഷ്ണനും കൂടെയുണ്ടായിരുന്നു. ബോംബെ വഴിയാണ് ഞങ്ങൾ അമേരിക്കയിലേക്ക് പോയത്. ബോംബെ വിമാനത്താവളത്തിൽ ബൃന്ദ കാരാട്ട്, അഹല്യാ രങ്കനേക്കർ, പി ആർ കൃഷ്ണൻ എന്നിവരും സഖാവിന്റെ ജ്യേഷ്ഠത്തിയുടെ മകൾ മിനിയും ഭർത്താവ് ശശിയും എത്തിയിരുന്നു.

ചെസ്റ്റിൽ ഫ്ളൂയിഡ് കെട്ടിക്കിടന്നതിനാൽ സഖാവിന് വിമാനയാത്രയിൽ ഉറങ്ങാൻ കഴിഞ്ഞില്ല. മണിക്കൂറുകളോളം തുടർച്ചയായുള്ള യാത്രയിൽ മറ്റുള്ളവരൊക്കെ ഉറങ്ങുമ്പോഴും ചികിത്സയ്ക്കും ഔദ്യോഗിക ഉത്തരവാദിത്വങ്ങൾ നിറവേറ്റുന്നതിനുമായി അസാമാന്യ ധൈര്യത്തോടെ സഖാവ് ഉറക്കമിളച്ചിരുന്നു. അമേരിക്കയിലെ ഇന്ത്യൻ അംബാസിഡർ ഡോ. ടി പി ശ്രീനിവാസനും ഭാര്യയും മറ്റ് ഉദ്യോഗസ്ഥരും സഖാവിനെ സ്വീകരിക്കാൻ എയർപോർട്ടിൽ എത്തിയിരുന്നു. ഡോ. പി ആർ

പിള്ളയുടെ നേതൃത്വത്തിലുള്ള ഡോക്ടർമ്മാരുടെ ഒരു സംഘവും നിരവധി അമേരിക്കൻ മലയാളികളും വിമാനത്താവളത്തിൽ ഉണ്ടായിരുന്നു. ഡോ. പി എൻ നായർ, ഡോ. വസന്ത എന്നിവരുടെ വസതികളിലാണ് ഈ ദിവസങ്ങളിൽ താമസിച്ചത്. ചികിത്സയോടൊപ്പം ഫൊക്കാന ഓണാഘോഷം, മലയാളി വ്യവസായികളുമായി കേരളത്തിലെ മൂലധന നിക്ഷേപത്തെക്കുറിച്ചുള്ള ചർച്ച തുടങ്ങിയവയിലൊക്കെ സജീവമായി പങ്കെടുക്കാൻ സഖാവിന് കഴിഞ്ഞു. ഏത് പ്രതിസന്ധിയിലും തളരാതെ കരുത്തോടെ നിലനില്ക്കുന്ന സഖാവ് എന്നെ അത്ഭുതപ്പെടുത്തിയിരുന്നു.

ഡോ. പി ആർ പിള്ള, ഡോ. അനിരുദ്ധ്, ഡോ. പി എൻ നായർ തുടങ്ങിയ വലിയൊരു സംഘം ഡോക്ടർമ്മാരാണ് ജോൺ ഹോപ്കിൻസ് ആശുപത്രിയിൽ സഖാവിനെ പരിശോധിക്കാനുണ്ടായിരുന്നത്. നാട്ടിൽ നടത്തിയ ചികിത്സയുടെ വിവരം പൂർണ്ണമായിത്തന്നെ ഡോ. രാജൻ അമേരിക്കൻ ഡോക്ടർമാരോട് വിശദീകരിച്ചു. വിദഗ്ദ്ധ പരിശോധനയ്ക്ക് ശേഷം കുറച്ചു മാറ്റങ്ങളോടെ കേരളത്തിലെ ചികിത്സ തന്നെ തുടരാനാണ് ഡോക്ടർമാർ നിർദ്ദേശിച്ചത്. ഞങ്ങളെ യാത്രയാക്കാൻ എയർപോർട്ടിൽ വലിയ സംഘം എത്തിയിരുന്നു. അംബാസിഡർ ഡോ. ടി പി ശ്രീനിവാസനും ഡോ. പി ആർ പിള്ളയും വിമാനത്തിനകത്തുവരെ ഞങ്ങളെ അനുഗമിച്ചു.

തിരിച്ചെത്തിയ ശേഷം ജോൺ ഹോപ്കിൻസ് ഹോസ്പിറ്റലിൽ നിന്നുള്ള നിർദ്ദേശപ്രകാരമുള്ള ചികിത്സയാരംഭിച്ചു. പ്രകടമായ മാറ്റങ്ങൾ സഖാവിലുണ്ടായി. ആരോഗ്യനില മെച്ചപ്പെട്ടു. നിയമസഭയ്ക്കകത്തും പുറത്തും സജീവമായി. പൊതുപരിപാടികളിലും പങ്കെടുക്കാൻ കഴിഞ്ഞു. അലോപ്പതി ചികിത്സയോടൊപ്പം ഹോമിയോ ചികിത്സയും ആരംഭിച്ചു. തിരുവനന്തപുരത്തെ ഡോക്ടർ ഐസക്കിന്റെ കീഴിലായിരുന്നു ചികിത്സ. പലരും ഇത് ശരിയല്ലെന്ന് പറഞ്ഞിരുന്നെങ്കിലും സഖാവിന്റെ തീരുമാനത്തിൽ മാറ്റമുണ്ടായില്ല. നാലഞ്ച് മാസത്തോളം പ്രശ്നമുണ്ടായില്ല. നിരവധി പരിപാടികളിൽ നിത്യേന പങ്കെടുത്തു. ഇതിനിടെ ഔദ്യോഗിക പരിപാടികളുടെ ഭാഗമായി ചൈനയിലും ഗൾഫ് രാജ്യങ്ങളിലും പോയി. ചെയ്തു തീർക്കാനുള്ള കാര്യങ്ങൾ എത്രയും പെട്ടെന്ന് തീർക്കാനുള്ള വാശി അവരിൽ പലപ്പോഴും കണ്ടിട്ടുണ്ട്. അതുകൊണ്ടുതന്നെയാവും ഔദ്യോഗിക കാര്യങ്ങൾ ചെയ്തു തീർക്കാൻ പേഴ്സണൽ സ്റ്റാഫ് അംഗങ്ങൾക്ക് സഖാവിനോടൊപ്പം എത്താൻ പലപ്പോഴും കഴിയാതിരുന്നത്.

തിരുവനന്തപുരം എസ് യു ടി ആശുപത്രിയിൽ ചികിത്സയിലായിരുന്നപ്പോഴാണ് വനിതാ കമ്മീഷൻ രൂപീകരണവുമായി ബന്ധപ്പെട്ട ബില്ല് അവതരിപ്പിക്കാൻ സ. സുശീല ഗോപാലൻ നിയമസഭയിലെത്തിയത്. അവർ തന്നെ ബില്ല് അവതരിപ്പിച്ചു. കേരളത്തിൽ സ്ത്രീ സംരക്ഷണവുമായി ബന്ധപ്പെട്ട പ്രധാനപ്പെട്ട ചുവടുവയ്പ്പായിരുന്നു അത്. സ്ത്രീകളുടെ അവകാശങ്ങൾക്കും ആവശ്യങ്ങൾക്കും വേണ്ടി പാർലമെന്റിലായാലും നിയമസഭയിലായാലും പൊതു വേദികളിലായാലും അവർ ശക്ത

മായിത്തന്നെ അഭിപ്രായം പ്രകടിപ്പിച്ചു.

2000 ലെ തദ്ദേശഭരണ സ്ഥാപനങ്ങളിലേക്കുള്ള തിരഞ്ഞെടുപ്പുമായി ബന്ധപ്പെട്ട പാർട്ടി ചുമതല സഖാവ് സ്വയം ഏറ്റെടുത്ത് പ്രവർത്തിച്ചു. 2001 ലെ നിയമസഭാ തിരഞ്ഞെടുപ്പിന്റെ ആദ്യഘട്ടത്തിൽ ആലപ്പുഴ ജില്ലയുടെ ചുമതല സഖാവിനായിരുന്നു. ഹോമിയോ ചികിത്സയ്ക്കിടയിൽ അസുഖം വീണ്ടും കൂടിയതിനെത്തുടർന്ന് ആലപ്പുഴയിൽ നിന്നും തിരുവനന്തപുരത്തേക്ക് പോയി. മാർച്ച് 22 എ കെ ജി ദിനം ആണല്ലോ. മുഹമ്മയിൽ തിരിച്ചെത്തുകയും എ കെ ജി ദിനാചരണത്തിന്റെ സംഘാടനത്തിൽ മുഴുകുകയും ചെയ്തു. മറ്റേത് സന്ദർഭത്തിലേക്കാളുമേറെ വൈകാരികമായാണ് അന്ന് സഖാക്കളോട് പെരുമാറിയത് എന്ന് ഓർത്തുപോകുകയാണ്.

ഒരു ദിവസം സെക്രട്ടറിയേറ്റ് യോഗത്തിൽ സംസാരിക്കുമ്പോൾ പ്രയാസം അനുഭവപ്പെട്ടു. അന്നുതന്നെ പരിശോധനയ്ക്ക് പോകണമെന്ന് പറഞ്ഞെങ്കിലും സമ്മതിച്ചില്ല. പിന്നെയും ഞങ്ങളുടെ നിർബ്ബന്ധം തുടർന്നപ്പോൾ ആശുപത്രിയിലേക്ക് പോകാൻ സമ്മതിച്ചു. എസ് യു ടി യിൽ വച്ച് സ്കാനിങ്, എക്സ്റേ തുടങ്ങിയ പരിശോധനകൾ നടത്തി. ചെസ്റ്റിൽ വീണ്ടും ഫ്ളൂയിഡ് നിറഞ്ഞിരിക്കുന്നു. കരളിനേയും തലച്ചോറിനെയും അസുഖം ബാധിച്ചിരിക്കുന്നു. പെട്ടെന്ന് തന്നെ ഡോ. കൃഷ്ണൻ നായരെയും ഡോ. രാജനെയും കണ്ടു. അഡ്മിറ്റ് ചെയ്യാൻ അവർ ആവശ്യപ്പെട്ടുവെങ്കിലും സഖാവ് അതിന് തയ്യാറായില്ല. ഹോമിയോ ചികിത്സ നടത്തിയിരുന്ന ഡോക്ടറെ കണ്ടുവെങ്കിലും തുടർചികിത്സയ്ക്ക് അദ്ദേഹം തയ്യാറായില്ല. പഴയ ആയുർവ്വേദ വൈദ്യൻ ഇക്കാലത്ത് വീണ്ടുമെത്തി ചെറിയതോതിൽ ചികിത്സയാരംഭിച്ചു. രോഗത്തിന് കുറവുണ്ടെന്ന് സഖാവ് പറയുന്നുണ്ടെങ്കിലും സ്ഥിതി അത്യധികം വഷളാവുകയായിരുന്നു. കാര്യത്തിന്റെ ഗൗരവം മനസ്സിലാക്കി സഖാവിന്റെ ജ്യേഷ്ഠാസഹോദരി സരോജിനിയെ വിവരമറിയിക്കുകയും അവർ തിരുവനന്തപുരത്ത് എത്തുകയും ചെയ്തു.

2001 ഏപ്രിൽ 29. നിയമസഭാ തിരഞ്ഞെടുപ്പുമായി ബന്ധപ്പെട്ട് ഞാൻ കാസർഗോഡായിരുന്നു. സഖാവിന്റെ പേഴ്സണൽ സെക്രട്ടറി എ ബാലകൃഷ്ണൻ വിളിച്ചു. സഖാവിന് അസുഖം കൂടിയെന്നും ആശുപത്രിയിലേക്ക് കൊണ്ടുപോവുകയാണെന്നും പറഞ്ഞു. ഡോ.രാജനും കൂടെയുണ്ട്. പിറ്റേന്ന് രാവിലെ ഞാൻ തിരുവനന്തപുരം എസ് യു ടി ആശുപത്രിയിലെത്തി. ഏറെ നാളത്തെ ആശുപത്രി വാസം. ആശുപത്രിയിൽ മിക്കവാറും ലൈല മകൾ മാതു(ദിയ)വിനോടൊപ്പമാണ് എത്താറ്. സഖാവിന്റെ സഹോദരി സരോജിനി ഇല്ലാത്ത സന്ദർഭങ്ങളിൽ ലൈല രാവിലെ തന്നെ ആശുപത്രിയിലെത്തും. വേദന അധികമൊന്നും പുറത്തു കാണിക്കാതെ അമ്മ കിടക്കുമ്പോൾ നിശ്ശബ്ദമായി അടുത്ത് നില്ക്കുന്ന ലൈലയുടെ ചിത്രം മനസ്സിൽ നിന്നും മായാറില്ല. എത്ര അവശതയിലായാലും മാതു വിളിച്ചാൽ സഖാവ് കണ്ണ് തുറന്നുനോക്കും. കൊച്ചുമക

സുശീലാ ഗോപാലനും ദിയയും

ളെ അവർക്ക് അത്രയ്ക്കിഷ്ട മായിരുന്നു. 'എന്റെ ഓക്സിജനാണ് മാതു' എന്നാണ് സുശീല ഗോപാലൻ പലപ്പോഴും പറയാറ്. സഖാവും ജ്യേഷ്ഠത്തി സരോജിനിയും തമ്മിൽ വലിയ ആത്മബന്ധം തന്നെയായിരുന്നു. സരോജിനിയെ അക്കയെന്നാണ് സഖാവ് വിളിച്ചിരുന്നത്. അനുജത്തിയെ സരോജിനി കൊച്ചുകുഞ്ഞ് എന്നും വിളിച്ചു. സ്വബോധം നഷ്ടപ്പെടാത്ത സന്ദർഭത്തിലൊക്കെ സഖാവ് അക്കയെ വിളിക്കും. വിളികേൾക്കേണ്ട താമസം അക്ക ഓടിയെത്തുകയും ചെയ്യും. ആശുപത്രിയിൽ ജ്യേഷ്ഠത്തി സരോജിനിയോടൊപ്പം നെഴ്സുമാരായ ഷൈലജ, മഞ്ജു എന്നിവർ സഖാവിന്റെ അവസാന നിമിഷം വരെ ഉണ്ടായിരുന്നു.

എസ് യു ടി ആശുപത്രിയിലും ആർ സി സി യിലുമായി ചികിത്സയിൽ കഴിയുമ്പോൾ പാർട്ടി നേതാക്കളും സാധാരണ സഖാക്കളും എല്ലാ ദിവസവും എത്താറുണ്ട്. ഡൽഹിയിൽനിന്നും ഹർകിഷൻ സിങ് സുർജിത്ത്, പ്രകാശ് കാരാട്ട്, സീതാറാം യെച്ചൂരി, എസ് രാമചന്ദ്രൻ പിള്ള, എം എ ബേബി, ബൃന്ദാ കാരാട്ട് തുടങ്ങിയ സഖാക്കൾ പല സന്ദർഭങ്ങളിലും ആശുപത്രിയിലെത്തി. ചിലപ്പോഴൊക്കെ ആശുപത്രിയിൽ കൂടെ നില്ക്കാനായി ബൃന്ദ കാരാട്ട് തയ്യാറായി. ബൃന്ദ കാരാട്ട് എത്തിയാൽ ആശുപത്രിയിലെ മുഴുവൻ കാര്യങ്ങളും പിന്നീട് അവർ നോക്കിക്കോളും. സഖാവിനോടുള്ള ബൃന്ദയുടെ സ്നേഹം അത്രയേറെയായിരുന്നു. വലിയ ആരോഗ്യ പ്രശ്നങ്ങൾ ഇല്ലാത്തപ്പോൾ പഴയകാല പ്രവർത്തനങ്ങളെക്കുറിച്ച് ബൃന്ദ ചോദിച്ച് മനസ്സിലാക്കും.

പാർട്ടി സെക്രട്ടറി സ.പിണറായി വിജയൻ, സ.കോടിയേരി ബാലകൃഷ്ണൻ എന്നിവർ മിക്ക ദിവസങ്ങളിലും ആശുപത്രിയിലെത്തുകയും വിവരങ്ങൾ അന്വേഷിക്കുകയും ചെയ്തു. പാർട്ടിയുടെ മറ്റു നേതാക്കളും ആശുപത്രിയിലെത്താറുണ്ട്. ആശുപത്രിയിൽ സ്ഥിരമായി എത്തുന്ന ഒരാളാണ് വനിതാ കമ്മിഷന്റെ ആദ്യത്തെ അദ്ധ്യക്ഷയും കവിയുമായ സുഗതകുമാരി. സുശീലഗോപാലന്റെ സഹപാഠിയും കുടുംബസുഹൃത്തുമാണ് സുഗതകുമാരി. കുടുംബ സുഹൃത്തും നടനുമായ ഭരത് മുരളി

എ സമ്പത്ത്, ലൈല, സുഗതകുമാരി, കെ കെ രോഹിണിയമ്മ തുടങ്ങിയവർ

സ്ഥിരമായി ആശുപത്രിയിൽ സുശീല ഗോപാലനെ സന്ദർശിക്കാറുണ്ടായിരുന്നു. ദിവസേന വരുന്ന മറ്റൊരു പ്രധാന സന്ദർശകനായിരുന്നു സിനിമാ നടൻ സുരേഷ് ഗോപി. കുറേയേറെ സമയം അദ്ദേഹം ആശുപത്രിയിൽ ചെലവഴിക്കും. സുശീല ഗോപാലന്റെ പേഴ്സണൽ സ്റ്റാഫ് അംഗങ്ങളായ വേലപ്പൻ നായർ, എ ബാലകൃഷ്ണൻ, വിജയകുമാർ, സെക്യൂരിറ്റി സ്റ്റാഫ് അംഗങ്ങളായ പ്രേമന ബാബു, നസീർ എന്നിവർ സമയം നോക്കാതെ ആശുപത്രിയിലായിരുന്നു. സുശീല സഖാവിന്റെ ബന്ധുകൂടിയായ എ സമ്പത്ത്, കെ മോഹനന്റെ മകൾ ബിന്ദു തുടങ്ങിയവർ ആശുപത്രിയിലെ നിത്യസന്ദർശകരായിരുന്നു. പല കാര്യങ്ങളിലും നേരിട്ടുബന്ധപ്പെടുന്ന ചെറുന്നിയൂർ ശശിധരൻ നായർ ആഴ്ചയിൽ ഒരു ദിവസമെങ്കിലും ആശുപത്രിയിൽ എത്തും. എ കെ ജിയുമായി വളരെ അടുപ്പമുണ്ടായിരുന്ന എ കെ ആന്റണി, കെ എം മാണി തുടങ്ങിയവരും ആശുപത്രിയിലെത്താറുണ്ട്.

മെയ് 17 ന് ആശുപത്രിയിൽനിന്ന് ഡിസ്ചാർജ്ജ് ചെയ്തു. എ കെ ജി ക്വാർട്ടേഴ്സിലേക്ക് താമസം മാറ്റി. മുഹമ്മയിലേക്ക് പോകാനായിരുന്നു സഖാവിന് താല്പര്യം. എന്നാൽ രണ്ടു കൈകളിലും ഇഞ്ചക്ഷൻ മൂലമുണ്ടായിരുന്ന ഇൻഫെക്ഷൻ വർദ്ധിച്ചതിനാൽ മുഹമ്മയിലേക്കുള്ള പോക്ക് വേണ്ടെന്ന് വച്ചു. കൈകൾ അനക്കാനാവാത്ത സ്ഥിതി വന്നു. ഇതിന്റെ ചികിത്സ ഡോ. ഭരത്ചന്ദ്രന്റെ നേതൃത്വത്തിൽ നടത്തി. ഒരുമാസത്തോളം ചികിത്സ നടന്നു. ഒടുവിൽ അത് പൂർണ്ണമായും ഭേദമായി. താമസ സ്ഥലത്തുവച്ചാണ് ചികിത്സ തുടങ്ങിയതെങ്കിലും പന്ത്രണ്ടു ദിവസത്തോളം എസ് യു ടിയിൽ അഡ്മിറ്റാവേണ്ടി വന്നു.

പ്രത്യക്ഷത്തിൽ ആശ്വാസം ലഭിച്ചുവരുമ്പോഴേക്കും തലച്ചോറിൽ രോഗബാധ ഉണ്ടായി. രണ്ട് പരിഹാരമാണ് ഡോക്ടർമാർ നിർദ്ദേശിച്ചത്. ഒന്ന് ഓപ്പറേഷൻ. രണ്ടാമത്തേത് റേഡിയേഷൻ. ഓപ്പറേഷൻ ആ അവ

സ്ഥയിൽ പ്രായോഗികമല്ലാത്തതിനാൽ റേഡിയേഷന് വേണ്ടി ആർ സി സിയിൽ പ്രവേശിപ്പിച്ചു. റേഡിയേഷന് പത്ത് കോഴ്സാണ് നിർദ്ദേശിച്ചത്. പ്രായത്തിന്റെ പ്രശ്നങ്ങൾ ഉണ്ടായതുകൊണ്ടു തന്നെ റേഡിയേഷന് പ്രതീക്ഷിച്ച ഫലമുണ്ടായില്ല. ചിലപ്പോൾ ഓർമ്മശക്തിയും ഇല്ലാതാവും. പാർട്ടി സഖാക്കൾ വന്നാൽ തിരിച്ചറിയും. രാവിലെ സ്പഞ്ച് ചെയ്യുന്ന സമയത്ത് അല്പം സംസാരിച്ചാലായി. ഡോക്ടർമാർ വന്നാൽ ചില സമയത്ത് ഗുഡ് മോർണിങ് പറയും. മാറ്റങ്ങൾ വരും എന്നതായിരുന്നു പ്രതീക്ഷ.

ആർ സി സി യിൽ എത്തിയശേഷം ഗുരുതരമായ അവസ്ഥയുണ്ടായത് ഹൃദയാഘാതവുമായി ബന്ധപ്പെട്ടാണ്. എന്നാൽ ഈ സ്ഥിതി പെട്ടെന്ന് മാറ്റിയെടുക്കാൻ കഴിഞ്ഞു. ഇതിനിടെ ബി പി വല്ലാതെ താഴ്ന്നു. ബി പി അമ്പതിൽ താഴെ പോകുകയും പൾസ് കിട്ടാത്ത അവസ്ഥ വരികയും ചെയ്തു. ആരോഗ്യ സ്ഥിതി അതീവ ഗുരുതരമെന്ന് ഡോക്ടർമാർ അറിയിച്ചു. പാർട്ടി നേതാക്കളും ബന്ധുക്കളും ആശുപത്രിയിലേക്കെത്തി. എന്നാൽ മണിക്കൂറുകൾക്കുള്ളിൽ ബി പി നോർമ്മൽ ആയി. ഇതിനിടയിൽ ചെസ്റ്റിൽ കഫം കെട്ടി നില്ക്കുകയും കിഡ്നിയുമായി ബന്ധപ്പെട്ട പ്രയാസങ്ങൾ ഉണ്ടാവുകയും ചെയ്തു. വീണ്ടും ആശങ്കയുടെ ദിനങ്ങൾ. ഡോക്ടർമ്മാരും മറ്റു ജീവനക്കാരും കഴിവിന്റെ പരമാവധി ശ്രമിച്ചു. ക്യാൻസർ എന്ന മഹാരോഗത്തിന് മുന്നിൽ എല്ലാ ശ്രമങ്ങളും വിഫലമായി. 2001 ഡിസംബർ 19 ന് ഉച്ചയ്ക്ക് മൂന്ന് മണിക്ക് സുശീലഗോപാലൻ നമ്മെ വിട്ടുപിരിഞ്ഞു.

ആലപ്പുഴ ജില്ലയിലെ മുഹമ്മയിൽ ചീരപ്പൻചിറ തറവാട്ടിലാണ് സ.സുശീല ജനിച്ചത്. എ കെ ജി ഉൾപ്പെടെയുള്ള നിരവധി സഖാക്കൾക്ക് ഒളിത്താവളവും അഭയകേന്ദ്രവും ആയിരുന്നു ചീരപ്പൻചിറ തറവാട്. വയലാർ സമരത്തിന്റെ നേതൃനിരയിൽ ഉണ്ടായിരുന്ന കുമാരപ്പണിക്കരുടേയും കരുണാകരപ്പണിക്കരുടേയും മരുമകളാണ് സുശീല. എകെജിയുടെയും സുശീലയുടെയും വിവാഹത്തിനുണ്ടായ എതിർപ്പ് മറികടന്ന് വിവാഹം നടത്താൻ മുൻകൈയെടുത്തത് കരുണാകരപ്പണിക്കർ ആയിരുന്നു. തന്റെ സ്വത്ത് മുഴുവൻ അദ്ദേഹം ലൈലയ്ക്ക് നല്കി. സുശീലയുടെ അമ്മ മാധവിയമ്മ. അച്ഛൻ തൃശൂർ സ്വദേശി വേലുക്കുട്ടി. മൂത്ത സഹോദരൻ മിതാശയപ്പണിക്കർ. സഹോദരി സരോജിനി. സരോജിനിയുടെ മക്കളാണ് ശ്യാമ, വേണു, സാനു, മിനി എന്നിവർ. വേണുഗോപാലൻ പാർട്ടി ആലപ്പുഴ ജില്ലാ സെക്രട്ടറിയേറ്റ് അംഗമാണ്. ആലപ്പുഴ ജില്ലാ പഞ്ചായത്ത് പ്രസിഡന്റുമായി. ശ്യാമയുടെ ഭർത്താവ് കനകചന്ദ്രൻ ഇൻഡസ്ട്രീയൽ ട്രിബ്യൂണൽ ജഡ്ജിയായി പ്രവർത്തിച്ചിട്ടുണ്ട്. മിനി ബാങ്ക് ജീവനക്കാരിയും ഭർത്താവ് ശശി എഞ്ചിനീയറുമാണ്. സാനു കൃഷിയുമായി ബന്ധപ്പെടുന്നു. സഹോദരൻ മിതാശയപ്പണിക്കരും കുടുംബവും കായംകുളത്താണ് താമസം. അദ്ദേഹവും ഭാര്യയും മരണപ്പെട്ടു. അദ്ദേ

സുശീലാ ഗോപാലന്റെ കുടുംബാംഗങ്ങൾ

ഹത്തിന്റെ മക്കളിലൊരാൾ ഡോക്ടറും മറ്റൊരാൾ സർക്കാർ സർവീസിലുമാണ്.

പാർട്ടി പ്രവർത്തനത്തിന്റെ ഭാഗമായി പലപ്പോഴും വീട്ടിലെത്തിയിരുന്ന എ കെ ജിയോടുള്ള ബഹുമാനവും ആരാധനയും വിവാഹത്തിലെത്തി. പിന്നീട് ജനകീയ പോരാട്ടങ്ങളിൽ എ കെ ജിയോടൊപ്പം സുശീലയും സജീവമായി. സഖാവ്, സുഹൃത്ത്, സഹപ്രവർത്തക, സഹധർമ്മിണി എന്നിങ്ങനെയൊക്കെയായിരുന്നു എ കെ ജിയോടുള്ള സുശീലയുടെ ബന്ധം. എ കെ ജിയുൾപ്പെടെ പാർട്ടിയുടെ മിക്ക നേതാക്കളും മിക്കപ്പോഴും മുഹമ്മയിലെത്തുമായിരുന്നു. വയലാർ സമര നേതാവുകൂടിയായ സഖാവ് വി എസ്, പി കെ ചന്ദ്രാനന്ദൻ, കെ ആർ ഗൗരിയമ്മ, കെ സി പീറ്റർ തുടങ്ങിയ നേതാക്കളൊക്കെ ഇതിൽ പ്രധാനികളായിരുന്നു. കെ കെ ചെല്ലപ്പൻ, വി കേശവൻ, എം എ ബേബി, ജി സുധാകരൻ, സജി ചെറിയാൻ, ആർ നാസർ തുടങ്ങിയവരൊക്കെ പാർട്ടി ആലപ്പുഴ ജില്ലാ സെക്രട്ടറിമാരായി പ്രവർത്തിച്ചിട്ടുണ്ട്. എ കെ ജി മുഹമ്മയിലെത്തുന്ന സമയത്ത് സംസ്ഥാന നേതാക്കന്മാരിൽ മിക്കവരും മുഹമ്മയിലെത്തി ഭക്ഷണം കഴിച്ചുപോകും. സുശീല ഗോപാലന്റെ അമ്മ മാധവിയമ്മ നേതാക്കൾക്കും പ്രവർത്തകർക്കും സ്നേഹപൂർവം ഭക്ഷണം നല്കും.

ജനകീയ പോരാട്ടങ്ങളിൽ അറസ്റ്റും തടവുശിക്ഷയും എ കെ ജിക്കും സുശീല ഗോപാലനും പതിവാണ്. ഒരിക്കൽ എ കെ ജിയേയും സുശീല ഗോപാലനെയും പൊലീസ് അറസ്റ്റ് ചെയ്ത് കൊണ്ടുപോകുമ്പോൾ കുട്ടിയായിരുന്ന ലൈല പൊലീസ് ജീപ്പിന് പിന്നാലെ 'അമ്മേ' എന്നു വിളിച്ച് കരഞ്ഞുകൊണ്ടോടിയ രംഗം സുശീല സഖാവ് പറയാറുണ്ട്.

ലൈലയുടെ ചികിത്സയുമായി ബന്ധപ്പെട്ട് പലപ്പോഴും കോഴിക്കോട്

മെഡിക്കൽ കോളേജിൽ പോകാറുണ്ട്. ഡോ. സി ബി സി വാര്യർ, ഡോ. വേണുഗോപാൽ, ഡോ. സി ബി നായർ തുടങ്ങിയവരായിരുന്നു ചികിത്സിച്ചത്. സുശീല ഗോപാലൻ എപ്പോഴും കൂടെയുണ്ടാകും. പാർട്ടി കോഴിക്കോട് ജില്ലാ കമ്മറ്റി ഓഫീസിലാണ് പലപ്പോഴും താമസിച്ചിരുന്നത്. അന്നത്തെ പാർട്ടി ജില്ലാ സെക്രട്ടറി കേളു ഏട്ടൻ (സ. എം കെ കേളു) എ കെ ജിയുടെ അടുത്ത സുഹൃത്തായിരുന്നു. ലൈലയോട് അടുപ്പവും വാത്സല്യവും കാണിച്ചിരുന്നു. അടിയന്തരാവസ്ഥക്കാലത്ത് കോഴിക്കോട് പ്രകടനം നടത്തുമ്പോൾ ഭീകരമായ പൊലീസ് മർദ്ദനത്തിനിരയായി. അന്നത്തെ ജനതാപാർട്ടി നേതാവായ അരങ്ങിൽ ശ്രീധരനും മർദ്ദനമേറ്റിരുന്നു. ചിലപ്പോഴൊക്കെ കോഴിക്കോട് താമസിച്ചിരുന്നത് അഡ്വ. കുഞ്ഞിരാമപ്പൊതുവാളിന്റെ വീട്ടിലാണ്. പ്രശസ്തനായ അഭിഭാഷകനും കമ്യൂണിസ്റ്റുകാരനുമായിരുന്നു അദ്ദേഹം. മറ്റു ചിലപ്പോൾ താമസിച്ചിരുന്നത് സുശീല ഗോപാലന്റെ സഹപാഠിയും കോഴിക്കോട് മെഡിക്കൽ കോളേജിലെ പ്രൊഫസറുമായ ഡോ. രാജമ്മയുടെ വീട്ടിലാണ്. അവരുടെ മകൻ ഡോ. വി വേണു എം ബി ബി എസ് പൂർത്തിയാക്കിയ ശേഷം ഐ എ എസ് നേടി. വേണുവിന്റെ ഭാര്യ എഴുത്തുകാരിയും ഐ എ എസ് ഓഫീസറുമായ ശാരദാ മുരളീധരൻ ആണ്.

എന്റെയും ലൈലയുടേയും വിവാഹത്തിന് മുമ്പ് ഒരു സംഭവമുണ്ടായി. സുശീലഗോപാലൻ കിളിയളത്തേക്ക് വീട് കാണാൻ വരുന്നു. 77 ലെ ഡിസംബറിലെ ഒരു വൈകുന്നേരം. സുശീലഗോപാലൻ വീട്ടിലേക്ക് വന്നു. ഒപ്പം കണ്ണൂരിലെ പാർട്ടി നേതാവായ സ. ആർ കൃഷ്ണനുമുണ്ട്. ടാറിടാത്ത റോഡിലൂടെ, വൈദ്യുതിയുടെ വെള്ളിവെളിച്ചമില്ലാ

പി കെ വാസുദേവൻ നായർ, മാമ്മൻ മാപ്പിള, ബേബി ജോൺ, ലൈല, സുശീലാ ഗോപാലൻ

ത്ത കുഗ്രാമത്തിലെ വീട്ടിലെത്തുമ്പോൾ മങ്ങിയവെളിച്ചം മാത്രം. തിരികെ പോകുമ്പോൾ സ്ഥലത്തെക്കുറിച്ച് അന്വേഷിച്ചു. വന്യമൃഗങ്ങളും പാമ്പുമൊക്കെയുള്ള സ്ഥലമാണെന്ന് നാട്ടിലെ സഖാക്കൾ പറഞ്ഞുകൊടുത്തു. കല്ലും മണ്ണും നിറഞ്ഞ റോഡും അസൗകര്യങ്ങൾ മാത്രമുള്ള വീടും പ്രദേശത്തിന്റെ പ്രത്യേകതകളുമൊക്കെ മനസ്സിലായപ്പോൾ അല്പം മനഃപ്രയാസത്തോടെയാണ് സുശീല സഖാവ് മടങ്ങിപ്പോയത്. ഡിസംബർ 20 ന് കരിവെള്ളൂർ രക്തസാക്ഷി ദിനാചരണം. ഉദ്ഘാടനം സ. സുശീല ഗോപാലൻ. പ്രാസംഗികനായി ഞാനുമുണ്ട്. മനസ്സിലെ പ്രയാസം കാരണം സുശീലഗോപാലൻ വളരെപ്പെട്ടെന്ന് പ്രസംഗം മതിയാക്കി ആലപ്പുഴയിലേക്ക് തിരിച്ചുപോയി. അന്നത്തെ മാനസികാവസ്ഥയെക്കുറിച്ച് സുശീലഗോപാലൻ പിന്നീട് പലതവണ പറഞ്ഞിട്ടുണ്ട്.

മനോജൻ

പി ബി മനോജനോടൊപ്പം

ഞാൻ എം പി ആയിരുന്നപ്പോൾ എന്നെ സഹായിക്കാനായി പാർട്ടി ചുമതലപ്പെടുത്തിയതായിരുന്നു ഈസ്റ്റ് എളേരിയിലെ പി ബി മനോജനെ. ബാലസംഘത്തിലൂടെയും എസ് എഫ് ഐയിലൂടെയുമാണ് മനോജൻ സി പി ഐ (എം)ലെത്തിയത്. വളരെ പാവപ്പെട്ട കുടുംബമായിരുന്നു മനോജന്റേത്. സി പി ഐ (എം) ഈസ്റ്റ് എളേരി ലോക്കൽ കമ്മിറ്റിയംഗമായും ഡി വൈ എഫ് ഐ രംഗത്തും പ്രവർത്തിച്ചുകൊണ്ടിരിക്കുമ്പോഴാണ് കാസർഗോഡ് കുടുംബശ്രീ മിഷനിൽ ജോലിക്കായി മനോജൻ

എത്തിയത്. തുടർന്നാണ് എന്നെ സഹായിക്കാനായി പാർട്ടി മനോജനെ ചുമതലപ്പെടുത്തിയത്. അന്ന് എം പിമാർക്ക് പ്രത്യേകമായി പേഴ്സണൽ സ്റ്റാഫിനെ നിയമിക്കാൻ അധികാരമുണ്ടായിരുന്നില്ല. സെക്രട്ടറിമാരെ വച്ചാൽ അവർക്കുള്ള ശമ്പളം നല്കേണ്ടത് എം പിമാർ തന്നെയായിരുന്നു. എം പിമാരുടെ ഓഫീസിലും പരിമിതമായ സൗകര്യങ്ങൾ മാത്രമേ ഉണ്ടായിരുന്നുള്ളു. പാർട്ടിയുടെ ഒരു മുഴുവൻ സമയ പ്രവർത്തകൻ എന്ന നിലയിൽ ഈ സാഹചര്യം മനസ്സിലാക്കിയാണ് മനോജൻ എന്റെ കൂടെ പ്രവർത്തിക്കാൻ തയ്യാറായത്. വിവിധ ആവശ്യങ്ങളുമായി നിരവധിയാളുകളാണ് ദിവസേന ഓഫീസിലെത്തിയിരുന്നത്. അവരോടൊക്കെ സൗമ്യമായി പെരുമാറാനും അവരുടെ ആവശ്യങ്ങൾ എന്റെയും സർക്കാരിന്റെയും ശ്രദ്ധയിൽപ്പെടുത്താനും മനോജൻ ഏറെ ശ്രദ്ധിച്ചു. എന്നെ സഹായിക്കാൻ ഓഫീസിൽ നിയമിക്കപ്പെട്ട ഒരാൾ എന്ന നിലയിൽ മാത്രമല്ല, വീട്ടിലെ അംഗം എന്ന നിലയിലാണ് മനോജൻ പ്രവർത്തിച്ചത്. വിവിധ പരിപാടികൾക്ക് പോകുമ്പോൾ എന്റെ ഭക്ഷണം, മരുന്ന് എന്നിവയിൽ എന്നേക്കാൾ ശ്രദ്ധ മനോജനായിരുന്നു. വീട്ടിലെ മിക്ക കാര്യങ്ങളും മനോജൻ സ്വയം ഏറ്റെടുക്കും. ലൈലയുടേയും മോളുടേയും ആരോഗ്യപ്രശ്നങ്ങളുൾപ്പെടെ ശ്രദ്ധിക്കുന്ന വീട്ടിലെ ഒരംഗമായിട്ടാണ് മനോജനെ കാണാൻ കഴിഞ്ഞത്. ഇത് എന്റെ വീട്ടുകാര്യങ്ങളിൽ മാത്രമല്ല, പ്രയാസപ്പെടുന്ന ആരുടെ കാര്യത്തിലും മനോജൻ ഇടപെട്ടു. പലപ്പോഴും പല കാര്യങ്ങളും എന്റെ ശ്രദ്ധയിൽപ്പെടുത്തും. മണ്ഡലത്തിലെ വികസന പ്രവർത്തനങ്ങൾ, പ്രധാനമന്ത്രിയുടെ ദുരിതാശ്വാസ നിധി തുടങ്ങിയ കാര്യങ്ങളിലൊക്കെ സഖാവിന്റെ പ്രവർത്തനം വിസ്മരിക്കാനാവില്ല. പാർട്ടി സഖാക്കളുമായി അടുത്ത ബന്ധം പുലർത്താൻ മനോജന് കഴിഞ്ഞു. മിക്കവാറും പാർട്ടി ഓഫീസുകളുടെയും പ്രധാനപ്പെട്ട സഖാക്കളുടെയും ഉദ്യോഗസ്ഥരുടേയും ഫോൺ നമ്പർ മനോജന് മനഃപാഠമായിരുന്നു. ഒരു ജനപ്രതിനിധി എന്ന നിലയിൽ എന്റെ പ്രവർത്തനം കണ്ടറിഞ്ഞ് മനസ്സിലാക്കി സഹായിക്കാൻ കഴിഞ്ഞ അപൂർവ്വം ആളുകളിലൊരാളാണ് മനോജൻ. തിരഞ്ഞെടുപ്പുകളുമായി ബന്ധപ്പെട്ട് നിരവധി പൊതുയോഗങ്ങളിൽ തുടർച്ചയായി പങ്കെടുക്കേണ്ടി വരുമ്പോൾ സമയം കർശനമായി പാലിക്കാൻ നിർബ്ബന്ധിതമാകും. പ്രസംഗം നീണ്ടുപോകുമ്പോൾ സ്റ്റേജിന് സമീപത്തു നിന്ന് മനോജൻ വാച്ച് കാണിക്കും. അടുത്ത യോഗത്തിൽ പങ്കെടുക്കേണ്ടതിനെക്കുറിച്ച് ഓർമ്മിപ്പിക്കും. ഒരു പരിപാടിയിൽ പങ്കെടുക്കാൻ നേതാക്കൾ സ്റ്റേജിൽ കയറിയാൽ പേഴ്സണൽ സ്റ്റാഫ് അംഗങ്ങൾ പലരും പുറത്തുപോയി സുഹൃത്തുക്കളോടും മറ്റും സംസാരിച്ചു നില്ക്കുകയാണ് പൊതുവെ കാണാറ്. എന്നാൽ മനോജനാകട്ടെ സ്റ്റേജിനരികിൽത്തന്നെ ഉണ്ടാകും. ചിലപ്പോൾ തുവാല കൈയിൽ കരുതാൻ മറന്നുപോയാൽ അത് എത്തിച്ചുതന്ന സന്ദർഭങ്ങളുമുണ്ട്. മനോജനോടൊപ്പം ആദ്യകാലത്തുണ്ടായിരുന്ന ഡ്രൈവർ മോഹനനും പിന്നീട് സുരേന്ദ്രനും ഉണ്ണിയും ഇതേ ശ്രദ്ധപുലർത്തി.

അന്ന് കാഞ്ഞങ്ങാട് ബ്ലോക്ക് പഞ്ചായത്ത് പ്രസിഡന്റ് സ.ബേബി ബാലകൃഷ്ണനായിരുന്നു. ബ്ലോക്കുമായി ബന്ധപ്പെട്ട പരിപാടിയിലും മറ്റു ഉദ്ഘാടനച്ചടങ്ങുകളിലുമൊക്കെ പോകുമ്പോൾ മനോജനും ബേബിയും മോഹനനും എന്റെ പ്രസംഗത്തിലായാലും പദ്ധതി രൂപീകരണത്തിനായാലും ഏറെ നിർദ്ദേശങ്ങൾ മുന്നോട്ടുവയ്ക്കാറുണ്ട്. മനോജന് ശേഷം സെക്രട്ടറിയായി വന്ന മടിക്കൈ രാജുവും എന്നെ ഏറെ സഹായിച്ചു.

ഞാൻ സബോർഡിനേറ്റ് ലെജിസ്ലേറ്റീവ് കമ്മിറ്റി ചെയർമാൻ ആയിരുന്നപ്പോൾ മനോജനെ സ്റ്റാഫിൽ ഉൾപ്പെടുത്താൻ തീരുമാനിച്ചു. എന്നാൽ കുടുംബത്തെ ഉപേക്ഷിച്ച് ഡൽഹിയിലേക്ക് വരാൻ മനോജൻ തയ്യാറായില്ല. ഞാൻ പാർലമെന്റ് സമ്മേളനത്തിൽ പങ്കെടുത്തുകൊണ്ടിരിക്കുമ്പോഴാണ് മനോജന്റെ ദുഃഖകരമായ വേർപാടിന്റെ വിവരം കാസർഗോഡ് പാർട്ടി ഓഫീസിൽനിന്നും വിളിച്ചറിയിക്കുന്നത്. എപ്പോഴും ഉന്മേഷവാനായി കാണപ്പെട്ടിരുന്ന മനോജന് പറയത്തക്ക അസുഖമൊന്നും ഉണ്ടായതായി അറിഞ്ഞിരുന്നില്ല. ഒരു ദിവസം പെട്ടന്നുണ്ടായ നെഞ്ചു വേദന. തുടർന്ന് അടുത്തുള്ള ഒരു ഡോക്ടറെ കണ്ടു. ഡോക്ടർ ഇഞ്ചക്ഷൻ നല്കി. മറ്റു പ്രയാസങ്ങളൊന്നുമില്ല. പക്ഷേ, രാത്രിയാണ് അസുഖം കൂടിയത്. പാർട്ടി ഡി സി ഓഫീസിൽ നിന്നും സ. കമലാക്ഷൻ ഉൾപ്പെടെയുള്ള സഖാക്കൾ മനോജനെ ആശുപത്രിയിലെത്തിച്ചു. പക്ഷേ, ജീവൻ രക്ഷിക്കാനായില്ല. രാത്രിയിൽത്തന്നെ ഞാൻ വിമാനത്തിൽ മംഗലാപുരത്തും തുടർന്ന് കാറിൽ നീലേശ്വരത്തും എത്തി. മനോജന്റെ വീട്ടിലേക്ക് പാർട്ടി സഖാക്കളോടൊപ്പം പോയി. അപ്പോഴും പുഞ്ചിരിച്ചുകൊണ്ടിരുന്ന മനോജന്റെ മുഖം മനസ്സിൽ നിന്നും മായുന്നില്ല. ലൈലയ്ക്കും ദിയയ്ക്കും ഇതേ വേദന തന്നെയാണ്. ഞാൻ പല തിരക്കുകളിൽ ആയിരിക്കുമ്പോഴും ഒരു രക്ഷിതാവിന്റെ സ്ഥാനത്തുനിന്നാണ് മനോജൻ ദിയയെ കണ്ടത്. പലപ്പോഴും അടുത്തില്ലാത്തപ്പോൾ എന്നെ മനോജൻ ഫോൺ വിളിക്കും. ഞാൻ മരുന്നുകൾ കൃത്യസമയത്ത് കഴിച്ചു എന്നുറപ്പുവരുത്താനാണ് മനോജൻ വിളിക്കുന്നത്. മനോജന്റെ കുടുംബത്തെ സഹായിക്കാൻ പാർട്ടി തയ്യാറായി. മനോജനെ അനുസ്മരിച്ചുകൊണ്ട് ഞാനൊരു കവിതയെഴുതി. മനോജൻ ജീവിതത്തിലുടനീളം മറ്റുള്ളവർക്കായി പ്രകാശമേകുകയായിരുന്നു. സ്വന്തം വേദനയെ അവഗണിച്ച് മറ്റുള്ളവർക്കായി മനോജൻ ജീവിച്ചു. ഒരു കമ്യൂണിസ്റ്റിന്റെ ജീവിതം.

ദിയ

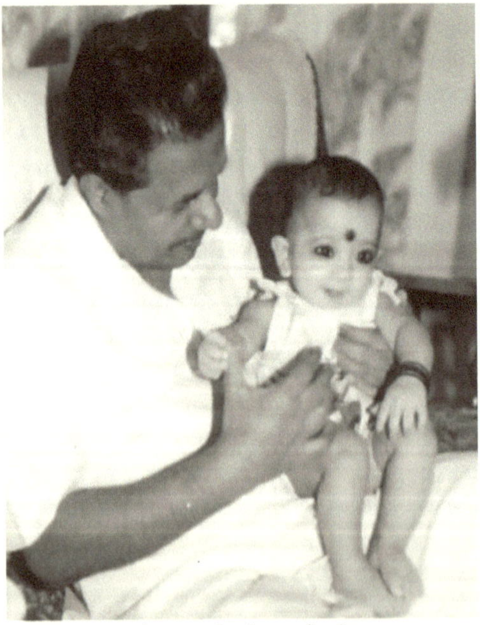

പിണറായി വിജയൻ, ദിയ

സുശീല സഖാവിന്റെ ജീവിതത്തിൽ ഏറ്റവും സ്നേഹവും വാത്സല്യവും ദിയയോടായിരുന്നു. 1996–2001 കാലം. സുശീലഗോപാലൻ മന്ത്രിയാണ്. രാവിലെ സുശീല സഖാവ് നിയമസഭയിലേക്ക് പോകുമ്പോൾ ദിയയും മന്ത്രിയുടെ കാറിൽത്തന്നെ പോകും. പൊലീസുകാർക്കൊക്കെ സല്യൂട്ട് കൊടുക്കും. വൈകിട്ട് സുശീല സഖാവ് വീട്ടിലെത്തുമ്പോൾ സ്വീകരിക്കാൻ വീടിന് മുമ്പിൽ ദിയയുണ്ടാവും. എനിക്കും ലൈലയ്ക്കും പോലും അത്ര വലിയ സ്വാതന്ത്ര്യം ഉണ്ടായിരുന്നില്ല. കൊച്ചുമകൾ ദിയയുടെ സാന്നിദ്ധ്യം സുശീല സഖാവിന്റെ മനസ്സിന് വലിയ ആശ്വാസമായിരുന്നു. സുശീല ഗോപാലൻ ചികിത്സാർത്ഥം ആശുപത്രിയിൽ ആയിരുന്നപ്പോൾ നിത്യ സന്ദർശകയായിരുന്നു ദിയ. ക്യാൻസറിന് കീമോ തെ

**പ്രകാശ് കാരാട്ട്, വൃന്ദാ കാരാട്ട്, ലൈല,
ദിയ, മർസദ് സുഹൈൽ എന്നിവരോടൊപ്പം**

റാപ്പി നടക്കുന്ന സമയത്ത് സാധാരണയായി കുട്ടികളെ കൂട്ടാറില്ല. എന്നാൽ അമ്മമ്മയെ കാണാതിരിക്കാൻ ദിയയ്ക്കും കൊച്ചുമകളെ കാണാതിരിക്കാൻ സുശീല സഖാവിനും കഴിയുമായിരുന്നില്ല. ആശുപത്രിയിൽ അർദ്ധബോധാവസ്ഥയിൽ മറ്റാരെയും തിരിച്ചറിയാത്തപ്പോഴും ദിയ വിളിച്ചാൽ സുശീല ഗോപാലൻ പ്രതികരിക്കുമായിരുന്നു. എന്റെ ഓക്സിജനാണ് ദിയയെന്ന് സുശീല സഖാവും എന്റെ ഓക്സിജനാണ് അമ്മമ്മയെന്ന് ദിയയും പറയും. അത്രവലിയ ആത്മബന്ധമാണ് അവർ തമ്മിൽ. ചിലപ്പോൾ സുശീല സഖാവ് മരുന്ന് കഴിക്കാൻ വിമുഖത പ്രകടിപ്പിക്കും. എ കെ ജി ഫ്ളാറ്റിനടുത്തുള്ള നഴ്സറി സ്കൂളിൽ പഠിക്കുന്ന ദിയയെ ഉച്ചയ്ക്ക് ശേഷം ആശുപത്രിയിലേക്ക് കൊണ്ടുപോകും. ദിയ വിളിച്ചാൽ സുശീല സഖാവ് അറിയുകയും മരുന്ന് കഴിക്കുകയും ചെയ്യും. ദിയയുടെ ജീവിതം കരുപ്പിടിപ്പിക്കാൻ കുറച്ചുകാലം കൂടി ജീവിച്ചിരിക്കണമെന്ന് സഖാവിന് തോന്നിയിരിക്കണം. തിരുവനന്തപുരത്ത് ഫ്ളാറ്റിൽ താമസിക്കുമ്പോൾ ഒരിക്കൽ എന്തോ കാര്യത്തിന് ദിയയെ ഞങ്ങൾ വഴക്കുപറഞ്ഞു. ദിയ മുറിയിൽ കയറി വാതിലടച്ചു. ഞങ്ങൾ നോക്കുമ്പോൾ സുശീല സഖാവിന്റെ ഫോട്ടോയ്ക്ക് മുന്നിൽ കരയുന്ന ദിയയെയാണ് കണ്ടത്. അത് കണ്ടപ്പോൾ ഞങ്ങൾക്കും സങ്കടമായി. പിന്നീടൊരിക്കലും ദിയയെ ഞങ്ങൾ ശാസിക്കുകയോ വഴക്കുപറയുകയോ ചെയ്തില്ല. ദിയയുടെ കാര്യങ്ങളിലൊക്കെ ലൈല ഏറെ ശ്രദ്ധിക്കാറുണ്ട്. ലൈലയ്ക്ക് ഏറ്റവും ഇഷ്ടം ദിയയോട് തന്നെയാണ്.

ഞങ്ങൾ പള്ളിക്കരയിലേക്ക് താമസം മാറി വന്നു. ആദ്യം നീലേശ്വ

ഒരു കുടുംബചിത്രം

രം രാജാസ് സ്കൂളിലും പിന്നീട് കേന്ദ്രീയ വിദ്യാലയങ്ങളിലുമായി ദിയയുടെ വിദ്യാഭ്യാസം പൂർത്തിയായി. ഇംഗ്ലീഷിലും ഹിന്ദിയിലും നന്നായി സംസാരിക്കാൻ ദിയയ്ക്ക് കഴിയുന്നു. ഇംഗ്ലീഷിൽ കവിതകൾ എഴുതിയിട്ടുമുണ്ട്. 2018 ലാണ് ദിയയുടെ വിവാഹം നടന്നത്. റെയിൽവേയിൽ ജോലി ചെയ്യുന്ന വയനാട് സ്വദേശിയായ മർസദ് സുഹൈലാണ് ദിയയെ വിവാഹം ചെയ്തത്. തമ്മിൽ പരിചയപ്പെട്ടുകൊണ്ടുള്ള വിവാഹമായിരുന്നു. സാധാരണഗതിയിൽ മുസ്ലീം സമുദായത്തിലെ ചെറുപ്പക്കാർ അതേ മതക്കാരെ മാത്രമേ വിവാഹം ചെയ്യാറുള്ളു. മറിച്ചായാൽ വലിയ എതിർപ്പുകൾ വീട്ടിൽനിന്നും ഉയരാറുണ്ട്. മർസദ് സുഹൈലിന്റെ വിവാഹക്കാര്യത്തിൽ വീട്ടിൽനിന്നും എതിർപ്പ് ഉണ്ടായില്ല. ഞങ്ങളുടെ കുടുംബത്തിലും യാതൊരു പ്രശ്നവും ഉണ്ടായില്ല. ബന്ധുക്കളാരും തന്നെ വിവാഹത്തിൽ എതിർപ്പോ പരിഭവമോ പറഞ്ഞില്ല. വിവാഹത്തിൽ പാർട്ടിക്കാരൊക്കെ സഹകരിച്ചു. പാർട്ടിയുടെ ശക്തമായ പിന്തുണ വിവാഹ നടത്തിപ്പിനുണ്ടായി. എന്നാൽ ഒരുഭാഗത്ത് ഹിന്ദു തീവ്രവാദികളും മറ്റൊരു ഭാഗത്ത് മുസ്ലീം തീവ്രവാദികളും വിവാഹവുമായി ബന്ധപ്പെട്ട് വിമർശനം ഉന്നയിച്ചു. സാമൂഹിക രംഗത്ത് വലിയ മുന്നേറ്റങ്ങൾ ഉണ്ടെന്ന് നാം അഭിമാനിക്കുമ്പോഴും യഥാർത്ഥത്തിൽ മാതൃകയാക്കേണ്ടുന്ന ഇത്തരം സംഭവങ്ങളെ വർഗ്ഗീയ വീക്ഷണത്തിലൂടെ കാണുന്നവർ ഇപ്പോഴും നമ്മുടെ നാട്ടിലുണ്ടെന്നത് ഖേദകരമാണ്.

ഭാഗം 6

ഇ എം എസ്

ചെറുപ്പകാലത്ത് ഇ എം എസിനെ ദൂരെ നിന്ന് നോക്കിക്കാണാൻ മാത്രമേ സാധിച്ചുള്ളു. 1957 ലെ നിയമസഭാ തിരഞ്ഞെടുപ്പിൽ ഇ എം എസ് നീലേശ്വരത്തുനിന്നും മത്സരിച്ചപ്പോൾ പല യോഗങ്ങളിലും വിദ്യാർത്ഥിയായിരുന്ന ഞാൻ കേൾവിക്കാരനായി പോയിരുന്നു. നീലേശ്വരത്തുനിന്നും മത്സരിച്ച ഇ എം എസ് മുഖ്യമന്ത്രിയായി എന്നറിഞ്ഞപ്പോൾ അന്നത്തെ ആഹ്ലാദ പ്രകടനത്തിൽ പങ്കെടുത്തത് ഇപ്പോഴും ഓർക്കുന്നു. പിന്നീട് രാഷ്ട്രീയ പ്രവർത്തനത്തിൽ സജീവമായപ്പോഴാണ് ഇ എം എസുമായുള്ള ബന്ധം ശക്തമായത്. പ്രത്യേകിച്ച് ആലപ്പുഴയിൽ വച്ച് നടന്ന വിവാഹത്തിൽ മറ്റു നേതാക്കൾക്കൊപ്പം ഇ എം എസിന്റെ സാന്നിദ്ധ്യം ശ്രദ്ധേയമായി.

1977 ലെ നിയമസഭാ തിരഞ്ഞെടുപ്പിൽ തൃക്കരിപ്പൂരിൽനിന്നും ഞാൻ വിജയിച്ചു. അന്നത്തെ പ്രതിപക്ഷ നേതാവ് ഇ എം എസ് ആയിരുന്നു. നിയമസഭയിൽ അദ്ദേഹത്തിന്റെ പ്രസംഗം കേൾക്കാൻ ഭരണ-പ്രതിപക്ഷ ഭേദമെന്യേ അംഗങ്ങൾ കാതോർത്തിരിക്കുമായിരുന്നു. രാഷ്ട്രീയ വിഷയങ്ങൾ തന്നെയാണ് ഇ എം എസിന്റെ പ്രസംഗത്തിൽ പലപ്പോഴും ഉയർന്നുവരാറ്. അത് പിന്നീട് നിയമസഭയ്ക്കകത്തും പുറത്തും ചർച്ചയാകും. പാർട്ടി സംസ്ഥാനകമ്മിറ്റി അംഗമായതോടെ എനിക്ക് ഇ എം എസിന്റെ വിശദീകരണങ്ങളും മറുപടികളുമൊക്കെ ശ്രദ്ധയോടെ കേൾക്കാൻ സാധിച്ചു. നായനാരും വി എസും സെക്രട്ടറിമാരായിരുന്നപ്പോൾ ഞാൻ സെക്രട്ടറിയേറ്റിലേക്ക് തിരഞ്ഞെടുക്കപ്പെട്ടു. ഇ എം എസിന്റെ ഇടപെടലും നയപരമായ വിഷയങ്ങൾ വ്യക്തമാക്കിക്കൊണ്ടുള്ള സംഭാഷണങ്ങളും വളരെ ഗൗരവത്തോടെയാണ് ഞാനുൾപ്പെടെയുള്ളവർ കണ്ടിരുന്നത്. ഇ എം എസിന് കേൾവിക്കുറവുള്ളതുകൊണ്ട് മറ്റു സഖാ

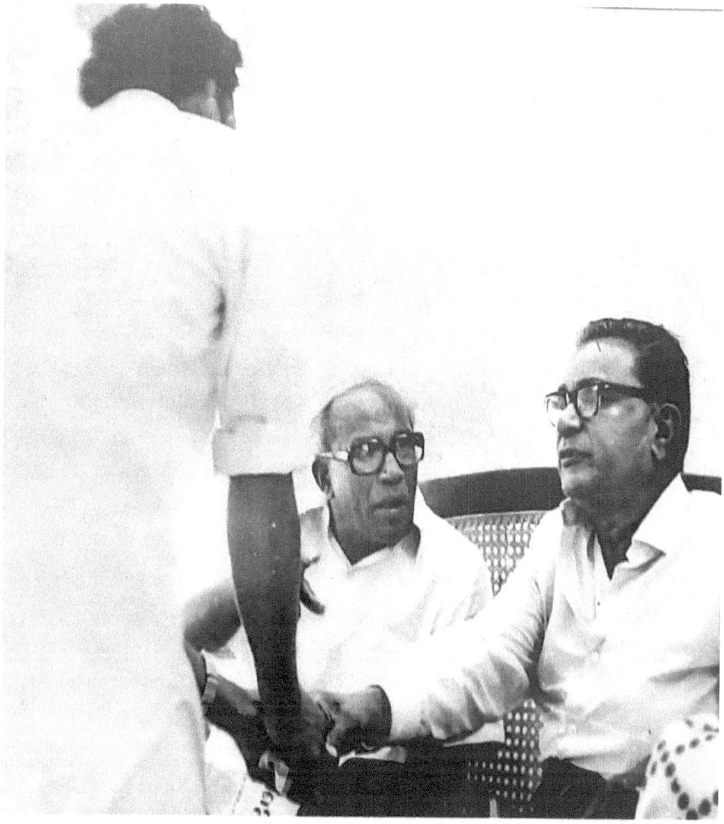

ഇ എം എസ്, രാമമൂർത്തി

ക്കൾ പറയുന്നത് പലപ്പോഴും എഴുതിക്കൊടുക്കുന്നത് ഞാനാണ്. ഇ എം എസ് ജനറൽ സെക്രട്ടറിയായിരുന്നപ്പോൾ പാർട്ടി കോൺഗ്രസിൽ പങ്കെടുക്കാൻ കഴിഞ്ഞത് വലിയ അനുഭവമാണ്. *ദേശാഭിമാനി*യുടെ ചീഫ് എഡിറ്ററായി വർഷങ്ങളോളം അദ്ദേഹം പ്രവർത്തിച്ചു. ഞാൻ ദേശാഭിമാനി ജനറൽ മാനേജരായപ്പോൾ *ദേശാഭിമാനി* സബ്കമ്മിറ്റിയിലെ ഇ എം എസിന്റെ സാന്നിദ്ധ്യം വലിയൊരനുഗ്രഹമായിരുന്നു. പത്രത്തിന്റെ എഡിറ്റോറിയൽ, ഉള്ളടക്കം തുടങ്ങിയ കാര്യങ്ങൾ വളരെ വിശദമായി ചർച്ച ചെയ്യാൻ ഇ എം എസ് തയ്യാറാകാറുണ്ട്. എന്നാൽ മാനേജ്മെന്റു മായി ബന്ധപ്പെട്ട വിഷയങ്ങളിൽ അദ്ദേഹം ഇടപെടാറില്ല. രാഷ്ട്രീയ രംഗത്ത് ഇ എം എസ്–എ കെ ജി എന്നീ പേരുകൾ ചേർത്തു പറയുന്നതു പോലെ രണ്ടു കുടുംബങ്ങളും തമ്മിൽ അത്രയേറെ അടുപ്പം പുലർത്തി. ഇ എം എസിന്റെ ഭാര്യ ആര്യ അന്തർജ്ജനം, മക്കൾ മാലതി, ശ്രീധരൻ (അനിയൻ), രാധ, ശശി എന്നിവർ സ്വന്തം കുടുംബാംഗങ്ങളെപ്പോലെയാണ് ഞങ്ങളെ കണ്ടത്. തിരുവനന്തപുരത്ത് താമസിക്കുന്ന സമയത്ത്

സുശീല ഗോപാലനും ലൈലയും ഇ എം എസിന്റെ വീട്ടിലെ നിത്യസന്ദർശകരായിരുന്നു. പല പാർട്ടി കോൺഗ്രസുകളിലും അനിയനും ഞാനും ലൈലയും തമ്മിലുള്ള ഫോട്ടോ സ്ഥിരമായി എടുക്കാറുണ്ടായിരുന്നു. ഞാൻ കാസർഗോഡ് ജില്ലാ സെക്രട്ടറിയായിരിക്കുമ്പോൾ പാർട്ടിയുടെ പൊതു ക്യാമ്പെയ്നുകളിലും തിരഞ്ഞെടുപ്പ് ക്യാമ്പെയ്നുകളിലും ഇ എം എസ് എത്തുന്നത് വളരെ ആവേശത്തോടെയാണ് സഖാക്കൾ സ്വീകരിച്ചത്. പാർട്ടി പരിപാടികളിൽ ഇ എം എസ് വരുന്നുണ്ടെന്നറിഞ്ഞാൽ സഖാക്കൾ കൃത്യസമയത്ത് എത്തും. സമയത്തിന്റെ കാര്യത്തിൽ കൃത്യനിഷ്ഠ പുലർത്താൻ ഇ എം എസ് ശ്രദ്ധിക്കാറുണ്ട്.

വിശ്രമത്തിന് കിട്ടുന്ന സമയം എഴുത്തിനും വായനയ്ക്കും വേണ്ടിയാണ് ഇ എം എസ് ഉപയോഗിച്ചിരുന്നത്. സാധാരണ ഗതിയിൽ ഒരു പരിപാടിക്ക് എത്തിയാൽ ഇ എം എസ് പത്രസമ്മേളനം നടത്താറില്ല. ഇ എം എസ് വന്നതറിഞ്ഞ് പത്രക്കാർ എത്തിയാൽ പറയാനുള്ളതൊക്കെ പൊതുയോഗത്തിൽ പറയും. അപ്പോൾ നിങ്ങൾക്ക് കേൾക്കാമല്ലോ എന്നാണ് ഇ എം എസിന്റെ മറുപടി. രാഷ്ട്രീയ രംഗത്ത് പ്രത്യയശാസ്ത്രവും അതിന്റെ പ്രായോഗികതയും ഒന്നിച്ച് വിശദീകരിക്കുന്നതിൽ ഇ എം എസിനുള്ള കഴിവ് മറ്റൊരാൾക്കും അനുകരിക്കാനാവില്ല. ഇ എം എസിന്റെ ഭാര്യ ആര്യ അന്തർജ്ജനം സഖാവിന്റെ ജീവിതത്തിലെ ഏറ്റവും വലിയ സൗഭാഗ്യം. ഒളിവിൽ താമസിക്കുന്ന സമയത്ത് ഒറ്റപ്പെട്ട് കഴിയേണ്ടി വന്ന ആര്യ അന്തർജ്ജനം എല്ലാം സഹിച്ചുകൊണ്ടുതന്നെ ഇ എം എസിനു വേണ്ടി പ്രവർത്തിച്ചു. ഇ എം എസ് മുഖ്യമന്ത്രി ആയിരിക്കുന്ന സമയത്തും അതിന് ശേഷവും തിരുവനന്തപുരം ശാന്തിനഗറിലെ ഒരു സാധാരണ വീട്ടിലാണ് ഇ എം എസും കുടുംബവും കഴിഞ്ഞത്. പൂർണ്ണമായും ലാളിത്യത്തിന്റെ പ്രതീകമായിരുന്നു ആര്യ അന്തർജ്ജനം.

ഒരിക്കൽ കാസർഗോഡ് ഒരു പരിപാടിയിൽ പങ്കെടുത്ത് തിരിച്ചുപോകുമ്പോൾ ഇ എം എസിന്റെ കാർ ചെറുവത്തൂരിൽ വച്ച് അപകടത്തിൽ പെട്ടു. കാറോടിച്ചത് പാർട്ടി സംസ്ഥാന കമ്മിറ്റി ഓഫീസിലെ ഓഫീസ് സെക്രട്ടറി ചന്ദ്രൻ ആയിരുന്നു. *ദേശാഭിമാനി* ലേഖകനായിരുന്ന രാമൻ രാമന്തളിയും അവരോടൊപ്പമുണ്ടായിരുന്നു. ചന്ദ്രനും രാമൻ രാമന്തളിക്കും പരിക്കുപറ്റിയെങ്കിലും ഇ എം എസിന് പരിക്കുകളൊന്നും ഉണ്ടായിരുന്നില്ല. കാസർഗോഡ് വരുമ്പോൾ ഇ എം എസ് പലപ്പോഴും കിളിയളത്തും പിന്നീട് പള്ളിക്കരയിലുമുള്ള എന്റെ വീട്ടിൽ നിന്നാണ് ഭക്ഷണം കഴിച്ചിരുന്നത്. പലപ്പോഴും പള്ളിക്കരയിലെ വീട്ടിൽ താമസിക്കാറുമുണ്ട്. മറ്റു ചിലപ്പോഴൊക്കെ കാഞ്ഞങ്ങാട്ടെ കെ പുരുഷോത്തമൻ വക്കീലിന്റെ വീട്ടിൽ താമസിച്ചു.

ഇ കെ നായനാർ

ഇ കെ നായനാരോടൊപ്പം

നായനാരുടെ നർമ്മരസം തുളുമ്പുന്ന പ്രസംഗം ഏവരെയും ആകർഷിക്കുന്നതാണ്. വിട്ടുവീഴ്ചയില്ലാതെ എതിരാളികളെ വിമർശിക്കുന്നതിലും നായനാർ ഒട്ടും പിന്നിലല്ല. നിയമസഭയിലായാലും പുറത്തായാലും നായനാരുടെ പ്രസംഗത്തിൽ രാഷ്ട്രീയം നിറഞ്ഞുനില്ക്കും. ഞാൻ കെ എസ് വൈ എഫിന്റെ ഭാരവാഹിയും നീലേശ്വരം ലോക്കൽ- ഏരിയ സെക്രട്ടറി ആയിരിക്കുമ്പോഴുമാണ് നായനാരെ അടുത്ത് പരിചയപ്പെടാൻ സാധിച്ചത്. പ്രത്യേകിച്ച് പള്ളിക്കര സമരത്തെത്തുടർന്ന് നീലേ

ശ്വരത്ത് വന്ന നായനാർ ആശുപത്രിയിൽ പ്രവേശിപ്പിക്കപ്പെട്ടവരെ സന്ദർശിക്കുകയും ചെയ്തു. നീലേശ്വരം മണ്ഡലത്തിൽ നിന്നും നിയമസഭയിലേക്ക് തിരഞ്ഞെടുക്കപ്പെട്ട സ. വി വി കുഞ്ഞമ്പു മരണപ്പെട്ടതിനെ തുടർന്ന് നടന്ന ഉപതിരഞ്ഞെടുപ്പിൽ സ. ടി കെ ചന്തനായിരുന്നു പാർട്ടി സ്ഥാനാർത്ഥി. ആ തിരഞ്ഞെടുപ്പ് പ്രചരണത്തിനിടയിലാണ് വെസ്റ്റ് എളേരിയിലെ കുന്നുംകൈയിൽ വച്ച് സഖാവ് സഞ്ചരിച്ചിരുന്ന ജീപ്പ് അപകടത്തിൽപ്പെട്ടത്. ജീപ്പോടിച്ചിരുന്ന ഡ്രൈവറെ മാറ്റി നായനാർ തന്നെയാണ് വണ്ടിയോടിച്ചിരുന്നത്. കുന്നുംകൈ പുഴ കടന്ന് കയറ്റത്തിൽ വച്ചാണ് ജീപ്പ് അപകടത്തിൽ പെട്ടത്. ഭാഗ്യത്തിന് വലിയ അപകടം ഉണ്ടായില്ല. പെട്ടെന്നു തന്നെ നായനാർ പ്രാഥമിക ചികിത്സയ്ക്കായി കണ്ണൂരിലേക്ക് പോയി.

1980 ൽ നായനാർ മുഖ്യമന്ത്രിയായിരുന്നപ്പോൾ ഞാൻ രണ്ടാമതും തൃക്കരിപ്പൂരിൽനിന്നും എം എൽ എ ആയി. ഒട്ടേറെ വികസന പ്രവർത്തനങ്ങൾക്ക് നേതൃത്വം നല്കാൻ അന്നത്തെ സർക്കാരിന് കഴിഞ്ഞു. എളേരിത്തട്ട് ഗവ.കോളേജ് ആരംഭിച്ചത് അക്കാലത്താണ്. ഒളിവിൽ താമസിച്ച പ്രദേശമെന്ന നിലയിൽ എളേരിയോട് പ്രത്യേക താല്പര്യം നായനാർക്കുണ്ടായിരുന്നു.

1987 ൽ നായനാർ തൃക്കരിപ്പൂർ മണ്ഡലത്തിൽ മത്സരിച്ചപ്പോൾ പാർട്ടി ജില്ലാ സെക്രട്ടറി കൂടിയായ എനിക്കായിരുന്നു തിരഞ്ഞെടുപ്പ് ചുമതല. ആ തിരഞ്ഞെടുപ്പ് ദിവസമാണ് കേരളത്തെയാകെ ഞെട്ടിച്ച ചീമേനിയിലെ അഞ്ചു സഖാക്കളുടെ കൊലപാതകം നടന്നത്. തിരഞ്ഞെടുപ്പിൽ ഇടതു മുന്നണിക്ക് ഭൂരിപക്ഷം കിട്ടുകയും നായനാർ രണ്ടാമതും കേരളത്തിന്റെ മുഖ്യമന്ത്രിയാവുകയും ചെയ്തു. കേരളത്തിൽ ക്ഷേമപ്രവർത്തനങ്ങൾക്കും മറ്റ് വികസന പ്രവർത്തനങ്ങൾക്കും ശ്രദ്ധേയമായ നേട്ടമുണ്ടാക്കാൻ കഴിഞ്ഞത് ഈ ഘട്ടത്തിലാണ്. പാർട്ടി സംസ്ഥാന കമ്മിറ്റിയിലും സെക്രട്ടറിയേറ്റിലും നായനാരോടൊപ്പം പ്രവർത്തിക്കാൻ കഴിഞ്ഞത് വലിയൊരനുഗ്രഹമാണ്. നായനാർ ചീഫ് എഡിറ്ററായിരുന്നപ്പോൾ *ദേശാഭിമാനി*യുടെ ജനറൽ മാനേജരായി പ്രവർത്തിക്കാൻ എനിക്ക് സാധിച്ചത് വലിയൊരനുഭവമാണ്. പത്രത്തിൽ എന്തെങ്കിലും തെറ്റ് കണ്ടാൽ എവിടെ നിന്നായാലും നായനാർ വിളിക്കും. കണ്ണൂരിലെത്തിയാൽ *ദേശാഭിമാനി*യിൽ കയറാതെ നായനാർ തിരിച്ചുപോകാറില്ല.

1974 ലെ ഇരിക്കൂർ ഉപതിരഞ്ഞെടുപ്പിൽ നായനാർ മത്സരിച്ചപ്പോൾ പുറമെനിന്നുള്ള നിരവധി സഖാക്കൾ മണ്ഡലത്തിലെത്തി തിരഞ്ഞെടുപ്പ് പ്രചാരണത്തിലേർപ്പെട്ടു. എനിക്ക് അന്നു പാർട്ടി ചുമതല തന്നത് മയ്യിൽ, കൊളച്ചേരി ഭാഗത്തായിരുന്നു. നായനാർ കാസർഗോഡ് മണ്ഡലത്തിൽ നിന്നും പാർലമെന്റിലേക്ക് മത്സരിച്ചപ്പോൾ ഞാൻ പാർട്ടിയുടെ കരിന്തളം ലോക്കൽ സെക്രട്ടറിയായിരുന്നു. ആ തിരഞ്ഞടുപ്പിൽ നമുക്ക് വിജയിക്കാനായില്ല.

സംഘർഷങ്ങൾ ഉണ്ടാകുന്ന സ്ഥലത്ത് പാർട്ടി സഖാക്കൾ ആഗ്ര

ഹിക്കുന്നത് എ കെ ജിയുടെയും നായനാരുടെയും സാന്നിദ്ധ്യമാണ്. കണ്ണൂർ, കാസർഗോഡ് ജില്ലകളിൽ സംഘർഷമുണ്ടായാൽ നായനാർ ഓടിയെത്തുമായിരുന്നു.

നായനാർ പാർട്ടി സെക്രട്ടറിയായിരിക്കുമ്പോഴും മുഖ്യമന്ത്രിയായിരിക്കുമ്പോഴും പള്ളിക്കരയിലൂടെ കടന്നു പോകുമ്പോഴൊക്കെ അമരാവതിയിലേക്ക് വരും. വീടിന്റെ ഗേറ്റിന് മുന്നിലെത്തുമ്പോഴേക്കും ലൈലയെ പേരെടുത്ത് വിളിക്കും. ലൈലയോട് വലിയ വാത്സല്യമായിരുന്നു അദ്ദേഹത്തിന്. ലൈലയെ കാണാനും സുഖവിവരം അന്വേഷിക്കാനും നായനാർ പ്രത്യേകമായി താല്പര്യമെടുത്തു. കാസർഗോഡ് ഭാഗത്തേക്ക് വരുമ്പോഴൊക്കെ മുൻകൂട്ടി വിളിച്ചു പറയുകയും ഭക്ഷണം തയ്യാറാക്കാൻ ആവശ്യപ്പെടുകയും ചെയ്യും. അല്പനേരം വീട്ടിൽ വിശ്രമിച്ചിട്ട് മാത്രമേ നായനാർ തിരിച്ചുപോകൂ. പഴയകാലത്ത് നേതാക്കൾ പാർട്ടി സഖാക്കളുടെ കുടുംബാംഗങ്ങളുമായും വലിയ ആത്മബന്ധം പുലർത്തിയിരുന്നു. കയ്യൂർ സമരനായകൻ എന്ന നിലയിലാണ് നായനാർ അറിയപ്പെടുന്നത്. പൊലീസിന്റെ പിടിയിലകപ്പെടാതിരുന്നതുകൊണ്ടു മാത്രമാണ് അദ്ദേഹം രക്ഷപ്പെട്ടത്.

2004 ൽ പാർലമെന്റ് തിരഞ്ഞെടുപ്പിൽ മത്സരിക്കാൻ പാർട്ടി തീരുമാനമെടുക്കുമ്പോൾ ഞാൻ തിരുവനന്തപുരത്ത് എ കെ ജി ഫ്ളാറ്റിലായിരുന്നു താമസിച്ചിരുന്നത്. അതേ ഫ്ളാറ്റിൽ തന്നെയാണ് നായനാരും കുടുംബവും താമസിച്ചിരുന്നത്. നായനാർക്ക് വിദഗ്ദ്ധ ചികിത്സ ആവശ്യമായ സന്ദർഭത്തിലാണ് തിരഞ്ഞെടുപ്പ്. കാസർഗോട്ടേക്ക് പ്രചരണത്തിന് പോകുന്നതിന് മുമ്പ് ഞാനും ലൈലയും നായനാരെ സന്ദർശിച്ചു. നായനാരോടൊപ്പം ശാരദ ടീച്ചറും ഫ്ളാറ്റിലുണ്ട്. “നീ കാസർഗോട്ടേക്ക് പൊയ്ക്കോ. നിനക്കറിയുന്ന സ്ഥലമല്ലേ കാസർഗോഡ്. നല്ല ഭൂരിപക്ഷത്തിൽ ജയിക്കും. പ്രചരണത്തിന് ഞാൻ വരും.” ഏത് സമയത്തും നായനാരുടെ പ്രസംഗവും സാന്നിദ്ധ്യവും ജനങ്ങൾക്ക് ആവേശം പകരും. നായനാരിൽ നിന്നും അഭിവാദ്യം സ്വീകരിച്ചാണ് കാസർഗോട്ടേക്ക് യാത്രയായത്. അസുഖം ഭേദമാകാത്തതിനാൽ നായനാർക്ക് തിരഞ്ഞെടുപ്പ് പ്രചാരണത്തിന് എത്താൻ സാധിച്ചിരുന്നില്ല. എന്നാലും നായനാരുടെ വാക്കുകൾ വലിയ പ്രചോദനമായിരുന്നു.

വി എസ് അച്യുതാനന്ദൻ

കേരള മുഖ്യമന്ത്രി, പ്രതിപക്ഷനേതാവ്, പാർട്ടി സംസ്ഥാന സെക്രട്ടറി, പോളിറ്റ് ബ്യൂറോ അംഗം തുടങ്ങിയ നിലകളിൽ ശ്രദ്ധേയമായ പ്രവർത്തനങ്ങൾ നടത്തിയ സഖാവാണ് വി എസ് അച്യുതാനന്ദൻ. പുന്നപ്ര-വയലാർ സമരത്തിന്റെ നേതൃനിരയിലും അദ്ദേഹം ഉണ്ടായിരുന്നു. പാർട്ടി ആലപ്പുഴ ജില്ലാ സെക്രട്ടറിയായിരുന്ന പി കെ ചന്ദ്രാനന്ദനും ഈ സമരത്തിലെ പ്രധാന നേതാവാണ്. 1974 ലെ പള്ളിക്കര സമരത്തിൽ

വി എസ് അച്യുതാനന്ദൻ തുളു അക്കാദമി ഉദ്ഘാടനത്തിനെത്തിയപ്പോൾ. വീരപ്പമൊയ്‌ലി, സി എച്ച് കുഞ്ഞമ്പു തുടങ്ങിയവർ സമീപം.

പൊലീസ് മർദ്ദനത്തിൽ പരിക്കുപറ്റിയ ഞങ്ങളെ സന്ദർശിക്കാൻ വി എസ് ആശുപത്രിയിലെത്തി. പൊലീസ് ഭീകരതയ്ക്കെതിരെ നടന്ന പൊതു യോഗത്തിൽ വി എസ് പ്രസംഗിച്ചു. വി എസിന്റെ പ്രസംഗം സഖാക്കളെ ആവേശംകൊള്ളിച്ചു. ഞാൻ പാർട്ടി ജില്ലാ സെക്രട്ടറി ആയിരിക്കുമ്പോഴാണ് *ദേശാഭിമാനി* ജനറൽ മാനേജരായി ചുമതലയേറ്റെടുത്തത്. *ദേശാഭിമാനി* ജനറൽ മാനേജർ സ്ഥാനത്തേക്ക് എന്റെ പേര് നിർദ്ദേശിച്ചത് വി എസ് ആയിരുന്നു. *ദേശാഭിമാനി*യുടെ ചീഫ് എഡിറ്ററായും അദ്ദേഹം പ്രവർത്തിച്ചു. 1980 കളിൽ സംസ്ഥാനത്തെ പാർട്ടിയിലെ സംഘടനാ വിഷയങ്ങളിൽ വലിയ ആശയസമരം നടന്നപ്പോൾ പാർട്ടി സെക്രട്ടറി വി എസ് ആയിരുന്നു. എം വി രാഘവൻ കൊണ്ടുവന്ന ബദൽ രേഖ അന്ന് പാർട്ടിയിൽ ചർച്ചയായി. പാർട്ടിയെ ആശയരംഗത്ത് ശരിയായ ദിശയിൽ കൊണ്ടുവരാൻ സഖാവിനും പാർട്ടി കമ്മിറ്റിക്കും സാധിച്ചു. പ്രതിപക്ഷ നേതാവായിരിക്കുമ്പോൾ സർക്കാരിന്റെ ചെയ്തികളെ നഖശിഖാന്തം വിമർശിച്ചു. മുഖ്യമന്ത്രിയെന്ന നിലയിലുള്ള പ്രവർത്തനവും ശ്രദ്ധേയമായിരുന്നു. സാധാരണ വിദ്യാഭ്യാസം മാത്രമുള്ള ഒരു സഖാവ് പാർട്ടിയുടെ പോളിറ്റ് ബ്യൂറോ വരെ എത്തുക എന്നത് വലിയ കാര്യമാണ്. സുശീല ഗോപാലന്റെയും വി എസിന്റെയും പ്രവർത്തന മേഖല ആലപ്പുഴ ആയിരുന്നു. വി എസിന്റെ ഭാര്യ വസുമതിയുമായും മക്കളുമായും എനിക്കും ലൈലയ്ക്കും ഏറെ അടുപ്പമാണ്.

പ്രിയ സഖാക്കൾ, സൗഹൃദങ്ങൾ

എ വി കുഞ്ഞമ്പു, സുശീലാ ഗോപാലന്റെ അമ്മ മാധവിയമ്മ, സഹോദരൻ വിതാശയ പണിക്കർ

വടക്കേ മലബാറിൽ പാർട്ടി കെട്ടിപ്പടുക്കുന്നതിൽ ആദ്യകാലത്ത് പ്രവർത്തിച്ച പ്രധാന നേതാക്കളായിരുന്നു സഖാക്കളായ എ വി കുഞ്ഞമ്പുവും വി വി കുഞ്ഞമ്പുവും. എ വി കരിവെള്ളൂർ സമരത്തിന് നേതൃത്വം നല്കി. വി വി കയ്യൂർ സമരത്തിനും. എ വി കുഞ്ഞമ്പു രാജ്യസഭാംഗമായും നിയമസഭാംഗമായും പ്രവർത്തിച്ചു. വി വി മൂന്ന് തവണ നീലേശ്വരത്തെ പ്രതിനിധീകരിച്ച് നിയമസഭയിലെത്തി. എ വിയുടെ കുടുംബവുമായി വലിയ ബന്ധമാണ് ഉണ്ടായിരുന്നത്. എ കെ ജിയുടെ കുടുംബ

വി വി കുഞ്ഞമ്പു

വുമായുള്ള ബന്ധം മൂലം എ വിയുടെ ഭാര്യ ദേവയാനി മക്കളോടുള്ള സ്നേഹം എനിക്കും ലൈലയ്ക്കും തന്നു. എ വിയുടെ മക്കളായ വിജയകുമാർ, കരിവെള്ളൂർ മുരളി, ബാലചന്ദ്രൻ, ജയദേവൻ, മാലതി, ഭാസുര തുടങ്ങിയവരുമായി എനിക്ക് സഹോദര ബന്ധമാണ്.

കർഷക പോരാട്ടത്തിന്റെ ചരിത്രം പറയുന്ന ചുവന്ന മണ്ണാണ് കരിവെള്ളുരിന്റേത്. കരിവെള്ളൂർ പഞ്ചായത്ത് എന്നും കമ്യൂണിസ്റ്റ് പാർട്ടിക്കൊപ്പമാണ് നിലകൊണ്ടത്. പൊട്ടക്കുളത്ത് കുഞ്ഞിരാമൻ മാസ്റ്റർ, പി അച്യുതൻ അടിയോടി, കോളിയാടൻ നാരായണൻ മാസ്റ്റർ, കെ കൃഷ്ണൻ മാസ്റ്റർ, പാവൂർ കുഞ്ഞിരാമൻ, വി വി സരോജിനി, കെ നാരായണൻ, ടി പത്മാവതി, എം രാഘവൻ എന്നിവർ വിവിധ കാലങ്ങളിൽ കരിവെള്ളൂർ–പെരളം പഞ്ചായത്തിന്റെ പ്രസിഡന്റുമാരായി. 2020 ൽ പ്രസിഡന്റായ എ വി ലേജു കരിവെള്ളൂർ സമരനായകൻ എ വി കുഞ്ഞമ്പുവിന്റെ മകൻ ജയദേവന്റെ ഭാര്യയാണ്. കരിവെള്ളൂരിലെ മറ്റു നേതാക്കളാണ് പി കുഞ്ഞിരാമൻ, ഇ പി കരുണാകരൻ എന്നിവർ. വിദ്യാർത്ഥിയായിരുന്ന കാലം മുതലേ ഇവരുമായി ബന്ധപ്പെടാനും അവരുടെ അനുഭവങ്ങൾ അറിയാനും സാധിച്ചു.

പാർട്ടി കണ്ണൂർ ജില്ലാ കമ്മിറ്റിയിലും സെക്രട്ടറിയേറ്റിലും സ. പാച്ചേനിയോടൊപ്പം പ്രവർത്തിക്കാൻ സാധിച്ചു. കർഷകസംഘത്തിന്റെ പ്രമുഖനായ നേതാവായിരുന്നു അദ്ദേഹം. കാസർഗോഡ് മേഖലയിൽ പാർട്ടി ശക്തിപ്പെടുത്താൻ പ്രയത്നിച്ച സഖാവാണ് പാച്ചേനി. പലപ്പോഴും ഭീകരമായ പൊലീസ് മർദ്ദനം ഏറ്റുവാങ്ങേണ്ടി വന്ന സഖാവാണ് അദ്ദേഹം. അടിയന്തരാവസ്ഥക്കാലത്ത് മിസാ വാറണ്ട് പുറപ്പെടുവിച്ചതിനാൽ അദ്ദേഹത്തിന് ഒളിവിൽ താമസിക്കേണ്ടിവന്നിട്ടുണ്ട്. തളിപ്പറമ്പ് ബക്കളമാണ് പാച്ചേനിയുടെ നാട്. വിയറ്റ്നാം യാത്രയിലും ഞങ്ങൾ ഒരുമിച്ചുണ്ടായിരുന്നു. തളിപ്പറമ്പ് മണ്ഡലത്തിൽനിന്നും രണ്ടുതവണ പാച്ചേനി നിയമസഭയിലെത്തി. പാർട്ടി ജില്ലാ കാസർഗോഡ് കമ്മിറ്റി അംഗമായിരുന്നു പാപ്പിനിശ്ശേരിക്കാരനായ പി പി കോരൻ. ഒരു ഘട്ടത്തിൽ സി പി ഐ എം കാഞ്ഞങ്ങാട് ഏരിയാ സെക്രട്ടറിയായും പ്രവർത്തിച്ചു. പോപ്പുലർ എസ്റ്റേറ്റ് സമരവുമായി ബന്ധപ്പെട്ട് പൊലീസിന്റെ ഭീകരമായ മർദ്ദനമേറ്റു.

പാർട്ടി കണ്ണൂർ ജില്ലാ കമ്മിറ്റിയിൽ പ്രവർത്തിച്ചപ്പോൾ പഴയകാല

ത്തെ നിരവധി സഖാക്കളെ പരിചയപ്പെടാനും നേരിട്ടു മനസ്സിലാക്കാനും കഴിഞ്ഞു. ഇ പി കൃഷ്ണൻ നമ്പ്യാർ, കെ വി നാരായണൻ നമ്പ്യാർ, സി പി മൂസാൻ കുട്ടി, ജില്ലാ കമ്മിറ്റിയിലും സംസ്ഥാന കമ്മിറ്റിയിലും പ്രവർത്തിച്ച പി വി കുഞ്ഞിക്കണ്ണൻ, പാർട്ടി സംസ്ഥാന സെന്ററിൽ വർഷങ്ങളോളം പ്രവർത്തിച്ച പുത്തലത്ത് നാരായണൻ, *ദേശാഭിമാനി* വാരികയുടെ പത്രാധിപരായിരുന്ന ഐ വി ദാസ്, ജില്ലാ-സംസ്ഥാന കമ്മിറ്റികളിൽ ഉണ്ടായിരുന്ന യുവ നേതാക്കളായ പാട്യം രാജൻ, ഐ വി ശിവരാമൻ തുടങ്ങിയവരുമായി ഒരുമിച്ച് പ്രവർത്തിക്കാൻ കഴിഞ്ഞു. അടിയന്തരാവസ്ഥക്കാലത്ത് മിസാ വാറണ്ട് പ്രകാരം ഐ വി ശിവരാമൻ ഒളിവിലായിരുന്നു. സംസ്ഥാന തലത്തിലും ജില്ലാ തലത്തിലും അറിയപ്പെടുന്ന ട്രേഡ് യൂണിയൻ നേതാക്കളായ ഒ ഭരതൻ, എൻ അബ്ദുള്ള, ഇ എസ് രഘുവരൻ, പി വി ബാലഗോപാലൻ തുടങ്ങിയവരെയും മറക്കാനാവില്ല. എൻ അബ്ദുള്ള അടിയന്തരാവസ്ഥക്കാലത്ത് അറസ്റ്റുചെയ്യപ്പെടുകയും ചികിത്സ കിട്ടാതെ ജയിലിൽ വച്ച് മരണപ്പെടുകയും ചെയ്തു. ഒ ഭരതൻ സംസ്ഥാനക്കമ്മിറ്റിയിൽ മോട്ടോർ തൊഴിലാളി രംഗത്തായിരുന്നു പ്രവർത്തിച്ചത്. അടിയന്തരാവസ്ഥയിൽ അദ്ദേഹവും അറസ്റ്റുചെയ്യപ്പെട്ടു. ട്രേഡ് യൂണിയൻ രംഗത്തെ ഒരു ഡിക്ഷ്ണറി ആയിരുന്നു ഒ ഭരതൻ. പള്ളിക്കര സമരത്തെ തുടർന്ന് പൊലീസിന്റെ ഭീകരമായ മർദ്ദനമേറ്റവരാണ് ഒ ഭരതൻ, എം വി രാഘവൻ, പാച്ചേനി കുഞ്ഞിരാമൻ, ഐ വി ശിവരാമൻ, സി പി ദാമോദരൻ തുടങ്ങിയവർ.

തളിപ്പറമ്പിലെ മറ്റൊരു പ്രമുഖ നേതാവായിരുന്നു സ. കെ കെ എൻ പരിയാരം. തളിപ്പറമ്പ് മണ്ഡലത്തെ പ്രതിനിധീകരിച്ച് അദ്ദേഹം നിയമസഭയിലെത്തി. ഇവരോടൊപ്പം ട്രേഡ് യൂണിയൻ രംഗത്ത് പ്രവർത്തിച്ച സ. കെ പി സഹദേവൻ പാർട്ടി സംസ്ഥാനക്കമ്മിറ്റിയംഗമാണ്. അടിയന്തരാവസ്ഥക്കാലത്തും മറ്റും പൊലീസിന്റെ അതിക്രൂരമായ മർദ്ദനമേറ്റുവാങ്ങിയ സഖാവാണ് കെ പി സഹദേവൻ. സ്വാതന്ത്ര്യസമര നേതാവുകൂടിയായ സ. സുബ്രഹ്മണ്യ ഷേണായി കർഷക-കമ്യൂണിസ്റ്റ് പ്രസ്ഥാനത്തിന്റെ ആദ്യകാല നേതാക്കളിലൊരാളായിരുന്നു. എ കെ ജിയോടൊപ്പം ഒളിവിൽ താമസിച്ചു. പയ്യന്നൂർ മണ്ഡലത്തെ പ്രതിനിധീകരിച്ച് നിയമസഭാംഗമായി. നർമ്മരസം തുളുമ്പുന്ന ഷേണായിയുടെ പ്രസംഗം കേൾക്കാൻ ആളുകൾക്ക് ഏറെ ഇഷ്ടമായിരുന്നു.

പയ്യന്നൂരിൽ നിന്ന് നിയമസഭയിലെത്തിയ മറ്റൊരു നേതാവാണ് സി പി നാരായണൻ. അടിയന്തരാവസ്ഥക്കാലത്ത് സി പി നാരായണനെതിരെ മിസാ വാറണ്ട് പുറപ്പെടുവിച്ചു. അക്കാലത്ത് ഞങ്ങൾ ഒരുമിച്ചായിരുന്നു ഒളിവിൽ കഴിഞ്ഞത്. 1948 ൽ മുനയൻകുന്ന് വെടിവെപ്പിൽ വെടിയേറ്റിരുന്നെങ്കിലും തലനാരിഴയ്ക്കാണ് സഖാവ് രക്ഷപ്പെട്ടത്. പുരക്കളി രംഗത്തെ പ്രഗത്ഭനായിരുന്ന ടി ഗോവിന്ദൻ കാസർഗോഡ് മണ്ഡലത്തെ പ്രതിനിധീകരിച്ച് മൂന്ന് തവണ പാർലമെന്റിലെത്തി. മഹിളാ രംഗത്തെ നേതാക്കളായിരുന്നു പി ദേവൂട്ടിയും എൻ കെ നന്ദിനിയും. ദേവൂട്ടി

കല്യാശ്ശേരിയിൽനിന്നും നിയമസഭാംഗമായി.

വടക്കേ മലബാറിൽ പ്രത്യേകിച്ച് അന്നത്തെ കാസർഗോഡ്, ഹൊസ്ദുർഗ്ഗ് താലൂക്കുകളിൽ കമ്യൂണിസ്റ്റ് പ്രസ്ഥാനം കെട്ടിപ്പടുക്കുന്നതിൽ ഒട്ടേറെ സഖാക്കൾ നേതൃത്വപരമായ പങ്ക് വഹിച്ചിട്ടുണ്ട്. 1956 ൽ ഭാഷാടിസ്ഥാനത്തിൽ കേരളം രൂപീകൃതമാകുന്നതു വരെ ഇന്നത്തെ കാസർഗോഡ്, മഞ്ചേശ്വരം താലൂക്കുകൾ പൂർണ്ണമായും കർണ്ണാടകത്തിന്റെ ഭാഗമായിരുന്നു. പാർട്ടി കെട്ടിപ്പടുക്കുന്നതിൽ പ്രധാന പങ്കുവഹിച്ച സഖാവായിരുന്നു എൻ ജി കമ്മത്ത്. സഖാവിന്റെ കുടുംബവീട് മംഗലാപുരത്തായിരുന്നെങ്കിലും നീലേശ്വരത്ത് അദ്ദേഹത്തിന് സ്വന്തമായി വീടുണ്ടായിരുന്നു. നീലേശ്വരം രാജാസ് സ്കൂളിലെ വിദ്യാർത്ഥിയായിരുന്നു. കർഷക കമ്യൂണിസ്റ്റ് പ്രസ്ഥാനത്തിന്റെ വളർച്ചയിൽ മാതൃകാപരമായ പങ്ക് വഹിച്ചു. കയ്യൂർ സമരത്തിന്റെ ഗതിവിഗതികൾ വീക്ഷിച്ച് ആവശ്യമായ സംഘടനാ സംവിധാനം ഒരുക്കുന്നതിൽ നേതൃത്വപരമായ പങ്കാണ് എൻ ജി കമ്മത്ത് നിർവ്വഹിച്ചത്. അന്നത്തെ സൗത്ത് കാനറ ഡിസ്ട്രിക്ട് ബോർഡിലേക്ക് നീലേശ്വരം രാജാവിനെ തോല്പിച്ചുകൊണ്ട് എൻ ജി കമ്മത്ത് വിജയിച്ചു. ഞാൻ സ്കൂൾ വിദ്യാർത്ഥിയായിരുന്ന കാലത്താണ് എൻ ജി കമ്മത്തിനെ പരിചയപ്പെടുന്നത്. കിളിയളം സെന്റ് തോമസ് എസ്റ്റേറ്റിലെ തൊഴിലാളികളെ പിരിച്ചുവിട്ടപ്പോൾ നടത്തിയ പൊതുയോഗത്തിൽ പ്രസംഗിക്കാൻ എത്തിയതായിരുന്നു അദ്ദേഹം. അക്കാലത്ത് കാറിലൊന്നും സാധാരണഗതിയിൽ യാത്രചെയ്യാൻ സാധിക്കാറില്ല. നീലേശ്വരത്തുനിന്നും ചോയ്യങ്കോട് വരെ വളരെ അപൂർവ്വമായി ബസുണ്ടാകും. ചോയ്യങ്കോട് നിന്നും ആറ് കിലോമീറ്റർ നടന്നാണ് എൻ ജി കമ്മത്ത് ഉൾപ്പെടെയുള്ള സഖാക്കൾ യോഗസ്ഥലത്ത് എത്തിയത്. 1958 ൽ ദേവികുളം ഉപതിരഞ്ഞെടുപ്പിന്റെ ഫലം വന്ന ദിവസം പത്രം വായിച്ചുകൊണ്ടിരിക്കെ ഹൃദയാഘാതം മൂലം എൻ ജി കമ്മത്ത് അന്തരിച്ചത്. വളരെ ലളിതമായ ജീവിത ശൈലിയായിരുന്നു സഖാവിന്റേത്.

കുട്ടേട്ടൻ

നീലേശ്വരത്തെ പഴയകാല കർഷക കമ്യൂണിസ്റ്റ് നേതാവാണ് കുട്ടേട്ടൻ. പി എസ് പി നേതാവും മന്ത്രിയുമായിരുന്ന എൻ കെ ബാലകൃഷ്ണന്റെ സഹോദരനാണ് അദ്ദേഹം. നിരവധി കേസുകളിൽ

സഖാവ് പ്രതിയാക്കപ്പെട്ടു. കാർഷിക മേഖലയിലും വികസനരംഗത്തും അദ്ദേഹം പ്രവർത്തിച്ചു. നീലേശ്വരം പഞ്ചായത്തിന്റെ സാരഥിയായി ദീർഘകാലം അദ്ദേഹം സേവനമനുഷ്ഠിച്ചു. നീലേശ്വരത്തിന്റെ വികസനത്തിൽ ദീർഘദൃഷ്ടിയോടുകൂടി പ്രവർത്തനം നടത്താൻ സഖാവിന് കഴിഞ്ഞു. രാഷ്ട്രീയത്തിനതീതമായി വലിയൊരു സുഹൃദ്ബന്ധം അദ്ദേഹത്തിനുണ്ടായിരുന്നു. എ കെ ജിയും സുശീല ഗോപാലനും നീലേശ്വരത്തെത്തിയാൽ പലപ്പോഴും കുട്ടേട്ടന്റെ വീട്ടിലാണ് താമസിക്കാറ്.

നീലേശ്വരത്തെ പഴയകാല നേതാക്കളിൽ സുപരിചിതനാണ് സ. അമ്പു വൈദ്യർ. ആയുർവ്വേദ വൈദ്യനെന്ന നിലയിൽ അദ്ദേഹത്തെ കാണാനായി ഏറെ ദൂരത്തു നിന്നുപോലും ആളുകൾ എത്തുമായിരുന്നു. ഗ്രാമപ്രദേശങ്ങളിലെ യോഗങ്ങളിൽ അന്നത്തെ പ്രധാന പ്രാസംഗികർ കുട്ടേട്ടനും എൻ ജി കമ്മത്തും അമ്പു വൈദ്യരുമൊക്കെയാണ്. വാഹനസൗകര്യങ്ങൾ ഏറെ പരിമിതമായ കാലത്ത് സൈക്കിളിൽ യാത്രചെയ്താണ് യോഗസ്ഥലത്ത് എത്തുക. കിനാനൂർ കരിന്തളം പഞ്ചായത്തിലെ വിവിധ സ്ഥലങ്ങളിൽനിന്നും പലപ്പോഴായി അമ്പുവൈദ്യരുടെ പ്രസംഗം കേൾക്കാൻ എനിക്ക് സാധിച്ചു. സാധാരണ നാട്ടുഭാഷയിലുള്ള അദ്ദേഹത്തിന്റെ പ്രസംഗം ശ്രദ്ധയോടെ കേട്ടിരിക്കുമായിരുന്നു.

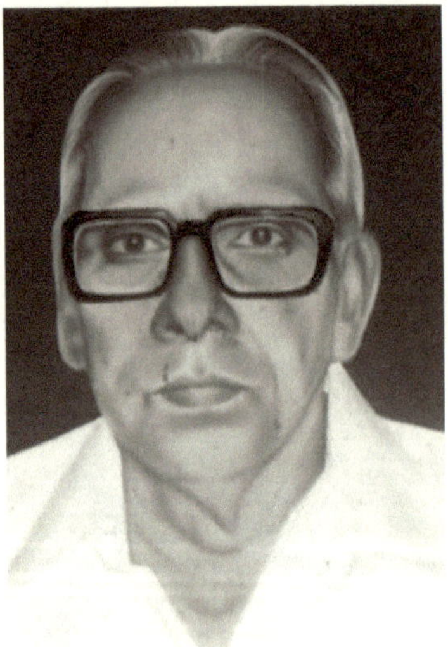

ചാത്തുവേട്ടൻ

പഴയ ഹൊസ്ദുർഗ്ഗ് താലൂക്കിലെ കമ്യൂണിസ്റ്റ് കർഷക പ്രസ്ഥാനം കെട്ടിപ്പടുക്കുന്നതിൽ മുഖ്യ പങ്കു വഹിച്ച സഖാവാണ് ചാത്തുവേട്ടൻ. നിരവധി കേസുകളിൽ പ്രതിയാക്കപ്പെട്ടു. ക്രൂരമായ പൊലീസ് മർദ്ദനം സഖാവിന് ഏറ്റുവാങ്ങേണ്ടി വന്നു. കമ്യൂണിസ്റ്റ് പ്രസ്ഥാനത്തിന്റെ അവിഭക്ത കണ്ണൂർ ജില്ലയിലെ പ്രധാന നേതാവായിരുന്നു ചാത്തുവേട്ടൻ. പാർട്ടികാസർഗോഡ് ജില്ലാ കമ്മിറ്റിയംഗമായും കാഞ്ഞങ്ങാട് ഏരിയാ സെക്രട്ടറിയായും കർഷക സംഘം ജില്ലാ പ്രസിഡന്റായും ചാത്തുവേട്ടൻ പ്രവർത്തിച്ചു. പോപ്പുലർ എസ്റ്റേറ്റ് സമരവുമായി ബന്ധപ്പെട്ട് കാഞ്ഞങ്ങാട് വച്ച് പൊലീസ് ക്രൂരമായി സഖാവിനെ മർദ്ദിച്ചു. അജാനൂർ രാവണേശ്വരം പ്രദേശങ്ങളിൽ കർഷക കമ്യൂണിസ്റ്റ് പ്രസ്ഥാനത്തിന്റെ പഴയകാല നേതാവാണ് കല്ലൂവരമ്പത്ത് കണ്ണൻ.

കമ്യൂണിസ്റ്റ് പാർട്ടി നിരോധിക്കപ്പെട്ട കാലത്ത് പാർട്ടി നേതാക്കൾക്ക് അഭയം നല്കിയ റെഡ് വില്ലേജാണ് മടിക്കൈ. എ കെ ജി, കൃഷ്ണ

പിള്ള, നായനാർ, എൻ ജി കമ്മത്ത് തുടങ്ങിയ നേതാക്കൾ ഒളിവിൽ താമസിച്ച പ്രദേശം കൂടിയാണിത്. അടിയന്തരാവസ്ഥക്കാലത്ത് ചടയൻ ഗോവിന്ദൻ, പാട്യം ഗോപാലൻ, പിണറായി വിജയൻ, പാച്ചേനി കുഞ്ഞിരാമൻ തുടങ്ങി ഞാനുൾപ്പെടെയുള്ള നിരവധി സഖാക്കൾ മടിക്കൈയിൽ ഒളിവിൽ കഴിഞ്ഞു. കേരളത്തിൽ കാർഷിക പരിഷ്കരണ നിയമം നടപ്പിലാവുന്നതിന് മുമ്പ് വാരവും പാട്ടവും തരില്ലെന്ന് സമരം ചെയ്ത അപ്പു കാരണവരുടെ നാടാണ് മടിക്കൈ. അന്നുമിന്നും കമ്യൂണിസ്റ്റ് പാർട്ടിക്ക് ഏറ്റവും സ്വാധീനമുള്ള പ്രദേശമാണിത്. അപ്പു കാരണവർ, കെ എം കുഞ്ഞിക്കണ്ണൻ, മടിക്കൈ കുഞ്ഞിക്കണ്ണൻ, കെ ആർ രൈരുവേട്ടൻ, കുരുടിൽ കുഞ്ഞിരാമൻ, രാമുണ്ണി തുടങ്ങിയ ഒട്ടേറെ നേതാക്കളുടെ പ്രവർത്തനങ്ങൾ പ്രസ്ഥാനത്തെ മുന്നോട്ടു നയിച്ചു. ഭീകരമായ പൊലീസ് മർദ്ദനത്തിന് വിധേയയായ മടിക്കൈ കാരിച്ചിയേട്ടത്തിയെ എന്നും ഓർക്കും. കേരളത്തിൽ ഏഴു പതിറ്റാണ്ടായി തുടർച്ചയായി കമ്യൂണിസ്റ്റ് പാർട്ടി ഭരിക്കുന്ന അപൂർവ്വം ചില പഞ്ചായത്തുകളിലൊന്നാണ് മടിക്കൈ. കെ.എം.കുഞ്ഞിക്കണ്ണൻ, കനിങ്കുണ്ടിൽ അപ്പുക്കാരണവർ, വടക്കൻ തോട്ടത്തിൽ അമ്പാടി തുടങ്ങിയവർ പഞ്ചായത്തു പ്രസിഡന്റുമാരായിരുന്നു. 1994 ലെ പഞ്ചായത്ത് രാജ് ആക്ട് നിലവിൽ വന്നതിന് ശേഷം കെ വി കുമാരൻ, ബേബി ബാലകൃഷ്ണൻ, സി പ്രഭാകരൻ, പ്രീത, എം രാജൻ എന്നിവർ പ്രസിഡന്റുമാരായി.

ഇ എം എസ് നിയമസഭയിലേക്ക് മത്സരിക്കുമ്പോൾ നീലേശ്വരം ദ്വയാംഗ മണ്ഡലമാണ്. ഇ എം എസ് മത്സരിച്ചത് ജനറൽ സീറ്റിലാണ്. സംവരണ സീറ്റിൽ മത്സരിച്ചത് കല്ലളൻ വൈദ്യരാണ്. രണ്ടുപേരും വലിയ ഭൂരിപക്ഷത്തിൽ വിജയിച്ചു. കല്ലളൻ വൈദ്യർ മടിക്കൈ സ്വദേശിയാണ്.

പഴയകാല കർഷക കമ്യൂണിസ്റ്റ് നേതാവായിരുന്ന സഖാവാണ് പി കണ്ണൻ നായർ. പാർട്ടി തീരുമാനപ്രകാരം *ദേശാഭിമാനി* ജനറൽ മാനേജരായി കൊച്ചിയിൽ പ്രവർത്തിച്ചു. പാർട്ടി സംസ്ഥാന കമ്മിറ്റി അംഗമായിരുന്നു. തളിപ്പറമ്പിലെ കുഞ്ഞപ്പൻ കർഷകത്തൊഴിലാളി രംഗത്താണ് പ്രവർത്തിച്ചത്. തളിപ്പറമ്പിലെത്തിയാൽ എന്റെ ആരോഗ്യം ഉൾപ്പെടെയുള്ള കാര്യങ്ങൾ ചോദിച്ചറിയും. പറശ്ശിനിക്കടവിലെ പ്രധാന നേതാവാണ് പി പി വാസുദേവൻ. പെരിങ്ങോത്തെ ഇ ബാലകൃഷ്ണൻ, കെ പി കൃഷ്ണൻ തുടങ്ങിയവർ പലപ്പോഴായി ക്രൂരമായ മർദ്ദനം ഏറ്റുവാങ്ങിയവരാണ്. ഏ വി നാരായണൻ, കെ പി കുഞ്ഞിക്കോരൻ, ഉണ്ടാരത്തിൽ കുഞ്ഞപ്പൻ എന്നിവരൊക്കെ പെരിങ്ങോം-വയക്കര പ്രദേശത്തെ ആദ്യകാല നേതാക്കളായിരുന്നു. 1977 ൽ എം എൽ എ ആയിരിക്കുമ്പോഴാണ് ഇവരുമായി അടുത്ത സൗഹൃദം പുലർത്താൻ കഴിഞ്ഞത്.

നീലേശ്വരത്തെ ആദ്യകാല രാഷ്ട്രീയ നേതാക്കളിലൊരാളായിരുന്നു എൻ കെ ബാലകൃഷ്ണൻ. പ്രജാ സോഷ്യലിസ്റ്റ് പാർട്ടി (പി എസ് പി) നേതാവായിരുന്നു അദ്ദേഹം. നീലേശ്വരത്തും പരിസരത്തും പി എസ് പിക്ക് വേരോട്ടമുണ്ടാക്കുന്നതിൽ മുഖ്യപങ്ക് വഹിക്കാൻ അദ്ദേഹത്തിന്

കഴിഞ്ഞു. ഹൊസ്ദുർഗ്, ഉദുമ മണ്ഡലങ്ങളിൽ നിന്നും നിയമസഭാംഗമായി. രണ്ടാം അച്യുതമേനോൻ സർക്കാരിൽ ആരോഗ്യ, സഹകരണ വകുപ്പ് മന്ത്രിയായിരുന്നു. അദ്ദേഹം ആരോഗ്യവകുപ്പ് മന്ത്രിയായിരുന്ന സമയത്താണ് എറണാകുളത്തെ ശുശ്രൂഷ ആശുപത്രിയിൽ ചികിത്സയ്ക്കായി എ കെ ജി പ്രവേശിക്കപ്പെട്ടത്. വലിയ സൗകര്യമൊന്നും ആശുപത്രിയിൽ ഉണ്ടായിരുന്നില്ല. സർക്കാർ ഡോക്ടർമാർക്ക് സ്വകാര്യ ആശുപത്രിയിൽ പോകാൻ അനുവാദവുമില്ല. ആ നിയമത്തിൽ ഭേദഗതി വരുത്തിക്കൊണ്ടാണ് എ കെ ജിയെ ചികിത്സിക്കാനായി സർക്കാർ ആശുപത്രിയിലെ ഡോക്ടർമാർക്ക് അനുവാദം കൊടുത്തത്. അതിനു മുൻകൈയെടുത്തത് എൻ കെ ബാലകൃഷ്ണനാണ്. നീലേശ്വരം ജനതാ കലാസമിതിക്ക് നേതൃത്വം നല്കിയതിലും എൻ കെ ബാലകൃഷ്ണൻ ഉണ്ടായിരുന്നു. നെല്ലിയടുക്കം ടാഗോർ ക്ലബ്ബിന്റെ വാർഷിക പരിപാടികളിൽ പലപ്പോഴും അദ്ദേഹം പങ്കെടുത്തിട്ടുണ്ട്. എന്റെ വീടുമായും അദ്ദേഹത്തിന് നല്ല ബന്ധമുണ്ടായിരുന്നു. അദ്ദേഹം മന്ത്രിയായിരുന്ന കാലത്ത് കാസർഗോഡ് പ്രദേശങ്ങളിൽ ആരോഗ്യരംഗത്ത് ഒട്ടേറെ സൗകര്യങ്ങൾ ഉണ്ടായി.

ഗോവ വിമോചന സമരത്തിൽ പങ്കെടുത്ത സ്വാതന്ത്ര്യസമര സേനാനിയാണ് കെ ആർ കണ്ണൻ. നീലേശ്വരത്തെ സാമൂഹികസാംസ്കാരികരാഷ്ട്രീയ രംഗങ്ങളിൽ നിറസാന്നിദ്ധ്യമായിരുന്നു അദ്ദേഹം. മുൻ മന്ത്രി എൻ.കെ.ബാലകൃഷ്ണന്റെ അടുത്ത അനുയായി ആയിരുന്നു കെ.ആർ കണ്ണൻ. ഒരു ഘട്ടത്തിൽ നീലേശ്വരത്ത് ആരംഭിച്ച ജനത പ്രസിന്റെ നടത്തിപ്പും അദ്ദേഹത്തിനായിരുന്നു. എല്ലാവരോടും വളരെ സൗഹൃദത്തോടെയാണ് അദ്ദേഹം പെരുമാറിയിരുന്നത്. ദേശീയ പാതയിൽ നീലേശ്വരം പള്ളിക്കര റെയിൽവെ ഓവർബ്രിഡ്ജ് സമരത്തിൽ യു.ഡി.എഫ്. രാഷ്ട്രീയപരമായി സഹകരിച്ചിരുന്നില്ല. അന്ന് കെ.ആർ. കണ്ണൻ സമരപ്പന്തലിലെത്തി പ്രസംഗിച്ചത് ഏറെ ആവേശകരമായ ഓർമയാണ്.

നീലേശ്വരത്തെ കോൺഗ്രസിന്റെ പഴയകാലത്തെ പ്രധാന നേതാവാണ് കെ വി കുഞ്ഞമ്പു. അദ്ദേഹം നീലേശ്വരം മണ്ഡലത്തിൽനിന്നും നിയമസഭയിലേക്ക് മത്സരിച്ചിരുന്നു. കാഞ്ഞങ്ങാട് നെഹ്റു കോളേജ്, പടന്നക്കാട് എസ് എൻ ടി ടി ഐ തുടങ്ങിയ വിദ്യാഭ്യാസ സ്ഥാപനങ്ങൾ സ്ഥാപിക്കാൻ അദ്ദേഹം മുന്നിട്ടിറങ്ങി. വ്യത്യസ്ത രാഷ്ട്രീയ നിലപാടുകളാണെങ്കിലും പല കാര്യങ്ങളിലും പലപ്പോഴും തമ്മിൽ ബന്ധപ്പെട്ടിരുന്നു.

ആദ്യകാല കോൺഗ്രസ് നേതാവും കരിന്തളം വില്ലേജ് പഞ്ചായത്ത് പ്രസിഡന്റുമായിരുന്നു കരിമ്പിൽ കുഞ്ഞമ്പു. എൻ കെ ബാലകൃഷ്ണൻ, കെ വി കുഞ്ഞമ്പു തുടങ്ങിയവരിൽ നിന്നും വ്യത്യസ്തമായ സാമൂഹിക പശ്ചാത്തലമാണ് അദ്ദേഹത്തിന്റേത്. കരിന്തളത്തെ പ്രധാനപ്പെട്ട ജന്മിയായ കരിമ്പിൽ കോമനാണ് അച്ഛൻ. കരിമ്പിൽ കുഞ്ഞി

ക്കോമൻ, ജസ്റ്റിസ് കെ എ നായർ, കല്യാണിയമ്മ തുടങ്ങിയവർ സഹോദരങ്ങളാണ്. വിപുലമായ ബന്ധുവലയത്തിന്റെ ഉടമയുമാണ്. പഞ്ചായത്തിലെ സാമൂഹിക-രാഷ്ട്രീയ കാര്യങ്ങളിലൊക്കെ അദ്ദേഹം ഇടപെട്ടിരുന്നു.

നീലേശ്വരത്തെ പഴയ ജന്മികുടുംബാംഗമായ സി കുഞ്ഞികൃഷ്ണൻ നായർ കോൺഗ്രസിന്റെ ആദ്യകാല നേതാവായിരുന്നു. നീലേശ്വരം മണ്ഡലത്തിൽനിന്നും നിയമസഭാംഗമായി തെരഞ്ഞെടുക്കപ്പെട്ട അദ്ദേഹം നിയമസഭാ ചീഫ് വിപ്പായും പ്രവർത്തിച്ചു. ഞാൻ കോളേജ് വിദ്യാർത്ഥിയായിരിക്കുമ്പോഴാണ് അദ്ദേഹം നിയമസഭാംഗമാകുന്നത്. അന്ന് പലതരത്തിലുമുള്ള സർട്ടിഫിക്കറ്റുകൾ സാക്ഷ്യപ്പെടുത്താൻ എം എൽ എക്ക് അധികാരമുണ്ടായിരുന്നു. പലപ്പോഴും ഇത്തരം കാര്യങ്ങൾക്കായി അദ്ദേഹത്തിന്റെ വീട്ടിൽ പോയിട്ടുണ്ട്.

നീലേശ്വരത്തെ പ്രമുഖ ജന്മി കുടുംബാംഗവും ആദ്യകാല കോൺഗ്രസ് നേതാവുമാണ് സി കെ രാഘവൻ നമ്പ്യാർ. ദക്ഷിണ കാനറ ഡിസ്ട്രിക്ട് ബോർഡ് അംഗമായിരുന്നു. കയ്യൂർ സമരവുമായി ബന്ധപ്പെട്ട് നീലേശ്വരത്തും പരിസരത്തും നടന്ന പൊലീസ് മർദ്ദനത്തിനെതിരെ കോൺഗ്രസുകാരനായിട്ടും അദ്ദേഹം ഡിസ്ട്രിക്ട് ബോർഡിൽ നിശിതമായി വിമർശിച്ചു.

പതിനാറാമത്തെ വയസ്സിൽ കോൺഗ്രസ് വളണ്ടിയറായി സ്വാതന്ത്ര്യസമരത്തിൽ പങ്കെടുത്ത് ജയിൽവാസമനുഷ്ഠിച്ച വ്യക്തിയാണ് കെ മാധവൻ. സി പി ഐ നേതാവായിരുന്നെങ്കിലും പിന്നീട് സി പി ഐ (എം)ലെത്തി. അതിന് ശേഷം സ്വതന്ത്ര നിലപാടെടുത്തു. ദീർഘകാലത്തെ രാഷ്ട്രീയ പാരമ്പര്യമുള്ള നേതാവായിരുന്നു കെ മാധവൻ. കാർഷിക രംഗത്തായിരുന്നു അദ്ദേഹം പ്രവർത്തിച്ചിരുന്നത്. കാഞ്ഞങ്ങാട്ടെ ആദ്യ പഞ്ചായത്ത് പ്രസിഡന്റായിരുന്നതും അദ്ദേഹമാണ്.

കെ മാധവൻ

കാഞ്ഞങ്ങാട്ടെ പഴയകാല ട്രേഡ് യൂണിയൻ നേതാവും പാർട്ടി ജില്ലാ കമ്മിറ്റി അംഗവുമായിരുന്നു പി കുഞ്ഞിക്കണ്ണൻ. ഇടക്കാലത്ത് സി എം പിയിലേക്ക് പോയെങ്കിലും തിരിച്ചു വന്നു. പാർട്ടിയുടെ ആദ്യത്തെ ജില്ലാ കമ്മിറ്റിയിലെ അംഗവും കർഷകത്തൊഴിലാളി നേതാവുമായിരുന്നു സി കേളു

നായർ. ബേഡകം കേസിൽ പ്രതിയാക്കപ്പെട്ട് ജയിൽ വാസം അനുഭവിച്ചു. മുസ്ലീം വിഭാഗത്തിൽ നിന്നും പാർട്ടിയിലേക്ക് പൊതുവെ ആരും വരാത്ത കാലത്ത് പാർട്ടിയിലെത്തിയയാളാണ് ഇബ്രാഹിം മാസ്റ്റർ. പാർട്ടി തൃക്കരിപ്പൂർ ഏരിയാ സെക്രട്ടറിയായി.

കയ്യൂരിലെ ആദ്യകാല പാർട്ടി സഖാക്കളിൽപ്പെട്ടയാളാണ് ടി വി കുഞ്ഞമ്പു. ആദ്യത്തെ കയ്യൂർ ലോക്കൽ സെക്രട്ടറി. കയ്യൂർ കേസിൽ പ്രതിയായി ജയിൽ വാസമനുഷ്ഠിച്ചു. കയ്യൂരിലെ ആദ്യകാല പാർട്ടി നേതാവാണ് ടി വി വെള്ളുങ്ങ. കയ്യൂർ കേസിൽ പ്രതിയാവുകയും ജയിൽ വാസമനുഷ്ഠിക്കുകയും ചെയ്തു. കയ്യൂർ ചീമേനി പഞ്ചായത്ത് വൈസ് പ്രസിഡന്റായിരുന്നു ഗോപാലൻ വൈദ്യർ. അടിയന്തരാവസ്ഥക്കാലത്ത് മിസാ വാറണ്ട് പ്രകാരം അറസ്റ്റുചെയ്യപ്പെട്ടു. കയ്യൂരിലെ ആദ്യകാല സെൽ സെക്രട്ടറിയായിരുന്നു പൂക്കോട്ടെ പി ടി അമ്പാടിക്കുഞ്ഞി. അദ്ദേഹത്തിന്റെ അനുജൻ പി ടി കുഞ്ഞമ്പു വളണ്ടിയർ പ്രവർത്തനത്തിന് നേതൃത്വം നല്കി. കയ്യൂർ സമരനായകൻ സ. അബുബക്കറായിരുന്നു വളണ്ടിയർ ക്യാപ്റ്റൻ. ടി വി കുഞ്ഞമ്പു, ടി വി വെള്ളുങ്ങ, ടി പൊക്കായി തുടങ്ങിയവരൊക്കെ ആ കാലഘട്ടത്തിലെ പ്രമുഖ നേതാക്കളായിരുന്നു. പിൽക്കാലത്ത് പാർട്ടി രംഗത്ത് വന്നവരാണ് വി അപ്പു, ഗോപാലൻ വൈദ്യർ, ടി കുഞ്ഞിരാമൻ തുടങ്ങിയ സഖാക്കൾ.

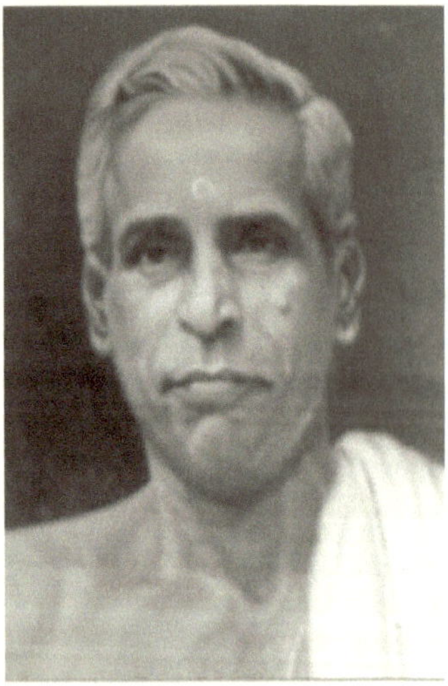
ടി എസ് തിരുമുമ്പ്

പടന്ന-ഉദിനൂർ മേഖലയിൽ പാർട്ടി കെട്ടിപ്പടുക്കുന്നതിൽ വലിയ പങ്കുവഹിച്ച നേതാക്കളായിരുന്നു ഉദിനൂർ കണ്ണനും ഉദിനൂർ കമ്മാരനും. കാർഷിക മേഖലയിലാണ് പ്രവർത്തിച്ചിരുന്നത്. അതിക്രൂരമായ പൊലീസ് മർദ്ദനം ഏറ്റുവാങ്ങി. രണ്ടുപേരും ജയിൽവാസമനുഷ്ഠിച്ചു.

വിപ്ലവകവി ടി എസ് തിരുമുമ്പ് ആദ്യകാല കമ്യൂണിസ്റ്റ് നേതാവാണ്. ഇ എം എസിനും എ കെ ജിക്കുമൊപ്പം പ്രവർത്തിച്ചു. കയ്യൂർ സഖാക്കളെക്കുറിച്ച് അദ്ദേഹമെഴുതിയ 'കൊലമരത്തിൽ നിന്ന്' എന്ന കവിത ഏറെ ശ്രദ്ധേയമായി. ടി എസ് തിരുമുമ്പിന്റെ സ്ഥലത്തിന്റെ വലിയൊരു ഭാഗം പിലിക്കോട് കാർഷിക ഗവേഷണകേന്ദ്രത്തിന് (RARS)വേണ്ടി നല്കി. ടി എസ് തിരുമുമ്പിന്റെ പ്രിയ പത്നി കാർത്ത്യായനിയമ്മ ആദ്യഘട്ടത്തിൽ മഹിളാ അസോസിയേഷൻ കെട്ടിപ്പടുക്കുന്നതിൽ വലിയ പങ്കുവഹിച്ച സഖാവാണ്. മകൾ പ്രസന്ന അദ്ധ്യാപികയും കലാസാഹിത്യ പ്രവർത്തകയുമാണ്.

എം രാമണ്ണ റേ

രാമയ്യ ഷെട്ടി

വി വി കുഞ്ഞമ്പുവിന്റെ മകളാണ് വി വി സരോജിനി. അച്ഛന്റെ സമരപാതയിലൂടെ സഞ്ചരിച്ച വി വി സരോജിനി ജനാധിപത്യ മഹിളാ അസോസിയേഷന്റെ സംസ്ഥാന വൈസ് പ്രസിഡന്റായും കർഷക ത്തൊഴിലാളി യൂണിയന്റെ സംസ്ഥാന കമ്മിറ്റി അംഗമായും പ്രവർത്തിച്ചു. പാർട്ടി പയ്യന്നൂർ ഏരിയാ കമ്മിറ്റി അംഗമായിരുന്ന വി വി സരോജിനി കരിവെള്ളൂർ-പെരളം ഗ്രാമപഞ്ചായത്ത് പ്രസിഡന്റായും പ്രവർത്തിച്ചു.

കാസർഗോഡ്-മഞ്ചേശ്വരം മേഖലകളിൽ ആദ്യകാലത്ത് പാർട്ടിക്ക് നേതൃത്വം നല്കിയ സഖാവാണ് രാമണ്ണറേ. പാർട്ടി സംസ്ഥാന കമ്മിറ്റി യംഗമായി പ്രവർത്തിച്ചു. കാസർഗോഡ് ജില്ലാ കമ്മിറ്റി രൂപീകൃതമായ പ്പോൾ ജില്ലാ സെക്രട്ടറിയേറ്റ് അംഗമായിരുന്നു. കണ്ണൂർ ജില്ലാ കമ്മിറ്റി അംഗമായും പ്രവർത്തിച്ചിരുന്നു. കാസർഗോഡ് മണ്ഡലത്തെ പ്രതിനി ധീകരിച്ച് ലോക്സഭാംഗമായി തിരഞ്ഞെടുക്കപ്പെട്ടു. മഞ്ചേശ്വരത്തെ ജനകീയ നേതാവെന്ന നിലയിലാണ് രാമയ്യ ഷെട്ടി അറിയപ്പെട്ടിരുന്നത്. അവിഭക്ത കണ്ണൂർ ജില്ലാ കമ്മിറ്റി അംഗമായിരുന്നു. പാർട്ടി കാസർഗോഡ് ജില്ലാ സെക്രട്ടറിയേറ്റ് അംഗമായും പ്രവർത്തിച്ചു. കാർഷിക മേഖല യിലും പ്രവർത്തിച്ചു.

പയ്യന്നൂരിലെ പഴയകാല ഇടതുപക്ഷ പ്രവർത്തകനായ കണ്ണോ ത്ത് നാരായണൻ നായർ പിന്നീട് നീലേശ്വരത്തേക്ക് താമസം മാറ്റുകയും നീലേശ്വരത്തെ പാർട്ടി പ്രവർത്തനങ്ങളിൽ സഹായിക്കുകയും ചെയ്തു. പാർട്ടിയുടെ പല യോഗങ്ങളും അദ്ദേഹത്തിന്റെ വീട്ടിലാണ് നടന്നിരു ന്നത്. അദ്ദേഹത്തിന്റെ ഭാര്യ കല്യാണി നീലേശ്വരം പഞ്ചായത്ത് ഭരണ സമിതി അംഗമായി പ്രവർത്തിച്ചു. കണ്ണൂർ സർവ്വകലാശാല പരീക്ഷാ

കൺട്രോളറായും നീലേശ്വരം നഗരസഭ ചെയർമാനായും പ്രവർത്തിച്ച പ്രൊഫ. കെ പി ജയരാജൻ, നീലേശ്വരം മുനിസിപ്പൽ അംഗമായി തിരഞ്ഞെടുക്കപ്പെട്ട കെ പി രവീന്ദ്രൻ, അഭിഭാഷകനായ കെ പി അശോക് കുമാർ (കോഴിക്കോട്) എന്നിവർ മക്കളാണ്.

നീലേശ്വരത്തെ പാർട്ടിയുടെ ആദ്യകാല പ്രവർത്തകനായിരുന്നു ചാത്തമത്തെ സി എം കൃഷ്ണൻ. വിദ്യാർത്ഥി യുവജന പ്രസ്ഥാനങ്ങളിലൂടെയാണ് അദ്ദേഹം വളർന്നുവന്നത്. കമ്യൂണിസ്റ്റു പാർട്ടിയുമായി ഏറെ ബന്ധമുള്ള കുടുംബമായിരുന്നു അദ്ദേഹത്തിന്റേത്. നീലേശ്വരം പഞ്ചായത്തിന്റെ ആദ്യത്തെ ഭരണസമിതിയിൽ അംഗമായിരുന്നു. പഞ്ചായത്തു പ്രസിഡന്റും രക്തസാക്ഷിയുമായ രാമന്തളിയിലെ സ. ഒ കെ കുഞ്ഞിക്കണ്ണന്റെ സഹോദരിയെയാണ് അദ്ദേഹം വിവാഹം ചെയ്തത്. പിൽക്കാലത്ത് സി എം ബി എസ് എന്ന പേരിൽ ബസ് സർവീസും നളന്ദ റിസോർട്ടും ആരംഭിച്ചു. എല്ലാവരേയും സഹായിക്കുന്ന വ്യക്തിയായിരുന്നു സി എം കൃഷ്ണൻ. വ്യാവസായിക രംഗത്ത് ആദ്യഘട്ടത്തിൽ നല്ല നേട്ടം കൈവരിക്കാൻ കഴിഞ്ഞെങ്കിലും വിശ്വസിച്ച പലരും അദ്ദേഹത്തെ സഹായിക്കാത്ത സ്ഥിതിയുണ്ടായി.

ഇന്ത്യൻ യൂണിയൻ മുസ്ലിം ലീഗിന്റെ നേതാവായിരുന്ന ഹമീദലി ഷംനാട് കാസർഗോട്ടെ രാഷ്ട്രീയ-സാമൂഹിക രംഗത്തെ അറിയപ്പെടുന്ന വ്യക്തിത്വമായിരുന്നു. രാജ്യസഭാംഗമായും കേരള പി എസ് സി അംഗമായും പ്രവർത്തിച്ച അദ്ദേഹം കക്ഷി രാഷ്ട്രീയത്തിനതീതമായി കാസർഗോട്ടെ എല്ലാ വിഭാഗം ജനങ്ങളുമായും നല്ല ബന്ധം പുലർത്തി. പലപ്പോഴും കാസർഗോഡ് ഉയർന്നുവരാറുള്ള വർഗ്ഗീയ സംഘർഷത്തിനെതിരെ അദ്ദേഹം ശക്തമായ നിലപാടെടുത്തു. അദ്ദേഹം എം പി ആയിരുന്നപ്പോഴാണ് ഞാൻ കാസർഗോഡ് കോളേജിൽ പഠിച്ചിരുന്നത്. 1964 ൽ ഇന്ത്യാ-പാകിസ്ഥാൻ സംഘർഷ സമയത്ത് ദേശീതയെക്കുറിച്ച് അദ്ദേഹം കോളേജിൽ നടത്തിയ പ്രസംഗം വിസ്മരിക്കാനാവില്ല. ഞാൻ കാസർഗോട്ടെ രാഷ്ട്രീയ രംഗത്ത് സജീവമായപ്പോൾ പല പരിപാടികളിലും അദ്ദേഹത്തോടൊപ്പം പങ്കെടുത്തു. കാസർഗോഡ് റെയിൽവേ സ്റ്റേഷനു സമീപത്തുള്ള അദ്ദേഹത്തിന്റെ വീട്ടിൽ പലപ്പോഴും പോയിട്ടുണ്ട്.

ഇന്ത്യൻ യൂണിയൻ മുസ്ലീം ലീഗിന്റെ ജില്ലാ പ്രസിഡന്റായും യു ഡി എഫ് ചെയർമാനായും പ്രവർത്തിച്ച ചെർക്കളം അബ്ദുള്ള ലീഗിന്റെ സംസ്ഥാനതലത്തെ തന്നെ ശ്രദ്ധേയനായ നേതാവായിരുന്നു. മഞ്ചേശ്വരത്തുനിന്നും നിയമസഭാംഗമായ അദ്ദേഹം 2001-06 കാലത്തെ യു ഡി എഫ് മന്ത്രിസഭയിൽ തദ്ദേശസ്വയംഭരണവകുപ്പ് മന്ത്രിയായി. നിയമസഭാ തിരഞ്ഞെടുപ്പിൽ ഒരു തവണ സി എച്ച് കുഞ്ഞമ്പുവിനോട് പരാജയപ്പെട്ടു. അദ്ദേഹം അസുഖ ബാധിതനായി ചെർക്കളയിലെ വസതിയിൽ കഴിയുമ്പോൾ പലപ്പോഴും സന്ദർശിച്ചിട്ടുണ്ട്.

കാസർഗോഡ് ജില്ലയിൽ കോൺഗ്രസിന്റെയും യു ഡി എഫിന്റെയും പ്രമുഖ നേതാവായിരുന്നു പി ഗംഗാധരൻ നായർ. കെ പി സി സി അംഗമായും ഡി സി സി പ്രസിഡന്റായും പ്രവർത്തിച്ചു. ഒരു തവണ നിയമസഭയിലേക്ക് മത്സരിച്ചു. അദ്ദേഹവുമായി എനിക്ക് നല്ല വ്യക്തിബന്ധമുണ്ടായിരുന്നു.

പ്രമുഖ കോടോത്ത് ജന്മി കുടുംബത്തിലെ അംഗവും കാസർഗോഡ് ബാറിലെ അഭിഭാഷകനുമായിരുന്നു കോടോത്ത് ഗോവിന്ദൻ നായർ. കോൺഗ്രസിന്റെ ജില്ലാ-സംസ്ഥാന നേതാവായിരുന്ന അദ്ദേഹം കേരള പി എസ് സി അംഗമായും പ്രവർത്തിച്ചു. സൗമ്യമായ പെരുമാറ്റത്തിന്റെ ഉടമയായായിരുന്നു കോടോത്ത് ഗോവിന്ദൻ നായർ.

സ്വദേശം പയ്യന്നൂരാണെങ്കിലും വർഷങ്ങളോളം കാഞ്ഞങ്ങാട് പ്രവർത്തിച്ചിരുന്ന ജനതാദൾ നേതാവാണ് കെ വി രാമകൃഷ്ണൻ. കാഞ്ഞങ്ങാട്ടെ മിക്ക സാമൂഹിക-സാംസ്കാരിക പ്രവർത്തനങ്ങളിലും അദ്ദേഹം പങ്കെടുത്തിരുന്നു. കാഞ്ഞങ്ങാട്-പാണത്തൂർ-കാണിയൂർ റെയിൽവേ മുതലായ പ്രവർത്തനങ്ങളിൽ അദ്ദേഹം എന്നോടൊപ്പം ഉണ്ടായിരുന്നു. ജനതാദൾ നേതാക്കളിൽ പ്രധാനപ്പെട്ടയാളാണ് കുഞ്ഞമ്പാടി. കാഞ്ഞങ്ങാട് കേന്ദ്രീകരിച്ചുകൊണ്ടാണ് അദ്ദേഹം പ്രവർത്തിച്ചത്. കാഞ്ഞങ്ങാട്ടെ സഹകരണ രംഗത്തും അദ്ദേഹം സജീവമായിരുന്നു.

ജനതാദളിന്റെ മറ്റൊരു പ്രധാനപ്പെട്ട നേതാവാണ് പി കോരൻ മാസ്റ്റർ. ജനതാദളിന്റെ ജില്ലാ-സംസ്ഥാന നേതാവായ അദ്ദേഹം ഗ്രന്ഥശാല പ്രസ്ഥാനത്തിലും സജീവമായിരുന്നു. ഗ്രന്ഥശാല പ്രസ്ഥാനത്തിന്റെ ഭാഗമായിട്ടാണ് ഞാൻ അദ്ദേഹത്തെ പരിചയപ്പെടുന്നത്. പിന്നീട് രാഷ്ട്രീയ പ്രവർത്തനത്തിലും ഒരുമിച്ചുണ്ടായി.

പഴയ ജനസംഘത്തിന്റെ കാഞ്ഞങ്ങാട്ടെ പ്രമുഖ നേതാവായിരുന്നു ഉമാനാഥ റാവു. പിന്നീട് ബി ജെ പിയിൽ പ്രവർത്തിച്ചു. കാഞ്ഞങ്ങാട് മണ്ഡലത്തിൽ നിന്നും നിയമസഭയിലേക്ക് മത്സരിച്ചു. ബി ജെ പി- സി പി എം രാഷ്ട്രീയ സംഘർഷങ്ങൾ നിലനിന്നപ്പോൾ കാഞ്ഞങ്ങാട് നടന്ന പല സമാധാനയോഗങ്ങളിലും അദ്ദേഹം പങ്കെടുത്തിരുന്നു.

ബി ജെ പി കാസർഗോഡ് ജില്ലാ പ്രസിഡന്റും സംസ്ഥാനക്കമ്മിറ്റി അംഗവുമായിരുന്നു മടിക്കൈ കമ്മാരൻ ജില്ലയിൽ അറിയപ്പെടുന്ന നേതാവായിരുന്നു. കാഞ്ഞങ്ങാട് നടന്ന പല സംയുക്തയോഗങ്ങളിലും അദ്ദേഹം പങ്കെടുത്തിരുന്നു. ഒരു ഘട്ടത്തിൽ കാഞ്ഞങ്ങാട്ടും പരിസരത്തും ആർ എസ് എസ് -സി പി ഐ (എം) സംഘർഷം നടന്നപ്പോൾ ബി ജെ പിയെ പ്രതിനിധീകരിച്ച് സമാധാന ചർച്ചയിൽ പങ്കെടുത്തിരുന്നത് അദ്ദേഹമാണ്. ജില്ലയിൽ സമാധാനാന്തരീക്ഷം സൃഷ്ടിക്കാൻ വിളിച്ചു ചേർത്ത പലയോഗങ്ങളിലും അദ്ദേഹം പങ്കെടുത്തു.

സി പി ഐ നേതാവായിരുന്ന സുബ്ബറാവു മഞ്ചേശ്വരം മണ്ഡലത്തിൽ നിന്നും രണ്ടു തവണ നിയമസഭയിലെത്തി. 1980 ൽ നായനാർ മന്ത്രിസഭയിൽ ജലസേചന വകുപ്പ് മന്ത്രിയായി. രാജ്യസഭാംഗമായും പ്ര

വർത്തിച്ചു. അവിഭക്ത കമ്യൂണിസ്റ്റ് പാർട്ടിയുടെ പ്രധാന നേതാക്കളി ലൊരാളാണ്.

1970 ലും 1977 ലും മഞ്ചേശ്വരത്തുനിന്നും നിയമസഭയിലേക്ക് വിജ യിച്ച രാമപ്പ മാസ്റ്റർ അവിഭക്ത കമ്യൂണിസ്റ്റ് പാർട്ടിയുടെ പ്രധാനപ്പെട്ട നേതാവാണ്. ലളിതമായ ജീവിതരീതി പിന്തുടർന്ന രാമപ്പ മാസ്റ്റർ ജന കീയനായ നേതാവായിരുന്നു.

നീലേശ്വരത്തെ പഴയകാല പാർട്ടി നേതാക്കന്മാരിലൊരാളാണ് യു വി കുഞ്ഞിരാമൻ. നീലേശ്വരം പഞ്ചായത്തിന്റെ ആദ്യ ഭരണസമിതി അംഗ മായിരുന്നു. നീലേശ്വരം ലോക്കൽ കമ്മറ്റി അംഗമായി ഏറെ നാൾ പ്രവർ ത്തിച്ചു. പല ഭാഗത്തുനിന്നും നീലേശ്വരത്തെത്തുന്നവർക്ക് ആശ്രയമാ യിരുന്നു അദ്ദേഹം. ഞാൻ പഠിക്കുമ്പോഴും രാഷ്ട്രീയ പ്രവർത്തനം നട ത്തുമ്പോഴും അദ്ദേഹത്തിന്റെ പീടികയിൽ നടക്കുന്ന രാഷ്ട്രീയ ചർച്ചക ളിൽ പങ്കെടുത്തിരുന്നു. രാഷ്ട്രീയ കാര്യങ്ങൾ നന്നായി പഠിക്കുകയും ചെയ്യുന്ന സഖാവാണ് അദ്ദേഹം. യു വി കുഞ്ഞിരാമന്റെ അനുജൻ അ മ്പുവായിരുന്നു *ദേശാഭിമാനി*യുടെ ആദ്യകാല ഏജന്റ്. (*ദേശാഭിമാനി* അമ്പു എന്നാണ് അദ്ദേഹം അറിയപ്പെട്ടിരുന്നത്). കുറെ കാലത്തിന് ശേ ഷം യു വി കുഞ്ഞിരാമൻ തന്നെ *ദേശാഭിമാനി* ഏജൻസി ഏറ്റെടുത്തു. അടിയന്തരാവസ്ഥക്കാലത്ത് ഞാൻ ഒളിവിലായിരുന്നപ്പോൾ യു വി കു ഞ്ഞിരാമനെ ഒരിക്കൽ പൊലീസ് സ്റ്റേഷനിലേക്ക് വിളിപ്പിച്ചു. സഖാ ക്കൾ ആരെങ്കിലും നീലേശ്വരത്തെത്തിയാൽ യു വി കുഞ്ഞിരാമനെ ബ ന്ധപ്പെടും എന്ന് പൊലീസിനറിയാം. ഞാൻ എവിടെയാണുള്ളത് എന്ന റിയാനാണ് സഖാവിനെ എസ് ഐ വിളിച്ചത്. അന്ന് കടുത്ത പൊലീസ് മർദ്ദനം അദ്ദേഹത്തിന് ഏറ്റുവാങ്ങേണ്ടി വന്നു.

പയ്യന്നൂർ കോറോത്തുള്ള പുല്ലേരി വാദ്ധ്യാൻ ഇല്ലം ആദ്യകാലം മുതലേ ശക്തമായ ഇടതുപക്ഷ ആഭിമുഖ്യമുള്ള കുടുംബമായിരുന്നു. എ കെ ജി പലപ്പോഴും ഒളിവിൽ താമസിച്ചത് ഈ കുടുംബത്തിലാണ്. ഈ കുടുംബത്തിലെ അംഗമാണ് ചലച്ചിത്ര നടൻ കൂടിയായ ഉണ്ണിക്കൃ ഷ്ണൻ നമ്പൂതിരി. വാസുദേവൻ നമ്പൂതിരി, കേശവൻ നമ്പൂതിരി (അഡ്വ. പി വി കെ നമ്പൂതിരി) എന്നിവർ അദ്ദേഹത്തിന്റെ സഹോദര ന്മാരാണ്. ഞാൻ പലപ്പോഴും ആ വീട്ടിൽ പോകാറുണ്ട്. ഉണ്ണിക്കൃഷ് ണൻ നമ്പൂതിരിക്കും കുടുംബാംഗങ്ങൾക്കും ലൈലയോടും നല്ല സ്നേ ഹമാണ്. എ കെ ജി അയച്ച കത്തുകൾ പലപ്പോഴും അദ്ദേഹം കാണി ക്കാറുണ്ട്. മലയാള സിനിമയിൽ നിരവധി കഥാപാത്രങ്ങൾക്ക് ഉണ്ണിക്കൃ ഷ്ണൻ നമ്പൂതിരി രൂപവും ഭാവവും നല്കി. ഏത് വിഷയം സംസാരി ച്ചാലും അവസാനം പാർട്ടി കാര്യങ്ങളിലേക്കും എ കെ ജിയുടെ ഒളിവു ജീവിതത്തിലേക്കും എത്തും. കുടുംബാംഗങ്ങളെല്ലാം അടിയുറച്ച കമ്യൂ ണിസ്റ്റ് പ്രവർത്തകരും അനുഭാവികളുമാണ്. കേരള ഹൈക്കോടതി ജ ഡ്ജി പി വി കുഞ്ഞിക്കൃഷ്ണൻ ഉണ്ണിക്കൃഷ്ണൻ നമ്പൂതിരിയുടെ മക നാണ്. ചലച്ചിത്രഗാന രചയിതാവും സംഗീതജ്ഞനുമായ കൈതപ്രം

ഉണ്ണികൃഷ്ണൻ നമ്പൂതിരിയോടൊപ്പം. സമീപം ടി ഐ മധുസൂദനൻ

ദാമോദരൻ നമ്പൂതിരി ഉണ്ണിക്കൃഷ്ണൻ നമ്പൂതിരിയുടെ മകളുടെ ഭർത്താവാണ്. കാസർഗോഡ് ജില്ലാ കോടതിയിലെ ഗവ. പ്ലീഡറായിരുന്ന പി വി ജയരാജ്, സെൻട്രൽ പവർ റിസർച്ച് ഇൻസ്റ്റിറ്റ്യൂട്ടിൽ എഞ്ചിനീയറായിരുന്ന വാസുദേവൻ നമ്പൂതിരി, കെൽട്രോണിൽ എഞ്ചിനീയറായിരുന്ന നാരായണൻ നമ്പൂതിരി, പയ്യന്നൂർ മുനിസിപ്പൽ അംഗമായിരുന്ന രവീന്ദ്രൻ മാസ്റ്റർ, ഐ ബി എമ്മിൽ ഉയർന്ന ഉദ്യോഗസ്ഥനായ ജയശങ്കർ തുടങ്ങിയവരൊക്കെ ഉണ്ണിക്കൃഷ്ണൻ നമ്പൂതിരിയുടെ അടുത്ത ബന്ധുക്കളാണ്.

ഓർമ്മകളുടെ രാഷ്ട്രീയം

അഞ്ചാറു ദശകങ്ങളിലായി നിറഞ്ഞുനിന്ന എന്റെ പൊതുജീവിത ചിത്രമാണ് വരച്ചിടാൻ ശ്രമിച്ചിട്ടുള്ളത്. തൊഴിലാളി വർഗ്ഗ പ്രസ്ഥാനത്തിന്റെ മഹിതവും ഉജ്ജ്വലവുമായ ചരിത്രത്തിൽ പങ്കാളിയാകാൻ കഴിഞ്ഞതിൽ അതിയായ ചാരിതാർത്ഥ്യമുണ്ട്. നീരും ചോരയും ജീവനും നല്കി നമ്മുടെ പൂർവ്വ സൂരികളും അനശ്വര രക്തസാക്ഷികളും വളർത്തിയെടുത്ത പ്രസ്ഥാനത്തിൽ, കാലത്തിന്റെ വിളികേട്ട് എന്റേതായ പങ്കുവഹിക്കാൻ സാധിച്ചു. തൊഴിലാളി വർഗ്ഗ പ്രത്യയശാസ്ത്രം എനിക്ക് കേവലം കക്ഷിരാഷ്ട്രീയ കാര്യമല്ല., മറിച്ച് ഒരു വിശ്വാസ പ്രമാണമാണ്. അതുയർത്തിപ്പിടിച്ച് ജീവിതം തദനുസൃതമായി കഴിവതും രൂപപ്പെടുത്താനാണ് ഞാൻ ശ്രമിച്ചു പോന്നിട്ടുള്ളത്.

കമ്യൂണിസ്റ്റ് പ്രസ്ഥാനത്തിന് ആഴത്തിൽ വേരോട്ടമുള്ള കയ്യൂരും കരിന്തളവും കിനാവൂരും മടിക്കൈയും- എന്റെ രാഷ്ട്രീയാശയങ്ങൾക്കും ജീവിത വീക്ഷണത്തിനും രൂപം നല്കിയത് ഈ ഗ്രാമങ്ങളാണ്. മാർക്സിസമാണ് ഏറ്റവും ഉയർന്ന തത്ത്വസംഹിതയെന്നും കമ്യൂണിസമായിരിക്കണം മനുഷ്യസമൂഹത്തിന്റെ ലക്ഷ്യമെന്നും ചെറുപ്പം മുതൽ തന്നെ അടിയുറച്ചു വിശ്വസിച്ചു. അതുകൊണ്ടാണ് ഈ ജീവിതകാലമത്രയും കമ്യൂണിസ്റ്റ് പ്രസ്ഥാനത്തിൽ തന്നെ പ്രവർത്തിച്ചു പോരുന്നത്. അരനൂറ്റാണ്ടോളമായി പാർട്ടിയുടെ മുഴുവൻ സമയ പ്രവർത്തകനായി. പ്രസ്ഥാനം ശക്തിപ്പെടുത്താനുള്ള പ്രവർത്തനങ്ങളിൽ പങ്കാളിയായത്, പാർട്ടിയും ബഹുജന സംഘടനകളും പടിപടിയായി കെട്ടിപ്പടുത്തത്, കേഡർമ്മാരെ കണ്ടെത്തി പ്രവർത്തന രംഗത്തിറക്കിയത്, ആയിരക്കണക്കിന് സഖാക്കളുമായി ഇടപഴകിയത്- ഇതുപോലുള്ള പ്രവർത്തനങ്ങളുടെ അനുഭവങ്ങൾ എന്റെ രാഷ്ട്രീയ ജീവിതത്തെ സമ്പന്നമാക്കി. അതിൽനിന്നു

ലഭിച്ച ഏതാനും അനുഭവങ്ങളാണ് ഞാനിവിടെ കുറിച്ചത്. എന്റെ അനുഭവങ്ങൾ ഓർമ്മയിൽ നിന്നും ചികഞ്ഞെടുത്ത് എഴുതിയതാണ്. ഒരു തരത്തിലുമുള്ള നാൾ കുറിപ്പുകളോ ഡയറിയോ മറ്റു പുസ്തകങ്ങളോ ഒന്നുമില്ലാതെ തീർത്തും ഓർമ്മയിൽ നിന്നുള്ള വിവരണങ്ങളാണ് ഇതിൽ രേഖപ്പെടുത്തിയിട്ടുള്ളത്.

ഓർമ്മകൾ നമ്മുടെ രാഷ്ട്രീയ പ്രവർത്തനത്തിനുള്ള ഉറവ വറ്റാത്ത ഊർജ്ജമാണ്. ഓർമ്മയുടെ വിപ്ലവകരമായ മൂല്യത്തെക്കുറിച്ച് മാർക്സ് രേഖപ്പെടുത്തിയിട്ടുണ്ട്. ലൂയി ബോണപ്പാർട്ടിന്റെ *ബ്രൂമെയർ പതിനെട്ട്* എന്ന കൃതിയുടെ തുടക്കത്തിൽ, ചരിത്രം ഒരു പോർവിളിയും പടക്കോപ്പുമായി ഓർമ്മയിൽ വന്നു നിറയുന്ന മുഹൂർത്തങ്ങളെക്കുറിച്ച് മാർക്സ് എഴുതിയിട്ടുണ്ട്. വർത്തമാനകാല പ്രവർത്തനങ്ങൾക്കുള്ള ഇന്ധനമായി നിറയുകയും ഭാവിയെ നിർമ്മിക്കുകയും ചെയ്യുന്ന കർമ്മമാണ് ഓർമ്മകളുടെ വീണ്ടെടുപ്പ്. അത്തരത്തിൽ പ്രവൃത്തിയുടെ ഓർമ്മ രൂപമായാണ് (memory of praxis), ഭൂതത്തിൽ നിന്ന് വർത്തമാനത്തിലേക്കുള്ള രീതിയിൽ എന്റെ അനുഭവങ്ങൾ പങ്കുവച്ചിട്ടുള്ളത്.

വടക്കൻ കേരളത്തിലെ ഒരു ചെറുഗ്രാമത്തിൽ, തീർത്തും ഗ്രാമീണരും അതിസാധാരണക്കാരുമായ ഒരു കുടുംബത്തിൽനിന്നു വന്ന ഞാൻ തൊഴിലാളികളുടെയും മണ്ണിന്റെ മക്കളുടെയും ഒപ്പം നില്ക്കേണ്ടവനാണ്. അതിൽ എനിക്ക് വഴി പിഴച്ചില്ല എന്ന ഉത്തമവിശ്വാസമുണ്ട്. എന്റെ തലമുറയിലെ വിദ്യാർത്ഥി-യുവജന പ്രശ്നങ്ങളിൽ നേതൃത്വപരമായി ഇടപെടാൻ സാധിച്ചു. തൊഴിലാളികളോടൊപ്പം അവരുടെ നിശ്വാസങ്ങളും ആവശ്യങ്ങളും പേറി അവരോടൊപ്പം പ്രവർത്തിച്ച നാളുകൾ. കണ്ടുമുട്ടലിന്റെയും സൗഹൃദത്തിന്റെയും വേർപാടിന്റെയും പലതരം വികാരങ്ങൾ തന്നുപോയ സന്ദർഭങ്ങൾ. രക്തസാക്ഷിത്വത്തിന്റെയും ചെറുത്തുനില്പിന്റെയും തീക്ഷ്ണഘട്ടങ്ങൾ. ഒളിവ് ജീവിതവും തടവറയും. പാർലമെന്ററി പാതയിലെ ഉറച്ച കാൽവയ്പുകൾ. വികസന രാഷ്ട്രീയത്തിന്റെ സമന്വയ മാർഗ്ഗം.

മഹാകാര്യങ്ങൾ എന്തെങ്കിലും ചെയ്തുവെന്ന് ഞാൻ അവകാശപ്പെടുന്നില്ല. എന്നാൽ ഒരു മഹാപ്രസ്ഥാനത്തിന്റെ ഭാഗമായി, എന്റെ സാദ്ധ്യതകളെ പ്രയോജനപ്പെടുത്തി പ്രവർത്തിക്കാൻ സാധിച്ചു എന്നാണ് എന്റെ വിശ്വാസം. വിദ്യാർത്ഥികളെയും യുവജനങ്ങളെയും തൊഴിലാളികളെയും മറ്റും സംഘടിതരാക്കാൻ കഴിഞ്ഞു എന്നതിലാണ് ചാരിതാർത്ഥ്യം.

എന്റെ ആത്മകഥയായിട്ടല്ല ഈ പുസ്തകം രചിച്ചിട്ടുള്ളത്. നീണ്ട രാഷ്ട്രീയ പ്രവർത്തനങ്ങൾക്കിടയിൽ നേരിട്ട അനുഭവങ്ങൾ സ്വാംശീകരിക്കാനാണ് ശ്രമിച്ചിട്ടുള്ളത്. രാഷ്ട്രീയപ്രവർത്തനത്തിനിടെ നേരിടേണ്ടി വന്ന പ്രതിസന്ധികളും നിരവധിയാണ്. പൊലീസിന്റെ മർദ്ദനവും ജയിൽ വാസവും ഇതിന്റെ ഭാഗമാണ്. അതിലെല്ലാമുപരി ഒരിക്കലും മറക്കാനാ

വാത്ത അനുഭവങ്ങളാണ് അടിയന്തരാവസ്ഥക്കാലത്തെ ഒളിവു ജീവിതം. പാർട്ടി നേതാക്കന്മാരെയും സഖാക്കളെയും സംരക്ഷിക്കാൻ അമ്മമാരും കുടുംബാംഗങ്ങളും നടത്തിയ ത്യാഗനിർഭരമായ പ്രവർത്തനങ്ങൾ വിസ്മരിക്കാനാവില്ല. തള്ളക്കോഴി കുഞ്ഞുങ്ങളെ ചിറകിനടിയിൽ സംരക്ഷിക്കുന്നതുപോലെ കർമ്മനിരതരും നിതാന്ത ജാഗ്രതയും പുലർത്തിയ സഖാക്കൾ.

പാർട്ടി നേതാവ് എന്ന നിലയിലാണ് എല്ലാക്കാലത്തും ഞാൻ പ്രവർത്തിച്ചത്. എന്നാൽ കക്ഷി രാഷ്ട്രീയത്തിനതീതമായി വിപുലമായ സുഹൃദ് വലയം ജില്ലയ്ക്കകത്തും പുറത്തും സൂക്ഷിക്കാൻ കഴിഞ്ഞതിൽ വലിയ സന്തോഷമുണ്ട്. പ്രതിസന്ധികളും പ്രയാസങ്ങളും നിറഞ്ഞ രാഷ്ട്രീയ ജീവിതത്തിനിടയിൽ ഒട്ടേറെ ജനകീയ പ്രശ്നങ്ങളിൽ പാർട്ടിയുടെ നിർദ്ദേശപ്രകാരം ഇടപെടാൻ കഴിഞ്ഞത് വലിയൊരു അനുഭവ സമ്പത്താണ്. നമ്മുടെ പ്രവർത്തനങ്ങൾക്ക് ഊർജ്ജവും കരുത്തും നല്കുന്നത് ജനങ്ങളാണ്. അവരോടൊപ്പം ഇക്കാലമത്രയും പ്രവർത്തിക്കാൻ കഴിഞ്ഞതിലുള്ള അനുഭവങ്ങൾ ഒരിക്കലും മറക്കാനാവില്ല. എന്നേക്കാളും ഒട്ടേറെ കാര്യങ്ങൾ രാഷ്ട്രീയ-സാമൂഹിക രംഗങ്ങളിൽ ചെയ്ത മഹാന്മാരുടെ അനുഭവങ്ങൾ തന്നെയാണ് നമുക്ക് മാതൃകയാകേണ്ടത്. ഓർമ്മയിൽനിന്നും എടുത്തെഴുതിയതുകൊണ്ട് പല കാര്യങ്ങളും വിട്ടുപോയിട്ടുണ്ടാവാം. കഴിയാവുന്നത്ര വ്യക്തികളുടെയും പ്രദേശങ്ങളുടെയും പേരുകൾ ഉൾക്കൊള്ളിക്കാൻ ശ്രമിച്ചിട്ടുണ്ട്. അത് പൂർണ്ണമാക്കാൻ വായനക്കാരുടെ നിർദ്ദേശങ്ങളും അഭിപ്രായങ്ങളും സഹായകരമാകും.

എല്ലായ്പ്പോഴും എന്നെ സ്നേഹിക്കുകയും സ്നേഹബുദ്ധ്യാ വിമർശിക്കുകയും ചെയ്ത സഖാക്കൾക്കും സുഹൃത്തുക്കൾക്കും വായനക്കാർക്കുമായി ഈ പുസ്തകം സമർപ്പിക്കുന്നു.

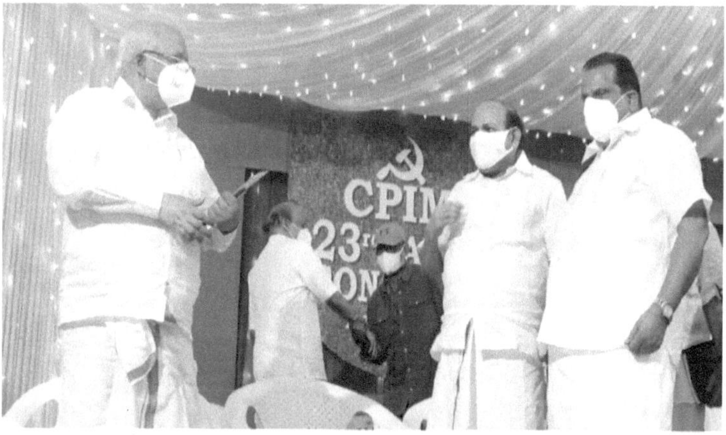

കോടിയേരി ബാലകൃഷ്ണൻ, ഇ പി ജയരാജൻ, പി ജയരാജൻ
എന്നിവരോടൊപ്പം

നീലേശ്വരം പള്ളിക്കര മേൽപ്പാലം സമരവിജയത്തിന്റെ ആഹ്ലാദപ്രകടനം

പാർട്ടി കാറഡുക്ക ഏരിയാ കമ്മിറ്റിയുടെ നേതൃത്വത്തിൽ നടന്ന
പൊസളിക പ്രക്ഷോഭത്തിന്റെ ഭാഗമായി പൊസളിക കോളനിയിൽ
എത്തിയപ്പോൾ. ഏരിയാ സെക്രട്ടറി സി ജി മാത്യു, പഞ്ചായത്ത് പ്രസിഡന്റ്
കുശലൻ തുടങ്ങിയവർ സമീപം.

കയ്യൂർ രക്തസാക്ഷി സ്മാരകത്തിൽ സീതാറാം യെച്ചൂരിയോടൊപ്പം

തിരഞ്ഞെടുപ്പ് വിജയാഹ്ലാദം ലൈലയോടൊപ്പം പങ്കിടുന്നു.
സമീപം പി കെ ശ്രീമതി ടീച്ചർ

കോടിയേരി ബാലകൃഷ്ണൻ, ടി എം എ കരീം തുടങ്ങിയവർക്കൊപ്പം

സീതാറാം യെച്ചൂരി, ലൈല എന്നിവരോടൊപ്പം

ഉദുമയിൽ ഒരു പൊതുപരിപാടിയിൽ പിണറായി വിജയൻ,
കെ പി സതീഷ് ചന്ദ്രൻ, കെ വി കുഞ്ഞിരാമൻ തുടങ്ങിയവരോടൊപ്പം

സംസ്ഥാന പാർട്ടി സ്കൂൾ, 1992

പ്രകടനം

23-ാം പാർട്ടി കോൺഗ്രസിനു മുന്നോടിയായുള്ള കാസർകോട് ജില്ലാ സമ്മേളനനഗരിയിലേക്കുള്ള ദീപശിഖ കയ്യൂർ രക്തസാക്ഷി മണ്ഡപത്തിൽ വച്ച് വി പി പി മുസ്തഫയ്ക്ക് കൈമാറുന്നു. സമീപം എം രാജഗോപാലൻ എം എൽ എ

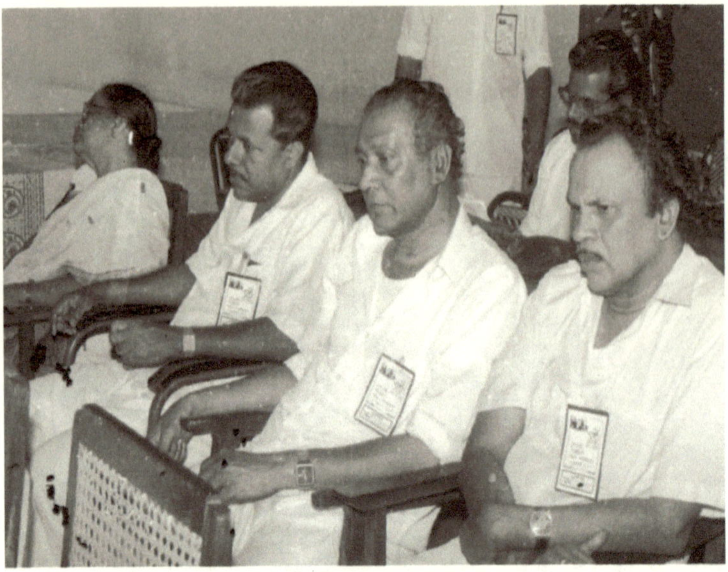

ചടയൻ ഗോവിന്ദൻ, പിണറായി വിജയൻ, സുശീല ഗോപാലൻ
എന്നിവരോടൊപ്പം

കാസർകോട് എൽ ഡി എഫ് മനുഷ്യചങ്ങല

www.ingramcontent.com/pod-product-compliance
Lightning Source LLC
LaVergne TN
LVHW060224051026
849517LV00005B/1507